ಸಾಮಾನ್ಯ ಬ್ರಾಹ್ಮಣ ಕುಟುಂಬದಲ್ಲಿ ಜನಿಸಿದ ಲಕ್ಷ್ಮೀಬಾಯಿ ಮಹಾರಾಣಿಯಾಗುವುದು ಅವಳ ಅದೃಷ್ಟ ಎಂದು ಕರೆಯಲ್ಪಡುತ್ತದೆ. ಆದರೆ ಭಾರತದ ಮೊದಲ ಸ್ವಾತಂತ್ರ್ಯ ಹೋರಾಟದ ಸಮಯದಲ್ಲಿ ಶತ್ರು ಸೈನ್ಯದ ವಿರುದ್ಧ ಹೋರಾಡುವಾಗ ಅವಳು ಪ್ರದರ್ಶಿಸಿದ ಅಪರೂಪದ ಹಿಂಜರಿಕೆ, ಧೈರ್ಯ ಮತ್ತು ಶೌರ್ಯ ಅವಳ ವೈಯಕ್ತಿಕ ತಿಳುವಳಿಕೆ ಮತ್ತು ಯೋಧನಾಗಿ ಅವಳ ಪ್ರತಿಭೆ.

ಸ್ವಾತಂತ್ರ್ಯಕ್ಕಾಗಿ ಭಾರತದ ಹೋರಾಟದಲ್ಲಿ ನಮ್ಮದೇ ಕೆಲವು ಸಹೋದರರು ದೇಶದ್ರೋಹಿಗಳನ್ನು ಆಡಿದ್ದಾರೆ; ಇಲ್ಲದಿದ್ದರೆ ಮಹಾರಾಣಿಯ ಧೈರ್ಯ ಮತ್ತು ಶೌರ್ಯವನ್ನು ಎದುರಿಸಿ ಆ ಸಮಯದಲ್ಲಿ ಆಂಗ್ಲರು ಭಾರತವನ್ನು ತೊರೆದು ಬಿಡುತ್ತಿದ್ದರು. ಈ ಪುಸ್ತಕವು ಈ ಘಟನೆಗಳ ದಿನಾಂಕವಾರು ಖಾತೆಯನ್ನು ಪ್ರಸ್ತುತಪಡಿಸುತ್ತದೆ.

ಝಾನ್ಸಿಯ ರಾಣಿ

ಡಾ. ಭವಾನ ಸಿ ಂ ರಾಣಾ

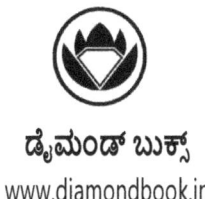

ಡೈಮಂಡ್ ಬುಕ್ಸ್
www.diamondbook.in

© ಪ್ರಕಾಶಕರು

ಪ್ರಕಾಶಕರು :   ಡೈಮಂಡ್ ಪಾಕೆಟ್ ಬುಕ್ಸ್ (ಪ್ರೈ.) ಲಿಮಿಟೆಡ್.

                 X-30, ಓಖ್ಲಾ ಇಂಡಸ್ಟ್ರಿಯಲ್ ಏರಿಯಾ ಹಂತ-11

                 ನವದೆಹಲಿ-110020

ದೂರವಾಣಿ :   011-40712200

ಇ-ಮೇಲ್:   sales@dpb.in

ವೆಬ್‌ಸೈಟ್:   www.diamondbook.in

ಆವೃತ್ತಿ:   2023

ಮುದ್ರಕ: Repro (India)

ಝಾನ್ಸಿಯ ರಾಣಿ

ಇವರಿಂದ - ಡಾ. ಭವನ್ ಸಿಂಗ್ ರಾಣಾ

ಮುನ್ನುಡಿ

ಧೈರ್ಯಶಾಲಿ ಮಹಿಳೆ, ಮಹಾರಾಣಿ ಲಕ್ಷ್ಮೀಬಾಯಿ, ಭಾರತೀಯ ಇತಿಹಾಸದ ಭವ್ಯ ವ್ಯಕ್ತಿತ್ವ ಮತ್ತು ಸ್ಪೂರ್ತಿದಾಯಕ ಅಧ್ಯಾಯ. ಇಂದಿಗೂ ಅವರ ಹೆಸರು ಅನ್ಯಾಯ ಮತ್ತು ಕ್ರೌರ್ಯಗಳ ವಿರುದ್ಧ ಹೋರಾಡುತ್ತಿರುವ ಎಲ್ಲರ ಹೃದಯದಲ್ಲಿ ಹೊಸ ಉತ್ಸಾಹವನ್ನು ಪ್ರೇರೇಪಿಸುತ್ತದೆ. ಅವರ ಜೀವನವು ಏರಿಕೆ ಮತ್ತು ಕುಸಿತದ ವಿಚಿತ್ರ ಸಂಯೋಜನೆಯಾಗಿತ್ತು. ಏಳು ವರ್ಷದ ನಿರುಪದ್ರವ ಮಡೋನಾ, ಮೊರೊಪಾಂತ್ ತಂಬೆ ಅವರ ಪುತ್ರಿ, ಸಾಮಾನ್ಯ ಸಾಧಾರಣ ಮನುಷ್ಯ ಸನ್ನಿವೇಶಗಳ ಚಮತ್ಕಾರದಿಂದ, ಮಧ್ಯವಯಸ್ಕ ರಾಜ ಗಂಗಾಧರ್ ರಾವ್ ರಾಣಿಯಾದಳು, ಮಹಾರಾಣಿ ಲಕ್ಷ್ಮೀಬಾಯಿಯ. ಅವಳು ಹತ್ತೊಂಬತ್ತನೇ ವಯಸ್ಸಿನಲ್ಲಿ ವಿಧವೆಯಾದಳು ಮತ್ತು ಅಲ್ಲಿಂದ ಅವಳ ಹೋರಾಟದ ಜೀವನ ಪ್ರಾರಂಭವಾಯಿತು. ಬ್ರಿಟಿಷ್ ಸಾಮ್ರಾಜ್ಯದಲ್ಲಿ ತನ್ನ ರಾಜ್ಯವನ್ನು ವಿಲೀನಗೊಳಿಸುವ ಸಮಯದಲ್ಲಿ, "ನಾನು ನನ್ನ ಝಾನ್ಸಿಯನ್ನು ನೀಡುವುದಿಲ್ಲ" ಎಂದು ಗುಡುಗಿದಳು.

ಆಕೆಯ ಮಾತುಗಳು ಸಂದರ್ಭಗಳಲ್ಲಿ ಕೋಪದ ಸ್ಫೋಟವಾಗಿದೆಯೇ ಅಥವಾ ನಿರ್ದಿಷ್ಟ ನಿರ್ಣಯದ ಸೂಚಕವಾಗಿದೆಯೇ ಎಂದು ಖಚಿತವಾಗಿ ಹೇಳಲಾಗುವುದಿಲ್ಲ, ಆದರೆ ಈ ಮಾತಿನ ನಾಲ್ಕು ವರ್ಷಗಳಲ್ಲಿ ಝಾನ್ಸಿಯ ರಕ್ಷಣೆಯಲ್ಲಿ ಅವಳು ತನ್ನ ಕತ್ತಿಯನ್ನು ಹೊರತೆಗೆಯಬೇಕಾಯಿತು. ಇಲ್ಲಿಂದ ಅವಳು ಧೈರ್ಯಶಾಲಿ ಮಹಿಳೆಯಾಗಿ ನಮ್ಮ ಮುಂದೆ ಕಾಣಿಸಿಕೊಳ್ಳುತ್ತಾಳೆ. ಅವರ ಜೀವನದ ಮಹಾಕಾವ್ಯದಲ್ಲಿನ ಮೂರು ವಿಭಾಗಗಳು ಹೀಗಿವೆ: ಬ್ರಿಟಿಷರ ವಿರುದ್ಧದ ಯುದ್ಧಗಳು, ಮೊದಲು ಝಾನ್ಸಿಯಲ್ಲಿ, ನಂತರ ಕಲ್ಪಿಯಲ್ಲಿ ಮತ್ತು ಅಂತಿಮವಾಗಿ ಗ್ವಾಲಿಯರ್.

ಎಲ್ಲಾ ಸಂಭಾವ್ಯ ಹೋರಾಟದ ಸಾಧನಗಳನ್ನು ಹೊಂದಿದ ಸರ್ವಶಕ್ತ ಬ್ರಿಟಿಷರ ವಿರುದ್ಧದ ಅವರ ಹೋರಾಟವು, ಸರಿಸುಮಾರು 23 ವರ್ಷಗಳ ವಯಸ್ಸಿನಲ್ಲಿ, ಇಂದಿನಿಂದ ಸುಮಾರು ನೂರ ಇಪ್ಪತ್ತೈದು ವರ್ಷಗಳ ಹಿಂದೆ, ಭಾರತದ ಪುರುಷ ಪ್ರಾಬಲ್ಯದ ಸಮಾಜದಲ್ಲಿ ಒಂದು ಕ್ರಾಂತಿಕಾರಿ ಹೆಜ್ಜೆಯಾಗಿತ್ತು. ಅವಳು ಅತ್ಯಂತ ಕೆಚ್ಚೆದೆಯ ಮಹಿಳೆ ಮತ್ತು ಸಮರ್ಥ ಕಮಾಂಡರ್ ನ ಎಲ್ಲಾ ಗುಣಲಕ್ಷಣಗಳನ್ನು ಹೊಂದಿದ್ದಳು. ಇದನ್ನು ಆಕೆಯ ಶತ್ರುಗಳು, ಆಂಗ್ಲರು ಸಹ ಒಪ್ಪಿಕೊಂಡರು. ಆದರೆ ಹೋರಾಟದಲ್ಲಿ ಅವಳ ಸಹಚರರು ಆಕೆಗೆ ಅರ್ಹವಾದ ಗೌರವವನ್ನು ನೀಡಲಿಲ್ಲ ಎಂಬುದು ವಿಪರ್ಯಾಸ. ಝಾನ್ಸಿಯಲ್ಲಿ ವಿಫಲವಾದ ನಂತರ ಅವರು ಕಲ್ಪಿಯನ್ನು ತಲುಪಿದರು. ಅಲ್ಲಿಂದ ಪೇಶ್ವರ ರಾವ್ ಸಾಹೇಬ್, ಧೈರ್ಯಶಾಲಿ ತಾತ್ಯಾ ತೋಪೆ ಮತ್ತು ಬಂಡಾದ ನವಾಬ್ ಹೋರಾಟದಲ್ಲಿ ಅವರ ಸಹಚರರಾದರು. ಮಹಾರಾಣಿ ಲಕ್ಷ್ಮೀಬಾಯಿ ತನ್ನ ಸಹವರ್ತಿಗಳಿಗಿಂತ ಉತ್ತಮ ಮತ್ತು ಹೆಚ್ಚು ಸಮರ್ಥ ಕಮಾಂಡರ್ ಆಗಿದ್ದಳು. ಅವಳ ಸಹಚರರಿಗೆ ಇದು ತಿಳಿದಿತ್ತು, ಆದರೂ ಪೇಶ್ವಾ ರಾವ್ ಸಾಹೇಬರಿಗೆ ಪುರುಷ ಪ್ರಾಬಲ್ಯದ ಮನಸ್ಥಿತಿಯಿಂದ ಹೊರಬರಲು ಸಾಧ್ಯವಾಗಲಿಲ್ಲ. ಮಹಾರಾಣಿ ಒಬ್ಬ ಮಹಿಳೆ ಮತ್ತು ಆದ್ದರಿಂದ ದುರ್ಬಲ ಎಂದು ಪರಿಗಣಿಸಲ್ಪಟ್ಟಿದ್ದರಿಂದ ಯುದ್ಧವನ್ನು ನಿರ್ದೇಶಿಸುವ ಕೆಲಸವನ್ನು ಮಹಾರಾಣಿಗೆ ವಹಿಸಲಾಗಿಲ್ಲ. ಆದರೆ ಮಹಾರಾಣಿ ತನ್ನ ಶ್ಲಾಘನೀಯ ಕಾರ್ಯಗಳ ಮೂಲಕ ಮಹಿಳೆ

ದುರ್ಬಲಳಲ್ಲ ಎಂದು ಸಾಬೀತುಪಡಿಸಿದರು. ಪುರುಷ ಪ್ರಾಬಲ್ಯದ ಸಮಾಜ ಮಾತ್ರ ಅವಳನ್ನು ದುರ್ಬಲಳನ್ನಾಗಿ ಮಾಡುತ್ತದೆ. ಅದೇ ದುರ್ಬಲ ಮಹಿಳೆ, ಸಮಯ ಕೋರಿದಾಗ ಧೈರ್ಯಶಾಲಿ ಮಹಾರಾಣಿ ಲಕ್ಷ್ಮೀಬಾಯಿ ಕೂಡ ಆಗುತ್ತಾಳೆ. ಈ ಗಮನಾರ್ಹ ಗುಣಗಳಿಗಾಗಿ ಕೆಲವು ಬರಹಗಾರರು ಅವರನ್ನು ಫ್ರಾನ್ಸ್ ನ ಶ್ರೇಷ್ಠ ದೇಶಭಕ್ತ ಬಾಲಕಿಯಾದ 'ಜೋನ್ ಆಫ್ ಆರ್ಕ್' ಗೆ ಹೋಲಿಸಿದ್ದಾರೆ.

ನಾನು ಈ ಪುಸ್ತಕದಲ್ಲಿ ಮಹಾರಾಣಿ ಲಕ್ಷ್ಮೀಬಾಯಿಯವರ ಜೀವನ ಕಥೆಯನ್ನು ಸಂಕ್ಷಿಪ್ತವಾಗಿ ಪ್ರಸ್ತುತಪಡಿಸಲು ಪ್ರಯತ್ನಿಸಿದ್ದೇನೆ. ಇದರಿಂದ ಓದುಗರು ಪ್ರಯೋಜನ ಪಡೆಯುತ್ತಾರೆ ಎಂದು ನಾನು ಭಾವಿಸುತ್ತೇನೆ. ಇದೇ ಈ ಪುಸ್ತಕದ ಉದ್ದೇಶ.

ಮಹಾರಾಣಿಯವರ ಜೀವನದ ಬಗ್ಗೆ ಈ ಪುಸ್ತಕವನ್ನು ಬರೆಯುವಾಗ ನಾನು ಶ್ರೀ ದತ್ತಾತ್ರೇಯ ಬಲ್ವಂತ್ ಪರಸ್ನೀಸ್, ಶ್ರೀ ಕೃಷ್ಣ ರಾಮಕಾಂತ್ ಗೋಖಲೆ, ಶ್ರೀ ಶಾಂತಿ ನಾರಾಯಣ್, ಶ್ರೀ ವಿನಾಯಕ್ ದಾಮೋದರ್ ಸಾವರ್ಕರ್ ಅವರ *1857ರ ಸ್ವಾತಂತ್ರ್ಯಕ್ಕಾಗಿ ಹೋರಾಟ* ಮತ್ತು ಮಹಾರಾಷ್ಟ್ರ, ಬುಂದೇಲ್ ಖಂಡ್ ಮತ್ತು ಬಂದಾದ ಇತರ ಇತಿಹಾಸದ ಪುಸ್ತಕಗಳಿಂದ ಸಹಾಯ ಪಡೆದಿದ್ದೇನೆ. ಈ ಪುಸ್ತಕಗಳ ಎಲ್ಲ ಲೇಖಕರಿಗೆ ನನ್ನ ವಿನಮ್ರ ಕೃತಜ್ಞತೆಯನ್ನು ವ್ಯಕ್ತಪಡಿಸುತ್ತೇನೆ.

ಡಾ. ಭವನ್ ಸಿಂಗ್ ರಾಣಾ

ಪರಿವಿಡಿ

ಪರಿವಿಡಿ   5

1. ಆರಂಭಿಕ ಜೀವನ   9

2. ಝಾನ್ಸಿ ಮತ್ತು ರಾಜಾ ಗಂಗಾಧರ ರಾವ್   17

3. ಝಾನ್ಸಿಯ ಮೇಲೆ ದುರದೃಷ್ಟದ ಕರಾಳ ಮೋಡಗಳು   35

4. ಸ್ವಾತಂತ್ರ್ಯ ಮತ್ತು ಝಾನ್ಸಿಗಾಗಿ ಮೊದಲ ಹೋರಾಟ   55

5. ಯುದ್ಧಭೂಮಿಯಲ್ಲಿ ಬ್ರೇವ್ ವುಮನ್   81

6. ಕಲ್ಪಿ ಕದನ   114

7. ಗ್ವಾಲಿಯರ್‌ನಲ್ಲಿ ವೀರಾಂಗನೆಯ ಕೊನೆಯ ಗುಡುಗು   130

8. ಇತರ ಸಂಬಂಧಿತ ಘಟನೆಗಳು   154

1

ಆರಂಭಿಕ ಜೀವನ

ಶತಮಾನಗಳ ಗುಲಾಮಗಿರಿಯ ಪರಿಣಾಮವಾಗಿ, ಭಾರತೀಯ ಸಮಾಜದಲ್ಲಿ ಮಹಿಳೆಯನ್ನು ಅಬಲಾ (ದುರ್ಬಲ) ಎಂದು ಕರೆಯಲು ಪ್ರಾರಂಭಿಸಿದರು. ಆಕೆಯ ಪಾತ್ರವು ಹೆರೆಮ್ ಅಥವಾ ಮನೆಯ ನಾಲ್ಕು ಗೋಡೆಗಳಿಗೆ ಸೀಮಿತವಾಗಿತ್ತು. ಈ ಪ್ರತಿಬಂಧವನ್ನು ಮತ್ತಷ್ಟು ದೃಢಪಡಿಸಿದಾಗ ಕುಟುಂಬದಲ್ಲಿ ಹುಡುಗಿಯ ಜನನವನ್ನು ಕೆಟ್ಟ ಶಕುನವೆಂದು ಪರಿಗಣಿಸಲಾಯಿತು. ಅವಳು ಹುಟ್ಟಿದ ಕೂಡಲೇ ಕಟುವಾದ ಜನರು ಅವಳನ್ನು ಕೊಲೆ ಮಾಡಿದರು. ಹುಡುಗಿಯರು ಪ್ರಾಪಂಚಿಕತೆಯನ್ನು ಸಂಪೂರ್ಣವಾಗಿ ಮರೆತುಬಿಟ್ಟರು, ಮದುವೆಯಲ್ಲಿ ಅಂಗೀಕರಿಸಲ್ಪಟ್ಟರು. ಈ ನಿರುಪದ್ರವ ಹುಡುಗಿಯರು ತಮ್ಮ ಗಂಡಂದಿರನ್ನು ಕಳೆದುಕೊಂಡರೆ, ಅವರು *ಸತಿ* (ಚಿತೆಯ ಮೇಲೆ ಗಂಡನೊಂದಿಗೆ ಜೀವಂತವಾಗಿ ಸುಡುವುದು) ಅಥವಾ ವಿಧವೆಯ ಶಾಪಗ್ರಸ್ತ ಜೀವನವನ್ನು ನಡೆಸುವಂತೆ ಒತ್ತಾಯಿಸಲಾಯಿತು. ಮಧ್ಯಯುಗದ ಇತಿಹಾಸವು ಕೆಚ್ಚೆದೆಯ ಪುರುಷರ ಧೈರ್ಯಶಾಲಿ ಚಟುವಟಿಕೆಗಳಿಂದ ತುಂಬಿದ್ದರೆ, ಇಲ್ಲಿ ಸಾಮಾನ್ಯವಾಗಿ ಮಹಿಳೆಯರ ಕೆಚ್ಚೆದೆಯ ಚಟುವಟಿಕೆಗಳನ್ನು ನಿರ್ಲಕ್ಷಿಸಿದೆ. ಮಹಿಳೆಯನ್ನು ಮಾನಸಿಕವಾಗಿ ಗುಲಾಮರನ್ನಾಗಿ ಮಾಡುವ ಪ್ರವೃತ್ತಿಯನ್ನು ಅಲ್ಲಿ ಎಲ್ಲರೂ ಗಮನಿಸುತ್ತಾರೆ. ಅವಳ ಗಂಡನ ಅಸ್ತಿತ್ವವನ್ನು ಅವಳ ಅಸ್ತಿತ್ವವೆಂದು ಪರಿಗಣಿಸಲಾಯಿತು. ಮೇವಾರ್ ಅಥವಾ ರಜಪೂತಾನಾದ ಇತರ ರಾಜ್ಯಗಳ ಇತಿಹಾಸದಲ್ಲಿ ಜನ್ಹಾರ್ ವ್ರತಾಸ್ (ಸ್ವಯಂ-ದಹನಕ್ಕಾಗಿ ಬೆಂಕಿಯ ಸಮೂಹಕ್ಕೆ ಗುಂಪಿನಲ್ಲಿ ನಡೆಯುವ ಮಹಿಳೆಯರು) ಉದಾರವಾಗಿ ಪ್ರಶಂಸಿಸಲ್ಪಡುತ್ತಾರೆ. ಆ ಅವಧಿಯಲ್ಲಿ ಮಹಿಳೆ ಎಷ್ಟು ದುರ್ಬಲಳಾಗಿದ್ದಳು ಎಂದರೆ, ಶತ್ರುಗಳ ವಿರುದ್ಧ ಶಸ್ತ್ರಾಸ್ತ್ರಗಳನ್ನು ಕೈಗೆತ್ತಿಕೊಳ್ಳುವ ಬಗ್ಗೆಯೂ ಅವಳು ಯೋಚಿಸಿರಲಿಲ್ಲ ಎಂದು ತೋರುತ್ತದೆ. ಶತ್ರುವನ್ನು ಎದುರಿಸುವ ಬದಲು ತನ್ನನ್ನು ತಾನೇ ಬೆಂಕಿಯಲ್ಲಿ ಸುಟ್ಟುಕೊಳ್ಳುವುದು ಹೆಚ್ಚು ಸುಲಲಿತವೆಂದು ಅವಳು ಪರಿಗಣಿಸಿದ್ದಳು.

ಮಹಾರಾಣಿ ಲಕ್ಷ್ಮೀಬಾಯಿ ಭಾರತೀಯ ಮಹಿಳೆಯರ ಈ ಗುಲಾಮರ ಮನಸ್ಥಿತಿಯನ್ನು ಪ್ರದರ್ಶಿಸಿ ಸ್ಫೋಟಿಸಿದ್ದು ಸಂತೋಷದ ಆಶ್ಚರ್ಯ ಎಂದು ನಾನು ಭಾವಿಸುತ್ತೇನೆ. ಹೆಚ್ಚಿನ ಭಾರತೀಯ ರಾಜರು ತಮ್ಮ ಹೊಳಪನ್ನು ಕಳೆದುಕೊಂಡ ಸಮಯದಲ್ಲಿ ಅವರು ಈ ಅದ್ಭುತ ಸಾಧನೆಯನ್ನು ಮಾಡಿದರು. ಅಥವಾ ಬ್ರಿಟಿಷ್ ಸಾಮ್ರಾಜ್ಯದ ಕಾಂತಿಯುತ ಸೂರ್ಯನ ಮುಂದೆ ಅವರು ಕಾಮಾಸಕ್ತಿಯಿಲ್ಲದೆ ಬೆಳೆದಿದ್ದರು ಎಂದು ಈ ರೀತಿ ಹೇಳಬಹುದು. ಮಹಾರಾಣಿ ಲಕ್ಷ್ಮೀಬಾಯಿ ಶತಮಾನಗಳಿಂದ ಭಾರತೀಯ ಮನಸ್ಸಿನಲ್ಲಿ ಆಳವಾಗಿ ಹೋಗಿದ್ದ ಮಹಿಳಾ ದೌರ್ಬಲ್ಯದ ಪುರಾಣವನ್ನು ಬಹಿರಂಗಪಡಿಸಿದರು. ಭಾರತೀಯ ಮಹಿಳೆ ದುರ್ಬಲಳಲ್ಲ, ಮಾನಸಿಕವಾಗಿ ದುರ್ಬಲಳಾಗಿದ್ದಾಳೆ ಎಂದು ಅವರು ಸಾಬೀತುಪಡಿಸಿದರು. ಸಂದರ್ಭವು ಬೇಡಿಕೆಯಿಟ್ಟರೆ ಅವಳು ಬಲಶಾಲಿಯಾಗಲು ಮಾತ್ರವಲ್ಲ ಹೆಚ್ಚು ಧೈರ್ಯಶಾಲಿ ಮಹಿಳೆಯಾಗಿಯೂ ಕಾರ್ಯನಿರ್ವಹಿಸಬಹುದು. ಅವರು ದೀರ್ಘಕಾಲದ ಗುಲಾಮಗಿರಿಯ ನಿದ್ರೆಗೆ ಜಾರಿದ್ದ ಭಾರತೀಯ ಮಹಿಳೆಯರನ್ನು ಎಚ್ಚರಿಸಿದರು ಮತ್ತು ಇತಿಹಾಸದಲ್ಲಿ ಸಂಪೂರ್ಣವಾಗಿ ಹೊಸ ಮತ್ತು ಆಕರ್ಷಕ ಅಧ್ಯಾಯವನ್ನು ಬರೆದರು. ನಿಸ್ಸಂದೇಹವಾಗಿ

ಮಹಾರಾಣಿ ಲಕ್ಷ್ಮೀಬಾಯಿ ಮಹಿಳಾ ಹೆಮ್ಮೆಯಷ್ಟೇ ಅಲ್ಲ, ಅವರು ಪ್ರತಿದಿನ ಬೆಳಿಗ್ಗೆ ನೆನಪಿಸಿಕೊಳ್ಳಬೇಕಾದ ಮತ್ತು ಆರಾಧಿಸಬೇಕಾದ ಐತಿಹಾಸಿಕ ವ್ಯಕ್ತಿತ್ವ.

ಪೂರ್ವಜ

ಕೃಷ್ಣ ನದಿಯು ಸತಾರಾ (ಮಹಾರಾಷ್ಟ್ರ) ದಿಂದ ಹರಿಯುತ್ತದೆ. ಕೃಷ್ಣಾ ನದಿಯ ದಡದಲ್ಲಿ ವಾಯ್ ಎಂಬ ಹಳ್ಳಿ ಇದೆ. ಮರಾಠಾ ಸಾಮ್ರಾಜ್ಯದ ಸಂಸ್ಥಾಪಕ ಛತ್ರಪತಿ ಶಿವಾಜಿಯ ಉತ್ತರಾಧಿಕಾರಿಗಳು ಅಸಮರ್ಥರೆಂದು ಸಾಬೀತಾಯಿತು ಮತ್ತು ಸಾಮ್ರಾಜ್ಯವನ್ನು ಪೇಶ್ವೆಗಳು ಸ್ವಾಧೀನಪಡಿಸಿಕೊಂಡರು. ಪೇಶ್ವಾ ಆಳ್ವಿಕೆಯ ಅವಧಿಯಲ್ಲಿ, ವಾಯ್ ಗ್ರಾಮದ ಕೃಷ್ಣ ರಾವ್ ತಂಬೆ ಎಂಬ ಬ್ರಾಹ್ಮಣರು ಕೆಲವು ಉನ್ನತ ಸರ್ಕಾರಿ ಹುದ್ದೆಗಳಲ್ಲಿ ಕೆಲಸ ನಿರ್ವಹಿಸುತ್ತಿದ್ದರು. ಅವರು ಬಲ್ವಂತ್ ಎಂಬ ಮಗನನ್ನು ಹೊಂದಿದ್ದರು. ಅವನು ತುಂಬಾ ಧೈರ್ಯಶಾಲಿ ಮತ್ತು ಶೂರನಾಗಿದ್ದನು. ಅವರ ಶೌರ್ಯವನ್ನು ಶ್ಲಾಘಿಸಿ ಪೇಶ್ವಾಸ್ ಅವರನ್ನು ಸೇನೆಯಲ್ಲಿ ಕೆಲವು ಉನ್ನತ ಮತ್ತು ಗೌರವಾನ್ವಿತ ಹುದ್ದೆಯಲ್ಲಿ ನಿಯೋಜಿಸಿದ್ದರು. ಆದ್ದರಿಂದ, ತಂದೆ ಮತ್ತು ಮಗ ಇಬ್ಬರೂ ಉನ್ನತ ಹುದ್ದೆಗಳನ್ನು ಪಡೆದರು ಮತ್ತು ಪೇಶ್ವೆಗಳು ಅವರನ್ನು ದಯೆಯಿಂದ ನೋಡಿದರು. ನಿಸ್ಸಂಶಯವಾಗಿ ಅವರಿಬ್ಬರೂ ತಮ್ಮ ಕರ್ತವ್ಯಗಳನ್ನು ಸಮರ್ಥವಾಗಿ ನಿರ್ವಹಿಸಿದರು, ಇಲ್ಲದಿದ್ದರೆ ಈ ಸಾಂಪ್ರದಾಯಿಕ ಉಪಕಾರವನ್ನು ಆನಂದಿಸಲು ಸಾಧ್ಯವಾಗುತ್ತಿರಲಿಲ್ಲ. ಬಲ್ವಂತ್ ಗೆ ಮೊರೊಪಂತ್ ಮತ್ತು ಸದಾಶಿವ ಎಂಬ ಇಬ್ಬರು ಗಂಡು ಮಕ್ಕಳಿದ್ದರು. ಈಗಾಗಲೇ ಹೇಳಿದಂತೆ, ಈ ಕುಟುಂಬವು ಎರಡು ತಲೆಮಾರುಗಳಿಂದ ಪೇಶ್ವೆಗಳ ಪರವಾಗಿದೆ. ಈ ಸಂಪ್ರದಾಯವು ಮೂರನೇ ಪೀಳಿಗೆಯಲ್ಲೂ ಮುಂದುವರೆಯಿತು. ಪೇಶ್ವಾ ಬಾಜಿ ರಾವ್ ಅವರ ಸಹೋದರ ಚಿಮಾಜಿ ಅಪಾ ಸಾಹೇಬ್ ಮತ್ತು ಮೊರೊಪಂತ್ ಬಹಳ ಆಪ್ತ ಸ್ನೇಹಿತರಾಗಿದ್ದರು. 1818ರಲ್ಲಿ ಬ್ರಿಟಿಷರಿಂದ ಎಂಟು ಲಕ್ಷ ರೂಪಾಯಿಗಳ ವಾರ್ಷಿಕ ಪಿಂಚಣಿಯನ್ನು ಸ್ವೀಕರಿಸಿದ ನಂತರ ಪೇಶ್ವಾ ಬಾಜಿ ರಾವ್ ಅವರು ತಮ್ಮ ಹುದ್ದೆಗೆ ರಾಜೀನಾಮೆ ನೀಡಿದರು, ಆಗ ಚಿಮಾಜಿ ಅಪಾ ಸಾಹೇಬರಿಗೆ ಪೇಶ್ವಾ ಹುದ್ದೆಯನ್ನು ನೀಡಲಾಯಿತು, ಆದರೆ ಬ್ರಿಟಿಷ್ ಸರ್ಕಾರದ ಅಡಿಯಲ್ಲಿ ಯಾವುದೇ ಹಕ್ಕುಗಳ ಅನುಪಸ್ಥಿತಿಯಲ್ಲಿ ಪೇಶ್ವಾ ಹುದ್ದೆಯನ್ನು ಅರ್ಥಹೀನವೆಂದು ಪರಿಗಣಿಸಿದ್ದರಿಂದ ಅವರು ನಿರಾಕರಿಸಿದರು. ಇದರ ನಂತರ ಅವರು ಬನಾರಸ್ ಗೆ ಹೋಗಿ ಅಲ್ಲಿ ವಾಸಿಸುತ್ತಿದ್ದರು. ಮೊರೊಪಾಂತ್ ತಂಬೆ ಕೂಡ ಅವರನ್ನು ಬೆನಾರಸ್ ಗೆ ಹಿಂಬಾಲಿಸಿದರು. ಅವರು ಚಿಮಾಜಿ ಅಪಾ ಸಾಹೇಬ್ ಅವರ ಕಾರ್ಯದರ್ಶಿಯಾಗಿ ಕಾರ್ಯನಿರ್ವಹಿಸಿದರು, ಇದಕ್ಕಾಗಿ ಅವರಿಗೆ ತಿಂಗಳಿಗೆ ಐವತ್ತು ರೂಪಾಯಿ ಸಂಬಳವನ್ನು ನೀಡಲಾಯಿತು.

ಮಹಾರಾಣಿ ಲಕ್ಷ್ಮೀಬಾಯಿಯ ಪೋಷಕರು

ಧೈರ್ಯಶಾಲಿ ಮಹಾರಾಣಿ ಲಕ್ಷ್ಮೀಬಾಯಿಯ ತಂದೆಯಾಗುವ ಅದೃಷ್ಟವನ್ನು ಹೊಂದಿದ ವ್ಯಕ್ತಿ ಮೊರೊಪಂತ್ ತಂಬೆ. ಅವರ ಪತ್ನಿಯ ಹೆಸರು ಭಾಗೀರಥಿಬಾಯಿ, ಅವರು ತುಂಬಾ ಸುಂದರವಾದ, ಉತ್ತಮ ಸ್ವಭಾವದ ಮತ್ತು ಪ್ರಾಯೋಗಿಕ ಮಹಿಳೆಯಾಗಿದ್ದರು. ಗಂಡ ಮತ್ತು ಹೆಂಡತಿ ಒಬ್ಬರನ್ನೊಬ್ಬರು ತುಂಬಾ

ಪ್ರೀತಿಸುತ್ತಿದ್ದರು. ಶ್ರೀ ದತ್ತಾತ್ರೇಯ ಬಲ್ವಂತ್ ಅವರು ತಮ್ಮ ಪುಸ್ತಕ *ಝಾನ್ಸಿ ಕಿ ರಾಣಿ ಲಕ್ಷ್ಮೀಬಾಯಿ* ಅವರ ಪ್ರೀತಿಯ ಬಗ್ಗೆ ಹೀಗೆ ಬರೆಯುತ್ತಾರೆ:

"ಗಂಡ ಮತ್ತು ಹೆಂಡತಿ ಯಾವಾಗಲೂ ಪರಸ್ಪರ ಆಳವಾದ ಮತ್ತು ಸ್ಥಿರವಾದ ಪ್ರೀತಿಯನ್ನು ಹೊಂದಿದ್ದರು. ಪ್ರಾಮಾಣಿಕ ಮತ್ತು ನಿಷ್ಠಾವಂತ ಹೃದಯದಿಂದ ಹೊರಹೊಮ್ಮಿದರೆ ಪ್ರೀತಿಗಿಂತ ಪವಿತ್ರವಾದದ್ದು ಯಾವುದೂ ಇಲ್ಲ. ಪರಸ್ಪರರ ಪ್ರೀತಿಗೆ ಬದ್ಧರಾಗಿರುವ ಇಬ್ಬರು ವ್ಯಕ್ತಿಗಳು ಅತ್ಯಂತ ಕಷ್ಟಕರವಾದ ಕೆಲಸವನ್ನು ಸಹ ಬಹಳ ಅನುಕೂಲಕರವಾಗಿ ನಿರ್ವಹಿಸುತ್ತಾರೆ. ಎರಡು ಹೃದಯಗಳು ಒಗ್ಗೂಡಿದರೆ ಅವರು ಪರ್ವತಗಳನ್ನು ಒಡೆಯಬಹುದು ಎಂದು ಕೆಲವು ಕವಿಗಳು ಸರಿಯಾಗಿ ಹೇಳಿದ್ದಾರೆ. ಗಂಡ ಮತ್ತು ಹೆಂಡತಿ ಪರಸ್ಪರ ಪ್ರಾಮಾಣಿಕ ಪ್ರೀತಿಯನ್ನು ಹೊಂದಿದ್ದರೆ ಅವರು ಜೀವನದ ಪ್ರಯಾಣವನ್ನು ಹೇಗೆ ಅತ್ಯುತ್ತಮ ರೀತಿಯಲ್ಲಿ ಸಾಗಿಸಬಹುದು ಎಂದು ಹೇಳುವ ಅಗತ್ಯವಿಲ್ಲ. ಮೊರೊಪಾಂಟ್ ಮತ್ತು ಅವರ ಪತ್ನಿಯ ಪ್ರಾಮಾಣಿಕ ಪ್ರೀತಿ ಹೀಗಿತ್ತು.

ಜನನ ಮತ್ತು ಬಾಲ್ಯ

ಮೊರೊಪಾಂತ್ ಅವರ ಪತ್ನಿ ಭಾಗೀರಥಿಬಾಯಿ ಅವರು 1835ರ ನವೆಂಬರ್ 16ರಂದು ಹೆಣ್ಣು ಮಗುವಿಗೆ ಜನ್ಮ ನೀಡಿದರು. ಈ ಹುಡುಗಿ ನಂತರ ಇತಿಹಾಸದಲ್ಲಿ ಮಹಾರಾಣಿ ಲಕ್ಷ್ಮೀಬಾಯಿ ಎಂದು ಪ್ರಸಿದ್ಧರಾದರು. ಈ ಹುಡುಗಿಯ ಜನನದ ಬಗ್ಗೆ ಮೊರೊಪಾಂತ್ ಮತ್ತು ಅವರ ಪತ್ನಿ ಭಾಗೀರಥಿಬಾಯಿ ಬಹಳ ಸಂತೋಷಪಟ್ಟರು. ಹುಡುಗಿಯ ರತ್ನದಂತೆ ಆಶೀರ್ವದಿಸಲ್ಪಟ್ಟಿದ್ದಕ್ಕಾಗಿ ಅವರ ಸಂಬಂಧಿಕರು ಮತ್ತು ಪರಿಚಯಸ್ಥರು ಅವರನ್ನು ಅಭಿನಂದಿಸಿದರು. ಅವರು ಶಿಶು ಹುಡುಗಿಯನ್ನು ದೀರ್ಘಾಯುಷ್ಯದಿಂದ ಆಶೀರ್ವದಿಸಿದರು ಮತ್ತು ಹುಡುಗಿ ಹೆಚ್ಚು ಧೈರ್ಯಶಾಲಿ ಮತ್ತು ಪ್ರಸಿದ್ಧಳಾಗಬೇಕೆಂದು ಬಯಸಿದರು. ಸ್ವಾಭಾವಿಕವಾಗಿ ನೀಡಲಾದ ಈ ಆಶೀರ್ವಾದವು ಸ್ವಲ್ಪ ಸಮಯದವರೆಗೆ ನಿಜವೆಂದು ಸಾಬೀತಾಯಿತು. ಜ್ಯೋತಿಷಿಗಳು ಆಕೆಯ ಹುಟ್ಟಿನ ಬಗ್ಗೆ ಭವಿಷ್ಯ ನುಡಿದಿದ್ದು, ಹುಡುಗಿ ಭವ್ಯವಾದ ವೈಭವವನ್ನು ಅನುಭವಿಸುತ್ತಾಳೆ ಮತ್ತು ಸಾಟಿಯಿಲ್ಲದ ಶೌರ್ಯವನ್ನು ಹೊಂದಿರುತ್ತಾಳೆ ಎಂದು ಹೇಳಲಾಯಿತು. ಆ ಸಮಯದಲ್ಲಿ ಮುಗ್ಧ ಹುಡುಗಿಯ ಶಾಂತ, ಸೌಮ್ಯ ಮತ್ತು ಮೋಸವಿಲ್ಲದ ಮುಖವನ್ನು ನೋಡಿದ ಯಾರೂ ಹುಡುಗಿ ತನ್ನ ಸ್ವಾತಂತ್ರ್ಯ ಮತ್ತು ರಾಜ್ಯ ರಕ್ಷಣೆಯ ಮೂಲಕ ಇತಿಹಾಸದಲ್ಲಿ ಸುವರ್ಣ ಅಧ್ಯಾಯವನ್ನು ಬರೆಯುತ್ತಾಳೆ ಎಂದು ಹೇಳಲು ಸಾಧ್ಯವಾಗಲಿಲ್ಲ. ಪೋಷಕರು ಬಾಲಕಿಗೆ ಮನುಬಾಯಿ ಎಂದು ಹೆಸರಿಟ್ಟರು ಮತ್ತು ಅವಳನ್ನು ಪ್ರೀತಿಯಿಂದ ಬೆಳೆಸಲು ಪ್ರಾರಂಭಿಸಿದರು.

ಮೊರೊಪಾಂಟ್ ಆಶ್ರಯ ಕೋರಿ ಬಾಜಿ ರಾವ್ ಅವರ ಬಳಿಗೆ ಹೋಗುತ್ತಾರೆ

ಬೇಬಿ ಮನುಬಾಯಿ ಚಂದ್ರನ ಚಕ್ರಗಳಂತೆ ನಿಧಾನವಾಗಿ ಬೆಳೆದರು. ಈ ಮಧ್ಯೆ ಮೊರೊಪಾಂಟ್ ಗಂಭೀರ ಹಿನ್ನಡೆ ಅನುಭವಿಸಿದರು. ಅವರ ಅತ್ಯಂತ ಸೌಹಾರ್ದಯುತ ಫಲಾನುಭವಿ ಚಿಮಾಜಿ ಅಪಾ ಸಾಹೇಬ್ ನಿಧನರಾದರು. ಪ್ರಾಮಾಣಿಕ ಮತ್ತು ಸೌಹಾರ್ದಯುತ ಹಿರಿಯರ ಮರಣದ ನಂತರ ಮೊರೊಪಾಂಟ್ ಆಶ್ರಯರಹಿತರಾದರು. ಅವನ ಬಳಿ ಯಾವುದೇ ಜೀವನೋಪಾಯದ ಮೂಲವಿರಲಿಲ್ಲ. ಅವನ ಮುಂದೆ ಒಂದು ಗಂಭೀರ ಸಮಸ್ಯೆ ಹುಟ್ಟಿಕೊಂಡಿತು. ಏನು ಮಾಡಬೇಕೆಂಬುದನ್ನು ಅರ್ಥಮಾಡಿಕೊಳ್ಳಲು ಅವರು ನಷ್ಟದಲ್ಲಿದ್ದರು.

ಮಾಜಿ ಪೇಶ್ವಾ ಬಾಜಿ ರಾವ್ ಈ ಬಿಕ್ಕಟ್ಟಿನ ಸಮಯದಲ್ಲಿ ಅವರಿಗೆ ಆಶ್ರಯ ನೀಡುವ ಮೂಲಕ ಮಹಾರಾಷ್ಟ್ರವನ್ನು ತೊರೆದ ನಂತರ ಸ್ವತಃ ಉತ್ತರ ಭಾರತದಲ್ಲಿ ದೇಶಭ್ರಷ್ಟನಂತೆ ಜೀವನವನ್ನು ನಡೆಸುತ್ತಿದ್ದರೂ, ತಮ್ಮ ಕುಟುಂಬದ ದಾನ ನೀಡುವ ಸಂಪ್ರದಾಯವನ್ನು ಮತ್ತೊಮ್ಮೆ ಪ್ರದರ್ಶಿಸಿದರು. ಬಾಜಿ ರಾವ್ ಅವರ ಈ ಭಾವಸೂಚಕ ನಿಂದಾಗಿ ಮೊರೊಪಾಂಟ್ ಮಿತಿಮೀರಿದ ಸಂತೋಷಕ್ಕೆ ಒಳಗಾದರು ಮತ್ತು ಅವರ ಆಶ್ರಯದಲ್ಲಿ ವಾಸಿಸಲು ಪ್ರಾರಂಭಿಸಿದರು. ಇದು ಅವರ ಕುಟುಂಬದ ಜವಾಬ್ದಾರಿಗನ್ನು ನಿರ್ವಹಿಸಲು ಅವರಿಗೆ ಸಹಾಯ ಮಾಡಿತು.

ತಾಯಿಯ ನಷ್ಟ

ಮನುಬಾಯಿ ಎಂಬ ಬಾಲಕಿ ತನ್ನ ಹೆತ್ತವರೊಂದಿಗೆ ಬನಾರಸ್ ತೊರೆದು ಬಾಜಿ ರಾವ್ ಅವರ ಆಶ್ರಯಕ್ಕೆ ಬಂದಳು. ಅವಳು ತನ್ನ ಬಾಲ್ಯವನ್ನು ಇಲ್ಲಿ ಕಳೆದಳು, ಆದರೆ ಅವಳು ಕೇವಲ ನಾಲ್ಕು ವರ್ಷ ವಯಸ್ಸಿನವಳಾಗಿದ್ದಾಗ ಮಾರಣಾಂತಿಕ ದುರಂತವನ್ನು ಎದುರಿಸಬೇಕಾಯಿತು. ತಾಯಿ ಭಾಗೀರಥಿಬಾಯಿ ನಿಧನರಾದರು. ಇದು ತಂದೆ ಮತ್ತು ಮಗಳಿಗೆ ಭೀಕರ ಹೊಡೆತವಾಗಿತ್ತು. ಮಗು ಮನುಬಾಯಿಗೆ ಸಾವಿನ ಅರ್ಥ ಅರ್ಥವಾಗದಿದ್ದರೂ, ತಾಯಿಯ ಅನುಪಸ್ಥಿತಿಯಿಂದಾಗಿ ಅವಳ ಶಿಶು ಹೃದಯವು ತೀವ್ರವಾಗಿ ಹೊಡೆಯಲ್ಪಟ್ಟಿರಬೇಕು. ಮೊರೊಪಾಂಟ್ ಗೂ ಸಹ ಜೀವನ ಸಂಗಾತಿಯಿಂದ ಬೇರ್ಪಡಿಕೆ ಭೀಕರ ದುರದೃಷ್ಟಕರವಾಗಿತ್ತು ಆದರೆ ಅವರು ಮನಸ್ಸಿನ ಸಮತೋಲನವನ್ನು ಕಳೆದುಕೊಳ್ಳಲಿಲ್ಲ. ಅವರು ತಮ್ಮ ಭಾವನೆಗಳನ್ನು ನಿಯಂತ್ರಿಸಿದರು ಮತ್ತು ಪೂರ್ಣ ನಿರ್ಣಯದಿಂದ ತಮ್ಮ ಕರ್ತವ್ಯಗಳನ್ನು ನಿರ್ವಹಿಸುವಲ್ಲಿ ನಿರತರಾದರು. ತಾಯಿಯ ಕೊರತೆಯಿಂದ ಮಗಳಿಗೆ ತೊಂದರೆಯಾಗದಂತೆ ನೋಡಿಕೊಂಡರು ಮತ್ತು ಅವನು ಸ್ವತಃ ಅವಳನ್ನು ನೋಡಿಕೊಳ್ಳಲು ಪ್ರಾರಂಭಿಸಿದನು. ಈಗ ಅವರು ಅವಳ ತಾಯಿ ಮತ್ತು ತಂದೆ ಇಬ್ಬರಂತೆ ಇದ್ದರು. ಹೀಗೆ ಪುಟ್ಟ ಹುಡುಗಿ ಮನುಬಾಯಿ ತನ್ನ ತಂದೆಯ ಆಶ್ರಯದಲ್ಲಿ ಬೆಳೆಯಲು ಪ್ರಾರಂಭಿಸಿದಳು. ಮೊರೊಪಾಂಟ್ ಅವರು ಹೋದಲ್ಲೆಲ್ಲಾ ಅವಳನ್ನು ತನ್ನೊಂದಿಗೆ ಕರೆದೊಯ್ದರು. ಹೆಚ್ಚಾಗಿ ಅವರು ಪುರುಷರ ಸಮೂಹದಲ್ಲಿ ಮತ್ತು ಮನುಬಾಯಿ ಅವರೊಂದಿಗೆ ಇರುತ್ತಿದ್ದರು. ಮಗು ಮನುಬಾಯಿ ತನ್ನ ಬಾಲ್ಯದಿಂದಲೇ ತುಂಬಾ ಸುಂದರ ಮತ್ತು ತುಂಟತನವನ್ನು ಹೊಂದಿದ್ದಳು. ಅವಳು ಸಾಮಾನ್ಯವಾಗಿ ತನ್ನ ತಂದೆಯೊಂದಿಗೆ ಬಾಜಿ ರಾವ್ ಅವರ ಬಳಿಗೆ ಹೋಗುತ್ತಿದ್ದಳು. ಪೇಶ್ವಾ ಬಾಜಿ ರಾವ್ ಕೂಡ ಅವರನ್ನು ಗಾಢವಾಗಿ ಪ್ರೀತಿಸುತ್ತಿದ್ದರು. ಅವರು ಮನುಬಾಯಿಯನ್ನು ಚಾಬಿಲಿ ಎಂಬ ಹೆಸರಿನಿಂದ ಕರೆಯುತಿದ್ದರು.

ನಾನಾ ಸಾಹೇಬ್ ಅವರೊಂದಿಗೆ

ಪೇಶ್ವಾ ಬಾಜಿ ರಾವ್ II ಅವರಿಗೆ ಯಾವುದೇ ಮಗ ಇರಲಿಲ್ಲ. ಆದ್ದರಿಂದ 7 ಜೂನ್, 1827 ರಂದು ಅವರು ಎರಡೂವರೆ ವರ್ಷದ ಮಗುವನ್ನು ದತ್ತು ಪಡೆದರು. ಈ ಮಗುವನ್ನು ನಂತರ ಭಾರತದ ಮೊದಲ ಸ್ವಾತಂತ್ರ್ಯ ಹೋರಾಟದ ಸಾಟಿಯಿಲ್ಲದ ಕಮಾಂಡರ್ ನಾನಾ ಸಾಹೇಬ್ ಪೇಶ್ವಾ ಎಂದು ಗುರುತಿಸಲಾಯಿತು. ವೇಣುಗ್ರಾಮವು ಮಹಾರಾಷ್ಟ್ರದ ಮಾಥೆರನ್ ಪರ್ವತ ಶ್ರೇಣಿಗಳ ಕಣಿವೆಗಳಲ್ಲಿರುವ ಒಂದು ಗ್ರಾಮ. ಉನ್ನತ

ಕುಟುಂಬ ಬ್ರಾಹ್ಮಣ, ಮಾಧವ್ ರಾವ್ ನಾರಾಯಣ್ ಭಟ್ ಈ ಗ್ರಾಮದಲ್ಲಿ ವಾಸಿಸುತ್ತಿದ್ದರು. ನಾನಾ ಸಾಹೇಬ್ ಅವರು 1824ರ ಕೊನೆಯಲ್ಲಿ ಅವರ ಪತ್ನಿ ಗಂಗಾಬಾಯಿಗೆ ಜನಿಸಿದರು. ಬಾಜಿ ರಾವ್ ಅವರು ನಾನಾ ಸಾಹೇಬ್ ಜೊತೆಗೆ ಇನ್ನೊಬ್ಬ ಮಗ ರಾವ್ ಸಾಹೇಬ್ ಅವರನ್ನು ದತ್ತು ಪಡೆದಿದ್ದರು.

ಮಕ್ಕಳಾದ ಮನುಬಾಯಿ ಅವರು ನಾನಾ ಸಾಹೇಬ್ ಮತ್ತು ರಾವ್ ಸಾಹೇಬ್ ನಲ್ಲಿ ಉತ್ತಮ ಸ್ನೇಹಿತರನ್ನು ಕಂಡುಕೊಂಡಳು. ಮೂವರು ಮಕ್ಕಳು ವಿಭಿನ್ನ ಆಟಗಳನ್ನು ಆಡಿದರು. ಆ ಸಮಯದಲ್ಲಿನ ಅಭ್ಯಾಸದ ಪ್ರಕಾರ, ಮನುಬಾಯಿಗೆ ಉತ್ತಮ ಬೋಧನಾ ವ್ಯವಸ್ಥೆಯನ್ನು ಮನೆಯಲ್ಲಿಯೇ ಮಾಡಲಾಯಿತು. ಮಗು ಮನುಬಾಯಿ ಉತ್ಸಾಹಭರಿತ ಮಗುವಾಗಿದ್ದರು ಅವಳು ತನ್ನ ಹೆತ್ತವರ ಏಕೈಕ ಮಗು ಮತ್ತು ಈಗ ತಾಯಿ ಇಲ್ಲದವಳು. ಹಾಗಾಗಿ ನಾನಾ ಸಾಹೇಬರು ಏನು ಮಾಡುವುದನ್ನು ಕಂಡರೂ ಅದನ್ನೇ ಅಪ್ಪನ ಬಳಿ ಬೇಡಿದಳು. ತಂದೆ ಮೊರೊಪಾಂಟ್ ಅವಳ ಆಸೆಗಳನ್ನು ಹತ್ತಿಕ್ಕಲು ಬಯಸಲಿಲ್ಲ. ನಾನಾ ಸಾಹೇಬ್ ಕುದುರೆ ಸವಾರಿಗೆ ಹೋದರೆ, ಮನುಬಾಯಿ ಕೂಡ ಅವರೊಂದಿಗೆ ಕುದುರೆ ಸವಾರಿಗೆ ಹೋಗುತ್ತಿದ್ದಳು. ಎಲ್ಲಾ ನಂತರ, ನಾನಾ ಸಾಹೇಬ್ ಮಾಜಿ ಪೇಶ್ವೆಯ ಮಗನಾಗಿದ್ದರೆ, ಮನುಬಾಯಿ ಪೇಶ್ವೆಯಿಂದ ಆಶ್ರಯ ಪಡೆದವರ ಮಗಳಾಗಿದ್ದಳು. ಮನುಬಾಯಿ ಈ ವಿಷಯಗಳನ್ನು ಅರಿತುಕೊಂಡಿರಲಿಲ್ಲ. ಅವಳು ಬಯಸಿದ್ದನ್ನು ಒತ್ತಾಯಿಸುವುದು ಮಾತ್ರ ಅವಳಿಗೆ ತಿಳಿದಿತ್ತು. ನಾನಾ ಸಾಹೇಬ್ ಒಮ್ಮೆ ಆನೆ ಸವಾರಿಯನ್ನು ಆನಂದಿಸುತ್ತಿದ್ದರು ಎಂದು ಹೇಳಲಾಗುತ್ತದೆ. ಮನುಬಾಯಿ ಅವರು ಆನೆಯ ಮೇಲೆ ಕುಳಿತಿರುವುದನ್ನು ನೋಡಿದಾಗ, ಆನೆಯ ಮೇಲೆ ಕುಳಿತುಕೊಳ್ಳುವಂತೆ ಒತ್ತಾಯಿಸಿದರು. ಆಕೆಯ ಒತ್ತಾಯವನ್ನು ನೋಡಿದ ಪೇಶ್ವಾ ಬಾಜಿ ರಾವ್ ಅವರು ಆನೆಯ ಮೇಲೆ ಮನುಬಾಯಿಯನ್ನು ಕರೆದೊಯ್ಯುವಂತೆ ನಾನಾ ಸಾಹೇಬರಿಗೆ ಸೂಚಿಸಿದರು. ಆದರೆ ನಾನಾ ಸಾಹೇಬ್ ಕೂಡ ಬಾಲ್ಯದಲ್ಲಿದ್ದರು ಮತ್ತು ಮನುಬಾಯಿಯ ಮೇಲೆ ತಮ್ಮ ಶ್ರೇಷ್ಠ ಸ್ಥಾನವನ್ನು ಪ್ರತಿಪಾದಿಸಲು ಬಯಸಿದ್ದರು. ಆದ್ದರಿಂದ ಅವನು ತನ್ನ ತಂದೆಯ ಸೂಚನೆಯನ್ನು ನಿರ್ಲಕ್ಷಿಸಿ ಹೊರಟುಹೋದನು. ಮತ್ತು ಈ ಕಡೆ, ಮನುಬಾಯಿ ತನ್ನ ಒತ್ತಾಯವನ್ನು ತ್ಯಜಿಸಲು ಸಿದ್ಧವಿರಲಿಲ್ಲ. ಆನೆ ಸವಾರಿಗಾಗಿ ಅವಳು ನಿರಂತರವಾಗಿ ತನ್ನ ತಂದೆಯನ್ನು ಕಿರುಕುಳ ಮಾಡುತ್ತಿದ್ದಳು. ಅಸಹ್ಯಗೊಂಡ ಮೊರೊಪಾಂಟ್, "ಓ, ನೀನು ಅನಗತ್ಯವಾಗಿ ಏಕೆ ಒತ್ತಾಯಿಸುತ್ತೀಯ? ನಿನ್ನ ಹಣೆಬರಹವನ್ನು ನೋಡು. ನಿನ್ನ ವಿಧಿಯಲ್ಲಿ ಆನೆ ಸವಾರಿಯನ್ನು ಬರೆಯಲಾಗಿದೆಯೇ?"

ಮಗು ಮನುಬಾಯಿ ತನ್ನ ತಂದೆ ಮಾತುಗಳನ್ನು ಕೇಳಿದ ತಕ್ಷಣವೇ, "ಹೌದು, ಹೌದು. ಇದನ್ನು ಇಲ್ಲಿ ಬರೆಯಲಾಗಿದೆ. ನನ್ನ ಅದೃಷ್ಟವು ನಾನು ಒಂದಲ್ಲ ಆದರೆ ಹತ್ತು ಆನೆಗಳನ್ನು ಸವಾರಿ ಮಾಡುತ್ತೇನೆ ಎಂದು ಹೇಳುತ್ತದೆ". ಇಡೀ ವಿಚಾರವೇ ಮರೆತು ಹೋಗಿತ್ತು, ಆದರೆ ಆ ಮಾತುಗಳಲ್ಲಿ ಎಷ್ಟು ಸತ್ಯ ಅಡಗಿದೆ ಎಂದು ಆ ಸಮಯದಲ್ಲಿ ಯಾರು ತಿಳಿದಿದ್ದರು.

ಮನುಬಾಯಿಯ ದೈಹಿಕ ಶಿಕ್ಷಣ ಮತ್ತು ಯುದ್ಧದ ಸೂಚನೆಗಳು ನಾನಾ ಸಾಹೇಬರ ಜೊತೆಗೆ ಮುಂದುವರೆದವು. ಅವಳು ಬ್ರಾಹ್ಮಣನ ಮಗಳಾಗಿದ್ದರೂ ಯುದ್ಧ ಕಲೆಯಲ್ಲಿ ವಿಶೇಷ ಆಸಕ್ತಿಯನ್ನು ಹೊಂದಿದ್ದಳು.

ಡೌಟಿ ವಿನಾಯಕ್ ದಾಮೋದರ್ ಸಾವರ್ಕರ್ ತಮ್ಮ ಪುಸ್ತಕ *1857 ಕಾ ಸ್ವತಂತ್ರ ಸಮರ್* ನಲ್ಲಿ ಈ ಸಂದರ್ಭದಲ್ಲಿ ಹೀಗೆ ಬರೆಯುತ್ತಾರೆ:

"ನಾನಾ ಸಾಹೇಬ್ ಮತ್ತು ಚಾಬಿಲಿ ಶಸ್ತ್ರಾಗಾರದಲ್ಲಿ ಅಸಿಲ್ಹಾ (ಆಯುಧ) ಚಲನೆಯನ್ನು ಅಭ್ಯಾಸ ಮಾಡುತ್ತಿರುವುದನ್ನು ನೋಡಿದಾಗ ಅವರ ಕಣ್ಣುಗಳು ಬೆರಗಾಗದ ಮತ್ತು ಅಪಾರ ಸಂತೋಷದಿಂದ ನೆನೆಸದ ಯಾವುದೇ ಅದೃಷ್ಟವಂತ ವ್ಯಕ್ತಿ ಇದ್ದಾರೆಯೇ? ಕೆಲವೊಮ್ಮೆ ಕುದುರೆಯ ಮೇಲೆ ನಾನಾ ಲಕ್ಷ್ಮಿಗಾಗಿ ಕಾಯುತ್ತಿದ್ದರು, ಮತ್ತು ಕೆಲವೊಮ್ಮೆ ಲಕ್ಷ್ಮಿ ಕುದುರೆಯ ಮೇಲೆ ಸವಾರಿ ಮಾಡುತ್ತಾ ಅಲ್ಲಿಗೆ ಕತ್ತಿಯನ್ನು ಅವಳ ಬೆನ್ನಿಗೆ ಕಟ್ಟಿ ಬರುತ್ತಿದ್ದಳು, ಗಾಳಿಯಿಂದ ರಭಸವಾಗಿ ಹಗುರವಾದ ಕೂದಲನ್ನು ಜೋಡಿಸಿದರು. ನಾನಾ ಸಾಹೇಬ್ ತಮ್ಮ ವೇಗದ ಕುದುರೆಯನ್ನು ನಿಯಂತ್ರಿಸಲು ಪ್ರಯತ್ನಿಸಿದಾಗ ಅವರಿಗೆ ಕೇವಲ ಹದಿನೆಂಟು ವರ್ಷ ವಯಸ್ಸಾಗಿತ್ತು ಮತ್ತು ಲಕ್ಷ್ಮಿ ಕಾಡು ಕುದುರೆಯನ್ನು ನಿಯಂತ್ರಣಕ್ಕೆ ತಂದಾಗ ಆಕೆಗೆ ಕೇವಲ ಏಳು ವರ್ಷ ವಯಸ್ಸಾಗಿತ್ತು."

ನಾನು ಹೇಳುವುದೇನೆಂದರೆ, ಮನುಬಾಯಿ ತನ್ನ ಬಾಲ್ಯದಲ್ಲಿ ಪುರುಷರರೊಂದಿಗೆ ಇರಲು ಹೆಚ್ಚಿನ ಅವಕಾಶಗಳನ್ನು ಪಡೆದಳು. ಆಕೆಯ ಶಿಕ್ಷಣವೂ ಪುರುಷರ ಶಿಕ್ಷಣದಂತೆಯೇ ಇತ್ತು. ಇದರ ಪರಿಣಾಮವಾಗಿ ಅವಳು ಪುರುಷರ ಹೆಚ್ಚಿನ ಗುಣಗಳನ್ನು ಬೆಳೆಸಿಕೊಂಡಳು. ಮಹಾರಾಣಿ ಲಕ್ಷ್ಮೀಬಾಯಿಯನ್ನು ಬ್ರಿಟಿಷರಿಗೆ ಸವಾಲು ಹಾಕಲು ಮತ್ತು ಎದುರಿಸಲು ಈ ಅಂಶಗಳು ಕಾರಣವಾಗಿರಬಹುದು.

ಮದುವೆ

ಸರಿ, ಇದು ಇಂದು ಹಾಸ್ಯಾಸ್ಪದವಾಗಿ ಕಾಣಿಸಬಹುದು, ಆದರೆ ವಾಸ್ತವವೆಂದರೆ ಮನುಬಾಯಿ ಅವರಿಗೆ ಏಳು ವರ್ಷ ವಯಸ್ಸಿನಲ್ಲೇ ಮದುವೆಯಾಗಿತ್ತು. ಈ ಮದುವೆಗೆ ಕಾರಣವಾಗುವ ಘಟನೆಗಳ ಚಕ್ರವು ಸ್ವತಃ ಕಡಿಮೆ ಆಸಕ್ತಿದಾಯಕವಲ್ಲ. ಈ ದಿನಗಳಲ್ಲಿ ನಗರಗಳಲ್ಲಿ ಹುಡುಗಿಯರು ಹದಿನೆಂಟು ವರ್ಷ ವಯಸ್ಸಿನ ನಂತರ ಮದುವೆಯಾಗುತ್ತಿದ್ದರೂ, ಇದು ಸಾಂವಿಧಾನಿಕವಾಗಿ ಸಹ ಅಗತ್ಯವಾಗಿದ್ದರೂ, ಒಬ್ಬರು ಆಗಾಗ್ಗೆ ಬಾಲ್ಯ ವಿವಾಹದ ಸುದ್ದಿಗಳನ್ನು ಕೇಳುತ್ತಾರೆ ಮತ್ತು ಓದುತ್ತಾರೆ. ಆ ಸಮಯದಲ್ಲಿ ಬಾಲ್ಯ ವಿವಾಹವು ಬಹಳ ಸಾಮಾನ್ಯವಾಗಿತ್ತು. ಮನುಬಾಯಿ ಇನ್ನೂ ನಿರುಪದ್ರವ ಹುಡುಗಿಯಾಗಿದ್ದಳು. ಆಕೆಯ ತಂದೆ ಆ ದಿನಗಳಲ್ಲಿ ಸಾಮಾಜಿಕ ಅಭ್ಯಾಸದ ಪ್ರಕಾರ ಆಕೆಯ ಮದುವೆಯ ಬಗ್ಗೆ ಚಿಂತಿಸಲು ಪ್ರಾರಂಭಿಸಿದರು. ಅನೇಕ ವಿಷಯಗಳನ್ನು ಸಂಯೋಜಿಸಲಾಗಿದೆ. ಅದು ಸಂಪ್ರದಾಯದಿಂದ ಕೂಡಿದ ಸಮಾಜವಾಗಿತ್ತು. ಇದು ಹತ್ತೊಂಬತ್ತನೇ ಶತಮಾನದ ಮೊದಲಾರ್ಧವಾಗಿತ್ತು ಮತ್ತು ಮೊರೊಪಂಟ್ ಮರಾಠ ಬ್ರಾಹ್ಮಣರಾಗಿದ್ದರು. ಘಟನೆಗಳ ತಿರುವು ಅವರನ್ನು ಬ್ರಹ್ಮವರ್ತದಲ್ಲಿ ಮಾಜಿ ಪೇಶ್ವಾ ಬಾಜಿ ರಾವ್ ಅವರ ಆಶ್ರಯದಲ್ಲಿ ವಾಸಿಸಲು ಒತ್ತಾಯಿಸಿತು. ಅವರ ಕುಟುಂಬಕ್ಕೆ ಅನುಗುಣವಾದ ಸೂಕ್ತ ವರ ಅಲ್ಲಿ ಕಾಣಿಸಲಿಲ್ಲ. ಆದ್ದರಿಂದ, ಅವರು ಚಿಂತಿತರಾಗುವುದು ಸಹಜ.

ಈ ಸಮಯದಲ್ಲಿಯೇ ಝಾನ್ಸಿ ರಾಜ್ಯದ *ರಾಜಪುರೋಹಿತ್* (ಮುಖ್ಯ ಅರ್ಚಕ) ಪಂಡಿತ್ ತಾತ್ಯ ದೀಕ್ಷಿತ್ ಅವರು ಪೇಶ್ವಾ ಬಾಜಿ ರಾವ್ ಅವರನ್ನು ನೋಡಲು ಬಂದರು. ಪಂಡಿತ್ ತಾತ್ಯ ದೀಕ್ಷಿತ್ ಅವರು ಹೆಚ್ಚು ಅನುಭವಿ ಜ್ಯೋತಿಷಿಯಾಗಿದ್ದರು.

ಮೊರೊಪಾಂಟ್ ಅವರನ್ನು ನೋಡಿ ತುಂಬಾ ಸಂತೋಷಪಟ್ಟರು. ಅವರು ಪಂಡಿತ್ ದೀಕ್ಷಿತ್ ಅವರನ್ನು ಭೇಟಿಯಾದರು ಮತ್ತು ಅವರ ಸಮಸ್ಯೆಯನ್ನು ಅವರಿಗೆ ತಿಳಿಸಿ, "ಮಹಾರಾಜ್! ಅವಳು ನನ್ನ ಏಕೈಕ ಮಗಳು. ಆಕೆಯ ತಾಯಿ ಮೃತಪಟ್ಟಿದ್ದಾರೆ. ಈಗ ನಾನೇ ಅವಳಿಗೆ ತಂದೆ ಮತ್ತು ತಾಯಿ. ಅವಳಿಗೆ ಸೂಕ್ತವಾದ ವರನನ್ನು ನೀವು ನೋಡಿದರೆ ದಯವಿಟ್ಟು ನೆನಪಿನಲ್ಲಿಡಿ. ಅವಳ ಮದುವೆ ನೆರವೇರಿಸುವ ಚಿಂತೆಯಿಂದ ನಾನು ಮುಕ್ತನಾಗಲು ಬಯಸುತ್ತೇನೆ."

ಪಂಡಿತ್ ತಾತ್ಯ ದೀಕ್ಷಿತ್ ಅವಳ ಜಾತಕವನ್ನು ನೋಡಿದರು. ಗ್ರಹಗಳ ಸ್ಥಾನವನ್ನು ಗಂಭೀರವಾಗಿ ಪರಿಗಣಿಸಿದ ನಂತರ, "*ಭೈಯಾ*, ಈ ಹುಡುಗಿಯ ಜಾತಕವು ರಾಜಯೋಗವನ್ನು ಹೊಂದಿದೆ (ಆಡಳಿತದ ಸಾಧ್ಯತೆ, ಆಳ್ವಿಕೆ). ಅವಳು ಸಾಮಾನ್ಯ ಕುಟುಂಬದಲ್ಲಿ ಮದುವೆಯಾಗುವುದಿಲ್ಲ. ನೀವು ಚಿಂತಿಸಬೇಡಿ. ಸಮಯದ ಆಟವನ್ನು ನೋಡಿ. ಒಂದು ದಿನ ರಾಜನು ತಾನೇ ನಿಮ್ಮ ಬಳಿಗೆ ಬರುತ್ತಾನೆ. ನೀವು ಅಥವಾ ನಾನು ಅವಳಿಗಾಗಿ ಏನನ್ನೂ ಮಾಡಲು ಸಾಧ್ಯವಿಲ್ಲ. ಸರಿ, ಹೌದು, ನೀವು ಅವಳ ತಂದೆ. ಪ್ರಯತ್ನಿಸುವುದು ನಿಮ್ಮ ಕರ್ತವ್ಯವಾಗಿದೆ. ನಾನು ಕೂಡ ಪ್ರಯತ್ನಿಸುತ್ತೇನೆ. ನಮ್ಮ ಪ್ರಯತ್ನಗಳು ಮಾಡುವುದಕ್ಕಾಗಿ ಮಾತ್ರ ಇರುತ್ತದೆ. ದೇವರ ಚಿತ್ತವನ್ನು ಯಾರೂ ತಿಳಿದಿಲ್ಲ."

ಜ್ಯೋತಿಷಿಯ ಮುನ್ಸೂಚನೆಯನ್ನು ಕೇಳಿ ಮೊರೊಪಾಂಟ್ ತುಂಬಾ ಸಂತೋಷಪಟ್ಟರು. ಇದರ ನಂತರ ಜ್ಯೋತಿಷಿ ಹಿಂತಿರುಗಿ ಹೋದರು. ಝಾನ್ಸಿಯ ರಾಜನಾದ ಗಂಗಾಧರ ರಾವ್ ಮಧ್ಯ ವಯಸ್ಸಿನತ್ತ ಸಾಗುತ್ತಿದ್ದರೂ ಮಗನಿರಲಿಲ್ಲ. ಮಗನನ್ನು ಪಡೆಯಲು ಅವನು ಮತ್ತೆ ಮದುವೆಯಾಗಲು ಬಯಸಿದನು. ಅವರು ತಮ್ಮ ಮಂಡಳಿಗಳ ಮುಂದೆ ಈ ಬಯಕೆಯನ್ನು ವ್ಯಕ್ತಪಡಿಸಿದರು. ಪಂಡಿತ್ ತತ್ಯಾ ದೀಕ್ಷಿತ್ ಅವರಿಗೆ ಮನುಬಾಯಿಯ ಬಗ್ಗೆ ವಿವರವಾಗಿ ತಿಳಿಸಿದಾಗ, ಗಂಗಾಧರ್ ರಾವ್ ಅವರನ್ನು ಮದುವೆಯಾಗಲು ಅಸಹನೆ ಬೆಳೆಯಿತು. ರಾಜನು ತನ್ನ ಮುಂದುವರಿದ ವಯಸ್ಸನ್ನು ಮರೆತನು, ರಾಜ ಜ್ಯೋತಿಷಿಯು ಸೌಂದರ್ಯ ಮತ್ತು ಜಾತಕ ಮತ್ತು ಮನುಬಾಯಿಯ ಬಗ್ಗೆ ಇತರ ವಿಷಯಗಳ ಬಗ್ಗೆ ಹೇಳಿದಾಗ, ಬಹುಶಃ ಮಹಿಳೆಯ ಈ ಆಭರಣದ ಮೂಲಕ ಅವರ ಕುಟುಂಬವು ಮತ್ತಷ್ಟು ಬೆಳೆಯಬಹುದು ಎಂದು ಅವರು ಭಾವಿಸಿದರು. ಆದ್ದರಿಂದ ಮನುಬಾಯಿ ಮತ್ತು ಗಂಗಾಧರ್ ರಾವ್ ಅವರ ವಿವಾಹವನ್ನು ನಿಗದಿಪಡಿಸಲಾಯಿತು.

ಮದುವೆಯಾದ ಕೆಲವು ದಿನಗಳ ನಂತರ, ಏಳು ವರ್ಷದ ಮನುಬಾಯಿ 1842 ರಲ್ಲಿ ಮಧ್ಯಮ ವಯಸ್ಸಿನ ಗಂಗಾಧರ್ ರಾವ್ ಅವರನ್ನು ವಿವಾಹವಾದರು. ಏಳು ವರ್ಷದ ನಿರುಪದ್ರವ ಮಡೋನಾ ಮದುವೆಗೆ ಯಾವ ಅರ್ಥವನ್ನು ನೀಡಬಹುದು? ವಿವಾಹ ಸಮಾರಂಭವನ್ನು ಬಹಳ ವೈಭವದಿಂದ ಮತ್ತು ಪ್ರದರ್ಶನದೊಂದಿಗೆ ನಡೆಸಲಾಗಿದ್ದರೂ, ಮನುಬಾಯಿಗೆ ಅದು ಗೊಂಬೆಗಳ ಆಟಕ್ಕಿಂತ ಹೆಚ್ಚೇನೂ ಆಗಿರಲಿಲ್ಲ. ವಧುವಿನಂತೆ ಧರಿಸಿದ್ದ ಮಗು ಮನುಬಾಯಿಯ ಮನಸ್ಥಿತಿಯನ್ನು ಈ ಕೆಳಗಿನ ಘಟನೆಯಿಂದ ಅಳೆಯಬಹುದು: ವಿವಾಹ ಸಮಾರಂಭವು ಪ್ರಗತಿಯಲ್ಲಿದ್ದಾಗ ಮತ್ತು ವಧು ಮತ್ತು ವರ ಬೆಂಕಿಯ ಸುತ್ತಲೂ ಹೋಗಬೇಕಾಗಿದ್ದಾಗ, *ಪುರೋಹಿತ್* ವಧು ಮತ್ತು ವರನ ದುಪಟ್ಟಾದಲ್ಲಿ ಗಂಟು ಹಾಕಿದ್ದರು ಎಂದು ಹೇಳಲಾಗುತ್ತದೆ. ಈ ಕುರಿತು ಮನುಬಾಯಿ *ಪುರೋಹಿತ್ ಗೆ ತಿಳಿಸಿದರು. "ಪುರೋಹಿತ್ಜಿ ಮಹಾರಾಜ್"*. ದಯವಿಟ್ಟು ಗಂಟನ್ನು ಬಿಗಿಯಾಗಿ ಕಟ್ಟಿರಿ".

ಈ ವಾಕ್ಯವನ್ನು ಕೇಳಿದಾಗ, ಅಲ್ಲಿದ್ದ ಎಲ್ಲ ವ್ಯಕ್ತಿಗಳು ಜೋರಾಗಿ ನಕ್ಕರು. ಎಷ್ಟು ಪ್ರಾಮಾಣಿಕವಾಗಿ ಮತ್ತು ಸಲೀಸಾಗಿ ಮಾತನಾಡಿದ ಪದಗಳು ನಗೆಗಾಗಿ ಉದ್ದೇಶಿಸಿದ್ದವು. ಆದರೆ ಭವಿಷ್ಯದಲ್ಲಿ ಅವರು ಹೇಗೆ

ಹೊರಹೊಮ್ಮುತ್ತಾರೆ ಎಂದು ಯಾರಿಗೂ ತಿಳಿದಿರಲಿಲ್ಲ.ಈ ಪದಗಳ ಅರ್ಥವನ್ನು ಯಾರಾದರೂ ತಿಳಿದಿದ್ದರೆ! ಸರಿ, ಒಬ್ಬರಿಗೆ ತಿಳಿದಿದ್ದರೂ, ಏನೂ ಮಾಡಲು ಸಾಧ್ಯವಿರಲಿಲ್ಲ. ಪದಗಳಲ್ಲಿ ಅಂತರ್ಗತವಾಗಿರುವ ಅರ್ಥವು ಕೇವಲ ಹನ್ನೊಂದು ವರ್ಷಗಳ ನಂತರ ಅದರ ಅತ್ಯಂತ ಭಯಾನಕ ರೂಪದಲ್ಲಿ ಹೊರಬಂದಿತು. ಮನುಬಾಯಿ (ಈಗ ಲಕ್ಷ್ಮೀಬಾಯಿ) ತನ್ನ ಯೌವನಕ್ಕೆ ಕಾಲಿಟ್ಟ ಕೂಡಲೇ ಗಂಗಾಧರ್ ರಾವ್ ತನ್ನ ಸ್ವರ್ಗೀಯ ವಾಸಸ್ಥಾನಕ್ಕೆ ತೆರಳಿದರು. ಇದು ಈ ರೀತಿಯ ತಪ್ಪು ಪಂದ್ಯಗಳ ಅತ್ಯಂತ ಸಾಮಾನ್ಯ ಕ್ರೂರ ಫಲಿತಾಂಶವಾಗಿತ್ತು. ಇದು ತುಂಬಾ ಸಾಮಾನ್ಯವಾಗಿದೆ ಏಕೆಂದರೆ ಅಂತಹ ತಪ್ಪಾಗಿ ಹೊಂದಿಕೆಯಾದ ಮದುವೆಗಳು ಈ ರೀತಿಯ ಯಾವುದನ್ನಾದರೂ ಉಂಟುಮಾಡುತ್ತವೆ ಮತ್ತು ಅದೃಷ್ಟಹೀನ ಹುಡುಗಿಯರು ತಮ್ಮ ಪಾಲಕರ ಮೂರ್ಖತನದಿಂದಾಗಿ ಜೀವಿತಾವಧಿಯಲ್ಲಿ ಅತ್ಯಂತ ಕ್ರೂರ ವಿಧವೆತನವನ್ನು ಹೊತ್ತುಕೊಳ್ಳಬೇಕಾಯಿತು ಎಂಬ ಅರ್ಥದಲ್ಲಿ ಕ್ರೂರವಾಗಿದೆ.

ಮನುಬಾಯಿಯಿಂದ ಲಕ್ಷ್ಮೀಬಾಯಿಗೆ ಪರಿವರ್ತನೆ

ಮನುಬಾಯಿ ವಿವಾಹವಾದರು. ಈಗ ಅವರು ಮನುಬಾಯಿಯಿಂದ ಝಾನ್ಸಿಯ ರಾಣಿ ಲಕ್ಷ್ಮೀಬಾಯಿ, ಗಂಗಾಧರ ರಾವ್ ಅವರ ಮಹಾರಾಣಿ ಲಕ್ಷ್ಮೀಬಾಯಿ ಆಗಿದ್ದರು. ತಂದೆ ಮೊರೊಪಾಂಟ್ ತಮ್ಮ ಕರ್ತವ್ಯವನ್ನು ತೃಪ್ತಿಕರವಾಗಿ ನಿರ್ವಹಿಸಿದ ನಂತರ ತುಂಬಾ ಸಂತೋಷಪಟ್ಟರು. ಬಾಜಿ ರಾವ್ ಅವರ ಸಾಮಾನ್ಯ,ಸಂಬಳ ಪಡೆಯುವ ಸೇವಕ ವೃತ್ತಿಯಿಂದ ಝಾನ್ಸಿಯ ರಾಜಮನೆತನದೊಂದಿಗಿನ ಸಂಬಂಧಕ್ಕೆ ಎಂತಹ ಬದಲಾವಣೆ! ಕನಸಿನಲ್ಲಿಯೂ ಅವನು ಈ ಸಂಬಂಧದ ಬಗ್ಗೆ ಕನಸು ಕಂಡಿರಲಿಕ್ಕಿಲ್ಲ. ಲಕ್ಷ್ಮೀಬಾಯಿ ಈ ಸಂಬಂಧದಿಂದ ಯಾವುದೇ ರೀತಿಯಲ್ಲಿ ಪ್ರಯೋಜನ ಪಡೆದಿದ್ದಾರೆಯೇ ಎಂಬುದು ವಿವಾದದ ವಿಷಯವಾಗಿರಬಹುದು, ಆದರೆ ಆಕೆಯ ತಂದೆಗೆ ಅವಳು ಖಂಡಿತವಾಗಿಯೂ ಲಕ್ಷ್ಮಿ (ಸಂಪತ್ತಿನ ದೇವತೆ) ಎಂದು ಸಾಬೀತಾಯಿತು. ಈ ಮದುವೆಯ ನಂತರ ಮೊರೊಪಾಂಟ್ ಮತ್ತು ಅವರ ಸಂಬಂಧಿಕರು ಅನೇಕ ಬಹುಮಾನಗಳನ್ನು ಪಡೆದರು. ಮೊರೊಪಾಂತ್ ಅವರಿಗೆ ಝಾನ್ಸಿಯ ರಾಜಮನೆತನದ ನ್ಯಾಯಾಲಯದಲ್ಲಿ ಮಾಸಿಕ ಮುನ್ನೂರು ರೂಪಾಯಿ ಸಂಬಳದಲ್ಲಿ ಉನ್ನತ ಹುದ್ದೆಯನ್ನು ನೀಡಲಾಯಿತು. ನೂರ ಐವತ್ತು ವರ್ಷಗಳ ಹಿಂದೆ ಮುನ್ನೂರು ರೂಪಾಯಿ ದೊಡ್ಡ ಮೊತ್ತವಾಗಿತ್ತು. ಅವರು ಝಾನ್ಸಿಯ ರಾಯಲ್ ಕೌನ್ಸಿಲ್ ನ ಅತ್ಯುನ್ನತ ಕೌನ್ಸಿಲರ್ ಆಗಿದ್ದರು. ಅವರ ಸಂಬಂಧಿಕರನ್ನು ಝಾನ್ಸಿ ರಾಜ್ಯದ ಉನ್ನತ ಮತ್ತು ಪ್ರಮುಖ ಹುದ್ದೆಗಳಲ್ಲಿ ನೇಮಿಸಲಾಯಿತು.

ಮನುಬಾಯಿಯ ತಾಯಿ ತನ್ನ ಮದುವೆಗೆ ಸುಮಾರು ಮೂರು-ನಾಲ್ಕು ವರ್ಷಗಳ ಮೊದಲು ಸಾವನ್ನಪ್ಪಿದ್ದರು. ಮೊರೊಪಾಂಟ್ ತನ್ನ ಮಗಳನ್ನು ತನ್ನ ಮಲತಾಯಿಯ ಕೆಟ್ಟ ಆರೈಕೆಯಿಂದ ರಕ್ಷಿಸಲು ಎರಡನೇ ಬಾರಿಗೆ ಮದುವೆಯಾಗಲಿಲ್ಲ. ಮಗಳು ಲಕ್ಷ್ಮೀಬಾಯಿಯಾದಾಗ ಅವರು ಸಂಪೂರ್ಣವಾಗಿ ಒಂಟಿಯಾಗಿದ್ದರು. ಅವರು ಈಗ ಬಡವನಾಗಿದ್ದರು. ಅವರು ಈಗ ಮದುವೆಯಾಗುವ ಬಗ್ಗೆ ಯೋಚಿಸಿದರು. ಶೀಘ್ರದಲ್ಲೇ ಅವರು ಚಿಮನ್ ಬಾಯಿಯೊಂದಿಗೆ ಎರಡನೇ ಬಾರಿಗೆ ವಿವಾಹವಾದರು. ಸಹಜವಾಗಿ, ತನ್ನ ಎರಡನೇ ಹೆಂಡತಿ ಬೆಳೆದ ಸೇವಕಿ ಮತ್ತು ಮನುಬಾಯಿಯಂತಹ ಮಗುವಲ್ಲ ಎಂದು ಅವನು ಕಂಡರು. ಅವರ ಪ್ರಸ್ತುತ ಪತ್ನಿ ಗುಲ್ಸರೈನ ಉದಾತ್ತ ಬ್ರಾಹ್ಮಣರಾದ ವಾಸುದೇವ್ ಶಿವರಾಜ್ ಖಾನ್ವಿಲ್ಕರ್ ಅವರ ಪುತ್ರಿ.

ಮೊರೊಪಾಂಟ್ ತಮ್ಮ ಮಗಳ ಮದುವೆಯ ನಂತರ ತಮ್ಮ ಹೊಸ ಹುದ್ದೆ ಮತ್ತು ಹೊಸ ಕುಟುಂಬವನ್ನು ಆನಂದಿಸಲು ಪ್ರಾರಂಭಿಸಿದರು.

2

ಝಾನ್ಸಿ ಮತ್ತು ರಾಜ ಗಂಗಾಧರ್ ರಾವ್

ಬುಂದೇಲ್ ಖಂಡ್ ನ ಇತಿಹಾಸವು ಮಧ್ಯ ಭಾರತದಲ್ಲಿ ಬಹಳ ಮುಖ್ಯವಾಗಿದೆ. ಬ್ರಿಟಿಷರ ಅವಧಿಯಲ್ಲಿ ಝಾನ್ಸಿ ಸೇರಿದಂತೆ ಬುಂದೇಲ್ ಖಂಡ್ ಪ್ರದೇಶದಲ್ಲಿ ಅನೇಕ ರಾಜ್ಯಗಳು ಇದ್ದವು. ಈ ಪ್ರದೇಶವನ್ನು ಬುಂದೇಲ್ ಖಂಡ್ ಎಂದು ಏಕೆ ಕರೆಯುತ್ತಾರೆ ಎಂದು ನಿರ್ವಿವಾದವಾಗಿ ಏನನ್ನೂ ಹೇಳಲಾಗುವುದಿಲ್ಲ, ಆದರೆ ಈ ರೀತಿಯಾಗಿ ಪ್ರಸಿದ್ಧವಾದ ಕಥೆಯಿದೆ. ಪ್ರಾಚೀನ ಕಾಲದಲ್ಲಿ ಕಾಶಿ ಕ್ಷತ್ರಿಯರ ರಾಜ್ಯವಾಗಿತ್ತು. ಒಮ್ಮೆ ಇಲ್ಲಿ ಕ್ಷತ್ರಿಯ ರಾಜನಿದ್ದನು, ಅವನ ಹೆಸರು ಪಂಚಮ್. ಅವನ ಸಹೋದರರು ಅವನ ವಿರುದ್ಧ ಪಿತೂರಿ ನಡೆಸಿದರು ಮತ್ತು ಅವನನ್ನು ಸ್ಥಿತಿಯಿಲ್ಲದವನನ್ನಾಗಿ ಮಾಡಿದರು. ದುಃಖಿತ ಪಂಚಮ್ ವಿಂಧ್ಯಾಚಲಕ್ಕೆ ಸ್ಥಳಾಂತರಗೊಂಡನು. ಅವನ ದುಃಖಿತ ಹೃದಯವು ಇಲ್ಲಿ ಅಭೂತಪೂರ್ವ ಶಾಂತಿಯನ್ನು ಅನುಭವಿಸಿತು. ತನ್ನ ಕಳೆದುಹೋದ ಸ್ಥಿತಿಯನ್ನು ಮರಳಿ ಪಡೆಯಲು ಅವರು ವಿಂಧ್ಯಾಚಲ್-ವಾಸಿನಿ ಮಾ ದುರ್ಗಾ ದೇವಸ್ಥಾನದಲ್ಲಿ ಭಕ್ತಿಯಿಂದ ಪ್ರಾರ್ಥಿಸಲು ಪ್ರಾರಂಭಿಸಿದನು. ಸುದೀರ್ಘ ಭಕ್ತಿಯ ನಂತರವೂ ದುರ್ಗಾ ಮಾತೆಯ *ದರ್ಶನ* (ನೋಟ) ಪಡೆಯಲು ಸಾಧ್ಯವಾಗದಿದ್ದಾಗ ಅವರು ಅಸಮಾಧಾನಗೊಂಡನು. ಆದ್ದರಿಂದ, ಅವನು ಸ್ವಯಂ ತ್ಯಾಗದ ಮೂಲಕ ದುರ್ಗಾ ಮಾತೆಯ ಪ್ರತಿಮೆಯ ಮುಂದೆ ತಮ್ಮ ತಲೆಯನ್ನು ಕತ್ತರಿಸಿದನು. ಈ ತ್ಯಾಗದಿಂದ ದುರ್ಗಾಮಾತೆ ಸಂತೋಷಪಟ್ಟಳು. ಅವಳು ಅವನನ್ನು ಮತ್ತೆ ಜೀವಂತಗೊಳಿಸಿದಳು ಮತ್ತು ಆಶೀರ್ವಾದವನ್ನು ಕೇಳಿದಳು. ಇದಕ್ಕಾಗಿ ಪಂಚಮ್ ಕಾಯುತ್ತಿದ್ದನು. ಅವನು ಕೇಳಿದನು, "ಮಾ! ನಾನು ಕಳೆದುಹೋದ ನನ್ನ ಸ್ಥಿತಿಯನ್ನು ಮರಳಿ ಪಡೆಯಬೇಕು."

"ಆಮೆನ್" ಎಂದು ಹೇಳುತ್ತಾ ಭಗವತಿ ದೇವಿ ಕಣ್ಮರೆಯಾದಳು. ಕೆಲವು ದಿನಗಳ ನಂತರ ಪಂಚಮ್ ತನ್ನ ಕಳೆದುಹೋದ ಸ್ಥಿತಿಯನ್ನು ಮರಳಿ ಪಡೆದನು. ಅವನು ತನ್ನ ತಲೆಯನ್ನು ಕತ್ತರಿಸಿದಾಗ ಅವನ ರಕ್ತದ ಕೆಲವು ಹನಿಗಳು ಭಗವತಿ ಪ್ರತಿಮೆಯ ಮೇಲೆ ಬಿದ್ದವು ಎಂದು ಹೇಳಲಾಗುತ್ತದೆ. ಆದ್ದರಿಂದ, ಭಗವತಿ ಅವರನ್ನು "ಬಿಂದುಲ್" ಎಂದು ಸಂಬೋಧಿಸಿದರು. ಪಂಚಮ್ ನ ವಂಶಸ್ಥರು ಸ್ವಲ್ಪ ಸಮಯದವರೆಗೆ "ಬಿಂದುಲ್" ಎಂಬ ಪದದ ನಂತರ ಬುಂದೇಲಾಗಳು ಎಂದು ಕರೆಯಲ್ಪಟ್ಟರು ಮತ್ತು ಈ ಪ್ರದೇಶವನ್ನು ಬುಂದೇಲಖಂಡ್ ಎಂದು ಕರೆಯಲಾಗುತ್ತಿತ್ತು.

ಝಾನ್ಸಿ ರಾಜ್ಯದ ಸಂಕ್ಷಿಪ್ತ ಇತಿಹಾಸ

ರಾಜ ಗಂಗಾಧರ ರಾವ್ ಝಾನ್ಸಿಯ ರಾಜರಾಗಿದ್ದರು. ಅವರ ರಾಜ್ಯವು ಅದರ ರಾಜಧಾನಿ ಝಾನ್ಸಿಯ ಹೆಸರಿನ ನಂತರ ಝಾನ್ಸಿ ಎಂದು ಹೆಸರಾಯಿತು. ಗಂಗಾಧರ ರಾವ್ ಸ್ವತಃ ಬ್ರಾಹ್ಮಣರಾಗಿದ್ದರು. ಅವರು ಮಧ್ಯ ಭಾರತವನ್ನು ಹೇಗೆ ತಲುಪಿದರು? ಅವರು ಈ ಸ್ಥಿತಿಯನ್ನು ಹೇಗೆ ಪಡೆದರು? ಈ ಪ್ರಶ್ನೆಗಳಿಗೆ ಉತ್ತರಿಸಲು

ಝಾನ್ಸಿ ರಾಜ್ಯದ ಇತಿಹಾಸವನ್ನು ಸಂಕ್ಷಿಪ್ತವಾಗಿ ನೋಡುವುದು ಸೂಕ್ತವಾಗಿದೆ. ಈ ಪರಿಚಯದ ನಂತರ ಈ ಪುಸ್ತಕದ ನಾಯಕಿಯಿಂದ ಬ್ರಿಟಿಷರ ವಿರುದ್ಧದ ಯುದ್ಧವನ್ನು ಸಮರ್ಥಿಸುತ್ತದೆ.

ಝಾನ್ಸಿಯ ಪ್ರಾಚೀನ ಇತಿಹಾಸದ ಬಗ್ಗೆ ವಿದ್ವಾಂಸರಿಗೆ ಏನೂ ತಿಳಿದಿಲ್ಲ. ಕೆಲವು ವಿವರಣೆಗಳು ಕ್ರಿ .ಶ. 1500 ರಲ್ಲಿ ಮೊದಲ ಬಾರಿಗೆ ಪ್ರಾರಂಭವಾದವು. ಈ ಪ್ರದೇಶವು ಓರ್ಚಾ ರಾಜ ವೀರ್ ಸಿಂಗ್ ದೇವ್ ಅವರ *(ನರೇಶ್)* ಅಧೀನದಲ್ಲಿತ್ತು. ಅವರ ಆಡಳಿತದ ಅವಧಿಯಲ್ಲಿ ಝಾನ್ಸಿ ಕೇವಲ ಒಂದು ಹಳ್ಳಿಯಾಗಿತ್ತು. ಅವರು ಇಲ್ಲಿ ಕೋಟೆಯನ್ನು ನಿರ್ಮಿಸಿದರು, ಇದು ಪ್ರಸ್ತುತ ಶಿಥಿಲಗೊಂಡ ರೂಪದಲ್ಲಿ ಅದರ ಪ್ರಾಚೀನ ವೈಭವದ ದಂತಕಥೆಗಳಿಗೆ ಸಾಕ್ಷಿಯಾಗಿದೆ. 1602ರಲ್ಲಿ ರಾಜ ವೀರ್ ಸಿಂಗ್, ಅಕ್ಬರ್ ಅವರ ಪುತ್ರ ರಾಜಕುಮಾರ ಸಲೀಂ (ನಂತರ ಅವರು ಚಕ್ರವರ್ತಿ ಜಹಾಂಗೀರ್ ಎಂಬ ಹೆಸರಿನಿಂದ ಪ್ರಸಿದ್ಧರಾದರು) ಅವರ ಸುಳಿವು ಮೇರೆಗೆ ಅಕ್ಬರ್ ಅವರ ಪ್ರಸಿದ್ಧ ಕೌನ್ಸಿಲರ್ ಅಬುಲ್ ಫಜಲ್ ಅವರ ಯುದ್ಧದಲ್ಲಿ ಕೊಲ್ಲಲ್ಪಟ್ಟರು. ರಾಜತಾಂತ್ರಿಕತೆಯಲ್ಲಿ ಪರಿಣಿತರಾಗಿದ್ದ ಅಕ್ಬರ್ ಬುಂದೇಲ್ ಖಂಡ್ ಮೇಲೆ ಹಲ್ಲೆ ನಡೆಸಿ ರಾಜಕುಮಾರ ಸಲೀಂ ಅವರನ್ನು ಕಮಾಂಡರ್ ಆಗಿ ಕಳುಹಿಸಿದರು. ವೀರ್ ಸಿಂಗ್ ದೇವ್‌ಅವರು ಬೃಹತ್ ಮೊಗುಲ್ ಸೈನ್ಯವನ್ನು ಎದುರಿಸಲು ಸಾಧ್ಯವಾಗುವುದಿಲ್ಲ ಎಂದು ನೋಡಿದಾಗ, ಶತ್ರುವನ್ನು ನೇರವಾಗಿ ಎದುರಿಸದಿರುವುದು ಸ್ವಯಂ-ಆಸಕ್ತಿಯಿಂದ ಬುದ್ಧಿವಂತ ಎಂದು ಭಾವಿಸಿದರು. ಅವರು ಪರ್ವತಗಳಲ್ಲಿ ಆಶ್ರಯ ಪಡೆದರು. ಇದರ ಪರಿಣಾಮವಾಗಿ, ಮೊಗಲ್ ಗಳು ಬುಂದೇಲ್ ಖಂಡ್ ಅನ್ನು ವಶಪಡಿಸಿಕೊಂಡರು. ಸಮಯ ಬದಲಾಯಿತು. ಅಕ್ಬರ್ ಅವರ ಮರಣದ ನಂತರ ಜಹಾಂಗೀರ್ ಎಂಬ ಹೆಸರಿನಿಂದ ಸಲೀಂ ಚಕ್ರವರ್ತಿಯಾದರು. ಅವರು ವೀರ್ ಸಿಂಗ್ ದೇವ್ ಅವರನ್ನು ಕ್ಷಮಿಸುವುದಷ್ಟೇ ಅಲ್ಲ 1605 ರಲ್ಲಿ ಅವರು ತಮ್ಮ ರಾಜ್ಯವನ್ನು ಅವರಿಗೆ ಹಿಂದಿರುಗಿಸಿದರು.

1627ರಲ್ಲಿ ಶಹಜಹಾನ್ ಭಾರತದ ಚಕ್ರವರ್ತಿಯಾದರು. ವೀರ್ ಸಿಂಗ್ ದೇವ್ ಅವರೊಂದಿಗೆ ಸ್ನೇಹ ಸಂಬಂಧವನ್ನು ಉಳಿಸಿಕೊಳ್ಳಲು ಸಾಧ್ಯವಾಗಲಿಲ್ಲ, ಆದ್ದರಿಂದ 1642 ರಲ್ಲಿ ಅವರು ವೀರ್ ಸಿಂಗ್ ಅವರ ರಾಜ್ಯವನ್ನು ಕಸಿದುಕೊಂಡು ಅದನ್ನು ಮೊಗುಲ್ ಸಾಮ್ರಾಜ್ಯಕ್ಕೆ ಸೇರಿಸಿದರು. ಮೊಗಲ್ ಗಳು ಮುಂದಿನ 65 ವರ್ಷಗಳ ಕಾಲ ಇದನ್ನು ಆಳಿದರು. 1707ರಲ್ಲಿ ಅಂದಿನ ಮೊಘಲ್ ಚಕ್ರವರ್ತಿಯು ಝಾನ್ಸಿಯನ್ನು *ಜಾಗೀರ್* (ಸಂಪತ್ತು) ಆಗಿ ಛತ್ರಸಾಲ್ ಗೆ ರವಾನಿಸಿದನು. ಅವರು ತಮ್ಮನ್ನು ತಾವು ಉತ್ತಮ ಆಡಳಿತಗಾರರೆಂದು ಸಾಬೀತುಪಡಿಸಿಕೊಂಡರು. ಅವನ ಪ್ರಜೆಗಳು ಅವನ ಒಳ್ಳೆಯ ಕಾರ್ಯಗಳಿಗಾಗಿ ಅವನನ್ನು ಮೆಚ್ಚಲು ಪ್ರಾರಂಭಿಸಿದರು. ಅಲ್ಪಾವಧಿಯಲ್ಲಿಯೇ ಅವರು ಇಡೀ ಬುಂದೇಲ್ ಖಂಡ್ ಅನ್ನು ತಮ್ಮ ಆಳ್ವಿಕೆಗೆ ಒಳಪಡಿಸಿದರು. ಅಲಹಾಬಾದ್ ನ ನವಾಬ್ ಮೊಹಮ್ಮದ್ ಖಾನ್ ಬಂಗಾಸ್ ಮತ್ತು ಮಾಲ್ವಾದ ಸುಬೇದಾರ್ ಅವರ ಜನಪ್ರಿಯತೆಯನ್ನು ಕುಂದಿಸಲು ಸಾಧ್ಯವಾಗಲಿಲ್ಲ. ಅವರು ಸಾಂದರ್ಭಿಕವಾಗಿ ಛತ್ರಸಾಲ್ ಅನ್ನು ಜಗಳದಲ್ಲಿ ತೊಡಗಿಸಿಕೊಂಡರು, ಆದರೆ ಅವರು ಕ್ಷಮಿಸಿ ಆಕೃತಿಯನ್ನು ಕತ್ತರಿಸಬೇಕಾಯಿತು.

ಯುದ್ಧದಲ್ಲಿ ಮರಾಠರು ಛತ್ರಸಲ್ ಗೆ ಸಹಾಯ ಮಾಡುತ್ತಾರೆ

ಮೇಲೆ ತಿಳಿಸಿದ ಇಬ್ಬರು ಶತ್ರುಗಳು ಛತ್ರಸಲ್ ಅನ್ನು ಎಲ್ಲಾ ರೀತಿಯಲ್ಲಿ ನಿಗ್ರಹಿಸಲು ಬಯಸಿದ್ದರು. ಆದ್ದರಿಂದ ಮಾಲ್ವಾದ ಸುಬೇದಾರ್ ಅವರು (ಛತ್ರಸಲ್) ಅವರಿಗೆ ತೆರಿಗೆ ಪಾವತಿಸಲು ಒಪ್ಪಿಕೊಳ್ಳಬೇಕು

ಅಥವಾ ಗಂಭೀರ ಪರಿಣಾಮಗಳನ್ನು ಎದುರಿಸಬೇಕು ಎಂಬ ಸಂದೇಶವನ್ನು ನೀಡಿದರು. ನಿಸ್ಸಂಶಯವಾಗಿ ಅದು ಸಂದೇಶವಾಗಿರಲಿಲ್ಲ, ಅದು ಬಹಿರಂಗ ಬೆದರಿಕೆಯಾಗಿತ್ತು. ಹೆಚ್ಚು ಸ್ವಾಭಿಮಾನ ಮತ್ತು ಕೆಚ್ಚೆದೆಯ ಛತ್ರಸಾಲ್ ಅದನ್ನು ಹೇಗೆ ಒಪ್ಪಿಕೊಳ್ಳಬಹುದು? ಈ ಸಂದೇಶಕ್ಕೆ ಉತ್ತರವಾಗಿ, ಅವರು ಮಾಲ್ವಾದ ಸುಬೇದಾರ್ ಅವರಿಗೆ ಹೀಗೆ ಬರೆದಿದ್ದಾರೆ:

"ನೀವು ನನ್ನನ್ನು ಸೋಲಿಸಲು ಮತ್ತು ನನ್ನ ಸಂಪತ್ತನ್ನು ಲೂಟಿ ಮಾಡಲು ಈ ದೇಶವು ದೇವಗಢ ಅಥವಾ ದಕ್ಷಿಣದ ರಾಜರ ರಾಜ್ಯವಲ್ಲ. ಚಂದಾಬಾದ್ ನಗರವೂ ಅಲ್ಲ, ಅದರ ದೊಡ್ಡ ಅರಮನೆಗಳನ್ನು ನೀವು ನಿಮ್ಮ ನಿಯಂತ್ರಣದಲ್ಲಿ ತೆಗೆದುಕೊಂಡಿದ್ದೀರಿ. ನಿಮ್ಮ ಬೆದರಿಕೆಗಳಿಗೆ ಹೆದರುವ ವ್ಯಾಪಾರಿ ನಾನಲ್ಲ. ನನ್ನ ದೇಶವು ದೇವರ ದೇವಾಲಯವೂ ಅಲ್ಲ, ಅಲ್ಲಿ ನೀವು ನಿಮ್ಮ ಪಾದರಕ್ಷೆಗಳೊಂದಿಗೆ ನಡೆದುಕೊಳ್ಳುತ್ತೀರಿ ಮತ್ತು ಅಲ್ಲಿನ ಪುರೋಹಿತರು ಅವಮಾನವನ್ನು ಸದ್ದಿಲ್ಲದೆ ಸಹಿಸಿಕೊಳ್ಳುತ್ತಾರೆ. ನಾನು ಮಹಾರಾಜ ಚಂಪತ್ ರಾಯ್ ಅವರ ಪುತ್ರ. ನಿಮ್ಮ ಆಯ್ಕೆಯ ಸಮಯದಲ್ಲಿ ನಿಮ್ಮೊಂದಿಗೆ ಯುದ್ಧ ಮಾಡಲು ನಾನು ಸಿದ್ಧನಿದ್ದೇನೆ. ನೀವು ನನ್ನೊಂದಿಗೆ ಹೋರಾಡಲು ನಿರ್ಧರಿಸಿದರೆ ನೀವು ತೆರಿಗೆ ಸಂಗ್ರಹಿಸುವುದನ್ನು ಮರೆತುಬಿಡುತ್ತೀರಿ. ಇದಕ್ಕೆ ತದ್ವಿರುದ್ಧವಾಗಿ ನೀವು ನನಗೆ ಸಂತ (ಒಂದು ರೀತಿಯ ತೆರಿಗೆ) ಪಾವತಿಸಬೇಕಾಗುತ್ತದೆ."

ಮಹಾನ್ ಕವಿ ಭೂಷಣ್ ಅವರು ಈ ಪತ್ರವನ್ನು ಶೌರ್ಯದಿಂದ ತುಂಬಿದ ತಮ್ಮ ಕವಿತೆಯಲ್ಲಿ ಈ ರೀತಿ ವಿವರಿಸಿದ್ದಾರೆ:

"ದೇವಗಢ ದೇಶ ನಹಿನ್ ದಕ್ಷಿಣ ನರೇಶ್ ನಹಿನ್,
ಚಂದಾಬಾದ್ ನಹಿನ್ ಜಹಾನ್ ಘನೆ ಮಹಲ್ ಪೈಹೋನ್.
ಸೌದಾಗರ್ ಸಾನ್ ನಹಿನ್, ನಹಿನ್ ಗಿಂತ ದೇವನ್ ಕೋ,
ಜಹಾನ್ ಟರ್ನ್ ಪಹುನ್ ಲಾಯ್ ಬಾಹುತ್ ಧೈಹೋನ್.
ಮೇನ್ ಟು ಸುತ್ ಚಂಪತ್ ಕೋ ಯುಧ್ ಬೀಚ್ ಲೈನ್ ಹೋನ್ ಹಾತ್,
ಯಾಹಿ ಜಿಯಾ ಜಾನಿ ಅಲ್ಪಿ ಚಾಂತ್ ದೇ ಪಥಾಯ್ ಹೋನ್.
ಲಿಖಾ ಪರ್ವಾನಾ ಮಹಾರಾಜ್ ಛತ್ರಸಾಲ್ ಜು ಮಿ,
ಔರನ್ ಕೆ ಧೋಖೆ ಯಾಹಾನ್ ಕಬಹೂನ್ ನಾ ಆಯಾಹೋನ್.

(ಮೇಲಿನ ಕವಿತೆಯ ವಿಷಯಗಳು ಅಕ್ಷರಶಃ ಪತ್ರದಲ್ಲಿ ಬರೆಯಲ್ಪಟ್ಟಿವೆ. ಆದರೆ ಇದು ಜನಾಂಗೀಯ, ಲಯಬದ್ಧ, ಕಾವ್ಯಾತ್ಮಕ ಮತ್ತು ಕೆಚ್ಚೆದೆಯ ಧ್ವನಿಯನ್ನು ಹೊಂದಿದೆ.)

ಈ ಉತ್ತರವನ್ನು ಸ್ವೀಕರಿಸಿದ ಮಾಲ್ವಾದ ಸುಬೇದಾರ್ ಕೋಪದಿಂದ ನಡುಗಿದರು. ಅವರು ಅದನ್ನು ತಮ್ಮ ಬಹಿರಂಗ ಅವಮಾನವೆಂದು ಪರಿಗಣಿಸಿದರು. ಅವರು ಛತ್ರಸಾಲ್ ಗೆ ಪಾಠ ಕಲಿಸಲು ನಿರ್ಧರಿಸಿದರು. ಒಬ್ಬನೇ ಅವನಿಗೆ ಯಾವುದೇ ಹಾನಿ ಮಾಡಲು ಸಾಧ್ಯವಾಗಲಿಲ್ಲ. ಆದ್ದರಿಂದ ಅವರು ಅಲಹಾಬಾದ್ ನ ನವಾಬನ ಸಹಾಯವನ್ನು ಕೋರಿದರು. ತನಗೆ ಸಹಾಯ ಮಾಡುವಂತೆ ಮೊಗಲ್ ಚಕ್ರವರ್ತಿಯನ್ನು ಮನವೊಲಿಸಿದರು. ಅವರು ತಮ್ಮದೇ ಸೈನ್ಯದೊಂದಿಗೆ ಛತ್ರಸಾಲ್ ಮೇಲೆ ಮತ್ತು ಅವರಿಬ್ಬರ ದೊಡ್ಡ ಸೈನ್ಯದೊಂದಿಗೆ ದಾಳಿ ಮಾಡಲು ಮುಂದಾದರು.ಶತ್ರುಗಳ ವಿಶಾಲ ಸೈನ್ಯವನ್ನು ಎದುರಿಸುವುದು ಕಷ್ಟದ ಕೆಲಸ

ಎಂದು ಛತ್ರಸಾಲ್ ಅರಿತುಕೊಂಡರು. ಆದ್ದರಿಂದ ಅವರು ತಮ್ಮ ಪೇಶ್ವಾ ಬಾಜಿ ರಾವ್ I ಮೂಲಕ ಮಹಾರಾಷ್ಟ್ರದ ರಾಜ ಛತ್ರಪತಿ ಸಾಹು ಅವರ

ಪತ್ರವೊಂದರಲ್ಲಿ ಸಹಾಯಕ್ಕಾಗಿ ವಿನಂತಿಸಿದರು. ಈ ಪತ್ರದಲ್ಲಿ, "*ಸನಾತನ ಧರ್ಮ* (ಶಾಶ್ವತ ಧರ್ಮ), ಹಸುಗಳು ಮತ್ತು ಬ್ರಾಹ್ಮಣರನ್ನು ರಕ್ಷಿಸಲು ನಾನು ಈ ಯುದ್ಧವನ್ನು ಸ್ವೀಕರಿಸಿದ್ದೇನೆ. ಒಂದು ಕಡೆ ಚಕ್ರವರ್ತಿಯ ಸಂಪೂರ್ಣ ಶಕ್ತಿ ಮತ್ತು ಇನ್ನೊಂದು ಕಡೆ ನಾನು ಒಬ್ಬಂಟಿಯಾಗಿದ್ದೇನೆ. ನಾನು ಧರ್ಮದ ಬೆಂಬಲದೊಂದಿಗೆ ನಿಂತಿದ್ದೇನೆ. ಈ ಸಮಯದಲ್ಲಿ ನೀವು ನನ್ನನ್ನು ರಕ್ಷಿಸದಿದ್ದರೆ *ಸನಾತನ ಧರ್ಮವನ್ನು ರಕ್ಷಿಸುವುದು ನಿಮಗೂ ಕಷ್ಟವಾಗುತ್ತದೆ."*

ಛತ್ರಸಾಲನು ಈ ಪತ್ರವನ್ನು ನೂರು ದ್ವಿಪದಿಗಳ ರೂಪದಲ್ಲಿ ಬರೆದನೆಂದು ಹೇಳಲಾಗುತ್ತದೆ. ಕೆಳಗಿನ ದ್ವಿಪದಿಗಳು ವಿಶೇಷವಾಗಿ ಗಮನಾರ್ಹವಾಗಿವೆ:

"ಜೋ ಗತಿ ಗ್ರಹ ಗಜೇಂದ್ರ ಕಿ ಸೋ ಗತಿ ಭಾಯಿ ಹೈ ಆಜ್.
ಬಾಜಿ ಜಾತ್ ಬುಂದೇಲ್ ಕಿ ರಾಖೋ ಬಾಜಿ ಲಾಜ್."

(ಇಂದು ನನ್ನ ಸ್ಥಿತಿ ಆನೆಯಂತಿದೆ ಆದರೆ ಅದರ ಕಾಂಡವನ್ನು ಮೊಸಳೆಯೊಂದು ಹಿಡಿದು ಆಳವಾದ ನೀರಿನಲ್ಲಿ ಎಳೆವಂತಿದೆ. ಬುಂದೇಲ್ ಖಂಡ್ ಸೋತಿದೆ, ಸಾಯುತ್ತಿದೆ. ಅದನ್ನು ಉಳಿಸಿ, ಅದರ ಗೌರವವನ್ನು ಉಳಿಸಿ. 'ಬಾಜಿ' ಪದದ ಮೇಲೆ ಶ್ಲೇಷೆಯನ್ನು ಆಡಲಾಗುತ್ತದೆ. ಇದು ಚೆಸ್ ಬೋರ್ಡ್ ನಲ್ಲಿ ಯುದ್ಧದ ಪ್ಯಾದೆ ಆಗಿದೆ ಮತ್ತು ಸವಾಲನ್ನು *ಪೇಶ್ವಾ ಎಂಬ ಹೆಸರಿನ 'ಬಾಜಿ' ರಾವ್ ಗೆ ಉದ್ದೇಶಿಸಲಾಗಿದೆ.*

ಇಂದು ಬುಂದೇಲಾ ಛತ್ರಸಾಲ್ ತಮ್ಮ ಜೀವನದ ಅತಿದೊಡ್ಡ ಯುದ್ಧವನ್ನು ಕಳೆದುಕೊಳ್ಳಲಿದ್ದಾರೆ. ಆದ್ದರಿಂದ, ಬಾಜಿ ರಾವ್! ನನ್ನನ್ನು ಅವಮಾನಿಸದಂತೆ ರಕ್ಷಿಸಿ.

ಈ ಬಿಕ್ಕಟ್ಟಿನ ಸಮಯದಲ್ಲಿ ಛತ್ರಸಾಲ್ ಗೆ ಸಹಾಯ ಮಾಡುವುದು ತನ್ನ ಪವಿತ್ರ ಕರ್ತವ್ಯವೆಂದು ಪೇಶ್ವಾ ಬಾಜಿ ರಾವ್ ಪರಿಗಣಿಸಿದರು. ಅವರು ಮತ್ತೆ ಹೀಗೆ ಬರೆದಿದ್ದಾರೆ, "ಧರ್ಮವನ್ನು ರಕ್ಷಿಸಲು ನಾವು ನಿಮಗೆ ಸಹಾಯ ಮಾಡುತ್ತೇವೆ. ನೀವೊಬ್ಬ ಧೈರ್ಯಶಾಲಿ ವ್ಯಕ್ತಿ ಮತ್ತು ದೆಹಲಿ ಸಾಮ್ರಾಜ್ಯವನ್ನು ನಾಶಮಾಡುವಷ್ಟು ಸಮರ್ಥರಾಗಿದ್ದೀರಿ." ಬಾಜಿ ರಾವ್ ಅವರು ತಮ್ಮ ಉತ್ತರದಲ್ಲಿ ಈ ಕೆಳಗಿನ ದ್ವಿಪದಿಯನ್ನು ಬರೆದಿದ್ದಾರೆ ಎಂದು ಹೇಳಲಾಗುತ್ತದೆ:

"ವೇ ಹೊಂಗೆ ಛತ್ತಪಟ, ತುಮ್ ಹೊಗೆ ಛತ್ರಸಲ್
ವೇ ದಿಲ್ಲಿ ಕಿ ಧಾಲ್, ತುಮ್ ದಿಲ್ಲಿ ಧಹನ್ ವಾಲ್. "

ನಿಮ್ಮ ಶತ್ರುಗಳು ಛತ್ತಪಟ (ಛಾವಣಿಗಳ ಪೂರೈಕೆದಾರರು) ಆಗಿದ್ದರೆ, ನೀವು ಛತ್ರಸಲ್ (ಛಾವಣಿಗಳನ್ನು ನಾಶಮಾಡುವವರು) ಎಂದು ಅದು ಹೇಳಿದೆ. ಅವರು ದಿಲ್ಲಿ *ಕಿ ಧಾಲ್* (ದೆಹಲಿಯ ರಕ್ಷಕರು, ಗುರಾಣಿ) ಆಗಿದ್ದರೆ, ನೀವು ದೆಹಲಿಯ ವಿನಾಶಕರಾಗಿದ್ದೀರಿ.

ಛತ್ರಪತಿ ಸಾಹು ಅವರ ಅನುಮತಿಯೊಂದಿಗೆ, ಪೇಶ್ವಾ ಬಾಜಿ ರಾವ್ ಅವರು ತಮ್ಮ ಭಾರಿ ಸೈನ್ಯದೊಂದಿಗೆ ಬುಂದೇಲ್ ಖಂಡ್ ಕಡೆಗೆ ತಮ್ಮ ಪ್ರಯಾಣವನ್ನು ಪ್ರಾರಂಭಿಸಿದರು ಮತ್ತು ಸುಮಾರು 20-21 ದಿನಗಳಲ್ಲಿ ಬುಂದೇಲ್ ಖಂಡ್ ತಲುಪಿದರು. ಛತ್ರಸಲ್ ಮತ್ತು ಮರಾಠಾ ಸೈನ್ಯವು ಮೊಗುಲ್ ಗಳ ಅರವತ್ತು ಸಾವಿರ ಬಲವಾದ ಸೈನ್ಯದೊಂದಿಗೆ ಹೋರಾಡಿತು ಮತ್ತು ಶತ್ರುಗಳಿಗೆ ತನ್ನ ಮಾರ್ಗವನ್ನು ಹೊಂದಲು ಸಾಧ್ಯವಾಗಲಿಲ್ಲ. ಛತ್ರಸಲ್ ನೊಂದಿಗೆ ಯಾವುದೇ ಹೆಚ್ಚಿನ ಹೋರಾಟವು ಸಂಪೂರ್ಣ ಸ್ವಯಂ ವಿನಾಶವನ್ನು ಅರ್ಥೈಸುತ್ತದೆ ಎಂದು ಶತ್ರುಗಳು ಅರಿತುಕೊಂಡರು. ಆದ್ದರಿಂದ ಇದು ಸಮಾಧಾನವನ್ನು ಅತ್ಯುತ್ತಮ ಆಯ್ಕೆಯೆಂದು ಪರಿಗಣಿಸಿದೆ ಹೀಗೆ ಛತ್ರಸಾಲ್ ಶತ್ರುಗಳನ್ನು ಧೂಳನ್ನು ಕಚ್ಚುವಂತೆ ಒತ್ತಾಯಿಸುವಲ್ಲಿ ಯಶಸ್ವಿಯಾದರು. ಶತ್ರುಗಳು ಅವನೊಂದಿಗೆ ಒಪ್ಪಂದಕ್ಕೆ ಸಹಿ ಹಾಕಿದರು.

ಈ ಒಪ್ಪಂದದ ನಂತರ ಛತ್ರಸಾಲ್ ಪನ್ನಾದಲ್ಲಿ ಪೇಶ್ವಾ ಬಾಜಿ ರಾವ್ ಅವರನ್ನು ಭೇಟಿಯಾದರು. ಆ ದಿನಗಳಲ್ಲಿ ಪನ್ನಾ ಬುಂದೇಲ್ ಖಂಡ್ ನ ರಾಜಧಾನಿಯಾಗಿತ್ತು. ಛತ್ರಸಾಲ್ ಅವರು ಪೇಶ್ವಾ ಬಾಜಿ ರಾವ್ ಅವರನ್ನು ಎಲ್ಲಾ ಮನೋಹರವಾದ ಅನುಗ್ರಹದಿಂದ ಗೌರವಿಸಿದರು ಮತ್ತು ಅವರ ಸಮಯೋಚಿತ ಸಹಾಯಕ್ಕಾಗಿ ಕೃತಜ್ಞತೆಯನ್ನು ವ್ಯಕ್ತಪಡಿಸಿದರು. ಇದರ ನಂತರ ಪೇಶ್ವಾ ಮಹಾರಾಷ್ಟ್ರಕ್ಕೆ ಮರಳಿದರು. ಇಲ್ಲಿಂದ ಬುಂದೇಲ್ ಖಂಡ್ ನೊಂದಿಗೆ ಮರಾಠರ ಹೊಸ ಸಂಬಂಧಗಳು ಪ್ರಾರಂಭವಾಗುತ್ತವೆ. ಪೇಶ್ವಾ ಬಾಜಿ ರಾವ್ ಅವರು ಯಾವುದೇ ನಿರೀಕ್ಷೆಯಿಲ್ಲದೆ ಛತ್ರಸಾಲ್ ಗೆ ಸಹಾಯ ಮಾಡಿದ್ದರೂ, ಈ ಅನುಗ್ರಹದಿಂದ ಛತ್ರಸಾಲ್ ನಿಜವಾಗಿಯೂ ಪ್ರಭಾವಿತರಾದರು.

ಬುಂದೇಲ್ ಖಂಡ್ ನಲ್ಲಿ ಪೇಶ್ವಾ ಬಾಜಿ ರಾವ್ ರಾಜ್ಯ ಸ್ಥಾಪನೆ

ಈ ಯುದ್ಧದ ಸಮಯದಲ್ಲಿ ಛತ್ರಸಾಲ್ ವೃದ್ಧಾಪ್ಯದತ್ತ ಸಾಗುತ್ತಿದ್ದರು. ಅವರು ಪ್ರದರ್ಶಿಸಿದ ಅನುಗ್ರಹಕ್ಕಾಗಿ ಬಾಜಿ ರಾವ್ I ಅವರನ್ನು ಅವರ ಮಗನಂತೆ ಪರಿಗಣಿಸಲು ಪ್ರಾರಂಭಿಸಿದ್ದರು. ಆದ್ದರಿಂದ ಅವನು ಸಾಯುವ ಸಮಯದಲ್ಲಿ ತನ್ನ ರಾಜ್ಯವನ್ನು ಮೂರು ಭಾಗಗಳಾಗಿ ವಿಂಗಡಿಸಿದರು. ಅವರು ತಮ್ಮ ಪುತ್ರರಿಗೆ ಎರಡು ಭಾಗಗಳನ್ನು ಮತ್ತು ಮೂರನೆಯದನ್ನು ಬಾಜಿ ರಾವ್ ಅವರಿಗೆ ನೀಡಿದರು. ಇದು ಮಧ್ಯ ಭಾರತದಲ್ಲಿ ಮರಾಠ ಬ್ರಾಹ್ಮಣರ ರಾಜವಂಶದ ಅಡಿಪಾಯವನ್ನು ಹಾಕಿತು.

ಆಗ ಪೇಶ್ವಾ ಬಾಜಿ ರಾವ್ ಅವರಿಗೆ ದೊರೆತ ರಾಜ್ಯದ ಈ ಪಾಲಿನ ವಾರ್ಷಿಕ ಆದಾಯವು ಒಂದು ಕೋಟಿ ರೂ. ಮರಾಠಾ ಶಕ್ತಿಯ ಕೇಂದ್ರ ಮಹಾರಾಷ್ಟ್ರ ಎಂಬ ಕಾರಣಕ್ಕಾಗಿ ಬಾಜಿ ರಾವ್ ಅವರು ಈ ಬುಂದೇಲ್ ಖಂಡ್ ರಾಜ್ಯವನ್ನು ನೇರವಾಗಿ ತಮ್ಮ ನಿಯಂತ್ರಣದಲ್ಲಿ ಇಟ್ಟುಕೊಂಡಿರಲಿಲ್ಲ. ಅವನು ಅದನ್ನು ಮೂರು ಭಾಗಗಳಾಗಿ ವಿಂಗಡಿಸಿದನು.

ಸಾಗರ್, ಗುಲ್ಸರಾಯ್ ಮತ್ತು ಜಲೌನ್ ನ ಜಾಗೀರ್ ಗಳು

ಆ ಸಮಯದಲ್ಲಿ ನಲವತ್ತು ಲಕ್ಷ ರೂಪಾಯಿಗಳ ವಾರ್ಷಿಕ ಆದಾಯವಾಗಿದ್ದ ಸಾಗರ್, ಗುಲ್ಸರಾಯ್ ಮತ್ತು ಜಲಾನ್ ಪ್ರದೇಶವನ್ನು ಗೋವಿಂದ್ ಪಂತ್ ಬುಂಡೆಲ್ ಅವರಿಗೆ ನೀಡಲಾಯಿತು. ಅವರು ಮರಾಠ ಬ್ರಾಹ್ಮಣರಾಗಿದ್ದರೂ ಅವರನ್ನು ಬುಂದೇಲ್ ಎಂದು ಕರೆಯಲಾಗುತ್ತಿತ್ತು. ಅವರನ್ನು ಬುಂದೇಲ್ಖಂಡ್ ನ ಸುಬೇದಾರ್ (ಗವರ್ನರ್) ಆಗಿ ನೇಮಿಸಲಾಯಿತು. ಗೋವಿಂದ್ ಪಂತ್ ಬುಂಡೆಲ್ ಮೂರನೇ ಪಾಣಿಪತ್ ಯುದ್ಧದಲ್ಲಿ ನಜೀಬ್ ಖಾನ್ ರುಹೆಲೆ ವಿರುದ್ಧ ಹೋರಾಡಿದರು. ನಂತರ ಅವರ ಪುತ್ರರು ಕಲ್ಪಿಯಲ್ಲಿ ತಮಗಾಗಿ ಒಂದು ರಾಜ್ಯವನ್ನು ಸ್ಥಾಪಿಸಿದರು ಮತ್ತು ಅವರ ವಂಶಸ್ಥರು ಅದನ್ನು ದೀರ್ಘಕಾಲ ಆಳಿದರು. ನಂತರ ಈ ರಾಜ್ಯವನ್ನು ಬ್ರಿಟಿಷ್ ಸರ್ಕಾರದೊಂದಿಗೆ ವಿಲೀನಗೊಳಿಸಲಾಯಿತು ಮತ್ತು ಗೋವಿಂದ ಪಂತ್ ಬುಂಡೆಲ್ ಅವರ ವಂಶಸ್ಥರು ಮೂರು ಲಕ್ಷ ರೂಪಾಯಿಗಳ

ಜಾಗೀರ್ ಪಡೆದರು. ಅವರ ವಂಶಸ್ಥರು ಇಂದಿಗೂ ಗುಲ್ಸರೈ (ಝಾನ್ಸಿ) ಯಲ್ಲಿ ವಾಸಿಸುತ್ತಿದ್ದಾರೆ.

ಕಲ್ಪಿ ಮತ್ತು ಬಂಡಾದ *ಜಾಗೀರ್* ಗಳು

ಪೇಶ್ವೆ ಬಾಜಿ ರಾವ್ ಅವರು ಮಸ್ತಾನಿ ಎಂಬ ಮುಸ್ಲಿಂ ನರ್ತಕಿಯನ್ನು ಹೊಂದಿದ್ದರು. ಮಸ್ತಾನಿಯೊಂದಿಗಿನ ಪ್ರೇಮ ಸಂಬಂಧದಿಂದಾಗಿ ಅವರು ವಿವಾದದ ವಿಷಯವಾಗಿ ಮಾರ್ಪಟ್ಟರು. ಬಾಜಿ ರಾವ್ ಅವರನ್ನು ತಮ್ಮ ರಾಣಿ (ರಾಣಿ) ಎಂದು ಪರಿಗಣಿಸಿದ್ದರು. ಮರಾಠಾ ಮುಖ್ಯಸ್ಥರು ಆಕೆಗೆ ಸೂಕ್ತ ಗೌರವವನ್ನು ನೀಡಿದ್ದರೂ ಅವರ ದೃಷ್ಟಿಯಲ್ಲಿ ಅವರು ಕೇವಲ ಅನೈತಿಕವಾಗಿದ್ದರು. ಈ ಪ್ರೇಮಕಥೆಯು ಮರಾಠಾ ಇತಿಹಾಸದ ಪ್ರತ್ಯೇಕ ಅಧ್ಯಾಯವಾಗಿದೆ. ಪೇಶ್ವಾ ಬಾಜಿ ರಾವ್ ಅವರಿಂದ ಮಸ್ತಾನಿಗೆ ಒಬ್ಬ ಮಗ ಜನಿಸಿದನು, ಅವರ ಹೆಸರು ಶಂಶರ್ ಬಹದ್ದೂರ್. ಅವರ ಶಿಕ್ಷಣವನ್ನು ಸಹ ಪೇಶ್ವಾ ಅವರ ಇತರ ಪುತ್ರರಂತೆಯೇ ನಡೆಸಲಾಯಿತು. ತನ್ನ ನ್ಯಾಯಾಲಯದ ಸಭೆಗಳಲ್ಲಿ ಅವರು ಪೇಶ್ವಾ ಅವರ ಇತರ ಪುತ್ರರಂತೆಯೇ ಅದೇ ಸ್ಥಾನಮಾನ ಮತ್ತು ಗೌರವವನ್ನು ಅನುಭವಿಸಿದರು.

ಕಲ್ಪಿ ಮತ್ತು ಬಂಡಾವನ್ನು ಒಳಗೊಂಡ ಛತ್ರಸಲ್ ನಿಂದ ಪಡೆದ ಈ ರಾಜ್ಯದ ಒಂದು ಭಾಗವನ್ನು ಪೇಶ್ವಾ ಅವರು ಶಂಶರ್ ಬಹದ್ದೂರ್ ಗೆ ನೀಡಿದರು. ಆ ಸಮಯದಲ್ಲಿ ಈ ಪ್ರದೇಶದ ವಾರ್ಷಿಕ ಆದಾಯವು ನಲವತ್ತು ಲಕ್ಷ ರೂಪಾಯಿಗಳಾಗಿತ್ತು. ಈ ಪ್ರದೇಶವು 1816 ರವರೆಗೆ ಶಂಶರ್ ಬಹದ್ದೂರ್ ಅವರ ವಂಶಸ್ಥರ ನಿಯಂತ್ರಣದಲ್ಲಿತ್ತು. ನಂತರ 1817ರಲ್ಲಿ ಬ್ರಿಟಿಷರು ಈ ಪ್ರದೇಶವನ್ನು ತಮ್ಮ ಆಳ್ವಿಕೆಗೆ ಸೇರಿಸಿದರು ಮತ್ತು ರಾಜ್ಯದ ಮಾಲೀಕರಿಗೆ ನಾಲ್ಕು ಲಕ್ಷ ರೂಪಾಯಿಗಳ ವಾರ್ಷಿಕ ಪಿಂಚಣಿಯನ್ನು ನಿಗದಿಪಡಿಸಿದರು. ಶಂಶರ್ ಬಹದ್ದೂರ್ ಅವರ ವಂಶಸ್ಥರು ಇಂದಿಗೂ ಮಧ್ಯಪ್ರದೇಶದ ಇಂದೋರ್ ಇತ್ಯಾದಿಗಳಲ್ಲಿ ವಾಸಿಸುತ್ತಿದ್ದಾರೆ.

ಝಾನ್ಸಿಯ *ಜಾಗೀರ್*

ಮೇಲೆ ತಿಳಿಸಿದ ಪ್ರದೇಶಗಳು ಎಂಭತ್ತು ಲಕ್ಷ ರೂಪಾಯಿ ಆದಾಯವನ್ನು ಗಳಿಸಿದ ನಂತರ ಉಳಿದ ಪ್ರದೇಶವು ಝಾನ್ಸಿಯದ್ದಾಗಿದ್ದು, ಇದು ವಾರ್ಷಿಕ ಇಪ್ಪತ್ತು ಲಕ್ಷ ರೂಪಾಯಿ ಆದಾಯವನ್ನು ಗಳಿಸುತಿತ್ತು. ಝಾನ್ಸಿಯ ಮೊದಲ ಗವರ್ನರ್ ಆಗಿ ನೇಮಕಗೊಂಡ ಪೇಶ್ವರರ ದಾಖಲೆಗಳಿಂದ ಇದು ಸ್ಪಷ್ಟವಾಗಿಲ್ಲ. ಬಹುಶಃ, ಗಂಗಾಧರ್

ಪಂತ್ ಮೊದಲ ರಾಜ್ಯಪಾಲರಾಗಿದ್ದರು. ಒಮ್ಮೆ ಅವರ ಪ್ರತಿನಿಧಿ ಮಲ್ಹಾರ್ ಕೃಷ್ಣ ಅವರು ರಾಜ್ಯದಲ್ಲಿ ತೆರಿಗೆ ಸಂಗ್ರಹಿಸಲು ಹೋದಾಗ, ಓರ್ಚಾದ ಬುಂದೇಲರು ಅವರನ್ನು ಮೋಸಗೊಳಿಸಿದರು ಮತ್ತು ಅವರ ಇಬ್ಬರು ಗಂಡುಮಕ್ಕಳೊಂದಿಗೆ ಅವರನ್ನು ಕೊಂದರು. ಇದರಿಂದ ಕೋಪಗೊಂಡ ಪೇಶ್ವಾ ಓರ್ಚಾ ಮೇಲೆ ಹಲ್ಲೆ ನಡೆಸಿದರು. ರಾಜನನ್ನು ಸೆರೆಹಿಡಿಯಲಾಯಿತು, ರಾಜಮನೆತನದ ಅರಮನೆಗಳನ್ನು ನೆಲಕ್ಕೆ ಉರುಳಿಸಲಾಯಿತು ಮತ್ತು ಕತ್ತೆಗಳ ಸಹಾಯದಿಂದ ರಾಜಧಾನಿಯನ್ನು ಉಳುಮೆ ಮಾಡಲಾಯಿತು.

ಇದರ ನಂತರ ಗೋವಿಂದ ರಾವ್ ಪಂತ್ ಅವರನ್ನು ಝಾನ್ಸಿಯ ಸುಬೇದಾರ್ ಆಗಿ ನೇಮಿಸಲಾಯಿತು. 1742ರಲ್ಲಿ ನಾರೋ ಶಂಕರ್ ಮೋತಿವಾಲೆ ಅವರನ್ನು ಈ ಹುದ್ದೆಗೆ ನೇಮಿಸಲಾಯಿತು. ಅವರು ಸುಮಾರು ಹದಿನಾಲ್ಕು ವರ್ಷಗಳ ಕಾಲ ಈ ಹುದ್ದೆಯಲ್ಲಿ ಸೇವೆ ಸಲ್ಲಿಸಿದರು. ನಂತರ, ಅವರು ಆದಾಯದ ಒಂದು ನಿರ್ದಿಷ್ಟ ಭಾಗವನ್ನು ಪೇಶ್ವೆಗಳಿಗೆ ರವಾನಿಸುವುದನ್ನು ನಿಲ್ಲಿಸಿದರು, ಆದ್ದರಿಂದ ಅವರನ್ನು 1757 ರಲ್ಲಿ ನೆನಪಿಸಿಕೊಳ್ಳಲಾಯಿತು. ಅವರು ಹೇಗೋ ಪೇಶ್ವೆಗಳ ಮೇಲೆ ಪ್ರಭಾವ ಬೀರಿದರು ಮತ್ತು ಅವರಿಗೆ ಉನ್ನತ ಹುದ್ದೆ ನೀಡಲಾಯಿತು. ಅವರು ಯಾವಾಗಲೂ ದುಬಾರಿ ಮುತ್ತುಗಳ ಹಾರವನ್ನು ಧರಿಸುತ್ತಿದ್ದರು. ಆದ್ದರಿಂದ ಅವರಿಗೆ ಮೋತಿವಾಲೆ ಎಂಬ ಬಿರುದನ್ನು ನೀಡಲಾಯಿತು. ಅವರ ಅವಧಿಯಲ್ಲಿ ಗೋಸೈನ್ ಗಳು 1756ರಲ್ಲಿ ಝಾನ್ಸಿಯಲ್ಲಿ ದಂಗೆಯೆದ್ದರು ಮತ್ತು ಅದನ್ನು ವಶಪಡಿಸಿಕೊಂಡರು. ಗೋಸೈನ್ ಗಳು ಈ ಹಿಂದೆ ಝಾನ್ಸಿಯ ಮಾಸ್ಟರ್ಸ್ ಆಗಿದ್ದರು ಎಂಬುದು ಗಮನಿಸಬೇಕಾದ ಸಂಗತಿ. ಬಹುಶಃ, ನಾರೋ ಶಂಕರ್ ಮೋತಿವಾಲೆ ಅವರನ್ನು ಈ ಕಾರಣಕ್ಕಾಗಿ ನೆನಪಿಸಿಕೊಳ್ಳಲಾಗಿದೆ.

ಗೋಸೈನ್ ಗಳ ದಂಗೆಯನ್ನು ಹತ್ತಿಕ್ಕಲು ಪೇಶ್ವಾ ರಘುನಾಥ್ ಹರಿ ನೆವಾಲ್ಕರ್ ಎಂಬ ಧೈರ್ಯಶಾಲಿ ವ್ಯಕ್ತಿಯನ್ನು ಝಾನ್ಸಿಯ ಸುಬೇದಾರ್ ಆಗಿ ಕಳುಹಿಸಿದರು. ನೆವಾಲ್ಕರ್ ಈ ದಂಗೆಯನ್ನು ಹತ್ತಿಕ್ಕಿದರು. ಈ ಯಶಸ್ಸಿನಿಂದ ಸಂತಸಗೊಂಡಿದ್ದ ಪೇಶ್ವಾ, ತನ್ನ ಪೂರ್ವಜರ ಸಂಪ್ರದಾಯಕ್ಕೆ ಅನುಗುಣವಾಗಿ ಝಾನ್ಸಿಯ ಸುಬೇದಾರಿ (ಗವರ್ನರ್ ಶಿಪ್) ಜೊತೆಗೆ ವಾರ್ಷಿಕವಾಗಿ ಹತ್ತು ಸಾವಿರ ರೂಪಾಯಿಗಳನ್ನು ಪಡೆಯುವ *ಜಾಗೀರ್* ಅನ್ನು ನೀಡಿದರು. ಈ ಗೋಸೈನ್ ಗಳು ಬುಂದೇಲ್ ಖಂಡ್ ನಲ್ಲಿ ಅನಂತ್, ಅಮಾತ್, ಅಖ್ಯಾತ್ ಮತ್ತು ನಾಗಾ ಎಂಬ ನಾಲ್ಕು *ಮಠಗಳನ್ನು* (ಧಾರ್ಮಿಕ ಸ್ಥಳಗಳು) ಹೊಂದಿದ್ದವು. ಈ *ಮಠಗಳು* ಯುದ್ಧದ ಸಮಯದಲ್ಲಿ ಅವರಿಗೆ ಸಹಾಯ ಮಾಡಿದವು. ರಘುನಾಥ್ ಹರಿ ಈ ವ್ಯವಸ್ಥೆಯನ್ನು ಕೊನೆಗೊಳಿಸಿದರು ಮತ್ತು ಈ *ಮಠಗಳನ್ನು* ಝಾನ್ಸಿ ರಾಜ್ಯದಲ್ಲಿ ವಿಲೀನಗೊಳಿಸಿದರು.

ಗಂಗಾಧರ ರಾವ್ ಅವರ ಪೂರ್ವಜರು

ಈ ರಘುನಾಥ್ ಹರಿ ನೆವಾಲ್ಕರ್ ಗಂಗಾಧರ್ ರಾವ್ ಅವರ ಪೂರ್ವಜರಾಗಿದ್ದವರು ಝಾನ್ಸಿಯ ಮೊದಲ ರಾಜ್ಯಪಾಲರಾಗಿದ್ದರು. ಅವರ ಪೂರ್ವಜರು ಮೊದಲು ಮಹಾರಾಷ್ಟ್ರದ ರತ್ನಗಿರಿ ಜಿಲ್ಲೆಯ ಪಾವಸ್ ಗ್ರಾಮದಲ್ಲಿ ವಾಸಿಸುತ್ತಿದ್ದರು. ಪೇಶ್ವಾ ಆಳ್ವಿಕೆ ಪ್ರಾರಂಭವಾದಾಗ ಅವರಲ್ಲಿ ಕೆಲವರು ಖಂಡೇಶ್ ಗೆ ಸ್ಥಳಾಂತರಗೊಂಡರು ಮತ್ತು ಪೇಶ್ವಾ ಮತ್ತು ಹೋಲ್ಕರ್ ಸೈನ್ಯಗಳಲ್ಲಿ ಪ್ರಮುಖ ಹುದ್ದೆಗಳಲ್ಲಿ ಸೇವೆ ಸಲ್ಲಿಸಿದರು.

ರಘುನಾಥ್ ಹರಿ ನೆವಾಲ್ಕರ್ ಅವರ ಇಬ್ಬರು ಕಿರಿಯ ಸಹೋದರರಾದ ಲಕ್ಷ್ಮಣ ರಾವ್ ಮತ್ತು ಶಿವ ರಾವ್ ಭಾವು ಕೂಡ ಬುಂದೇಲ್ ಖಂಡ್ ನಲ್ಲಿ ಮರಾಠರ ಸ್ಥಾನವನ್ನು ಬಲಪಡಿಸಲು ಸಹಾಯ ಮಾಡಿದರು. ರಘುನಾಥ್ ಹರಿ ನೆವಾಲ್ಕರ್ ವೃದ್ಧರಾದಾಗ ಅವರು ಸುಬೇದರಿಯನ್ನು ಶಿವ ರಾವ್ ಭೌ ಅವರಿಗೆ ಹಸ್ತಾಂತರಿಸಿ ವಾರಣಾಸಿಗೆ ಸ್ಥಳಾಂತರಗೊಂಡರು. ಅವರು 1796ರಲ್ಲಿ ಅಲ್ಲಿಯೇ ನಿಧನರಾದರು.

ಶಿವ ರಾವ್ ಭಾವ್ ಮತ್ತು ಬ್ರಿಟಿಷರೊಂದಿಗೆ ಒಪ್ಪಂದ

ಝಾನ್ಸಿಯ ಗವರ್ನರ್ ಸ್ಥಾನವನ್ನು ಶಿವ ರಾವ್ ಭಾವ್ ವಹಿಸಿಕೊಂಡಾಗ, ಬಾಜಿ ರಾವ್ II ಆ ಸಮಯದಲ್ಲಿ ಪೇಶ್ವಾ ಆಗಿದ್ದರು. ಅವರು ಅಸಮರ್ಥ ಆಡಳಿತಗಾರರಾಗಿದ್ದರು. ಅವನ ಆಳ್ವಿಕೆಯ ಅವಧಿಯಲ್ಲಿ ರಾಜ್ಯಗಳಲ್ಲಿ ಅಸ್ವಸ್ಥತೆ ಹರಡಿತು. ಮರಾಠಾ ಮುಖ್ಯಸ್ಥರು ಸ್ವತಂತ್ರರಾಗಲು ದಂಗೆಯೆದ್ದರು. ಈ ಅವಕಾಶವನ್ನು ನೋಡಿ, ಬ್ರಿಟಿಷರು ಪ್ರತೀಕಾರ ತೀರಿಸಿಕೊಂಡರು. ಇದರ ಪರಿಣಾಮವಾಗಿ ಪೇಶ್ವಾ ಅವರು ತಮ್ಮ ಹುದ್ದೆಯನ್ನು ತ್ಯಜಿಸಬೇಕಾಯಿತು. ಇದನ್ನು ಮೊದಲೇ ಹೇಳಲಾಗಿದೆ. ಶಿವ ರಾವ್ ಭಾವ್ ಇದನ್ನು ನೋಡಿದಾಗ, ಅವರು ಸ್ವಾಭಾವಿಕವಾಗಿ ಅನುಮಾನಿಸಲು ಪ್ರಾರಂಭಿಸಿದರು. ಆದ್ದರಿಂದ ಅವರು ಪೇಶ್ವರರೊಂದಿಗಿನ ಸಂಪರ್ಕವನ್ನು ಕಡಿದುಕೊಂಡರು ಮತ್ತು ಇತರ ಎಲ್ಲ ಆಡಳಿತಗಾರರನ್ನು ಅವರ ಪರವಾಗಿ ಕರೆತಂದರು, ಇದು ಅವರ ಶಕ್ತಿಯನ್ನು ಸಾಕಷ್ಟು ಹೆಚ್ಚಿಸಿತು. ಹೆಚ್ಚುವರಿಯಾಗಿ, ಆ ಕಾಲದ ಮನೋಭಾವವನ್ನು ಸೂಕ್ಷ್ಮ ರಾಜತಾಂತ್ರಿಕರಾಗಿ ಗ್ರಹಿಸಿದ ಅವರು, ಫೆಬ್ರವರಿ 6, 1804 ರಂದು ಬ್ರಿಟಿಷರೊಂದಿಗೆ ಒಪ್ಪಂದಕ್ಕೆ ಸಹಿ ಹಾಕಿದರು. ಒಪ್ಪಂದವು ಸ್ಪಷ್ಟವಾಗಿ ಹೀಗೆ ಹೇಳುತ್ತದೆ, "ಶಿವ ರಾವ್ ಭಾವು ಮತ್ತು ಬ್ರಿಟಿಷ್ ಸರ್ಕಾರ ಪರಸ್ಪರ ಸ್ನೇಹಿತರು. ಅವರು ಯಾವುದೇ ರೀತಿಯ ತೊಂದರೆಯಲ್ಲಿ ಪರಸ್ಪರ ಸಹಾಯ ಮಾಡಬೇಕು."

ಈ ಒಪ್ಪಂದದ ನಂತರ, ಬುಂದೇಲ್ ಖಂಡ್ ನ ಇತರ ಆಡಳಿತಗಾರರು ಬ್ರಿಟಿಷರೊಂದಿಗೆ ಸ್ನೇಹ ಒಪ್ಪಂದಗಳಿಗೆ ಸಹಿ ಹಾಕಿದರು. ಇದು ಬ್ರಿಟಿಷ್ ಆಳ್ವಿಕೆಯು ಈ ಪ್ರದೇಶದಲ್ಲಿ ತನ್ನನ್ನು ಬಲಪಡಿಸಿಕೊಳ್ಳಲು ಅಪಾರವಾಗಿ ಸಹಾಯ ಮಾಡಿತು.

ತಾಯಿ ಮತ್ತು ಮಗನ ನಡುವಿನ ದ್ವೇಷ

ಶಿವ ರಾವ್ ಭಾವ್ ಅವರಿಗೆ ಕೃಷ್ಣ ರಾವ್, ರಘುನಾಥ್ ರಾವ್ ಮತ್ತು ಗಂಗಾಧರ್ ರಾವ್ ಎಂಬ ಮೂವರು ಗಂಡು ಮಕ್ಕಳಿದ್ದರು. ಹಿರಿಯ ಮಗ ಕೃಷ್ಣ ರಾವ್ ಶಿವ ರಾವ್ ಭಾವ್ ಅವರ ಜೀವಿತಾವಧಿಯಲ್ಲಿ ನಿಧನರಾದರು, ಇದು ಅವರನ್ನು ಅಗಾಧವಾಗಿ ನೋಯಿಸಿತು ಮತ್ತು ಅವರು ರಾಜ್ಯದಲ್ಲಿ ಆಸಕ್ತಿಯನ್ನು ಕಳೆದುಕೊಂಡರು. ಆದ್ದರಿಂದ ಅವರು ಎಲ್ಲವನ್ನೂ ಬಿಟ್ಟು ಬ್ರಹ್ಮವರ್ತಕ್ಕೆ ತೆರಳಿದರು. ನಂತರ ಕೃಷ್ಣ ರಾವ್ ಅವರ ಅಪ್ರಾಪ್ತ ಪುತ್ರ ರಾಮ್ ಚಂದ್ರ ಅವರನ್ನು ಝಾನ್ಸಿಯ ಆಡಳಿತಗಾರರನ್ನಾಗಿ ಮಾಡಲಾಯಿತು ಮತ್ತು ಅವರ ತಾಯಿ ಸುಖುಬಾಯಿ ಅವರ ಪರವಾಗಿ ಆಡಳಿತವನ್ನು ನಿರ್ದೇಶಿಸಿದರು. ಝಾನ್ಸಿಯ ಮಾಜಿ ಸಚಿವ ಗೋಪಾಲ ರಾವ್ ಈ ಕೆಲಸದಲ್ಲಿ ಅವರಿಗೆ ಸಹಾಯ ಮಾಡಿದರು.

ನಿಧಾನವಾಗಿ ರಾಮಚಂದ್ರ ರಾವ್ ಬೆಳೆದರು ಮತ್ತು ಆಡಳಿತದ ನಿಯಂತ್ರಣವನ್ನು ತಮ್ಮ ಕೈಯಲ್ಲಿ ತೆಗೆದುಕೊಳ್ಳಲು ಪ್ರಯತ್ನಿಸಿದರು. ಸುಖುಬಾಯಿ ಈ ಸಮಯದಲ್ಲಿ ಆಡಳಿತದ ಕೊಳ್ಳೆಯನ್ನು ಆನಂದಿಸುತ್ತಿದ್ದಳು, ಆದ್ದರಿಂದ ಅವಳು ತನ್ನ ಮಗನ ಈ ಪಾತ್ರವನ್ನು ಆನಂದಿಸಲಿಲ್ಲ. "ಮಗ ಕೆಟ್ಟ ಮಗನಾಗಬಹುದು, ಆದರೆ ತಾಯಿ ಎಂದಿಗೂ ಕೆಟ್ಟ ತಾಯಿಯಾಗುವುದಿಲ್ಲ" ಎಂಬ ಮಾತಿದೆ. ಆದರೆ ಈ ಗಾದೆ ಸುಖುಬಾಯಿಗೆ ಸಂಬಂಧಿಸಿದಂತೆ ಸಂಪೂರ್ಣವಾಗಿ ಸುಳ್ಳು ಎಂದು ಸಾಬೀತಾಯಿತು. ಅವಳು ತನ್ನ ಮಗನ ಪ್ರತಿಯೊಂದು ಚಟುವಟಿಕೆಯಲ್ಲಿ ಅಡಚಣೆಗಳನ್ನು ಉಂಟುಮಾಡಲಾರಂಭಿಸಿದಳು. ರಾಮಚಂದ್ರ ರಾವ್ ಇದನ್ನು ವಿರೋಧಿಸಿದರು. ಬೇಗ ಅಥವಾ ನಂತರ ಅವಳು ಆಡಳಿತಾತ್ಮಕ ಅಧಿಕಾರವನ್ನು ತನ್ನ ಮಗನಿಗೆ ಹಸ್ತಾಂತರಿಸಬೇಕಾಗುತ್ತದೆ ಎಂದು ಸುಖುಬಾಯಿ ಅರಿತುಕೊಂಡಳು. ಆದ್ದರಿಂದ ರಾಮಚಂದ್ರ ರಾವ್ ಅವರನ್ನು ಶಾಶ್ವತವಾಗಿ ತನ್ನ ಹಾದಿಯಿಂದ ತೆಗೆದುಹಾಕುವ ಅತ್ಯಂತ ಕ್ರೂರ ನಿರ್ಧಾರವನ್ನು ಅವಳು ತೆಗೆದುಕೊಂಡಳು. ಅವಳು ತನ್ನ ಮಗನ ಹತ್ಯೆಯ ಪ್ರಯತ್ನಗಳನ್ನು ಮಾಡಲು ಪ್ರಾರಂಭಿಸಿದಳು. ರಾಮಚಂದ್ರ ರಾವ್ ಅವರು ಟ್ಯಾಂಕ್ ನಲ್ಲಿ ಈಜುವುದನ್ನು ತುಂಬಾ ಇಷ್ಟಪಡುತ್ತಿದ್ದರು. ಅವರು ಝಾನ್ಸಿಯ ಲಕ್ಷ್ಮೀಬಾಯಿ ಟ್ಯಾಂಕ್ ನಲ್ಲಿ ಗಂಟೆಗಳ ಕಾಲ ಈಜುತ್ತಿದ್ದರು. ಸುಖುಬಾಯಿ ರಾತ್ರಿ ಹೊತ್ತಿನಲ್ಲಿ ಟ್ಯಾಂಕ್ ನಲ್ಲಿ ರಿವರ್ಸ್ ಸ್ಥಾನದಲ್ಲಿ ನಿಗೂಢ ರೀತಿಯಲ್ಲಿ ಲ್ಯಾನ್ಸ್‌ಗಳನ್ನು ನೆಟ್ಟರು. ಇದರಿಂದ ರಾಮ್ ಚಂದ್ರ ರಾವ್ ಅವರು ಅಲ್ಲಿಗೆ ಹಾರಿದ ಕ್ಷಣವೇ ಸಾವನ್ನಪ್ಪಬೇಕೆಂದು.

ರಾಮಚಂದ್ರ ರಾವ್ ಅವರ ಅತ್ಯಂತ ನಿಕಟ ಮತ್ತು ನಿಷ್ಠಾವಂತ ಸೇವಕ ಲಾಲೂ ಕೊಡಲ್ಕರ್ ಅವರು ಸುಖುಬಾಯಿಯ ಈ ಕ್ರೂರ ಯೋಜನೆಯನ್ನು ತಿಳಿದುಕೊಂಡರು. ಅವನು ತನ್ನ ಯಜಮಾನನಿಗೆ ಎಲ್ಲವನ್ನೂ ಹೇಳಿದನು. ಇದರ ಪರಿಣಾಮವಾಗಿ ರಾಮ್ ಚಂದ್ರ ರಾವ್ ಅವರನ್ನು ಉಳಿಸಲಾಯಿತು. ಆದರೆ ಲಾಲೂ ಕೊಡಲ್ಕರ್ ಅವರು ಸುಖುಬಾಯಿಯ ಸೇಡು ತೀರಿಸಿಕೊಳ್ಳಲು ತಮ್ಮ ಪ್ರಾಣವನ್ನು ಕಳೆದುಕೊಳ್ಳಬೇಕಾಯಿತು. ಎಲ್ಲವನ್ನೂ ತಿಳಿದಿದ್ದರೂ, ರಾಮಚಂದ್ರ ರಾವ್ ತನ್ನ ತಾಯಿಯ ಭಯದಿಂದ ಮೌನವಾಗಿರಬೇಕಾಯಿತು. ಆದರೆ ಸುಖುಬಾಯಿಯ ಈ ಕೆಟ್ಟ ಕೃತ್ಯವು ಹೆಚ್ಚು ಕಾಲ ಉಳಿಯಲಿಲ್ಲ. ಕೆಲವೇ ದಿನಗಳಲ್ಲಿ ಎಲ್ಲ ಮಂತ್ರಿಗಳು ಮತ್ತು ಪ್ರಜೆಗಳು ಇದನ್ನು ತಿಳಿದುಕೊಂಡರು. ಸುಖುಬಾಯಿ ವಿರುದ್ಧ ತೀವ್ರ ಆಕ್ರೋಶ ವ್ಯಕ್ತಪಡಿಸಿದರು. ಪ್ರಯೋಗಾರ್ಥಿಗಳಿಂದ ಸನ್ನಿಹಿತವಾದ ದಂಗೆಯ ಪರಿಣಾಮವಾಗಿ ಆಕೆಯನ್ನು ಖೈದಿಯಾಗಿ ಕರೆದೊಯ್ಯಲಾಯಿತು. ನಂತರ ಅವರು ಜೈಲಿನಲ್ಲಿ ನಿಧನರಾದರು.

ಸುಮಾರು ಈ ಸಮಯದಲ್ಲಿ ಬ್ರಿಟಿಷರು ಎರಡನೇ ಪೇಶ್ವ ಬಾಜಿ ರಾವ್ ಅವರನ್ನು ತಮ್ಮ ಹುದ್ದೆಯಿಂದ ತೆಗೆದುಹಾಕಿದರು. 1817ರ ಜೂನ್ 13ರಂದು ಬ್ರಿಟಿಷರು ಬುಂದೇಲ್ ಖಂಡ್ ನಲ್ಲಿರುವ ಪೇಶ್ವೆಯ ಎಲ್ಲ ಹಕ್ಕುಗಳನ್ನು ತಮ್ಮದಾಗಿಸಿಕೊಂಡರು.

ರಾಮಚಂದ್ರ ರಾವ್ ಜೊತೆ ಬ್ರಿಟೀಷರ ಹೊಸ ಒಪ್ಪಂದ

ಈಗ ಬ್ರಿಟಿಷರು ಬುಂದೇಲ್ ಖಂಡ್ ನ ಹೊಸ ಹಕ್ಕುಗಳನ್ನು ಪಡೆದುಕೊಂಡಿದ್ದರು. ರಾಮ್ ಚಂದ್ರ ರಾವ್ ಈ ಸಮಯದಲ್ಲಿ ಝಾನ್ಸಿಯನ್ನು ಆಳಿದರು ಮತ್ತು ಅವರ ಸಚಿವ ಗೋಪಾಲ್ ರಾವ್ ಅವರ ಸಹಾಯದಿಂದ ರಾಜ್ಯ

ಆಡಳಿತದ ಕೆಲಸವನ್ನು ನಿರ್ವಹಿಸಿದರು. ಬ್ರಿಟಿಷರು ತಮ್ಮ ಹಕ್ಕುಗಳನ್ನು ಸ್ಥಾಪಿಸುವ ಸಲುವಾಗಿ ರಾಮಚಂದ್ರ ರಾವ್ ಅವರೊಂದಿಗೆ ಹೊಸ ಒಪ್ಪಂದಕ್ಕೆ ಸಹಿ ಹಾಕಿದರು. ಈ ಒಪ್ಪಂದದ ಪ್ರಕಾರ, ಶಿವ ರಾವ್ ಭಾವ್ ಅವರು ಸಲ್ಲಿಸಿದ ಸೇವೆಗಳನ್ನು ಗುರುತಿಸಿ ಬ್ರಿಟಿಷರು ತಮ್ಮ ಮೊಮ್ಮಗ ರಾಮ್ ಚಂದ್ರ ರಾವ್ ಅವರಿಗೆ ತಮ್ಮ ಪರಂಪರೆ ಮತ್ತು ವಂಶಾವಳಿಯನ್ನು ಮುಂದುವರಿಸಲು ಝಾನ್ಸಿ ರಾಜ್ಯವನ್ನು ನೀಡಿದರು. ಈ ಪ್ರಮುಖ ಐತಿಹಾಸಿಕ ಒಪ್ಪಂದವನ್ನು 1817ರ ನವೆಂಬರ್ 17ರಂದು ಸಿಪ್ರಿಯಲ್ಲಿ ಅಂಗೀಕರಿಸಲಾಯಿತು. ಅದರಲ್ಲಿ ಸಚಿವ ಗೋಪಾಲ ರಾವ್ ಅವರು ರಾಮಚಂದ್ರ ರಾವ್ ಅವರ ಪರವಾಗಿ ಮತ್ತು ಜಾನ್ ಬೀನ್ ಚಾಪ್ ಬ್ರಿಟಿಷರ ಪರವಾಗಿ ಸಹಿ ಹಾಕಿದರು.

ಇದರ ನಂತರ ರಾಮಚಂದ್ರ ರಾವ್ ಬ್ರಿಟಿಷರೊಂದಿಗೆ ಸ್ನೇಹ ಸಂಬಂಧ ಹೊಂದಿದ್ದರು. 1825 ರಲ್ಲಿ ನಾನಾ ಪಂತ್ ಎಂಬ ಮರಾಠಾ ಕೆಚ್ಚೆದೆಯ ವ್ಯಕ್ತಿ ಬ್ರಿಟಿಷರ ವಿರುದ್ಧ ದಂಗೆಯೆದ್ದರು ಮತ್ತು ಅವರ ಅನೇಕ ಪ್ರದೇಶಗಳನ್ನು ತಮ್ಮ ನಿಯಂತ್ರಣಕ್ಕೆ ತೆಗೆದುಕೊಂಡರು. ರಾಮಚಂದ್ರ ರಾವ್ ಅವರ ಸಹಾಯದಿಂದ ಬ್ರಿಟಿಷರು ನಾನಾ ಪಂತ್ ಅವರನ್ನು ಸೋಲಿಸಿದರು. ಈ ಸಹಾಯಕ್ಕಾಗಿ ರಾಮ್ ಚಂದ್ರ ರಾವ್ ಅವರಿಗೆ ಕೃತಜ್ಞತೆಯನ್ನು ವ್ಯಕ್ತಪಡಿಸಿದ ಅಂದಿನ ಗವರ್ನರ್ ಜನರಲ್ ಲಾರ್ಡ್ ವಿಲಿಯಂ ಬೆಂಟಿಂಕ್ ಹೀಗೆ ಬರೆದರು: "ಝಾನ್ಸಿಯ ಸೈನ್ಯ ಸಕಾಲದಲ್ಲಿ ನಮ್ಮ ಸಹಾಯಕ್ಕೆ ಬರದಿದ್ದರೆ ಕಲ್ಪಿಯಲ್ಲಿ ನಮ್ಮ ಗೆಲುವು ಅಸಾಧ್ಯವಾಗಿತ್ತು."

ಆದ್ದರಿಂದ 1832 ರಲ್ಲಿ ವಿಲಿಯಂ ಬೆಂಟಿಂಕ್ ಅವರು ರಾಮಚಂದ್ರ ರಾವ್ ಅವರ ಗೌರವಾರ್ಥವಾಗಿ ಝಾನ್ಸಿಯಲ್ಲಿ ನ್ಯಾಯಾಲಯದ ಸಮಾರಂಭವನ್ನು ಆಯೋಜಿಸಿದರು, ಅದರಲ್ಲಿ ಅವರು "ಮಹಾರಾಜಧಿರಾಜ್" ಮತ್ತು "*ಟಿಡ್ವಿ ಬಾದ್ಶಾ ಜಾನ್-ಜಾನೆ ಎಂಗ್ಲಿಷ್ತಾನ್*" *ಎಂಬ ಗೌರವಾನ್ವಿತ ಬಿರುದುಗಳನ್ನು ನೀಡಿದರು.* ದುರದೃಷ್ಟವಶಾತ್ ರಾಮಚಂದ್ರ ರಾವ್ ಅವರಿಗೆ ಬಹಳ ಕಾಲದವರೆಗೆ ಭವ್ಯವಾದ ವಾಗ್ದಾನಗಳನ್ನು ಆನಂದಿಸಲು ಸಾಧ್ಯವಾಗಲಿಲ್ಲ. ಅವರು 1835ರಲ್ಲಿ ನಿಧನರಾದರು.

ಗಂಗಾಧರ ರಾವ್ ರಾಜ್ಯವನ್ನು ಪಡೆಯುತ್ತಾರೆ

ರಾಮ್ ಚಂದ್ರ ರಾವ್ ಅವರಿಗೆ ಸ್ವಂತ ಮಗು ಇರಲಿಲ್ಲ. ಅವರು ಕೃಷ್ಣ ರಾವ್ ಎಂಬ ಯುವಕನನ್ನು ದತ್ತು ಪಡೆದರು. ಕೃಷ್ಣ ರಾವ್ ಅವರ ದತ್ತು ಶಾಸ್ತ್ರಗಳಿಗೆ (ಶಾಸ್ತ್ರೀಯ ಬುದ್ಧಿವಂತಿಕೆ) ಅನುಗುಣವಾಗಿ ಪರಿಗಣಿಸಲ್ಪಟ್ಟಿಲ್ಲ. ಆದ್ದರಿಂದ, ರಾಮಚಂದ್ರ ರಾವ್ ಅವರ ಹಿರಿಯ ಚಿಕ್ಕಪ್ಪ ರಘುನಾಥ ರಾವ್ ಅವರನ್ನು ಸಾಮ್ರಾಜ್ಯದ ಉತ್ತರಾಧಿಕಾರಿ ಎಂದು ಅಂಗೀಕರಿಸಲಾಯಿತು. ಅವರನ್ನು ಅಂದಿನ ರಾಜಕೀಯ ಏಜೆಂಟ್ ಬಾಗ್ವೀ ಸಿಂಹಾಸನಾರೋಹಣ ಮಾಡಿದರು. ರಘುನಾಥ ರಾವ್ ಅವರು ಅಸಮರ್ಥ, ದಬ್ಬಾಳಿಕೆ ಮತ್ತು ಸ್ವೇಚ್ಛಾಚಾರದ ರಾಜರಾದರು. ಅವರ ಆಳ್ವಿಕೆಯಲ್ಲಿ ಅವರ ಪ್ರಜೆಗಳು ಭಾರಿ ತೊಂದರೆ ಅನುಭವಿಸಿದರು ಮತ್ತು ರಾಜ್ಯದ ಆದಾಯವೂ ಕುಸಿಯಿತು. ಪರಿಣಾಮವಾಗಿ, 1837 ರಲ್ಲಿ ಬ್ರಿಟಿಷರು ಅವರನ್ನು ತೆಗೆದುಹಾಕಿದರು ಮತ್ತು ಝಾನ್ಸಿಯ ಆಡಳಿತವನ್ನು ತಾತ್ಕಾಲಿಕವಾಗಿ ತಮ್ಮ ಕೈಗೆ ತೆಗೆದುಕೊಂಡರು. ಎರಡನೇ ವರ್ಷದಲ್ಲಿ ರಘುನಾಥ ರಾವ್ ನಿಧನರಾದರು.

ರಘುನಾಥ್ ರಾವ್ ಅವರಿಗೆ ಯಾವುದೇ ನ್ಯಾಯಸಮ್ಮತ ಮಗನಿಲ್ಲದ ಕಾರಣ, ಝಾನ್ಸಿಯಲ್ಲಿ ಯಾರನ್ನು ಸಿಂಹಾಸನಾರೋಹಣ ಮಾಡಬೇಕು ಎಂಬ ಪ್ರಶ್ನೆ ರಘುನಾಥ್ ರಾವ್ ಅವರ ಸಾವಿನ ಬಗ್ಗೆ ಮತ್ತೊಮ್ಮೆ ಉದ್ಭವಿಸಿತು. ಉತ್ತರಾಧಿಕಾರಿಯ ಪರಿಗಣನೆಗೆ ನಾಲ್ಕು ಹೆಸರುಗಳು ಬಂದವು. ಗಂಗಾಧರ ರಾವ್, ರಘುನಾಥ ರಾವ್ ಅವರ ಕಿರಿಯ ಸಹೋದರ, ಕೃಷ್ಣ ರಾವ್, ರಾಮಚಂದ್ರ ರಾವ್ ಅವರ ದತ್ತುಪುತ್ರ, ಸೇವಕಿ ಗಜ್ರಾ ಅವರ (ರಘುನಾಥ ರಾವ್ ಅವರ ಕಾವಲು) ಮಗ ಅಲಿ ಬಹದ್ದೂರ್ ಮತ್ತು ರಘುನಾಥ ರಾವ್ ಅವರ ಮಹಾರಾಣಿ. ಈ ಎಲ್ಲ ಹೆಸರುಗಳನ್ನು ಪರಿಗಣಿಸಲು ಆಯೋಗವನ್ನು ರಚಿಸಲಾಯಿತು. ಈ ಆಯೋಗದ ನೇತೃತ್ವವನ್ನು ಗ್ವಾಲಿಯರ್ ರಾಜ್ಯದ ನಿವಾಸಿ ಸ್ಪಿಯರ್ಸ್ ವಹಿಸಿದ್ದರು. ಎಲ್ಲಾ ಹೆಸರುಗಳು ಮತ್ತು ಅವರ ಹಕ್ಕುಗಳನ್ನು ಪರಿಗಣಿಸಿದ ನಂತರ, ಆಯೋಗವು ಗಂಗಾಧರ್ ರಾವ್ ಅವರನ್ನು ಎಲ್ಲಾ ಕೋನಗಳಿಂದ ಈ ಹುದ್ದೆಗೆ ಹೆಚ್ಚು ಸೂಕ್ತವೆಂದು ಕಂಡುಕೊಂಡಿತು. ಆದ್ದರಿಂದ ಅವರ ಹೆಸರಿನ ಶಿಫಾರಸನ್ನು ಬ್ರಿಟಿಷ್ ಸರ್ಕಾರವು ಅಂಗೀಕರಿಸಿತು. ಹೀಗೆ ಗಂಗಾಧರ ರಾವ್ ಝಾನ್ಸಿಯ ಆಡಳಿತಗಾರರಾದರು, ಆದರೆ ಅವರಿಗೆ ಪೂರ್ಣ ಹಕ್ಕುಗಳು ಸಿಗಲಿಲ್ಲ. ರಘುನಾಥ್ ರಾವ್ ಅವರ ದುರುಪಯೋಗದ ಸಮಯದಲ್ಲಿ ಝಾನ್ಸಿಗೆ ಹಲವು ಲಕ್ಷ ರೂಪಾಯಿಗಳ ಋಣಭಾರವಿತ್ತು. ಆದ್ದರಿಂದ, ಸಾಲವನ್ನು ಸಂಪೂರ್ಣವಾಗಿ ಪಾವತಿಸುವವರೆಗೆ ಬ್ರಿಟಿಷ್ ಸರ್ಕಾರವು ಹಕ್ಕುಗಳ ಮೇಲೆ ನಿರ್ಬಂಧಗಳನ್ನು ವಿಧಿಸಿತ್ತು.

ರಾಜ್ಯದ ಸಂಪೂರ್ಣ ಹಕ್ಕುಗಳನ್ನು ಪಡೆಯುವುದು

ರಾಜಾ ಗಂಗಾಧರ ರಾವ್ ಅವರು ಸಮರ್ಥ ನಿರ್ವಾಹಕರಾಗಿದ್ದರು. ಝಾನ್ಸಿಯ ಆರ್ಥಿಕ ಸ್ಥಿತಿಯು ನಿಧಾನವಾಗಿ ಸುಧಾರಿಸಲು ಪ್ರಾರಂಭಿಸಿತು. ಲಕ್ಷ್ಮೀಬಾಯಿಯೊಂದಿಗೆ ಮದುವೆಯಾದ ಕೆಲವು ವರ್ಷಗಳ ನಂತರ ರಾಜ್ಯದ ಎಲ್ಲ ಸಾಲವನ್ನು ವಿಮೋಚಿಸಲಾಯಿತು. ಹೀಗೆ ಲಕ್ಷ್ಮೀಬಾಯಿ ತನ್ನ ಪತಿಗೆ ಸಂಪತ್ತಿನ ದೇವತೆಯನ್ನು ಸಾಬೀತುಪಡಿಸಿದಳು. ಎಲ್ಲಾ ಸಾಲವನ್ನು ತೀರಿಸಿದ ನಂತರ, ರಾಜ್ಯಕ್ಕೆ ಸಂಪೂರ್ಣ ಹಕ್ಕುಗಳನ್ನು ಮರಳಿ ಪಡೆಯುವ ಸಮಯ ಒದಗಿತು. ಬುಂದೇಲ್ ಖಂಡ್ ನ ರಾಜಕೀಯ ಏಜೆಂಟ್ ಕರ್ನಲ್ ಸ್ಲೀಮನ್ ಬ್ರಿಟಿಷ್ ಸರ್ಕಾರಕ್ಕೆ ಈ ಮಾಹಿತಿಯನ್ನು ಕಳುಹಿಸಿದರು. ಬ್ರಿಟಿಷ್ ಹಿತಾಸಕ್ತಿಗಳನ್ನು ನೋಡಿಕೊಳ್ಳಲು ಝಾನ್ಸಿ ರಾಜ್ಯವು ಝಾನ್ಸಿಯಲ್ಲಿ ಕೆಲವು ಬ್ರಿಟಿಷ್ ಪಡೆಗಳಿಗೆ ಖರ್ಚು ಮಾಡಬೇಕಾಗುತ್ತದೆ ಮತ್ತು ನಿರ್ವಹಿಸಬೇಕಾಗುತ್ತದೆ ಎಂಬ ಷರತ್ತಿನೊಂದಿಗೆ ರಾಜ್ಯದ ಪೂರ್ಣ ಹಕ್ಕುಗಳನ್ನು ಪುನರ್ವಸತಿ ಮಾಡಲು ಸರ್ಕಾರ ಒಪ್ಪಿಕೊಂಡಿತು. ಗಂಗಾಧರ ರಾವ್ ಅವರು ಈ ಸ್ಥಿತಿಯನ್ನು ಬಲವಂತವಾಗಿ ಒಪ್ಪಿಕೊಳ್ಳಬೇಕಾಯಿತು. ಅವರು ಈ ಉದ್ದೇಶಕ್ಕಾಗಿ 2,27,458/- ರೂ. ಇದರೊಂದಿಗೆ, ಅವರು ಎರಡು ಪ್ಲೇಟೂನ್ ಗಳು ಮತ್ತು ಎರಡು ಫಿರಂಗಿ ಘಟಕಗಳನ್ನು ತಮ್ಮ ನಿಯಂತ್ರಣದಲ್ಲಿರಿಸಿಕೊಂಡರು.

ಈ ಎಲ್ಲ ಸಮಸ್ಯೆಗಳನ್ನು ಒಪ್ಪಿಕೊಂಡ ನಂತರ, ಗಂಗಾಧರ ರಾವ್ ಅವರು ಪೂರ್ಣ ರಾಜ್ಯದ ಹಕ್ಕುಗಳ ಸ್ವಾಧೀನವನ್ನು ಆಚರಿಸಿದರು. ಈ ಸಂದರ್ಭದಲ್ಲಿ ರಾಜಕೀಯ ಏಜೆಂಟ್ ಝಾನ್ಸಿ ಖಜಾನೆಯಲ್ಲಿ ಹೆಚ್ಚುವರಿ ಮೂವತ್ತು ಲಕ್ಷ ರೂಪಾಯಿಗಳ ಬಾಕಿ ಹಣವನ್ನು ಅವರಿಗೆ ಹಸ್ತಾಂತರಿಸಿದರು ಮತ್ತು ಅವರಿಗೆ ಇನ್ನೂ ಅನೇಕ

ಅಮೂಲ್ಯ ಉಡುಗೊರೆಗಳನ್ನು ನೀಡಿದರು. ಗೌರವಾನ್ವಿತ ನಾಗರಿಕರು, ಆಸ್ಥಾನಿಕರು, ಜಾಗೀರ್ ದಾರ್ ಗಳು ಮುಂತಾದವರು ಮಹಾರಾಜ್ ಗಂಗಾಧರ್ ರಾವ್ ಅವರಿಗೆ ದುಬಾರಿ ಉಡುಗೊರೆಗಳನ್ನು ನೀಡಿದರು.

ರಾಜ ಗಂಗಾಧರ ರಾವ್ ಅವರ ರಾಜ್ಯ ಆಡಳಿತ

ಝಾನ್ಸಿಯಲ್ಲಿ ಉತ್ತಮ ವ್ಯವಸ್ಥೆಯನ್ನು ಸ್ಥಾಪಿಸಲು ಗಂಗಾಧರ ರಾವ್ ಅನೇಕ ಕೆಲಸಗಳನ್ನು ಮಾಡಿದರು. ಮೊದಲನೆಯದಾಗಿ ಅವರು ರಾಜ್ಯ ಆಡಳಿತಕ್ಕಾಗಿ ಸಲಹೆ ನೀಡಲು ಕೆಲವು ಸಮರ್ಥ ಮತ್ತು ಅನುಭವಿ ಮಂತ್ರಿಗಳನ್ನು ನೇಮಿಸಿದರು. ಅವರು ರಾಘವ್ ರಾಮ್ ಚಂದ್ರ ಸಂತರನ್ನು ತಮ್ಮ ಪ್ರಧಾನಿಯಾಗಿ ಅತ್ಯಂತ ಬುದ್ಧಿವಂತ ಮತ್ತು ಸಮರ್ಥ ವ್ಯಕ್ತಿಯನ್ನಾಗಿ ಮಾಡಿದರು. ಅವರ ಸಲಹೆಯ ಮೇರೆಗೆ ಅವರು ನರಸಿಂಹ ರಾವ್ ಅವರನ್ನು ತಮ್ಮ ನ್ಯಾಯಾಲಯದಲ್ಲಿ ಕಾನೂನು ಸಲಹೆಗಾರರನ್ನಾಗಿ ನೇಮಿಸಿದರು. ನಾನಾ ಮೊಪತ್ಕರ್ ಅವರನ್ನು ಮುಖ್ಯ ನ್ಯಾಯಮೂರ್ತಿಯಾಗಿ ನೇಮಿಸಲಾಯಿತು.

ರಘುನಾಥ ರಾವ್ ಅವರ ಆಳ್ವಿಕೆಯಲ್ಲಿ ರಾಜ್ಯವು ಭಾರಿ ನಷ್ಟವನ್ನು ಅನುಭವಿಸಬೇಕಾಯಿತು. ಆದ್ದರಿಂದ, ಗಂಗಾಧರ ರಾವ್ ಅವರು ಅನೇಕ ತಿದ್ದುಪಡಿ ಕ್ರಮಗಳನ್ನು ಕೈಗೊಂಡರು. ಬುಂಡೇಲರು ಭಯೋತ್ಪಾದನೆಯನ್ನು ಹರಡಿದ ಪ್ರದೇಶಗಳಲ್ಲಿ ಸೇನಾ ಪೋಸ್ಟ್ ಗಳನ್ನು ಸ್ಥಾಪಿಸಲಾಯಿತು. ಬಹಳ ಕಡಿಮೆ ಅವಧಿಯಲ್ಲಿ ಝಾನ್ಸಿ ಬೆಳೆಯಲು ಮತ್ತು ಅಭಿವೃದ್ಧಿಸಲು ಪ್ರಾರಂಭಿಸಿತು. ಮಹಾರಾಜ ಗಂಗಾಧರ ರಾವ್ ಅವರು ಆನೆಗಳು ಮತ್ತು ಕುದುರೆಗಳನ್ನು ಬಹಳ ಇಷ್ಟಪಡುತ್ತಿದ್ದರು. ಅವರಿಗೆ ಅನೇಕ ಕುದುರೆಗಳು ಮತ್ತು ಆನೆಗಳು ಇದ್ದವು, ಅವರಲ್ಲಿ ಸಿದ್ಧವಕ ಎಂಬ ಆನೆ ಇತ್ತು, ಅದು ಅವರ ನೆಚ್ಚಿನವುಗಳಲ್ಲಿ ಒಂದಾಗಿತ್ತು. ಅವರು ಅದನ್ನು ತಮ್ಮ ವೈಯಕ್ತಿಕ ಸವಾರಿಗಾಗಿ ಬಳಸಿದರು. ಅದರ ಎಲ್ಲಾ ಆಭರಣಗಳು, ಅದರ ಹಂಡ ಮತ್ತು ಅಂಬಾರಿಯನ್ನು ಚಿನ್ನದಿಂದ ಮಾಡಲಾಗಿತ್ತು.

ಝಾನ್ಸಿ ರಾಜ್ಯ ಮತ್ತು ಅದರ ಅಡಿಯಲ್ಲಿರುವ ಜಾಗೀರ್ ದಾರ್ ಗಳ ಸೈನ್ಯವು ಐದು ಸಾವಿರ ಸೈನಿಕರನ್ನು ಹೊಂದಿತ್ತು. ಮಹಾರಾಜ್ ಗಂಗಾಧರ ರಾವ್ ಅವರ ಸ್ವಭಾವವು ತುಂಬಾ ಸಿಹಿಯಾಗಿತ್ತು ಮತ್ತು ಸಭ್ಯವಾಗಿತ್ತು, ಆದರೆ ಅವರು ಆಡಳಿತದಲ್ಲಿ ತುಂಬಾ ಕಟ್ಟುನಿಟ್ಟಾಗಿದ್ದರು. ಒಬ್ಬ ವ್ಯಕ್ತಿಯು ತನಗೆ ನಿಯೋಜಿಸಲಾದ ಕೆಲಸವನ್ನು ಖಂಡಿತವಾಗಿಯೂ ಪೂರ್ಣಗೊಳಿಸುತ್ತಾನೆ ಎಂಬುದು ಅವರ ನಿಯಮದ ಸಾಮಾನ್ಯ ನಿಯಂತ್ರಣವಾಗಿತ್ತು. ವಿಳಂಬವಾಗಿದ್ದರೆ ಸಂಬಂಧಪಟ್ಟ ವ್ಯಕ್ತಿಯು ಮಹಾರಾಜರ ಮುಂದೆ ಹಾಜರಾಗಬೇಕಾಗಿತ್ತು. ಆಗಿನ ಬ್ರಿಟಿಷ್ ಅಧಿಕಾರಿಗಳು ಈ ಮನೋಹರವಾದ ಗುಣಗಳಿಗಾಗಿ ಅವರಿಂದ ಪ್ರಭಾವಿತರಾದರು ಮತ್ತು ಅವರನ್ನು ಗೌರವಿಸಿದರು.

ಬಯಕೆಯ ನೆರವೇರಿಕೆ

ಸಂದರ್ಭಗಳು ಒಬ್ಬ ಸಾಮಾನ್ಯ ಬ್ರಾಹ್ಮಣನ ಮಗಳನ್ನು ಝಾನ್ಸಿಯ ಮಹಾರಾಣಿ ಲಕ್ಷ್ಮೀಬಾಯಿಯನ್ನಾಗಿ ಮಾಡಿತು. ಈ ರಾಣಿ ಲಕ್ಷ್ಮೀಬಾಯಿ ಮದುವೆಗೆ ಮೊದಲು ಮನುಬಾಯಿಯಾಗಿದ್ದರು. ನಾನಾ ಸಾಹೇಬ್ ಆನೆಯ

ಮೇಲೆ ಕರೆದೊಯ್ಯದಿದ್ದಾಗ ಮಗು ಆನೆಯ ಮೇಲೆ ಕುಳಿತುಕೊಳ್ಳುವಂತೆ ಒತ್ತಾಯಿಸುತ್ತಿತ್ತು. ಆ ಸಮಯದಲ್ಲಿ ಅವಳ ತಂದೆ ತನ್ನ ದುರಾದೃಷ್ಟ ಕಾರಣವೆಂದು ದೂಷಿಸಿದಾಗ, ಅವಳು ಹೇಳಿದ್ದಳು, "ಹೌದು, ಹೌದು. ಇದನ್ನು ಇಲ್ಲಿ ನನ್ನ ಹಣೆಬರಹದಲ್ಲಿ ಬರೆಯಲಾಗಿದೆ. ಒಂದಲ್ಲ ಬದಲಿಗೆ ಹತ್ತು ಆನೆಗಳನ್ನು ಸವಾರಿ ಮಾಡಲು ಉದ್ದೇಶಿಸಲಾಗಿದೆ." ಇಂದು ಅದೇ ಮನುಬಾಯಿ ತನ್ನ ಪತಿ ರಾಜ ಗಂಗಾಧರ ರಾವ್ ಅವರೊಂದಿಗೆ 22 ಆನೆಗಳ ಮಾಲೀಕರಾಗಿದ್ದಳು ಎಂಬುದು ಅದೃಷ್ಟದ ವಿಚಿತ್ರ ಕಾಕತಾಳೀಯ ಎಂದು ವಿವರಿಸಬಹುದು. ಮಹಾರಾಣಿ ಲಕ್ಷ್ಮೀಬಾಯಿ ತನ್ನ ವೈಯಕ್ತಿಕ ಸವಾರಿಗಾಗಿ ಒಂದು ಸುಂದರ ಆನೆಯನ್ನು ಆಯ್ಕೆ ಮಾಡಿಕೊಂಡಳು. ಗಂಗಾಧರ ರಾವ್ ಅವರು ತಮ್ಮ ಪ್ರತಿಯೊಂದು ಬಯಕೆಯನ್ನು ಈಡೇರಿಸಲು ಸದಾ ಸಿದ್ಧರಾಗಿದ್ದರು. ಅವರು ಈ ಆನೆಗಾಗಿ ಬೆಳ್ಳಿ ಮತ್ತು ಚಿನ್ನದ ದಾರದಿಂದ ತಯಾರಿಸಿದ ಉಯ್ಯಾಲೆ ಪಡೆದರು. ಅದರ ದಂತಗಳನ್ನು ಚಿನ್ನದಿಂದ ಮುಚ್ಚಲಾಗಿತ್ತು ಮತ್ತು ಅದನ್ನು ಅನೇಕ ಚಿನ್ನ ಮತ್ತು ಬೆಳ್ಳಿ ಆಭರಣಗಳಿಂದ ಅಲಂಕರಿಸಲಾಗಿತ್ತು. ಮಹಾರಾಣಿ ಲಕ್ಷ್ಮೀಬಾಯಿ ಆನೆಯ ಮೇಲೆ ಕುಳಿತಿದ್ದರು. ಅವಳ ಪ್ರಜೆಗಳು ಅವಳನ್ನು ಕುತೂಹಲದಿಂದ ನೋಡಿದರು ಮತ್ತು ಅವಳ ಒಂದು ನೋಟವನ್ನು ಆನಂದಿಸಿದರು.

ಮಹಾರಾಣಿ ಲಕ್ಷ್ಮೀಬಾಯಿ ಕುದುರೆ ಸವಾರಿಯನ್ನೂ ಇಷ್ಟಪಡುತ್ತಿದ್ದಳು. ಅವಳ ಈ ಬಯಕೆ ಅವಳ ಗಂಡನ ಮನೆಯಲ್ಲೂ ನೆರವೇರಿತು. ಮಹಾರಾಜ ಗಂಗಾಧರ್ ತನ್ನ ಸವಾರಿಗಾಗಿ ಅನೇಕ ಕುದುರೆಗಳನ್ನು ಖರೀದಿಸಿದರು. ಅಷ್ಟೇ ಅಲ್ಲ, ಆಕೆಗಾಗಿ ತಯಾರಿಸಿದ ದುಬಾರಿ ಮತ್ತು ಭವ್ಯವಾದ ಪಲ್ಲಕ್ಕಿಯನ್ನು ಸಹ ಪಡೆದರು. ಇದನ್ನು ಒಂದು ಡಜನ್ ಕಹಾರ್ ಗಳು *(ಸೇವಕರು)* ಹೊತ್ತೊಯ್ದರು. ಈ ಕಹಾರ್ ಗಳಿಗೆ ಸುಂದರವಾದ ಮತ್ತು ವಿಶೇಷ ಉಡುಪುಗಳನ್ನು *ಸಿದ್ಧಪಡಿಸಲಾಗಿತ್ತು.*

ಲಕ್ಷ್ಮೀಬಾಯಿ ಮತ್ತು ಗಂಗಾಧರ ರಾವ್ ಅವರ ತೀರ್ಥಯಾತ್ರೆ

ರಾಜ್ಯ ಆಡಳಿತವನ್ನು ಸರಿಯಾಗಿ ಸಂಘಟಿಸಿದ ನಂತರ, ಮಹಾರಾಜ ಗಂಗಾಧರ ರಾವ್ ಅವರು ತೀರ್ಥಯಾತ್ರೆ ಕೈಗೊಳ್ಳುವ ಬಗ್ಗೆ ಯೋಚಿಸಿದರು. ಈ ನಿಟ್ಟಿನಲ್ಲಿ ಅವರು ಗವರ್ನರ್ ಜನರಲ್ ಗೆ ಮಾಹಿತಿ ನೀಡಿದರು. ಬ್ರಿಟಿಷ್ ಸರ್ಕಾರವು ಅವರ ಪ್ರಯಾಣಕ್ಕೆ ಸಾಕಷ್ಟು ವ್ಯವಸ್ಥೆಗಳನ್ನು ಮಾಡಿತು. ಸಂವತ್ಸರ 1907ರ ಮಾಘ ಶುಕ್ಲಾ ಸಪ್ತಮಿಯಂದು ಈ ತೀರ್ಥಯಾತ್ರೆಯನ್ನು ಅವರು ತಮ್ಮ ಪತ್ನಿಯೊಂದಿಗೆ ಪ್ರಾರಂಭಿಸಿದರು. ಈ ಧಾರ್ಮಿಕ ಪ್ರಯಾಣದಲ್ಲಿ ಅವರು ಗಯಾ ಮತ್ತು ಪ್ರಯಾಗ್ ಮೂಲಕ ಅಂತಿಮವಾಗಿ ವಾರಣಾಸಿಯನ್ನು ತಲುಪಿದರು. ಈ ನಗರವು (ವಾರಣಾಸಿ) ಲಕ್ಷ್ಮೀಬಾಯಿಯ ಜನ್ಮಸ್ಥಳವಾಗಿತ್ತು. ಇಲ್ಲಿಗೆ ತಲುಪಿದ್ದಕ್ಕೆ ಆಕೆಗೆ ಅಪಾರ ಸಂತೋಷವಾಯಿತು. ಎಲ್ಲಾ ಧಾರ್ಮಿಕ ಸ್ಥಳಗಳಲ್ಲಿ ರಾಜ ಮತ್ತು ರಾಣಿ ಪ್ರಾರ್ಥನೆ ಸಲ್ಲಿಸಿದರು, ದತ್ತಿಗಳನ್ನು ನೀಡಿದರು ಮತ್ತು ಇತರ ಧಾರ್ಮಿಕ ಆಚರಣೆಗಳನ್ನು ನಡೆಸಿದರು. ನಂತರ ಅವರು ಝಾನ್ಸಿಗೆ ಮರಳಿದರು. ತೀರ್ಥಯಾತ್ರೆಯಿಂದ ಹಿಂದಿರುಗಿದ ನಂತರ ಝಾನ್ಸಿಯಲ್ಲಿ ಸಂತೋಷದ ಸಮಾರಂಭವನ್ನು ಆಯೋಜಿಸಲಾಯಿತು.

ಈ ತೀರ್ಥಯಾತ್ರೆಯ ಸಮಯದಲ್ಲಿ ಕೆಲವು ಘಟನೆಗಳು ಮಹಾರಾಜ ಗಂಗಾಧರ ರಾವ್ ಅವರ ಸ್ವಾಭಿಮಾನದ ವ್ಯಕ್ತಿತ್ವದ ಬಗ್ಗೆ ಮಾತನಾಡುತ್ತವೆ. ಈ ಪ್ರಯಾಣಕ್ಕಾಗಿ ಬ್ರಿಟಿಷ್ ಸರ್ಕಾರವು ದಾರಿಯಲ್ಲಿರುವ ಎಲ್ಲ ಸ್ಥಳಗಳಲ್ಲಿ ಸಾಕಷ್ಟು ವ್ಯವಸ್ಥೆಗಳನ್ನು ಮಾಡಿತು ಮತ್ತು ಅದರ ಎಲ್ಲ ಅಧಿಕಾರಿಗಳನ್ನು ಸರಿಯಾಗಿ ಒಳಾಂಗಣದಲ್ಲಿ ಇರಿಸಲಾಯಿತು. ಮಹಾರಾಜ ಗಂಗಾಧರ ರಾವ್ ಅವರು ವಾರಣಾಸಿಯನ್ನು ತಲುಪಿದಾಗ, ಒಬ್ಬ ಅಧಿಕಾರಿಯು ಅವರನ್ನು ಗುರುತಿಸಲಿಲ್ಲ ಮತ್ತು ಆದ್ದರಿಂದ ಅವರು ತಮ್ಮ ಗೌರವವನ್ನು ತೋರಿಸಲು ನಿರ್ದಿಷ್ಟ ಗಮನವನ್ನು ನೀಡಲಿಲ್ಲ. ಇದರಿಂದ ಮಹಾರಾಜರು ಕೋಪಗೊಂಡರು. ಸಂಬಂಧಪಟ್ಟ ಅಧಿಕಾರಿಯು ತನ್ನ ತಪ್ಪನ್ನು ಅರಿತುಕೊಂಡಾಗ, ಕ್ಷಮಿಸುವಂತೆ ಮಹಾರಾಜನನ್ನು ಬೇಡಿಕೊಂಡನು. ಮಹಾರಾಜರು ಅವನನ್ನು ಕ್ಷಮಿಸಿದರು. ಅದೇ ರೀತಿ ಮತ್ತೊಂದು ಸ್ಥಳದಲ್ಲಿ ಬಂಗಾಳಿ ಸಂಭಾವಿತ ವ್ಯಕ್ತಿಯಾದ ರಾಜೇಂದ್ರ ಬಾಬು ಕೂಡ ಮಹಾರಾಜರ ಮುಂದೆ ನಮಸ್ಕರಿಸಲಿಲ್ಲ. ಈ ಕುರಿತು ರಾಜ ಗಂಗಾಧರ ರಾವ್ ಅವರ ಮೇಲೆ ತುಂಬಾ ಕೋಪಗೊಂಡರು ಮತ್ತು ಅವರಿಗೆ ಕಠಿಣ ಶಿಕ್ಷೆಯನ್ನು ನೀಡಿದರು. ರಾಜೇಂದ್ರ ಬಾಬು ಅವರು ಉನ್ನತ ಸಂಪರ್ಕಗಳ ವ್ಯಕ್ತಿಯಾಗಿದ್ದರು. ಗಂಗಾಧರ್ ರಾವ್ ಅವರ ಈ ನಡವಳಿಕೆಯ ವಿರುದ್ಧ ಅವರು ಉನ್ನತ ಬ್ರಿಟಿಷ್ ಅಧಿಕಾರಿಗಳಿಗೆ ದೂರು ನೀಡಿದರು. ಆದರೆ ಯಾವುದೇ ಪ್ರಯೋಜನವಾಗಲಿಲ್ಲ. ಅವರಿಗೆ, "ಗಂಗಾಧರ ರಾವ್ ಒಬ್ಬ ದೊಡ್ಡ ರಾಜ. ಅವರನ್ನು ಸರಿಯಾಗಿ ಗೌರವಿಸುವುದು ಪ್ರತಿಯೊಬ್ಬರ ಕರ್ತವ್ಯವಾಗಿದೆ. ನೀವು ಅವರನ್ನು ಸರಿಯಾಗಿ ಗೌರವಿಸಲು ಬಯಸದಿದ್ದರೆ, ನೀವು ಮನೆಯಲ್ಲಿ ಕುಳಿತುಕೊಳ್ಳುವುದು ಉತ್ತಮ" ಎಂಬಂತೆ ಹೇಳಲಾಯಿತು. ಅವರ ಸ್ವಾಭಿಮಾನದ ವ್ಯಕ್ತಿತ್ವಕ್ಕೆ ಸಂಬಂಧಿಸಿದ ಮತ್ತೊಂದು ಘಟನೆಯನ್ನು ಉಲ್ಲೇಖಿಸುವ ಅಗತ್ಯವಾಗಿದೆ. ಝಾನ್ಸಿಯಲ್ಲಿ ಬ್ರಿಟಿಷ್ ಸೈನ್ಯವನ್ನು ನಿರ್ವಹಿಸಲು ಅವರು ಒಪ್ಪಿಕೊಂಡಾಗ, ಬ್ರಿಟಿಷ್ ಸೈನ್ಯವು ಪ್ರತಿವರ್ಷ ದಸರಾ ದಿನದಂದು ತನಗೆ ವಂದಿಸುತ್ತದೆ ಎಂಬ ಅವರ ಒಂದು ನಿಲುವನ್ನು ಒಪ್ಪಿಕೊಳ್ಳಲು ಬ್ರಿಟಿಷರನ್ನು ಒತ್ತಾಯಿಸಿದರು ಎಂದು ಹೇಳಲಾಗುತ್ತದೆ. ಒಮ್ಮೆ ದಸರಾ ಭಾನುವಾರ ನಡೆಯಿತು. ಆದ್ದರಿಂದ ಬ್ರಿಟಿಷ್ ಸೈನ್ಯದ ಅಧಿಕಾರಿಯೊಬ್ಬರು ಭಾನುವಾರ ರಜಾದಿನವಾದ್ದರಿಂದ ಬ್ರಿಟಿಷ್ ಸೈನ್ಯವು ವಂದಿಸುವುದಿಲ್ಲ ಎಂಬ ಸಂದೇಶವನ್ನು ಅವರಿಗೆ ಕಳುಹಿಸಿದರು. ಈ ಮಾಹಿತಿಯನ್ನು ಪಡೆದ ಮಹಾರಾಜ ಗಂಗಾಧರ ರಾವ್ ಅವರು ತೀವ್ರ ಆಕ್ರೋಶಗೊಂಡರು. ಅವರು ತಕ್ಷಣವೇ ತಮ್ಮ ಸಶಸ್ತ್ರ ಪಡೆಗಳೊಂದಿಗೆ ಬ್ರಿಟಿಷ್ ಸೇನಾ ಕಂಟೋನ್ಮೆಂಟ್ ತಲುಪಿದರು ಮತ್ತು ಈ ದುಷ್ಕೃತ್ಯಕ್ಕೆ ಬ್ರಿಟಿಷ್ ಅಧಿಕಾರಿಯ ವಿವರಣೆಯನ್ನು ಕೇಳಿದರು. ಬಲವಂತವಾಗಿ,ಅವರು ಮಹಾರಾಜರ ಕ್ಷಮೆ ಯಾಚಿಸಿದರು ಮತ್ತು ಮೆರವಣಿಗೆಯಲ್ಲಿ ಭಾಗವಹಿಸಬೇಕಾಯಿತು.

ಸಂಕ್ಷಿಪ್ತ ಮಾತೃತ್ವ

ಮಹಾರಾಣಿ ಲಕ್ಷ್ಮೀಬಾಯಿ ಅಗಹನ್ ಶುಕ್ಲಾ ಏಕಾದಶಿ, ಸಂವತ್ಸರ 1908 (ಕ್ರಿ .ಶ. 1851) ರಂದು ಮಗನಿಗೆ ಜನ್ಮ ನೀಡಿದರು. ಆಭರಣದಂತೆ ಮಗನನ್ನು ಪಡೆದ ಮಹಾರಾಜ ಮತ್ತು ಮಹಾರಾಣಿ ಅಪರಿಮಿತ ಸಂತೋಷಕ್ಕೊಳಗಾದರು. ಇಡೀ ರಾಜ್ಯವು ಈ ಕಾರ್ಯಕ್ರಮವನ್ನು ಆಚರಿಸಿತು. ಇಡೀ ಝಾನ್ಸಿಯನ್ನು ಸಂತೋಷದ ಸಾಗರವಾಗಿ ಪರಿವರ್ತಿಸಲಾಯಿತು. ಮಹಾರಾಜರು ತಮ್ಮ ಖಜಾನೆಯ ತಂತಿಗಳನ್ನು ಬಡವರು, ನಿರ್ಗತಿಕರು, ಭಿಕ್ಷುಕರು, ಬ್ರಾಹ್ಮಣರು ಇತ್ಯಾದಿಗಳಿಗಾಗಿ ತೆರೆದರು. ಮಹಾರಾಜರು ತಮ್ಮ ಜೀವನ

ಸಾರ್ಥಕತೆಯನ್ನು ಕಂಡುಕೊಂಡರು. ಮಗನನ್ನು ಪಡೆದ ಮಹಾರಾಣಿಯ ಸಂತೋಷಕ್ಕೆ ತನ್ನ ಹೆಣ್ಣಿನ ಪೂರ್ಣತೆಯ ಸಾಕ್ಷಾತ್ಕಾರದಲ್ಲಿ ಯಾವುದೇ ಮಿತಿಗಳಿರಲಿಲ್ಲ. ಆದರೆ ಹಣೆಬರಹ ಬೇರೆಯದೇ ಆಗಿತ್ತು. ಸಂತೋಷವು ಅಲ್ಪಾವಧಿಯದ್ದಾಗಿ ಹೊರಹೊಮ್ಮಿತು. ಮಗ ಕೇವಲ ಮೂರು ತಿಂಗಳಲ್ಲಿ ಈ ಜಗತ್ತನ್ನು ತೊರೆದನು.

ಗಂಗಾಧರ ರಾವ್ ಅವರ ಅನಾರೋಗ್ಯ

ಮಗನ ನಷ್ಟವು ರಾಜ ಗಂಗಾಧರ ರಾವ್ ಗೆ ಭಾರಿ ಹೊಡೆತವಾಗಿತ್ತು. ಇದರ ಪರಿಣಾಮವಾಗಿ, ಅವರು ತಮ್ಮ ಆರೋಗ್ಯವನ್ನು ಕಳೆದುಕೊಳ್ಳಲು ಪ್ರಾರಂಭಿಸಿದರು ಮತ್ತು ಕೊನೆಯಲ್ಲಿ ಅವರು ಗಂಭೀರವಾಗಿ ಅನಾರೋಗ್ಯಕ್ಕೆ ಒಳಗಾಗಿದ್ದರು. ವಿವಿಧ ರೀತಿಯ ಚಿಕಿತ್ಸೆಯ ಹೊರತಾಗಿಯೂ ಅವರ ಸ್ಥಿತಿಯು ಗ್ರಹಿಸಬಹುದಾದ ರೂಪದಲ್ಲಿ ಸುಧಾರಿಸಲಿಲ್ಲ. ಅಕ್ಟೋಬರ್, 1853 ರಲ್ಲಿ ಅವರು ನವರಾತ್ರಿಯ ದಿನಗಳಲ್ಲಿ ತಮ್ಮ ಕುಲದೇವಿಯನ್ನು (ಕುಟುಂಬ ದೇವತೆ) ಪೂಜಿಸಿದರು. ಇದು ಅವರ ಕಡೆಯಿಂದ ಸ್ವಲ್ಪ ಶ್ರಮವನ್ನು ಒಳಗೊಂಡಿತ್ತು. ಇದು ಅವರ ಆರೋಗ್ಯದಲ್ಲಿ ಇನ್ನಷ್ಟು ಹದಗೆಡಲು ಕಾರಣವಾಯಿತು. ವಿಜಯ್ ದಶಮಿ (ದಸರಾ) ದಿನದಂದು, ಅವರು ತೀವ್ರವಾದ ಅತಿಸಾರಕ್ಕೆ ಒಳಗಾದರು. ಝಾನ್ಸಿಯ ಎಲ್ಲಾ ಪ್ರಸಿದ್ಧ ವೈದ್ಯರು ಅವರಿಗೆ ಚಿಕಿತ್ಸೆ ನೀಡಿದರು, ಆದರೆ ಫಲಿತಾಂಶವು ದೊರೆಯಲಿಲ್ಲ. ಝಾನ್ಸಿಯ ಉಪ ರಾಜಕೀಯ ನಿವಾಸಿಯೂ ಅವರ ಚಿಕಿತ್ಸೆಗಾಗಿ ಕೆಲವು ವ್ಯವಸ್ಥೆಗಳನ್ನು ಮಾಡಿದರು ಮತ್ತು ಅವರ ಆರೋಗ್ಯದ ಬಗ್ಗೆ ಬ್ರಿಟಿಷ್ ಸರ್ಕಾರಕ್ಕೆ ಮಾಹಿತಿ ನೀಡಿದರು.

ನೇರ ಅಥವಾ ಅಪರೂಪದ ಮಾನವ ಪ್ರಯತ್ನಗಳು ವಿಫಲವಾದಾಗ, ಮನುಷ್ಯನು ಅದೃಶ್ಯ ದೇವರಿಂದ ಆಶ್ರಯವನ್ನು ಪಡೆಯುತ್ತಾನೆ. ಆದ್ದರಿಂದ ಪೂಜೆ, ಯಜ್ಞಗಳು, ಪಠಣಗಳು, ಜಪಗಳು ಮತ್ತು ಇತರ ಧಾರ್ಮಿಕ ಪ್ರದರ್ಶನಗಳನ್ನು ಮಹಾರಾಜ ಗಂಗಾಧರ ರಾವ್ ಅವರಿಗೆ ಉತ್ತಮ ಆರೋಗ್ಯವನ್ನು ಕೋರಿ ನಡೆಸಲಾಯಿತು. ನವೆಂಬರ್ ಮೂರನೇ ವಾರದಲ್ಲಿ ಅವರ ಸ್ಥಿತಿ ತುಂಬಾ ಶೋಚನೀಯವಾಯಿತು ಮತ್ತು ಅವರ ಜೀವನದ ಎಲ್ಲಾ ಭರವಸೆಗಳು ಕಳೆದುಹೋದವು.

ಮಗನನ್ನು ದತ್ತು ತೆಗೆದುಕೊಳ್ಳುವುದು

ಕೊನೆಯಲ್ಲಿ ಪ್ರಧಾನಿ ನರಸಿಂಹ ರಾವ್ ಮತ್ತು ಮೊರೊಪಂತ್ ಅವರು ರಾಜ್ಯದ ಬಗ್ಗೆ ತಮ್ಮ ಅಭಿಪ್ರಾಯಗಳನ್ನು ತಿಳಿದುಕೊಳ್ಳಲು ಬಯಸಿದಾಗ, ಅವರು (ಗಂಗಾಧರ್ ರಾವ್), 'ನಾನು ಉಳಿಯಲ್ಪಡುತ್ತೇನೆ ಎಂದು ನಾನು ಇನ್ನೂ ಆಶಿಸುತ್ತಿದ್ದರೂ, ನನ್ನ ಕರ್ತವ್ಯ ಮತ್ತು ಧರ್ಮದ ಪ್ರಕಾರ ನಾನು ಮಗನನ್ನು ದತ್ತು ತೆಗೆದುಕೊಳ್ಳಲು ಬಯಸುತ್ತೇನೆ. ನಮ್ಮ ಕುಟುಂಬದಲ್ಲಿ ವಾಸುದೇವ್ ನೆವಾಲ್ಕರ್ ಅವರಿಗೆ ಆನಂದ್ ರಾವ್ ಎಂಬ ಮಗನಿದ್ದಾನೆ. ನಾನು ಅವನನ್ನು ದತ್ತು ತೆಗೆದುಕೊಳ್ಳಬೇಕು."

ಆನಂದ್ ರಾವ್ ಆ ಸಮಯದಲ್ಲಿ ಐದು ವರ್ಷದ ಮಗು. ರಾಣಿ ಲಕ್ಷ್ಮೀಬಾಯಿ ಕೂಡ ಇದಕ್ಕೆ ಒಪ್ಪಿಕೊಂಡರು. ಆದ್ದರಿಂದ ದತ್ತು ಸ್ವೀಕಾರಕ್ಕೆ ಒಂದು ದಿನವನ್ನು ನಿಗದಿಪಡಿಸಲಾಯಿತು. ಆ ದಿನ ಪಂಡಿತ್ ವಿನಾಯಕ ರಾವ್

ಅವರು ರಾಜಮನೆತನದ ನ್ಯಾಯಾಲಯದಲ್ಲಿ ಪೂರ್ಣ ಧಾರ್ಮಿಕ ಪದ್ಧತಿಗಳೊಂದಿಗೆ ದತ್ತು ಸ್ವೀಕಾರದ ಔಪಚಾರಿಕತೆಗಳನ್ನು ಸಂಯೋಜಿಸಿದರು. ಇದರ ನಂತರ ದತ್ತುಪುತ್ರನ ಹೆಸರನ್ನು ಆನಂದ್ ರಾವ್ ನಿಂದ ದಾಮೋದರ್ ಗಂಗಾಧರ್ ರಾವ್ ಎಂದು ಬದಲಾಯಿಸಲಾಯಿತು. ಮಹಾರಾಜರು ಸ್ವತಃ ರಾಜಮನೆತನದ ಸಂಪ್ರದಾಯದ ಪ್ರಕಾರ ಅವರನ್ನು ಸ್ವಾಗತಿಸಿದರು. ದತ್ತು ಸ್ವೀಕಾರ ಸಮಾರಂಭ/ಔಪಚಾರಿಕತೆಗಳ ಆಚರಣೆಯ ಸಂದರ್ಭದಲ್ಲಿ ಎಲ್ಲಾ ಮಂತ್ರಿಗಳು, ಕೌನ್ಸಿಲರ್ ಗಳು, ರಾಜ್ಯದ ಅನೇಕ ಗೌರವಾನ್ವಿತ ವ್ಯಕ್ತಿಗಳು, ಬುಂದೇಲ್ ಖಂಡ್ ಮೇಜರ್ ಎಲ್ಲಿಸ್ ನ ಉಪ ರಾಜಕೀಯ ನಿವಾಸಿಗಳು ಮತ್ತು ಸ್ಥಳೀಯ ಬ್ರಿಟಿಷ್ ಸೇನೆಯ ಅಧಿಕಾರಿ ಕ್ಯಾಪ್ಟನ್ ಮಾರ್ಟಿನ್ ಉಪಸ್ಥಿತರಿದ್ದರು.

ದತ್ತು ಪಡೆದ ಮಗನನ್ನು ಸರ್ಕಾರಕ್ಕೆ ತಿಳಿಸುವುದು

ಮಹಾರಾಜರು ಮೇಲಿನಂತೆ ಮಗನನ್ನು ದತ್ತು ಪಡೆದಾಗ, ಅವರು ಸ್ವತಃ ಬ್ರಿಟಿಷ್ ಸರ್ಕಾರಕ್ಕೆ ತಿಳಿಸುವ ಪತ್ರವನ್ನು ನಿರ್ದೇಶಿಸಿದರು. ಈ ಆದೇಶದ ಸಮಯದಲ್ಲಿ ಮೇಲೆ ತಿಳಿಸಲಾದ ಎಲ್ಲ ವ್ಯಕ್ತಿಗಳು ಹಾಜರಿದ್ದರು. ಪತ್ರವನ್ನು ಈ ಕೆಳಗಿನಂತೆ ಬರೆಯಲಾಗಿದೆ:

"ಬುಂದೇಲ್ ಖಂಡ್ ನಲ್ಲಿ ಬ್ರಿಟಿಷ್ ಆಳ್ವಿಕೆಯನ್ನು ಸ್ಥಾಪಿಸುವ ಮೊದಲು ನನ್ನ ಪೂರ್ವಜರು ಬ್ರಿಟಿಷ್ ಸರ್ಕಾರಕ್ಕೆ ನೀಡಿದ ಸೇವೆಗಳ ಬಗ್ಗೆ ಇಡೀ ಯುರೋಪ್ ಗೆ ತಿಳಿದಿದೆ. ಸರ್ಕಾರದ ಎಲ್ಲಾ ಆದೇಶಗಳನ್ನು ನಾನು ನನ್ನ ಸಾಮರ್ಥ್ಯಕ್ಕೆ ತಕ್ಕಂತೆ ಹೇಗೆ ಪಾಲಿಸುತ್ತೇನೆ ಎಂಬುದು ಎಲ್ಲ ರಾಜಕೀಯ ನಿವಾಸಿಗಳಿಗೆ ತಿಳಿದಿದೆ. ಈಗ, ನಾನು ಗುಣಪಡಿಸಲಾಗದ ಕಾಯಿಲೆಯಿಂದ ಬಳಲುತ್ತಿರುವುದರಿಂದ, ನನ್ನ ವಂಶಾವಳಿಯು ನಾಶವಾಗುವ ಸಮಯ ಬಂದಿದೆ ನನ್ನ ಕಾಳಜಿ. ನಾನು ಯಾವಾಗಲೂ ಬ್ರಿಟಿಷ್ ಸರ್ಕಾರದ ಪ್ರಾಮಾಣಿಕ ಸೇವಕನಾಗಿದ್ದೇನೆ ಮತ್ತು ಸರ್ಕಾರವು ಸಹ ನನ್ನ ಪರವಾಗಿದೆ. ಆದ್ದರಿಂದ, ನನ್ನ ಪೂರ್ವಜರೊಂದಿಗೆ ಸಹಿ ಹಾಕಿದ ಒಪ್ಪಂದದ ಬಗ್ಗೆ ನಾನು ಸರ್ಕಾರದ ಗಮನವನ್ನು ಸೆಳೆಯಲು ಬಯಸುತ್ತೇನೆ. ಈ ಒಡಂಬಡಿಕೆಗೆ ಅನುಸಾರವಾಗಿ ನಾನು ಐದು ವರ್ಷದ ಮಗುವನ್ನು ದತ್ತು ತೆಗೆದುಕೊಂಡೆ, ಬಹಳ ಶೋಚನೀಯ ಸ್ಥಿತಿಯಲ್ಲಿ ಒಳಗಾಗಿ ಜೀವನದ ಎಲ್ಲಾ ಭರವಸೆಗಳು ಕಳೆದುಹೋಗಿವೆ.

ಆನಂದ್ ರಾವ್ ಅವರಿಗೆ ದಾಮೋದರ್ ಗಂಗಾಧರ್ ರಾವ್ ಎಂದು ಹೆಸರಿಡಲಾಗಿದೆ. ಈ ಮಗು ನಮ್ಮ ಕುಟುಂಬಕ್ಕೆ ಸೇರಿದ್ದು, ಸಂಬಂಧದಲ್ಲಿ ಅವನು ನನ್ನ ಮೊಮ್ಮಗ. ದೇವರ ಅನುಗ್ರಹದಿಂದ ಮತ್ತು ಸರ್ಕಾರದ ಸಹಾನುಭೂತಿಯಿಂದ ನಾನು ಶೀಘ್ರದಲ್ಲೇ ಗುಣಮುಖನಾಗುತ್ತೇನೆ ಎಂದು ನಾನು ಭಾವಿಸುತ್ತೇನೆ. ನನ್ನ ವಯಸ್ಸಿನ ದೃಷ್ಟಿಯಿಂದ ಭವಿಷ್ಯದಲ್ಲಿ ನಾನು ನನ್ನ ಸ್ವಂತ ಮಗುವನ್ನು ಹೊಂದುವ ಸಾಧ್ಯತೆಯಿದೆ. ಅದು ಸಂಭವಿಸಿದಲ್ಲಿ, ಆ ಸಮಯದಲ್ಲಿ ಇಡೀ ವಿಷಯವನ್ನು ಪರಿಗಣಿಸಬಹುದು. ಆದರೆ ನಾನು ಈ ಕಾಯಿಲೆಯಿಂದ ಗುಣಮುಖವಾಗದಿದ್ದರೆ, ನಾನು ಸರ್ಕಾರದೊಂದಿಗೆ ಉಳಿಸಿಕೊಂಡಿರುವ ಉತ್ತಮ ಸಂಬಂಧಗಳನ್ನು ಗಮನದಲ್ಲಿಟ್ಟುಕೊಂಡು ಸರ್ಕಾರವು ಈ ಪುಟ್ಟ ಮಗುವನ್ನು ಅದೇ ಅನುಕೂಲಕರ ಪರಿಗಣನೆಯೊಂದಿಗೆ ನೋಡುತ್ತದೆ ಎಂದು ನಾನು ನಿರೀಕ್ಷಿಸುತ್ತೇನೆ. ನನ್ನ ಹೆಂಡತಿ ಬದುಕಿರುವವರೆಗೂ ಅವಳನ್ನು ಈ ರಾಜ್ಯದ

ಮಾಲಕಿ ಮತ್ತು ಈ ಮಗುವಿನ ತಾಯಿ ಎಂದು ಪರಿಗಣಿಸಬೇಕು. ನಾನು ಹೋದ ನಂತರ ಅವಳು ಯಾವುದೇ ರೀತಿಯಲ್ಲಿ ತೊಂದರೆ ಅನುಭವಿಸದಂತೆ ಇಡೀ ರಾಜ್ಯದ ಆಡಳಿತವು ಅವಳಿಗೆ ವಹಿಸಬೇಕು."

ಆಜ್ಞೆಯ ನಂತರ ಮಹಾರಾಜರು ಈ ಪತ್ರವನ್ನು ಮೇಜರ್ ಎಲ್ಲಿಸ್ ಅವರಿಗೆ ಹಸ್ತಾಂತರಿಸಿದರು ಮತ್ತು ಒಪ್ಪಂದದ ಎರಡನೇ ಷರತ್ತನ್ನು ಪದೇ ಪದೇ ಒತ್ತಾಯಿಸಿದರು. ಇದು ಝಾನ್ಸಿ ರಾಜ್ಯವನ್ನು ಅದರ ಪೂರ್ವಜರು ಮತ್ತು ಅದರ ಸಂಪ್ರದಾಯದ ಪ್ರಕಾರ ಆಳುವುದನ್ನು ಮುಂದುವರಿಸುತ್ತದೆ ಎಂದು ಸ್ಪಷ್ಟವಾಗಿ ಉಲ್ಲೇಖಿಸಲಾಯಿತು. ಅವರು ಪತ್ರವನ್ನು ಹಸ್ತಾಂತರಿಸುವಾಗ ಮಹಾರಾಜರ ಧ್ವನಿಯು ಭಾವನೆಯಿಂದ ಉಸಿರುಗಟ್ಟಿತು. ತದನಂತರ ಮೇಜರ್ ಅತ್ಯಂತ ವಿನಮ್ರತೆಯಿಂದ ಉತ್ತರಿಸಿದರು, "ಮಹಾರಾಜರೇ, ನಿಮ್ಮ ತಿಳುವಳಿಕೆ ಪತ್ರವನ್ನು ಸರ್ಕಾರಕ್ಕೆ ಕಳುಹಿಸಿದ ನಂತರ, ನಾನು ಖಂಡಿತವಾಗಿಯೂ ನನ್ನ ಕೈಲಾದಷ್ಟು ಪ್ರಯತ್ನಿಸುತ್ತೇನೆ."

ರಾಜ ಗಂಗಾಧರ ರಾವ್ ಅವರ ಸಾವು

ಮಹಾರಾಜ ಗಂಗಾಧರ ರಾವ್ ಅವರು ದತ್ತು ಸ್ವೀಕಾರ ಪತ್ರವನ್ನು ಮೇಜರ್ ಎಲ್ಲಿಸ್ ಅವರಿಗೆ ಹಸ್ತಾಂತರಿಸಿದಾಗ, ಮಾತನಾಡುವಲ್ಲಿನ ಆಯಾಸದಿಂದಾಗಿ ಅವರು ಪ್ರಜ್ಞಾಹೀನರಾದರು. ಮೇಜರ್ ಎಲ್ಲಿಸ್ ಮತ್ತು ಕ್ಯಾಪ್ಟನ್ ಮಾರ್ಟಿನ್ ಅವರಿಗೆ ಔಷಧಿ ನೀಡಿದರು ಮತ್ತು ನಂತರ ಅವರ ನಿವಾಸಗಳಿಗೆ ಮರಳಿದರು. ಮಹಾರಾಣಿ ಲಕ್ಷ್ಮೀಬಾಯಿ ಅವರ ಹಾಸಿಗೆಯ ಬಳಿ ಪರದೆ ಹಿಂದೆ ಕುಳಿತಿದ್ದರು. ಬ್ರಿಟಿಷ್ ಅಧಿಕಾರಿಗಳು ಹೊರಟುಹೋದ ನಂತರ ಅವಳು ತನ್ನ ಗಂಡನ ಬಳಿಗೆ ಬಂದಳು. ಆ ಸಮಯದಲ್ಲಿ ಅವರ ಮನಸ್ಸಿನ ಸ್ಥಿತಿ ಹೇಗಿರಬಹುದು ಎಂದು ಒಬ್ಬರು ಊಹಿಸಬಹುದು. ಆ ಸಮಯದಲ್ಲಿಯೇ ಮೇಜರ್ ಎಲ್ಲಿಸ್ ಬುಂದೇಲ್ ಖಂಡ್ ನ ರಾಜಕೀಯ ನಿವಾಸಿಗೆ ರಾಜ ಗಂಗಾಧರ್ ರಾವ್ ಗೆ ಸಂಬಂಧಿಸಿದ ಎಲ್ಲಾ ವಿವರಗಳನ್ನು ರವಾನಿಸಿದರು.

ಔಷಧಿಯನ್ನು ಮಹಾರಾಜರಿಗೆ ನೀಡಲಾಯಿತು, ಅದು ಅವರಿಗೆ ತಕ್ಷಣವೇ ಸ್ವಲ್ಪ ಪರಿಹಾರವನ್ನು ನೀಡಿತು. ಅವರು ಸ್ವಲ್ಪ ಹೊತ್ತು ನಿದ್ರೆಗೆ ಜಾರಿದರು. ಸಂಜೆ 4.00 ರ ಸುಮಾರಿಗೆ ಅವರು ಕಣ್ಣು ತೆರೆದಾಗ, ರಾಜಮನೆತನದ ಅರಮನೆಯ ಮುಂದೆ ಭಾರಿ ಜನಸಮೂಹ ಜಮಾಯಿಸಿತ್ತು. ಇದು 1853ರ ನವೆಂಬರ್ 20ರಂದು ಸಂಭವಿಸಿತು. ಪ್ರತಿಯೊಬ್ಬರೂ ಅವರ ಆರೋಗ್ಯದ ಬಗ್ಗೆ ತಿಳಿದುಕೊಳ್ಳಲು ಬಯಸಿದ್ದರು. ಮಹಾರಾಜನನ್ನು ಉಳಿಸಲು ಮೇಜರ್ ಎಲ್ಲಿಸ್ ಸಾಕಷ್ಟು ಓಡಾಟ ನಡೆಸಿದರು ಮತ್ತು ಅಲೆನ್ ಎಂಬ ಇಂಗ್ಲಿಷ್ ವೈದ್ಯರನ್ನು ಕರೆತಂದರು. ಆದರೆ ಮಹಾರಾಜರು ಅಲೋಪತಿ ಔಷಧಿಯನ್ನು ತೆಗೆದುಕೊಳ್ಳಲು ನಿರಾಕರಿಸಿದರು. ಆ ದಿನಗಳಲ್ಲಿ ಉನ್ನತ ಕುಟುಂಬಗಳ ಹಿಂದೂಗಳು ಅಲೋಪತಿ ಔಷಧಿಗಳನ್ನು ತೆಗೆದುಕೊಳ್ಳುತ್ತಿರಲಿಲ್ಲ.

1853ರ ನವೆಂಬರ್ 21ರಂದು ಮಹಾರಾಜರ ನಾಡಿಮಿಡಿತ ಬಹಳ ನಿಧಾನವಾಯಿತು. ಅವರ ದೇಹವು ತಣ್ಣಗಾಯಿತು ಮತ್ತು ಅಂತಿಮವಾಗಿ ಅವರ ತೀರಿಕೊಂಡರು. ಇದು ಇಡೀ ರಾಜ್ಯವನ್ನು ದುಃಖದಲ್ಲಿ ಮುಳುಗಿಸಿತು. ಮಹಾರಾಜನನ್ನು ರಾಜಮನೆತನದ ರೀತಿಯಲ್ಲಿ ಅಂತ್ಯಕ್ರಿಯೆ ಮಾಡಲಾಯಿತು. ಮೇಜರ್ ಎಲ್ಲಿಸ್, ಕ್ಯಾಪ್ಟನ್ ಮಾರ್ಟಿನ್ ಮತ್ತು ಇತರ ಬ್ರಿಟಿಷ್ ಅಧಿಕಾರಿಗಳು ಶೋಕಾಚರಣೆಯ ಉಡುಪುಗಳಲ್ಲಿ

ಅಂತ್ಯಕ್ರಿಯೆಯ ಮೆರವಣಿಗೆಯಲ್ಲಿ ಪಾಲ್ಗೊಂಡರು ಮತ್ತು ಅಂತ್ಯಕ್ರಿಯೆಯಿಂದ ಹಿಂದಿರುಗಿದ ನಂತರ ಎಲ್ಲಿಸ್ ಮತ್ತು ಇತರ ಬ್ರಿಟಿಷ್ ಅಧಿಕಾರಿಗಳು ಲಕ್ಷ್ಮೀಬಾಯಿಗೆ ಬಂದು ಸಾಂತ್ವನ ಹೇಳಿದರು.

ಮಹಾರಾಜ ಗಂಗಾಧರ ರಾವ್ ಅವರು ತಮ್ಮ ಸ್ವರ್ಗೀಯ ವಾಸಸ್ಥಾನಕ್ಕೆ ತೆರಳಿದರು. ಸಮಾಜದ ವ್ಯಕ್ತಿಗಳು ಲಕ್ಷ್ಮೀಬಾಯಿಯನ್ನು ಸಂತೈಸುವ ಮೂಲಕ ತಮ್ಮ ಔಪಚಾರಿಕತೆಯನ್ನು ಪೂರ್ಣಗೊಳಿಸಿದರು, ಆದರೆ ಮಹಿಳೆಯ ಹೃದಯದ ಆಳವಾದ ಸಂಕಟವನ್ನು ಯಾರು ತಿಳಿದಿದ್ದಾರೆ, ಅವರು ಹದಿನೆಂಟು ವರ್ಷಗಳನ್ನು ಪೂರೈಸಿದ ನಂತರ ವಿಧವೆಯಾದರು. ಅವಳು ಹತ್ತೊಂಬತ್ತನೇ ವರ್ಷಕ್ಕೆ ಕಾಲಿಟ್ಟ ಕೂಡಲೇ ವಿಧವೆಯಾಗಿದ್ದಳು. ಅವಳು ಸಾಮಾನ್ಯ ಮಟ್ಟದ ಬ್ರಾಹ್ಮಣನ ಮಗಳಾಗಿದ್ದಳು. ಆಕಸ್ಮಿಕವಾಗಿ ಅಥವಾ ಪುರುಷರ ಏಕಸ್ವಾಮ್ಯದಿಂದಾಗಿ ಅವಳು ತನ್ನ ಬಾಲ್ಯದಲ್ಲಿ ಮಧ್ಯವಯಸ್ಕ ರಾಜನ ರಾಣಿಯಾಗಿದ್ದಳು. ರಾಣಿಯಾದ ನಂತರವೂ ಮಹಿಳೆಯಾಗಿ ಅವಳು ಏನು ಪಡೆದಳು? ಮದುವೆಯಾಗಿ ಹನ್ನೊಂದು ವರ್ಷಗಳ ನಂತರ ವಿಧವೆ!

3

ಝಾನ್ಸಿಯ ಮೇಲೆ ದುರದೃಷ್ಟದ ಕರಾಳ ಮೋಡಗಳು

ಮೊದಲ ಹೊಡೆತ

ರಾಜ ಗಂಗಾಧರ ರಾವ್ ನಿಧನರಾದ ಕೂಡಲೇ ದುರದೃಷ್ಟದ ಕರಾಳ ಮೋಡಗಳು ಝಾನ್ಸಿಯನ್ನು ಆವರಿಸಿಕೊಂಡವು. ವಿಧವೆಯ ಶಾಪಗ್ರಸ್ತ ಜೀವನದ ಆರಂಭದೊಂದಿಗೆ, ಮಹಾರಾಣಿ ಲಕ್ಷ್ಮೀಬಾಯಿಯ ಜೀವನದಲ್ಲಿ ಎಲ್ಲಾ ರೀತಿಯ ಸಂತೋಷ ಮತ್ತು ಶಾಂತಿ ಗ್ರಹಣ ಹಿಡಿದಂತಾಯಿತು. ಮಹಾರಾಜರ ಅಂತ್ಯಕ್ರಿಯೆಯ ನಂತರ ಎಲ್ಲಿಸ್ ಮತ್ತು ಮಾರ್ಟಿನ್ ಅವರನ್ನು ಸಮಾಧಾನಪಡಿಸಲು ಬಂದಿದ್ದರೂ, ಶೀಘ್ರದಲ್ಲೇ ಅವರು ಬ್ರಿಟಿಷರ ಹೊಸ ಬಣ್ಣವನ್ನು ನೋಡಲಿದ್ದಾಳೆ. ಅವಳನ್ನು ತೊರೆದ ನಂತರ, ಎಲ್ಲಿಸ್ ಮೊದಲು ಕೋಟೆಯನ್ನು ತಲುಪಿದರು. ಅವರು ಖಜಾನೆಯನ್ನು ಪರಿಶೀಲಿಸಿದರು, ಬ್ರಿಟಿಷ್ ಸೈನ್ಯಕ್ಕಾಗಿ ಇರಿಸಲಾಗಿರುವ 2,45,768 ರೂಪಾಯಿಗಳು ಸುರಕ್ಷಿತವಾಗಿದ್ದವು. ಆದ್ದರಿಂದ, ಅವರು ರಾಜ್ಯ ಖಜಾಂಚಿ ಪಂಡಿತ್ ಜ್ವಾಲನಾಥ್ ಅವರ ಸಮ್ಮುಖದಲ್ಲಿ ಅದನ್ನು ಲಾಕ್ ಮಾಡಿ ಮೊಹರು ಮಾಡಿದರು. ಅವರು ಇತರ ಕೋಣೆಗಳಿಗೆ ಹೋಗಿ ಬಟ್ಟೆ ಮತ್ತು ಆಭರಣಗಳ ಪಟ್ಟಿಯನ್ನು ತಯಾರಿಸಿ ಅವುಗಳನ್ನು ಮೊಹರು ಮಾಡಿದರು ಮತ್ತು ಗ್ವಾಲಿಯರ್ ರಾಜ್ಯದ ಅನಿಶ್ಚಿತ ಸೈನ್ಯದ ತೊಂಬತ್ತನೇ ಬೆಟಾಲಿಯನ್ ಅನ್ನು ಕಾವಲುಗಾರರಾಗಿ ನೇಮಿಸಿದರು. ಮರಣದಂಡನೆಯಿಂದಾಗಿ ರಾಣಿಯ ಸ್ಥಿತಿಯನ್ನು ಗಮನದಲ್ಲಿಟ್ಟುಕೊಂಡು ಸುರಕ್ಷತೆಗಾಗಿ ಬ್ರಿಟಿಷರು ಇದನ್ನು ಮಾಡುತ್ತಿರುವುದರಿಂದ ಜನರು ಈ ಅಜಾಗರೂಕತೆಯನ್ನು ವ್ಯಾಖ್ಯಾನಿಸಿದರು.

ರಾಜಕೀಯ ಪ್ರತಿನಿಧಿಯ ರಾಜತಾಂತ್ರಿಕತೆ

ಡೆಪ್ಯುಟಿ ಪೊಲಿಟಿಕಲ್ ಏಜೆಂಟ್ ಎಲ್ಲಿಸ್ ಅವರು ನವೆಂಬರ್ 21ರಂದು ಗಂಗಾಧರ್ ರಾವ್ ಅವರ ಸಾವಿನ ಬಗ್ಗೆ ರಾಜಕೀಯ ಏಜೆಂಟ್ ಮೇಜರ್ ಮಾಲ್ಕಂಗೆ ಮಾಹಿತಿ ನೀಡಿದ್ದರು. ಈ ಮಾಹಿತಿಯನ್ನು ಸ್ವೀಕರಿಸಿದ ನಂತರ, ಮಾಲ್ಕಾಮ್ ನವೆಂಬರ್ 25ರಂದು ಭಾರತ ಸರ್ಕಾರದ ವಿದೇಶಾಂಗ ಕಾರ್ಯದರ್ಶಿಗೆ ಪತ್ರವೊಂದನ್ನು ಬರೆದರು. ಇದರ ಸಂಕ್ಷಿಪ್ತ ಸಾರ ಹೀಗಿದೆ:

ಮಾನ್ಯರೇ

1. ನವೆಂಬರ್ 21 ರಂದು ಝಾನ್ಸಿಯ ರಾಜ ಗಂಗಾಧರ್ ರಾವ್ ಅವಧಿ ಮುಗಿದಿದೆ ಎಂದು ಗೌರವಾನ್ವಿತ ಗವರ್ನರ್ ಜನರಲ್ ಅವರಿಗೆ ತಿಳಿಸಲು ನಾನು ವಿಷಾದಿಸುತ್ತೇನೆ.

2. ಅವರ ಸಾವಿಗೆ ಒಂದು ದಿನ ಮೊದಲು ಅವರು ಮಗನನ್ನು ದತ್ತು ಪಡೆದರು. ಅವರ ಪ್ರಕಾರ, ಅವನು ಮೊಮ್ಮಗ, ಆದರೆ ವಾಸ್ತವದಲ್ಲಿ ಅವನು ರಘುನಾಥ ರಾವ್ ನ ಐದನೇ ತಲೆಮಾರಿನವನು, ಹೀಗಾಗಿ ಅವನು ಅವನ ಸೋದರಳಿಯ.

3. ಮಹಾರಾಜರೊಂದಿಗಿನ ಸಭೆಗಳ ಬಗ್ಗೆ ಮೇಜರ್ ಎಲ್ಲಿಸ್ ಅವರು ಬರೆದಿರುವ ಮೂರು ಪತ್ರಗಳು ಮತ್ತು ಮಹಾರಾಜರಿಂದ ಮಗನನ್ನು ದತ್ತು ಪಡೆದ ಬಗ್ಗೆ ತಿಳಿಸುವ ಪತ್ರವನ್ನು ನಾನು ನಿಮ್ಮ ಪರಿಶೀಲನೆಗಾಗಿ ಲಗತ್ತಿಸುತ್ತಿದ್ದೇನೆ.

4. ಝಾನ್ಸಿಯ ಜನರು ರಾಣಿಯ ಹಕ್ಕುಗಳಿಗಾಗಿ ವಿನಂತಿಯನ್ನು ಅವರು ಬದುಕಿರುವವರೆಗೂ ಮಾಡಲಾಗುವುದು ಎಂದು ಭಾವಿಸಿದರು, ಆದರೆ ಮಹಾರಾಜರು ಯಾವುದೇ ನಿಕಟ ಸಂಬಂಧವನ್ನು ಹೊಂದಿರದ ಕಾರಣ ಅವರ ಸಾವಿಗೆ ಕೇವಲ ಒಂದು ದಿನ ಮೊದಲು ಮಗನನ್ನು ದತ್ತು ಪಡೆದರು. ಇದು ಝಾನ್ಸಿಯ ಜನರನ್ನು ಅಚ್ಚರಿಗೊಳಿಸಿತು.

5. ಝಾನ್ಸಿಯ ರಾಜಮನೆತನದ ವಂಶಾವಳಿಯ ವಿಸ್ತೃತ ರೇಖೆಯನ್ನು ಭಾರತ ಸರ್ಕಾರಕ್ಕೆ ಕಳುಹಿಸಲಾಗುತ್ತಿದೆ. ಮಹಾರಾಜನ ದತ್ತುಪುತ್ರನು ತನ್ನ ಪೂರ್ವಜ ರಘುನಾಥ ರಾವ್ ಅವರ ವಂಶಕ್ಕೆ ಸೇರಿದವನು ಎಂದು ಇದು ಸ್ಪಷ್ಟಪಡಿಸುತ್ತದೆ.

6. ನಾನು 2ರಂದು ಎಲ್ಲಿಸ್ ಗೆ ನೋಟಿಸ್ ಕಳುಹಿಸಿದ್ದೇನೆ, ಅದರ ಮಾಹಿತಿಯನ್ನು ಸರ್ಕಾರಕ್ಕೆ ನೀಡಲಾಗಿದೆ. ಎಲ್ಲಿಸ್ ಅದಕ್ಕೆ ಅನುಗುಣವಾಗಿ ವರ್ತಿಸುತ್ತಿದ್ದಾರೆ. ಸರ್ಕಾರದ ಅಂತಿಮ ನಿರ್ಧಾರವು ತಿಳಿದಿಲ್ಲದಿರುವವರೆಗೆ ದಿವಂಗತ ಮಹಾರಾಜರ ದತ್ತು ವಿಧಾನದ ಬಗ್ಗೆ ಯಾವುದೇ ಗಮನ ಹರಿಸಲಾಗುವುದಿಲ್ಲ.

7. ಝಾನ್ಸಿ ಮತ್ತು ಬ್ರಿಟಿಷ್ ಆಡಳಿತದ ನಡುವಿನ ಪರಸ್ಪರ ಸಂಬಂಧಗಳನ್ನು ತಿಳಿಯಲು ಕೆಲವು ಪುರಾವೆಗಳನ್ನು ಕೆಳಗೆ ಒದಗಿಸಲಾಗುತ್ತಿದೆ, ಇದು ದಿವಂಗತ ಮಹಾರಾಜರಿಗೆ ಮಗನನ್ನು ದತ್ತು ತೆಗೆದುಕೊಳ್ಳುವ ಹಕ್ಕಿದೆಯೇ ಅಥವಾ ಇಲ್ಲವೇ ಎಂಬುದನ್ನು ಸ್ಪಷ್ಟಪಡಿಸುತ್ತದೆ.

8. 1806ರಲ್ಲಿ ನಾವು ಶಿವ ರಾವ್ ಭಾವ್ ಅವರೊಂದಿಗೆ ಪೇಶ್ವೆಯ ಸುಬೇದಾರ್ ಆಗಿ ಒಪ್ಪಂದ ಮಾಡಿಕೊಂಡೆವು. ಬುಂದೇಲ್ ಖಂಡ್ ಮೇಲೆ ಹಕ್ಕುಗಳನ್ನು ಪಡೆದುಕೊಂಡೆವು. 1819ರಲ್ಲಿ ಪೇಶ್ವೆಯು ಬುಂದೇಲ್ ಖಂಡ್ ಹಕ್ಕುಗಳನ್ನು ನಮಗೆ ನೀಡಿತು. ನಂತರ ನಾವು ಝಾನ್ಸಿ ರಾಜ್ಯವನ್ನು ರಾಮ್ ಚಂದ್ರ ರಾವ್ ಅವರಿಗೆ ಸಾಂಪ್ರದಾಯಿಕ ರೀತಿಯಲ್ಲಿ ನೀಡಿದ್ದೇವೆ. 1832 ರಲ್ಲಿ ಅವರನ್ನು ಸುಬೇದಾರ್ ಹುದ್ದೆಯಿಂದ ರಾಜ ಹುದ್ದೆಗೆ ಏರಿಸಲಾಯಿತು.

9. 1835 ರಲ್ಲಿ ರಾಮಚಂದ್ರ ರಾವ್ ಅವರ ಮರಣದ ನಂತರ, ನನಗೆ ತಿಳಿದಿರುವಂತೆ, ಭೌ ಅವರ ಇಬ್ಬರು ಪುತ್ರರಾದ ರಘುನಾಥ ರಾವ್ ಮತ್ತು ಗಂಗಾಧರ್ ರಾವ್ ಜೀವಂತವಾಗಿದ್ದರು. ಆದ್ದರಿಂದ, ಆ ಆದೇಶದಲ್ಲಿ ಅವರಿಗೆ ರಾಜ್ಯವನ್ನು ನೀಡಲಾಯಿತು. ಗಂಗಾಧರ ರಾವ್ ಅವರ ಮರಣದ ನಂತರ ಈ ವಂಶಾವಳಿ ಕೊನೆಗೊಂಡಿದೆ.

10. 1835ರಲ್ಲಿ ರಾಮಚಂದ್ರ ರಾವ್ ಮತ್ತು ಅವರ ರಾಣಿಯ ದತ್ತುಪುತ್ರರನ್ನು ರಾಜ್ಯದ ಉತ್ತರಾಧಿಕಾರಿಗಳೆಂದು ಗುರುತಿಸಲಾಗಲಿಲ್ಲ. ಮಗನನ್ನು ದತ್ತು ತೆಗೆದುಕೊಳ್ಳುವ ಮೊದಲು ರಾಜ ಅಥವಾ ರಾಣಿ ಸರ್ಕಾರದಿಂದ ಅನುಮತಿ ಪಡೆಯಬೇಕಾಗಿತ್ತು ಎಂಬುದು ಇದರಿಂದ ಸ್ಪಷ್ಟವಾಗಿದೆ.

11. ಸಮರ್ಥ ಮಹಿಳೆಯಾಗಿರುವ ತನ್ನ ಪತ್ನಿಗೆ ಆಡಳಿತವನ್ನು ಹಸ್ತಾಂತರಿಸುವ ಬಯಕೆಯನ್ನು ಗಂಗಾಧರ ರಾವ್ ವ್ಯಕ್ತಪಡಿಸಿದ್ದಾರೆ. ಹಾಗಿದ್ದರೂ ಝಾನ್ಸಿಯನ್ನು ತನ್ನ ನಿಯಂತ್ರಣಕ್ಕೆ ತೆಗೆದುಕೊಳ್ಳಲು ಸರ್ಕಾರ ವಿಳಂಬ ಮಾಡಬಾರದು. ದಿವಂಗತ ರಾಜನ ವೈಯಕ್ತಿಕ ಆಸ್ತಿ ಮತ್ತು ಕೆಲವು ಮಾಸಿಕ ಪಿಂಚಣಿಗಳನ್ನು ತೆಗೆದುಕೊಳ್ಳಲು ರಾಣಿ ಸಂತೋಷಪಡುತ್ತಾರೆ ಎಂದು ನಾನು ನಂಬುತ್ತೇನೆ.

12. ರಾಣಿಗೆ ಎಷ್ಟು ಪಿಂಚಣಿ ನೀಡಬೇಕು? ಈ ಬಗ್ಗೆ ನಾನು ಏನನ್ನೂ ಹೇಳಲಾರೆ. ಇದು ಬುಂದೇಲ್ ಖಂಡ್ ನ ಮರಾಠರ ಏಕೈಕ ರಾಜಮನೆತನವಾಗಿದೆ. ಈಗ ಪದಚ್ಯುತಗೊಂಡ ಎಲ್ಲ ಮರಾಠ ಆಡಳಿತಗಾರರ ಅವಲಂಬಿತರು ಅವಳ ಅಡಿಯಲ್ಲಿ ಆಶ್ರಯ ಪಡೆಯುತ್ತಾರೆ. ಆದ್ದರಿಂದ, ಆಕೆಗೆ ಪಿಂಚಣಿಯಾಗಿ ಕನಿಷ್ಠ 5,000 ರೂಪಾಯಿಗಳನ್ನು ನೀಡಬೇಕು.

13. ಝಾನ್ಸಿ ಬಹಳ ಸಮಯದಿಂದ ನಮ್ಮ ಅಡಿಯಲ್ಲಿದೆ. ಮೇಜರ್ ರಾಸ್ ಈಗಾಗಲೇ ಅದನ್ನು ನಿರ್ವಹಿಸಿದ್ದಾರೆ. ನೆರೆಯ ಸಿಂಧಿಯಾ ಸರ್ಕಾರವನ್ನು ನಾವು ನಿರ್ವಹಿಸುವ ರೀತಿಯಲ್ಲಿ ಅದನ್ನು ನಿರ್ವಹಿಸುವಲ್ಲಿ ನಮಗೆ ಯಾವುದೇ ತೊಂದರೆ ಎದುರಾಗುವುದಿಲ್ಲ.

14. ಸರ್ಕಾರವು ಅದನ್ನು ನನ್ನ ಅಡಿಯಲ್ಲಿ ಇಟ್ಟುಕೊಳ್ಳಲು ಬಯಸಿದರೆ, ನಾನು ಸಿದ್ಧನಿದ್ದೇನೆ. ಮೇಜರ್ ಎಲ್ಲಿಸ್ ಅವರ ಸಾಮರ್ಥ್ಯವನ್ನು ನಾನು ಅನುಮಾನಿಸುತ್ತೇನೆ. ಆದ್ದರಿಂದ, ಝಾನ್ಸಿಯನ್ನು ಬುಂದೇಲ್ ಖಂಡ್ ನ ಇತರ ಕೆಲವು ಜಿಲ್ಲೆಗಳೊಂದಿಗೆ ಸಮನಾಗಿ ಜಬಲ್ಪುರದ ಕಾಮೇಶ್ವರದ ಅಡಿಯಲ್ಲಿ ಇಡಬೇಕು.

ಈ ಮಾಹಿತಿಯನ್ನು ನೀಡುವಾಗ ಮಾಲ್ ಕಾಮ್ ಸತ್ಯಗಳನ್ನು ತಿರುಚುಮಾಡಲಾಗಿದೆ ಎಂದು ಸ್ಪಷ್ಟವಾಗಿವೆ. ಈ ಮಾಹಿತಿಯನ್ನು ಕಳುಹಿಸಿದ ನಂತರ ಅವರು ಝಾನ್ಸಿಯ ನಿರ್ವಹಣೆಯಲ್ಲಿ ನಿರತರಾದರು.

ಡಾಲ್ಹೌಸಿಯ ಗೋಬ್ಲಿಂಗ್ ನೀತಿ

ಬ್ರಿಟಿಷರು ವ್ಯಾಪಾರಿಗಳಾಗಿ ಭಾರತಕ್ಕೆ ಬಂದಿದ್ದರು. ಆದರೆ ಅಲ್ಪಾವಧಿಯಲ್ಲಿಯೇ ಅವರು ಅದರ ಹಣೆಬರಹದ ಮಧ್ಯಸ್ಥಗಾರರಾದರು. 1848ರಲ್ಲಿ ಲಾರ್ಡ್ ಡಾಲ್ಹೌಸಿ ಭಾರತದ ಗವರ್ನರ್ ಜನರಲ್ ಆಗಿ ಬಂದರು. ತನ್ನ ನಿಜವಾದ ಮಗನನ್ನು ಉತ್ತರಾಧಿಕಾರಿಯಾಗಿ ಬಿಟ್ಟು ಹೋಗದ ಯಾವುದೇ ರಾಜ್ಯವನ್ನು ಸ್ವಾಧೀನಪಡಿಸಿಕೊಳ್ಳುವುದನ್ನು ಅವರು ಸಮರ್ಥಿಸಿಕೊಂಡರು. ಈ ಸಂದರ್ಭದಲ್ಲಿ ಅವರು, "ಈಗಾಗಲೇ ನಮ್ಮ ನಿಯಂತ್ರಣದಲ್ಲಿರುವ ರಾಜ್ಯಗಳ ನಡುವೆ ಇರುವ ಸಣ್ಣ ರಾಜ್ಯಗಳನ್ನು ಸ್ವಾಧೀನಪಡಿಸಿಕೊಳ್ಳುವ ಮೂಲಕ ನಮ್ಮ ಆಡಳಿತವನ್ನು ವಿಸ್ತರಿಸಲು ನಾವು ಪ್ರಯತ್ನಿಸಬೇಕು. ಅದನ್ನು ಆಕ್ಷೇಪಿಸುವ ಹಕ್ಕು ಯಾರಿಗೂ ಇಲ್ಲ. ಈ ಸಣ್ಣ

ರಾಜ್ಯಗಳು ನಮಗೆ ತೊಂದರೆಯನ್ನು ಹೊರತುಪಡಿಸಿ ಬೇರೇನೂ ನೀಡುವುದಿಲ್ಲ. ಅವುಗಳನ್ನು ನಮ್ಮ ರಾಜ್ಯಗಳಿಗೆ ಸೇರಿಸುವ ಮೂಲಕ, ನಾವು ಅವರ ದುಃಖಗಳನ್ನು ಕೊನೆಗೊಳಿಸುತ್ತೇವೆ ಮತ್ತು ಆರ್ಥಿಕವಾಗಿ ನಮಗೆ ಅನುಕೂಲವಾಗುತ್ತೇವೆ. ಇದು ನನ್ನ ನಿರ್ದಿಷ್ಟ ಮತ್ತು ಉತ್ತಮವಾಗಿ ಪರಿಗಣಿಸಲಾದ ಅಭಿಪ್ರಾಯವಾಗಿದೆ. ಈ ನೀತಿಯನ್ನು ಅನುಸರಿಸುವುದು ಬ್ರಿಟಿಷ್ ಸರ್ಕಾರದ ಅಗತ್ಯ ಕರ್ತವ್ಯವಾಗಿದೆ. ರಾಜ್ಯಗಳನ್ನು ಸ್ವಾಧೀನಪಡಿಸಿಕೊಳ್ಳುವ ಅವಕಾಶಗಳು ಹಾದುಹೋಗಲು ನಾವು ಬಿಡಬಾರದು. ಅಂತಹ ಅವಕಾಶಗಳನ್ನು ಸೃಷ್ಟಿಸಲಾಗುತ್ತದೆ. ಈ ಕೆಳಗಿನ ಎರಡು ಪ್ರಭೇದಗಳನ್ನು ಸ್ವಾಧೀನಪಡಿಸಿಕೊಳ್ಳುವ ಅವಕಾಶಗಳನ್ನು ಉತ್ತರಾಧಿಕಾರಿ ಇಲ್ಲದ ರಾಜ್ಯಗಳು ಅಥವಾ ಸರ್ಕಾರದಿಂದ ಅನುಮತಿ ಪಡೆದ ನಂತರ ಉತ್ತರಾಧಿಕಾರಿಯನ್ನು ನೇಮಿಸಿದ ರಾಜ್ಯಗಳಿಂದ ನಾವು ಎಂದಿಗೂ ತಪ್ಪಿಸಬಾರದು.

ಬ್ರಿಟಿಷ್ ಸರ್ಕಾರವು ಈ ನೀತಿಯನ್ನು ಅನುಸರಿಸುತ್ತಿತ್ತು. ಅದು ಹೇಗಾದರೂ ಝಾನ್ಸಿಯನ್ನು ಸ್ವಾಧೀನಪಡಿಸಿಕೊಳ್ಳಲು ಬಯಸಿತು. ಮಾಲ್ಕಂ ಭಾರತ ಸರ್ಕಾರಕ್ಕೆ ಕಳುಹಿಸಿದ ಮೇಲಿನ ಮಾಹಿತಿಯು ಈ ನೀತಿಯನ್ನು ಪ್ರತಿನಿಧಿಸುತ್ತದೆ. ಆದ್ದರಿಂದ, ಗಂಗಾಧರ ರಾವ್ ಅವರ ಮರಣದ ನಂತರ ಸರ್ಕಾರವು ಉದ್ದೇಶಪೂರ್ವಕವಾಗಿ ಅವರ ಮಾಹಿತಿಗೆ ಸಮಯಕ್ಕೆ ಸರಿಯಾಗಿ ಉತ್ತರಿಸಲಿಲ್ಲ.

ಗವರ್ನರ್ ಜನರಲ್ ಗೆ ಮಹಾರಾಣಿಯವರ ಅರ್ಜಿ

ಮೇಲಿನ ಮಾಹಿತಿಯನ್ನು ಮಾಲ್ಕಾಮ್ ಗವರ್ನರ್ ಜನರಲ್ ಗೆ ಕಳುಹಿಸಿದಾಗ, ಅವರು ಅವಧ್ ಪ್ರಾಂತ್ಯದ ಪ್ರವಾಸದಲ್ಲಿದ್ದರು. ಮುಂದಿನ ನಾಲ್ಕೈದು ತಿಂಗಳುಗಳ ಕಾಲ ಮಹಾರಾಣಿ ಯಾವುದೇ ಉತ್ತರವನ್ನು ಸ್ವೀಕರಿಸದಿದ್ದಾಗ, ಆಕೆ ಚಿಂತಿಸುವುದು ಸಹಜ. ಅವಳು ಈ ವಿಷಯವನ್ನು ತನ್ನ ತಂದೆಯೊಂದಿಗೆ ಪದೇ ಪದೇ ಚರ್ಚಿಸಿದಳು ಮತ್ತು ತಂದೆ ಮೊರೊಪಂತ್ ಆಕೆಗೆ ಭರವಸೆ ನೀಡಿದರು. ಅಂತಿಮವಾಗಿ, ತನ್ನ ಮಂತ್ರಿಗಳೊಂದಿಗೆ ಚರ್ಚಿಸಿದ ನಂತರ, ಮಹಾರಾಣಿ ಮೇಜರ್ ಎಲ್ಲಿಸ್ ಮೂಲಕ ಗವರ್ನರ್ ಜನರಲ್ ಗೆ ಪತ್ರ ಬರೆದರು. ಪತ್ರದ ಸಂಕ್ಷಿಪ್ತ ಅನುವಾದ ಹೀಗಿದೆ:

"ಝಾನ್ಸಿ ಪ್ರಾಂತ್ಯದಲ್ಲಿ ಬ್ರಿಟಿಷ್ ಆಳ್ವಿಕೆಯನ್ನು ಸ್ಥಾಪಿಸುವ ಮೊದಲು ನಮ್ಮ ಮಾವ ಶಿವ ರಾವ್ ಭಾವ್ ಬ್ರಿಟಿಷ್ ಸರ್ಕಾರಕ್ಕೆ ಸಹಾಯ ಮಾಡಿದ್ದಾರೆ ಎಂಬುದು ಝಾನ್ಸಿ ರಾಜ್ಯದ ದಾಖಲೆಗಳಿಂದ ಸ್ಪಷ್ಟವಾಗಿದೆ. ಇದಕ್ಕೆ ಪ್ರತಿಯಾಗಿ ನಾವು ಬ್ರಿಟಿಷ್ ಅನುಗ್ರಹ ಮತ್ತು ಔದಾರ್ಯಕ್ಕಾಗಿ ಯಾವಾಗಲೂ ಕೃತಜ್ಞರಾಗಿರುತ್ತೇವೆ. ಕರ್ನಲ್ ಸ್ಲೀಮೆನ್ 1842 ರಲ್ಲಿ ನನ್ನ ಪತಿಯೊಂದಿಗೆ ಒಪ್ಪಂದಕ್ಕೆ ಸಹಿ ಹಾಕಿದರು, ಅದರ ಪ್ರಕಾರ 1817 ರ ರಾಮ್ ಚಂದ್ರ ರಾವ್ ಅವರೊಂದಿಗಿನ ಹಿಂದಿನ ಒಪ್ಪಂದವನ್ನು ಸಂಪೂರ್ಣವಾಗಿ ಅಂಗೀಕರಿಸಲಾಯಿತು. ಬ್ರಿಟಿಷ್ ಸರ್ಕಾರದೊಂದಿಗೆ ಶಿವ ರಾವ್ ಭಾವು ಅವರ ಉತ್ತಮ ನಡವಳಿಕೆ ಮತ್ತು ಸ್ನೇಹ ಸಂಬಂಧಗಳ ಕಾರಣದಿಂದಾಗಿ, ಶಿವ ರಾವ್ ಭಾವು ಅವರ ಕೊನೆಯ ಆಶಯದ ಪ್ರಕಾರ ಮತ್ತು ಅವರ ರಾಜವಂಶಕ್ಕೆ ಅನುಗುಣವಾಗಿ ಝಾನ್ಸಿ ರಾಜ್ಯ ರಾಮ್ ಚಂದ್ರ ರಾವ್ ಅವರೊಂದಿಗೆ ಸಹಿ ಹಾಕಿದ ಒಪ್ಪಂದಕ್ಕೆ ಅನುಗುಣವಾಗಿ ಅದು ನೀಡಿತು. ಝಾನ್ಸಿಯ ರಾಜನು ದುರದೃಷ್ಟವಶಾತ್ ಸಮಸ್ಯೆಯಿಲ್ಲದೆ ಉಳಿದಿದ್ದರೆ ಸರ್ಕಾರವು ಅವನ ದತ್ತುಪುತ್ರನನ್ನು

ಸಂಪೂರ್ಣವಾಗಿ ಅಂಗೀಕರಿಸುತ್ತದೆ ಮತ್ತು ನಮ್ಮ ಸಾಂಪ್ರದಾಯಿಕ ಪೂರ್ವಜರ ರಾಜ್ಯವು ಯಾವುದೇ ಸಮಯದಲ್ಲಿ ಕೊನೆಗೊಳ್ಳಲು ಅನುಮತಿಸುವುದಿಲ್ಲ ಎಂದು ಅದು ಖಚಿತಪಡಿಸುತ್ತದೆ. ಹಿಂದೂ ಧರ್ಮ ಶಾಸ್ತ್ರಗಳು (ಧಾರ್ಮಿಕ ಗ್ರಂಥಗಳು) ನಿಜವಾದ ಮಗ ಮತ್ತು ದತ್ತುಪುತ್ರನ ನಡುವೆ ಯಾವುದೇ ವ್ಯತ್ಯಾಸವನ್ನು ಮಾಡುವುದಿಲ್ಲ. ಅವರು ತಮ್ಮ ಸತ್ತ ಪೂರ್ವಜರಿಗೆ ಪಿಂಡದಾನ (ಧಾರ್ಮಿಕ ಅರ್ಪಣೆಗಳು) ಮಾಡುತ್ತಾರೆ. ಆದ್ದರಿಂದ, ದತ್ತುಪುತ್ರನನ್ನು ಹೊಂದಿರುವುದು ಹಿಂದೂ ಧರ್ಮಕ್ಕೆ ಅನುಗುಣವಾಗಿದೆ. ಈ ಅವಶ್ಯಕತೆಯ ಅನುಸಾರವಾಗಿ, ನನ್ನ ದಿವಂಗತ ಪತಿ ಮಗನನ್ನು ದತ್ತು ಪಡೆಯುವ ಬಯಕೆಯನ್ನು ವ್ಯಕ್ತಪಡಿಸಿದರು ಮತ್ತು ದತ್ತು ಸ್ವೀಕಾರ ಸಮಾರಂಭವನ್ನು ಬುದ್ಧಿವಂತ ಪಂಡಿತರು ಸರಿಯಾದ ರೀತಿಯಲ್ಲಿ ಆಚರಿಸಿದರು. ಮಹಾರಾಜರ ಆದೇಶದ ಮೇರೆಗೆ ಮೇಜರ್ ಎಲ್ಲಿಸ್ ಮತ್ತು ಕ್ಯಾಪ್ಟನ್ ಮಾರ್ಟಿನ್ ಅವರನ್ನು ಈ ಸಮಾರಂಭಕ್ಕೆ ಆಹ್ವಾನಿಸಲಾಯಿತು. ನಂತರ ಅವರು (ಮಹಾರಾಜರು) ನಿಮಗೆ ಪ್ರಸರಣಕ್ಕಾಗಿ ಮೇಜರ್ ಎಲ್ಲಿಸ್ ಅವರಿಗೆ ದತ್ತು ನೀಡುವ ಮಾಹಿತಿಯನ್ನು ಲಿಖಿತವಾಗಿ ನೀಡಿದರು. ಎಲ್ಲ ವಿವರಗಳನ್ನು ಸರ್ಕಾರಕ್ಕೆ ತಿಳಿಸುವುದಾಗಿ ಅವರು ಭರವಸೆ ನೀಡಿದ್ದರು. ನಮ್ಮ ದತ್ತುಪುತ್ರ ಮರುದಿನ ನನ್ನ ಗಂಡನ ಮರಣದ ಮೇಲೆ ಎಲ್ಲಾ ಆಚರಣೆಗಳು ಮತ್ತು ಶವಸಂಸ್ಕಾರ ಸಮಾರಂಭವನ್ನು ನಡೆಸಿದರು. ನನ್ನ ಪತಿ ಈ ಮಗನನ್ನು ಈ ಸರ್ಕಾರದ ಅನುಗ್ರಹದಿಂದ ದತ್ತು ಪಡೆದರು. ಈಗ ಅವರ ರಕ್ಷಣೆ ಮತ್ತು ಭದ್ರತೆಯು ನಿಮ್ಮ ಪರವಾಗಿರುತ್ತದೆ. ಕೊನೆಯಲ್ಲಿ ನಾವು ನಮ್ಮ ದತ್ತುಪುತ್ರನನ್ನು ದತ್ತಿಯಾದ ರಾಜ, ಜಲೌನ್ ರಾಜ ಬಾಲ ರಾವ್ ಮತ್ತು ಓರ್ಚಾದ ಆಡಳಿತಗಾರ ತೇಜ್ ಸಿಂಗ್ ಅವರ ದತ್ತು ಪುತ್ರರನ್ನು ಗುರುತಿಸಿದಂತೆ ಗುರುತಿಸುವಂತೆ ಸರ್ಕಾರವನ್ನು ಪ್ರಾರ್ಥಿಸುತ್ತೇವೆ. ಝಾನ್ಸಿಯೊಂದಿಗಿನ ಒಪ್ಪಂದದಲ್ಲಿ ಬಳಸಲಾದ ಪದವು "ಎಂದಿಗೂ" ಆಗಿದೆ. ಆದ್ದರಿಂದ, ಮೇಲಿನ ರಾಜರಿಗಿಂತ ದತ್ತುಪುತ್ರನನ್ನು ಹೊಂದಲು ನಮಗೆ ಹೆಚ್ಚಿನ ಹಕ್ಕಿದೆ ".

ಈ ಪತ್ರವನ್ನು ಗವರ್ನರ್ ಜನರಲ್ ಅವರಿಗೆ ಕಳುಹಿಸಲಾಯಿತು. ಡಿಸೆಂಬರ್ 24, 1853 ರಂದು, ರಾಣಿಯ ಹಕ್ಕುಗಳನ್ನು ಸಮರ್ಥಿಸಲಾಗಿದೆ ಎಂದು ವಿವರಿಸಿದರು. ಮೇಜರ್ ಎಲ್ಲಿಸ್ ಅವರು ಸರ್ಕಾರಕ್ಕೆ ಪತ್ರ ಬರೆದರು: "ಝಾನ್ಸಿ ಮತ್ತು ಓರ್ಚಾ ಅವರೊಂದಿಗಿನ ಒಪ್ಪಂದಗಳ ಉದ್ದೇಶವು ಸಾಮಾನ್ಯವಾಗಿದೆ. ಆದ್ದರಿಂದ ಒಬ್ಬರಿಗೆ ಮಗನನ್ನು ದತ್ತು ತೆಗೆದುಕೊಳ್ಳಲು ಅವಕಾಶ ನೀಡುವುದು ಮತ್ತು ಇನ್ನೊಬ್ಬರಿಗೆ ಅದನ್ನು ಹೊಂದಲು ನಿರಾಕರಿಸುವುದು ನ್ಯಾಯದ ಹಿತದೃಷ್ಟಿಯಿಂದ ಸಮಂಜಸವಲ್ಲ. ಮಾರ್ಚ್ 27, 1836 ರಂದು ನಿರ್ದೇಶಕರ ನ್ಯಾಯಾಲಯದ ಪತ್ರದಲ್ಲಿ, ಭಾರತೀಯ ರಾಜ್ಯಗಳ ನಿಯಮಗಳಿಗೆ ಮಗನನ್ನು ದತ್ತು ತೆಗೆದುಕೊಳ್ಳಲು ಸಂಪೂರ್ಣ ಹಕ್ಕುಗಳಿವೆ ಎಂದು ಒಪ್ಪಿಕೊಳ್ಳಲಾಗಿದೆ. ಇದು ನಿರ್ದೇಶಕರ ಆದೇಶಗಳನ್ನು ಗಂಭೀರವಾಗಿ ತಿರಸ್ಕಾರಗೊಳಿಸಿದಂತೆ, ನನ್ನ ಅಭಿಪ್ರಾಯದಲ್ಲಿ, ಇಂದು ಅವರ ಸೇವೆಗಳಿಗೆ ಪ್ರತಿಯಾಗಿ ಆಡಳಿತಗಾರರಾಗಿ ನೇಮಕಗೊಂಡಿರುವ ರಾಜರು ಇತರ ರಾಜಮನೆತನಗಳಷ್ಟು ಹಳೆಯವರಲ್ಲ ಮತ್ತು ಈ ಕಾರಣಕ್ಕಾಗಿ ಅವರು ಮಗನನ್ನು ದತ್ತು ಪಡೆಯುವ ಹಕ್ಕನ್ನು ಸ್ವೀಕರಿಸಲಾಗುವುದಿಲ್ಲ".

ಈ ಪತ್ರವು ಹಲವು ದಿನಗಳಿಂದ ಬುಂದೇಲ್ ಖಂಡ್ ನ ರಾಜಕೀಯ ಪ್ರತಿನಿಧಿಯ ಬಳಿ ಇತ್ತು. ಬ್ರಿಟಿಷ್ ಸಾಮ್ರಾಜ್ಯದಲ್ಲಿ ಝಾನ್ಸಿಯನ್ನು ವಿಲೀನಗೊಳಿಸಲು ಅವರು ಈಗಾಗಲೇ ಮನಸ್ಸು ಮಾಡಿದ್ದರು.

ಮಾಲ್ ಕಾಮ್ ನ ಎರಡನೇ ರಾಜತಾಂತ್ರಿಕತೆ

ಗಂಗಾಧರ್ ರಾವ್ ಅವರ ಸಮುದಾಯಕ್ಕೆ ಸೇರಿದ ಸದಾಶಿವ ರಾವ್ ನಾರಾಯಣ್ ಎಂಬ ವ್ಯಕ್ತಿ ಮತ್ತು ಗಂಗಾಧರ್ ರಾವ್ ಅವರ ಹಿಂದಿನ ನಿವಾಸವಾದ ಖಂಡೇಶ್ ನಿವಾಸಿ ಝಾನ್ಸಿ ರಾಜ್ಯದ ಅನಿಶ್ಚಿತ ಭವಿಷ್ಯವನ್ನು ನೋಡಿ, ರಾಜ್ಯಕ್ಕಾಗಿ ತಮ್ಮ ಹಕ್ಕನ್ನು ಪ್ರತಿಪಾದಿಸಿದರು. ಅವರು ಝಾನ್ಸಿಯ ಸಿಂಹಾಸನಕ್ಕೆ ತಮ್ಮ ಹಕ್ಕನ್ನು ಪ್ರತಿಪಾದಿಸಿ ಮಾಲ್ಕಾಮ್ ಗೆ ಅರ್ಜಿಯನ್ನು ಕಳುಹಿಸಿದರು. "ದಿವಂಗತ ರಾಜನ ಪೂರ್ವಜರಲ್ಲಿ ಉತ್ತರಾಧಿಕಾರಿಗಳಲ್ಲಿ ಯಾರೊಬ್ಬರ ಹಕ್ಕನ್ನು ಗುರುತಿಸಬೇಕಾದರೆ, ಈ ವ್ಯಕ್ತಿಯು ಹತ್ತಿರದ ಸಂಬಂಧಿಯಾಗಿದ್ದಾನೆ ಮತ್ತು ಝಾನ್ಸಿಯ ಸಿಂಹಾಸನಕ್ಕೆ ಹಕ್ಕುದಾರನಾಗಿರಬಹುದು" ಎಂದು ಮಾಲ್ಕಾಮ್ ತನ್ನ ಶಿಫಾರಸಿನೊಂದಿಗೆ 1853 ರ ಡಿಸೆಂಬರ್ 31 ರಂದು ಗವರ್ನರ್ ಜನರಲ್ ಗೆ ಈ ಪತ್ರವನ್ನು ರವಾನಿಸಿದರು.

ಬ್ರಿಟಿಷ್ ಸಾಮ್ರಾಜ್ಯದಲ್ಲಿ ಝಾನ್ಸಿ ರಾಜ್ಯವನ್ನು ವಿಲೀನಗೊಳಿಸಲು ಮಾಲ್ಕೊಮ್ ಏಕೆ ಒತ್ತಾಯಿಸಿದರು ಎಂಬುದನ್ನು ಅರ್ಥಮಾಡಿಕೊಳ್ಳುವುದು ಕಷ್ಟ. ಅವರ ಎರಡನೇ ರಾಜತಾಂತ್ರಿಕತೆಯನ್ನು ಅವರು ಸದಾಶಿವ ರಾವ್ ನಾರಾಯಣ್ ಅವರನ್ನು ಝಾನ್ಸಿಯ ಸಿಂಹಾಸನದಲ್ಲಿ ಇರಿಸಲು ಬಯಸಿದ್ದರು ಎಂದು ಅರ್ಥೈಸಬಾರದು. ಸಮಸ್ಯೆಗಳನ್ನು ಇನ್ನಷ್ಟು ಗೊಂದಲಕ್ಕೀಡು ಮಾಡಲು ಮಾತ್ರ ಅವರು ಈ ಶಿಫಾರಸನ್ನು ಮಾಡಿದ್ದಾರೆ ಎಂದು ತೋರುತ್ತದೆ.

ಝಾನ್ಸಿಯ ವಿಲೀನದ ನಿರ್ಧಾರ

ಗಂಗಾಧರ ರಾವ್ ಅವರ ಮರಣದ ಸುಮಾರು ಮೂರು ತಿಂಗಳ ನಂತರ, ಗವರ್ನರ್ ಜನರಲ್ ಅವರು ತಮ್ಮ ಪ್ರವಾಸದಿಂದ ಹಿಂದಿರುಗಿದಾಗ ಝಾನ್ಸಿಯ ವಿಷಯವನ್ನು ಪರಿಗಣಿಸಲಾಯಿತು. ವಿದೇಶಾಂಗ ಕಾರ್ಯದರ್ಶಿ ಜೆ.ಪಿ.ಗ್ರಾಂಟ್ ಅವರನ್ನು ಬುದ್ಧಿವಂತ ವ್ಯಕ್ತಿ ಎಂದು ಪರಿಗಣಿಸಲಾಗಿತ್ತು. ಅವರು ಝಾನ್ಸಿ ರಾಜ್ಯದ ವಿಲೀನ ವರದಿಯನ್ನು ಸಿದ್ಧಪಡಿಸಿದರು. ಈ ವರದಿಯಲ್ಲಿ, ಝಾನ್ಸಿ ರಾಜ್ಯದ ಸಮಗ್ರ ಇತಿಹಾಸ ಮತ್ತು ಬ್ರಿಟಿಷ್ ಸರ್ಕಾರದೊಂದಿಗಿನ ಅದರ ಸಂಬಂಧಗಳ ಬಗ್ಗೆ ಪಕ್ಷಿ ನೋಟವನ್ನು ಪ್ರಸ್ತುತಪಡಿಸಿದ ಅವರು, ಝಾನ್ಸಿಯನ್ನು ಬ್ರಿಟಿಷ್ ಸಾಮ್ರಾಜ್ಯದೊಂದಿಗೆ ವಿಲೀನಗೊಳಿಸಬೇಕು ಎಂದು ಒತ್ತಿ ಹೇಳಿದರು. ಈ ವರದಿಯ ಕುರಿತು ಗವರ್ನರ್ ಜನರಲ್ ಮತ್ತು ಅವರ ಕೌನ್ಸಿಲರ್ ಗಳು ತೆಗೆದುಕೊಂಡ ನಿರ್ಧಾರದ ಸಂಕ್ಷಿಪ್ತ ರೂಪ ಈ ಕೆಳಗಿನಂತಿದೆ:

"ಝಾನ್ಸಿ ನರೇಶ್ ಗಂಗಾಧರ್ ರಾವ್ ಅವರು 1853ರ ನವೆಂಬರ್ ನಲ್ಲಿ ತಮ್ಮ ಸಾವಿಗೆ ಕೇವಲ ಒಂದು ದಿನ ಮೊದಲು ಒಬ್ಬ ಮಗನನ್ನು ದತ್ತು ಪಡೆದರು, ಏಕೆಂದರೆ ಅವರಿಗೆ ಸ್ವಂತ ಮಗ ಇರಲಿಲ್ಲ. ಸೂಚಿಸಲಾದ ಮಗನನ್ನು ತನ್ನ ಉತ್ತರಾಧಿಕಾರಿಯಾಗಿ ಒಪ್ಪಿಕೊಳ್ಳಬೇಕೆಂದು ಅವರ ಪತ್ನಿ ವಿನಂತಿಸುತ್ತಾರೆ.

"ಝಾನ್ಸಿ ಮತ್ತು ಬ್ರಿಟಿಷ್ ಆಡಳಿತದ ನಡುವಿನ ಸಂಬಂಧವು ವಿದೇಶಾಂಗ ಕಾರ್ಯದರ್ಶಿಯ ಸಂಕ್ಷಿಪ್ತ ವಿವರಣೆಯಿಂದ ಸ್ಪಷ್ಟವಾಗಿದೆ. ಆದ್ದರಿಂದ, ಝಾನ್ಸಿ ರಾಜ್ಯದ ಭವಿಷ್ಯದ ನಿರ್ವಹಣೆ ಹೇಗಿರಬೇಕು ಎಂಬುದನ್ನು ಈ ವಿಷಯ ಮತ್ತು ಝಾನ್ಸಿ ರಾಜ್ಯದೊಂದಿಗಿನ ಪತ್ರವ್ಯವಹಾರವನ್ನು ಎಚ್ಚರಿಕೆಯಿಂದ ಪರಿಗಣಿಸಿ, ನಾನು ಈ ವಿಷಯದಲ್ಲಿ ನನ್ನ ಅಭಿಪ್ರಾಯವನ್ನು ವ್ಯಕ್ತಪಡಿಸುತ್ತಿದ್ದೇನೆ. ನನ್ನ ಅಭಿಪ್ರಾಯದಲ್ಲಿ ಈ ರಾಜ್ಯವು ಬ್ರಿಟಿಷ್

ಸರ್ಕಾರದ ಕೈಗೆ ಬಂದಿದೆ. ಆದ್ದರಿಂದ, ಈಗ ರಾಜಕೀಯ ದೃಷ್ಟಿಕೋನದಿಂದ ಅದನ್ನು ನಮ್ಮ ಕೈಯಲ್ಲಿ ಇಟ್ಟುಕೊಳ್ಳುವುದು ಸೂಕ್ತವಾಗಿದೆ".

"ಝಾನ್ಸಿಯಲ್ಲಿ ನಾವು ಯಾವ ರೀತಿಯ ನಿರ್ವಹಣೆಯನ್ನು ಹೊಂದಿದ್ದೇವೆ? ನಾಗ್ಪುರ ಮತ್ತು ಝಾನ್ಸಿ ರಾಜ್ಯಗಳ ನಡುವಿನ ಸಂಬಂಧಗಳ ವಿವಾದವನ್ನು ವಿಲೇವಾರಿ ಮಾಡುವಾಗ ಈ ವಿಷಯವನ್ನು ಇತ್ತೀಚೆಗೆ ನಿರ್ಧರಿಸಲಾಗಿದೆ. ಬುಂದೇಲ್ ಖಂಡ್ ನ ಸಣ್ಣ ರಾಜ್ಯಗಳಿಗೆ ಸಂಬಂಧಿಸಿದಂತೆ ಚಾರ್ಲ್ಸ್ ಮೆಟ್ ಕೆಫೆ ತೆಗೆದುಕೊಂಡ ನಿರ್ಧಾರಗಳನ್ನು 1837ರಲ್ಲಿ ಅಂಗೀಕರಿಸಲಾಯಿತು. ಅವಲಂಬಿತ ರಾಜ್ಯಗಳಿಗೆ ಸಂಬಂಧಿಸಿದಂತೆ 1846ರಲ್ಲಿ ನಿರ್ದೇಶಕರ ನ್ಯಾಯಾಲಯವು ರೂಪಿಸಿದ ನಿಯಮಗಳ ಪ್ರಕಾರ, ಉತ್ತರಾಧಿಕಾರಿಇಲ್ಲದ ಝಾನ್ಸಿ ರಾಜ್ಯವನ್ನು ವಿಲೀನಗೊಳಿಸಲು ನಮಗೆ ಸಂಪೂರ್ಣ ಹಕ್ಕಿದೆ".

"ಮೇಲಿನ ತತ್ವಗಳನ್ನು ಅನ್ವಯಿಸಿ, ಸತಾರನಂತೆ ಸಾರ್ವಭೌಮ ಅಧಿಕಾರದ ಅನುಪಸ್ಥಿತಿಯಲ್ಲಿ, ದತ್ತು ಪಡೆದ ಉತ್ತರಾಧಿಕಾರಿ ಯಾವುದೇ ರಾಜ್ಯವನ್ನು ಪಡೆಯಲು ಸಾಧ್ಯವಿಲ್ಲ. ಅದಕ್ಕೆ ಮಂಜೂರಾತಿ ನೀಡಲು ನಾವು ಬದ್ಧರಾಗಿಲ್ಲ. ಬುಂದೇಲ್ ಖಂಡ್ ಬಗ್ಗೆ ಚಾರ್ಲ್ಸ್ ಮೆಟ್ ಕಾಫೆ ಅವರ ಅಭಿಪ್ರಾಯವೂ ಇದೇ ಆಗಿದೆ. ಪೂರ್ವಜರ ಆಧಾರದ ಮೇಲೆ ರಾಜರು ಮತ್ತು *ಜಾಗೀರ್ ಗಳನ್ನು ಸ್ವಾಧೀನಪಡಿಸಿಕೊಳ್ಳುವಲ್ಲಿ ರಾಜರಾಗುವವರ ನಡುವೆ ಯಾವುದೇ ವ್ಯತ್ಯಾಸವನ್ನು ಫ್ರೇಸರ್ ಒಪ್ಪಿಕೊಂಡಿಲ್ಲ.* ಒಬ್ಬರಿಗೆ ಮಗನಿಲ್ಲದಿದ್ದಾಗ ಮಗನನ್ನು ದತ್ತು ತೆಗೆದುಕೊಳ್ಳಬಹುದು ಎಂದು ನಾನು ಒಪ್ಪಿಕೊಳ್ಳುತ್ತೇನೆ. ಆದರೆ ದತ್ತು ಪಡೆದ ಮಗ ಹಿಂದೂ ಧಾರ್ಮಿಕ ಗ್ರಂಥಗಳಿಗೆ ಅನುಗುಣವಾಗಿರಬೇಕು ಮತ್ತು ಅದಕ್ಕಾಗಿ ಬ್ರಿಟಿಷ್ ಸರ್ಕಾರದಿಂದ ಪೂರ್ವಾನುಮತಿ ಪಡೆಯಬೇಕು. *ಜಾಗೀರ್* ಗಳಾಗಿ ಸ್ವಾಧೀನಪಡಿಸಿಕೊಂಡ ರಾಜ್ಯಗಳ ವಿಷಯದಲ್ಲಿ, ಆ *ಜಾಗೀರ್ ನೀಡಿದ ವ್ಯಕ್ತಿಯೊಂದಿಗೆ ಉತ್ತರಾಧಿಕಾರಿಯನ್ನು ನಿರ್ಧರಿಸುವ ಹಕ್ಕು ಇದೆ.* ನಿಜವಾದ ಮಗನ ಅನುಪಸ್ಥಿತಿಯಲ್ಲಿ ಅವನು ತನ್ನ *ಜಾಗೀರ್ ಅನ್ನು ಹಿಂಪಡೆಯಬಹುದು.*

"ಝಾನ್ಸಿ ರಾಜ್ಯವು ಬ್ರಿಟಿಷ್ ಸರ್ಕಾರವು ನೀಡಿದ *ಜಾಗೀರ್* ಆಗಿತ್ತು. ಆದ್ದರಿಂದ, ನಿಜವಾದ ಮಗನ ಅನುಪಸ್ಥಿತಿಯಲ್ಲಿ, ಅದನ್ನು ಹಿಂಪಡೆಯಲು ನಮಗೆ ಸಂಪೂರ್ಣ ಹಕ್ಕಿದೆ.

"ನಿಸ್ಸಂದೇಹವಾಗಿ, ಝಾನ್ಸಿ ಅವಲಂಬಿತ ರಾಜ್ಯವಾಗಿದೆ. ಇದು ಟೆಹ್ರಿ ರಾಜ್ಯಕ್ಕಿಂತಲೂ ಕಡಿಮೆ ಉಚಿತವಾಗಿದೆ. ವಾಸ್ತವವಾಗಿ, ಇದು ಟೆಹ್ರಿಯಂತೆಯೇ ಇದೆ. ಇದನ್ನು ಸುಬೇದಾರ್ ಗೆ ಅದರ ಹಿಂದಿನ ಮಾಲೀಕ ಪೇಶ್ವಾ ನೀಡಿದ್ದರು. 1804ರಲ್ಲಿ ಶಿವ ರಾವ್ ಭಾವು ಮತ್ತು ಬ್ರಿಟಿಷ್ ಸರ್ಕಾರದ ನಡುವಿನ ಒಪ್ಪಂದದಲ್ಲಿ ಝಾನ್ಸಿಯ ಸುಬೇದಾರ್ ಅವರನ್ನು ಪೇಶ್ವೆಯ ಅವಲಂಬಿತರೆಂದು ವಿವರಿಸಲಾಗಿದೆ. ಶಿವ ರಾವ್ ಭಾವು ಅವರೇ ಇದನ್ನು ಒಪ್ಪಿಕೊಂಡಿದ್ದಾರೆ. ರಾಜ್ಯವನ್ನು ತನ್ನ ಮೊಮ್ಮಗನಿಗೆ ನೀಡಬೇಕೆಂದು ಅವರು ಸರ್ಕಾರಕ್ಕೆ ಪ್ರಾರ್ಥಿಸಿದಾಗ, ಇದಕ್ಕಾಗಿ ಪೇಶ್ವೆಯ ಒಪ್ಪಿಗೆ ಅಗತ್ಯ ಎಂದು ಸರ್ಕಾರ ಹೇಳಿತು. ಝಾನ್ಸಿಯ ಆಡಳಿತಗಾರರು ಪೇಶ್ವೆಗಳ ಅಧೀನದಲ್ಲಿದ್ದರು ಎಂದು ಎಲ್ಲಾ ಪುರಾವೆಗಳು ಸ್ಪಷ್ಟಪಡಿಸುತ್ತವೆ. 1817ರಲ್ಲಿ ಬ್ರಿಟಿಷ್ ಸರ್ಕಾರವು ಪೇಶ್ವರರ ಹಕ್ಕುಗಳನ್ನು ಸ್ವಾಧೀನಪಡಿಸಿಕೊಂಡಿತು. ಆಗಲೂ ಝಾನ್ಸಿಯ ಮೇಲೆ ರಾಮಚಂದ್ರ ರಾವ್ ಅವರ ಪೂರ್ವಜರ ಹಕ್ಕನ್ನು ಅಂಗೀಕರಿಸಲಾಗಿಲ್ಲ. ಈ ವರ್ಷದಲ್ಲಿ ಕಾರ್ಯಗತಗೊಳಿಸಿದ ಒಪ್ಪಂದದಲ್ಲಿ ಅವರು

ಪೂರ್ವಜರ ಹಕ್ಕುಗಳನ್ನು ಪಡೆದರು, ಆಗಲೂ ಅವರನ್ನು ಪೂರ್ಣ ರಾಜ ಎಂದು ಅಂಗೀಕರಿಸಲಾಗಿಲ್ಲ. 1835 ರಲ್ಲಿ ರಾಮಚಂದ್ರನ ದತ್ತುಪುತ್ರನನ್ನು ರಾಜ್ಯದ ಉತ್ತರಾಧಿಕಾರಿ ಎಂದು ಅಂಗೀಕರಿಸಲಾಗಿಲ್ಲ. ಅವರ ಚಿಕ್ಕಪ್ಪನನ್ನು ಉತ್ತರಾಧಿಕಾರಿಯಾಗಿ ಪರಿಗಣಿಸಲಾಯಿತು.

"ಗಂಗಾಧರ ರಾವ್ ಅವರಿಗೆ ನಿಜವಾದ ಮಗನಿಲ್ಲ. ಆದ್ದರಿಂದ, ಝಾನ್ಸಿ ರಾಜ್ಯವನ್ನು ಆಳಲು ಪೂರ್ವಜರ ಸಾಲಿನಲ್ಲಿ ಯಾವುದೇ ಉತ್ತರಾಧಿಕಾರಿ ಇಲ್ಲ.

"ಗಂಗಾಧರ ರಾವ್ ಅವರ ಸಾವಿಗೆ ಒಂದು ದಿನದ ಮೊದಲು ದತ್ತು ಪಡೆದ ಮಗ ಅವರ ವಂಶಾವಳಿಯಲ್ಲಿ ದೂರದ ಸಂಬಂಧವಾಗಿದೆ. ಸನ್ನಿಹಿತ ಸಾವಿನ ಸಮಯದಲ್ಲಿ ನಡೆಸಲಾದ ಈ ದತ್ತು ವಿಧಾನವನ್ನು ವಿಶ್ವಾಸಾರ್ಹವೆಂದು ಪರಿಗಣಿಸಲಾಗುವುದಿಲ್ಲ. ಇದಕ್ಕೂ ಮೊದಲು ರಾಜನು ದತ್ತುಪುತ್ರನನ್ನು ಹೊಂದುವ ಬಯಕೆಯನ್ನು ವ್ಯಕ್ತಪಡಿಸಲಿಲ್ಲ. ರಾಜನು ತನ್ನ ರಾಜ್ಯವನ್ನು ತನ್ನ ರಾಣಿಯ ಅಡಿಯಲ್ಲಿ ಇಟ್ಟುಕೊಳ್ಳಲು ಪ್ರಾರ್ಥಿಸುತ್ತಾನೆ ಎಂದು ಜನರು ಭಾವಿಸಿದರು. ಆದ್ದರಿಂದ, ಅವರ ಪ್ರಸ್ತುತ ನಿರ್ಧಾರವು ಎಲ್ಲರಿಗೂ ಆಶ್ಚರ್ಯವನ್ನುಂಟು ಮಾಡಿತು. ಮಗನನ್ನು ದತ್ತು ತೆಗೆದುಕೊಳ್ಳುವುದರ ಹಿಂದೆ ಕೆಲವು ಪಿತೂರಿ ಇದೆ ಎಂದು ತೋರುತ್ತದೆ, ಏಕೆಂದರೆ ಸರ್ಕಾರದ ಮೊದಲ ಒಪ್ಪಂದವು ಶಿವ ರಾವ್ ಭಾವ್ ಅವರೊಂದಿಗೆ ಇತ್ತು ಮತ್ತು ಅವನ ವಂಶಾವಳಿಯ ಉತ್ತರಾಧಿಕಾರಿಯು ಉಳಿದಿಲ್ಲ..

"ಲಕ್ಷ್ಮೀಬಾಯಿ ಅವರು ತಮ್ಮ ದತ್ತುಪುತ್ರನನ್ನು ದತ್ತಿಯಾ, ತಿಹ್ರಿ ಮತ್ತು ಜಲಾನ್ ನಂತಹ ಬುಂದೇಲ್ ಖಂಡ್ ರಾಜ್ಯಗಳ ಮಾದರಿಯಲ್ಲಿ ಅಂಗೀಕರಿಸಬೇಕೆಂದು ಪ್ರಾರ್ಥಿಸಿದಳು. ಟಿಹ್ರಿ ಮತ್ತು ಡಾಟಿಯಾ ಸ್ವತಂತ್ರ ರಾಜ್ಯಗಳಾಗಿವೆ. ಅವರ ನಿಯಮಗಳು ಅವಲಂಬಿತ ರಾಜ್ಯಗಳಿಗೆ ಅನ್ವಯಿಸಲಾಗುವುದಿಲ್ಲ. ಹೌದು, ಜಲೌನ್ ಇದಕ್ಕೆ ಹೊರತಾಗಿಲ್ಲ. ಆದರೆ ಇದು ಸರ್ಕಾರದ ಸ್ವಂತ ಇಚ್ಛಾಶಕ್ತಿ ಹೊರತಾಗಿ ಮಗನನ್ನು ದತ್ತು ತೆಗೆದುಕೊಳ್ಳುವ ಹಕ್ಕನ್ನು ಸರ್ಕಾರ ಒಪ್ಪಿಕೊಂಡಿದೆ ಎಂದು ಇದರ ಅರ್ಥವಲ್ಲ. ಮಗನನ್ನು ದತ್ತು ಪಡೆದ ನಂತರವೂ ಜಲೌನ್ ಅವರನ್ನು ಸರ್ಕಾರದ ರಾಜ್ಯವೆಂದು ಪರಿಗಣಿಸಲಾಲಾಯಿತು.

"1817ರ ಒಪ್ಪಂದವನ್ನು ಉಲ್ಲೇಖಿಸಿ, ರಾಣಿ ಈ ದತ್ತು ಸ್ವೀಕಾರವನ್ನು ಪೂರ್ವಜರ ಸಾಲಿನಲ್ಲಿ ಅಂಗೀಕರಿಸುವಂತೆ ಪ್ರಾರ್ಥಿಸಿದಳು. ಈ ಪ್ರಾರ್ಥನೆಯನ್ನು ಅಂಗೀಕರಿಸಲಾಗುವುದಿಲ್ಲ. ಮಗನನ್ನು ದತ್ತು ತೆಗೆದುಕೊಳ್ಳಬೇಕಾದರೆ ಉತ್ತರಾಧಿಕಾರಿಯ ನಿರ್ಧಾರವನ್ನು ಸರ್ಕಾರವು ತೆಗೆದುಕೊಳ್ಳಬೇಕಾಗುತ್ತದೆ. ರಾಮಚಂದ್ರ ರಾವ್ ಅವರ ದತ್ತುಪುತ್ರನನ್ನೂ ತಿರಸ್ಕರಿಸಲಾಯಿತು. ಆದ್ದರಿಂದ, ಈ ವಿಷಯದಲ್ಲಿ ಯಾವುದೇ ರೀತಿಯ ವಿವಾದಗಳಿಗೆ ಅವಕಾಶವಿಲ್ಲ.

ಮೇಲೆ ತಿಳಿಸಲಾದ ಸಂಗತಿಗಳು ಝಾನ್ಸಿ ಅವಲಂಬಿತ ರಾಜ್ಯವೆಂದು ಸಾಬೀತುಪಡಿಸುತ್ತವೆ. ರಾಜ್ಯದ ಆಡಳಿತಗಾರರು ಬುಂದೇಲ್ ಖಂಡ್ ನ ಇತರ ಅವಲಂಬಿತ ಜಾಗೀರ್ ದಾರ್ ಗಳಿಗೆ ಸಮಾನರಾಗಿದ್ದಾರೆ. ಆದ್ದರಿಂದ, ಜಾಗೀರ್ ನೀಡುವವರು ಅದರ ಉತ್ತರಾಧಿಕಾರಿಯನ್ನು ನೇಮಿಸುವ ಸಂಪೂರ್ಣ ಹಕ್ಕನ್ನು ಹೊಂದಿದ್ದಾರೆ. ಬ್ರಿಟಿಷ್ ಸರ್ಕಾರದೊಂದಿಗೆ ಸಂಬಂಧ ಹೊಂದಿದ್ದ ಝಾನ್ಸಿಯ ಎಲ್ಲಾ ಆಡಳಿತಗಾರರಲ್ಲಿ ಯಾರೊಬ್ಬರೂ ಉತ್ತರಾಧಿಕಾರಿಯನ್ನು ಹೊಂದಿರಲಿಲ್ಲ. ಗಂಗಾಧರ ರಾವ್ ಅವರಿಗೆ ಮಗ ಇರಲಿಲ್ಲ. ದತ್ತು

ಪಡೆದ ಮಗನನ್ನು ಹೊಂದುವ ಬಯಕೆ ಅವರ ಪ್ರಜೆಗಳಿಗೆ ತಿಳಿದಿರಲಿಲ್ಲ. ರಾಮಚಂದ್ರ ರಾವ್ ಅವರ ದತ್ತುಪುತ್ರನನ್ನು ಸಹ ಸರ್ಕಾರ ಸ್ವೀಕರಿಸಲಿಲ್ಲ. ಅವರಿಗೆ ಝಾನ್ಸಿ ರಾಜ್ಯವನ್ನು ಪೂರ್ವಜರ ಉದ್ದೇಶಗಳಿಗಾಗಿ ನೀಡಲಾಯಿತು. ಆದ್ದರಿಂದ, ಗಂಗಾಧರ ರಾವ್ ಅವರ ದತ್ತು ಪುತ್ರನನ್ನು ತಿರಸ್ಕರಿಸುವ ಸಂಪೂರ್ಣ ಹಕ್ಕನ್ನು ಸರ್ಕಾರ ಹೊಂದಿತ್ತು.

"ಇದರ ಪ್ರಕಾರ ಝಾನ್ಸಿಯನ್ನು ತನ್ನ ನಿಯಂತ್ರಣಕ್ಕೆ ತೆಗೆದುಕೊಳ್ಳುವ ಸಂಪೂರ್ಣ ಹಕ್ಕನ್ನು ಸರ್ಕಾರ ಹೊಂದಿತ್ತು. ಈ ಸಣ್ಣ ರಾಜ್ಯವನ್ನು ಸ್ವಾಧೀನಪಡಿಸಿಕೊಳ್ಳುವ ಮೂಲಕ ಸರ್ಕಾರಕ್ಕೆ ಯಾವುದೇ ನಿರ್ದಿಷ್ಟ ಪ್ರಯೋಜನವಿಲ್ಲವಾದರೂ, ಇದು ಸರ್ಕಾರದ ಪ್ರದೇಶವಾಗಿದೆ. ಈ ಪ್ರದೇಶವನ್ನು ತನ್ನ ನಿಯಂತ್ರಣಕ್ಕೆ ತೆಗೆದುಕೊಳ್ಳುವ ಮೂಲಕ ಬುಂದೇಲ್ ಖಂಡ್ ನ ನಿರ್ವಹಣೆಯನ್ನು ಸುಧಾರಿಸಲು ಸರ್ಕಾರಕ್ಕೆ ಸಹಾಯವಾಯಿತು. ಇದು ಝಾನ್ಸಿಗೂ ಪ್ರಯೋಜನಕಾರಿಯಾಗಿದೆ. ಈ ಕೆಳಗಿನ ಸಂಗತಿಗಳನ್ನು ಪರಿಗಣಿಸಲು ಯೋಗ್ಯವಾಗಿದೆ:

"ಸಿಂಹಾಸನವನ್ನು ನೀಡಿದ ರಾಮಚಂದ್ರ ರಾವ್ ಅವರು ಕುಷ್ಠರೋಗದಿಂದ ಬಳಲುತ್ತಿದ್ದರು. ಅವರು ತಮ್ಮ ಆಳ್ವಿಕೆಯ ಮೂರು ವರ್ಷಗಳಲ್ಲಿ ತಮ್ಮ ಅಸಮರ್ಥತೆಯನ್ನು ಸಾಬೀತುಪಡಿಸಿದರು ಮತ್ತು ಝಾನ್ಸಿಯ ಆರ್ಥಿಕ ಸ್ಥಿತಿ ಅನಿಶ್ಚಿತವಾಯಿತು. ನಂತರ ಗಂಗಾಧರ ರಾವ್ ಪಟ್ಟಕ್ಕೇರಿದರು. ಅವರು ಆಡಳಿತಕ್ಕೂ ಅಸಮರ್ಥರಾಗಿದ್ದರು. ಆದ್ದರಿಂದ ಸ್ವಲ್ಪ ಸಮಯದವರೆಗೆ ಅವರಿಗೆ ಸಂಪೂರ್ಣ ರಾಜ್ಯ ಹಕ್ಕುಗಳನ್ನು ಸಹ ನೀಡಲಾಗಿಲ್ಲ.

"ಜಲೌನ್ ಅವರಂತೆ ತಮ್ಮ ದತ್ತುಪುತ್ರನ ಅಂಗೀಕಾರಕ್ಕಾಗಿ ರಾಣಿ ಪ್ರಾರ್ಥಿಸಿದಳು. 1832 ರಲ್ಲಿ ಮಗನನ್ನು ದತ್ತು ತೆಗೆದುಕೊಳ್ಳಲು ಅನುಮತಿ ನೀಡಿದಾಗ ಅದರ ವಾರ್ಷಿಕ ಆದಾಯವು ಹದಿನೈದು ಲಕ್ಷ ರೂಪಾಯಿಗಳಾಗಿದ್ದು, ಕಳೆದ ಎಂಟು ವರ್ಷಗಳಲ್ಲಿ ಅದನ್ನು ಅದರ ಅರ್ಧಕ್ಕಿಂತ ಕಡಿಮೆಗೆ ಇಳಿಸಲಾಗಿದೆ. ಅಸ್ವಸ್ಥತೆ ಅಲ್ಲಿ ಹರಡಿದೆ ಮತ್ತು ರಾಜ್ಯವು ಮೂವತ್ತು ಲಕ್ಷ ರೂಪಾಯಿಗಳ ಸಾಲದಲ್ಲಿದೆ. ಅದರ ಸಮೃದ್ಧ ಹಸಿರು ಭೂಮಿಯನ್ನು ನಿರ್ಜನಗೊಳಿಸಲಾಗಿದೆ. ಆದ್ದರಿಂದ, ಝಾನ್ಸಿಯ ರಾಜನ ದತ್ತುಪುತ್ರನನ್ನು ಅಂಗೀಕರಿಸುವುದು ಸೂಕ್ತವಲ್ಲ.

"ಹೀಗಾಗಿ, ಜಲೌನ್ ಅವರಂತೆ, ದತ್ತು ಪಡೆದ ಮಗನ ಅಂಗೀಕಾರವು ಉತ್ತಮ ಫಲಿತಾಂಶಗಳನ್ನು ನೀಡುವುದಿಲ್ಲ. ಈ ಎಲ್ಲ ಸಮಸ್ಯೆಗಳನ್ನು ಪ್ರಜ್ಞಾಪೂರ್ವಕವಾಗಿ ಪರಿಗಣಿಸಿದಾಗ, ಬ್ರಿಟಿಷ್ ಸರ್ಕಾರವು ತನ್ನ ಕರ್ತವ್ಯ ಮತ್ತು ರಾಜಕೀಯವನ್ನು ಗಮನದಲ್ಲಿಟ್ಟುಕೊಂಡು ತನ್ನ ಎಲ್ಲ ಹಕ್ಕುಗಳನ್ನು ಸಂಪೂರ್ಣವಾಗಿ ಕಾರ್ಯಗತಗೊಳಿಸಬೇಕು ಎಂದು ನಾನು ಭಾವಿಸುತ್ತೇನೆ. ಗಂಗಾಧರ ರಾವ್ ಅವರ ದತ್ತುಪುತ್ರನನ್ನು ತಿರಸ್ಕರಿಸುವ ಮೂಲಕ ಝಾನ್ಸಿಯನ್ನು ಉತ್ತರಾಧಿಕಾರಿಇಲ್ಲ ಎಂದು ಪರಿಗಣಿಸಬೇಕು ಮತ್ತು ಬ್ರಿಟಿಷ್ ರಾಜ್ಯದೊಂದಿಗೆ ವಿಲೀನಗೊಳಿಸಬೇಕು. ರಾಜಕೀಯ ಏಜೆಂಟರ ಅಭಿಪ್ರಾಯಕ್ಕೆ ಅನುಗುಣವಾಗಿ ರಾಣಿಗೆ ಉತ್ತಮ ಪಿಂಚಣಿ ನೀಡಬೇಕು ಮತ್ತು ಝಾನ್ಸಿಯ ಆಡಳಿತವು ಲೆಫ್ಟಿನೆಂಟ್ ಗವರ್ನರ್ ಅಡಿಯಲ್ಲಿರಬೇಕು."

ದಿನಾಂಕ 27ಫೆಬ್ರವರಿ, 1854.

ಈ ನಿರ್ಧಾರಕ್ಕೆ ಬರುವಲ್ಲಿ ಡಾಲ್ಹೌಸಿಯ ವಾದಗಳು ಎಷ್ಟು ಪ್ರಸ್ತುತವಾಗಿವೆ ಎಂಬುದು ಘಟನೆಗಳ ಹಿಂದಿನ ವಿವರಣೆಯಿಂದ ಈಗಾಗಲೇ ಸ್ಪಷ್ಟವಾಗಿದೆ. ಬ್ರಿಟಿಷರ ಅನುಗ್ರಹದಿಂದ ರಾಮಚಂದ್ರ ರಾವ್ ಅವರಿಗೆ ಝಾನ್ಸಿ ರಾಜ್ಯವನ್ನು ನೀಡಲಾಯಿತು ಎಂದು ತೋರಿಸಲು ಅವರು ಪ್ರಯತ್ನಿಸಿದ್ದಾರೆ. ಈ ಹೇಳಿಕೆಯು ಪೂರ್ಣವಾಗಿಲ್ಲ ಅಥವಾ ನಿಜವಲ್ಲ ಎಂಬುದು ಹಿಂದಿನ ವಿವರಣೆಯಿಂದ ಸ್ಪಷ್ಟವಾಗಿದೆ. ಡಾಲ್ಹೌಸಿ ಈ ರೀತಿ ವರ್ತಿಸುವುದು ಹೊಸದೇನಲ್ಲ. ಜಲೌನ್ ಅವರ ಸಂದರ್ಭದಲ್ಲಿ ಅವರ ವಾದಗಳು ಎಷ್ಟು ಪ್ರಸ್ತುತವಾಗಿವೆ ಎಂಬುದನ್ನು ವಿವರಿಸಲಾಗಿದೆ. ಒಂದು ರಾಜ್ಯಕ್ಕೆ ನಿರ್ದಿಷ್ಟ ಹಕ್ಕನ್ನು ನೀಡಬಹುದು, ಆದರೆ ಇನ್ನೊಂದು ರಾಜ್ಯವು ಅದೇ ಹಕ್ಕಿನಿಂದ ವಂಚಿತವಾಗಿದೆ. ಸರ್ವಾಧಿಕಾರವಲ್ಲದಿದ್ದರೆ ನೀವು ಅದನ್ನು ಬೇರೆ ಏನು ಕರೆಯುತ್ತೀರಿ? ಮೇಲಿನ ವಿವರಗಳಲ್ಲಿ ಅವರು ಮಗನ ಅನುಪಸ್ಥಿತಿಯಲ್ಲಿ ಬ್ರಿಟಿಷ್ ಸರ್ಕಾರವು ನಿರ್ಧರಿಸಿದ ವ್ಯಕ್ತಿಯನ್ನು ಮಾತ್ರ ಭಾರತೀಯ ರಾಜನು ದತ್ತು ತೆಗೆದುಕೊಳ್ಳಬಹುದು ಎಂದು ಹೇಳಿದ್ದಾರೆ. ನೀವು ಅದನ್ನು ಏನು ಕರೆಯುತ್ತೀರಿ? ನಾವು ದತ್ತು ತೆಗೆದುಕೊಂಡರೆ, ಬ್ರಿಟಿಷ್ ಸರ್ಕಾರವು ನಿರ್ಧರಿಸಿದ ಮಗುವನ್ನು ನಾವು ದತ್ತು ತೆಗೆದುಕೊಳ್ಳುತ್ತೇವೆ. ಈ ನಿರ್ಧಾರವು ಹಿಂದೂ ಧರ್ಮಕ್ಕೆ ಅನುಗುಣವಾಗಿ ಮಗನನ್ನು ದತ್ತು ಪಡೆಯುವ ಹಿಂದೂ ಹಕ್ಕನ್ನು ಸ್ಪಷ್ಟವಾಗಿ ಉಲ್ಲಂಘಿಸಿದೆ, ಆದರೆ ಈಸ್ಟ್ ಇಂಡಿಯಾ ಕಂಪನಿಯ ಆಳ್ವಿಕೆಯ ಸಮಯದಲ್ಲಿ ಧಾರ್ಮಿಕ ವಿಷಯಗಳಲ್ಲಿ ಯಾವುದೇ ರೀತಿಯ ಹಸ್ತಕ್ಷೇಪ ಇರುವುದಿಲ್ಲ ಎಂದು ಜಾರ್ಜ್ III ಸೂಚಿಸಿದ ಹಕ್ಕುಗಳ ಪತ್ರದಲ್ಲಿ ಸ್ಪಷ್ಟವಾಗಿ ಸೂಚಿಸಲಾಗಿದೆ. "ಈ ದೇಶದ ನಾಗರಿಕರ ಸಾಮಾಜಿಕ ಮತ್ತು ಧಾರ್ಮಿಕ ಸಂಪ್ರದಾಯಗಳು ಮತ್ತು ಬಳಕೆಗಳಿಗೆ ಸರಿಯಾದ ಗೌರವವನ್ನು ತೋರಿಸಲು ಹಿಂದೂ ಅಥವಾ ಮುಸ್ಲಿಂ ನಿಯಮಗಳ ಪ್ರಕಾರ ಅಭ್ಯಾಸ ಮಾಡಿದಂತೆ ಕುಟುಂಬಗಳ ಮಾಲೀಕರ ಹಕ್ಕುಗಳು ಸುರಕ್ಷಿತ ಮತ್ತು ಸುರಕ್ಷಿತವಾಗಿರುತ್ತವೆ ಎಂಬ ನಿಯಮವನ್ನು ರೂಪಿಸಬೇಕು."

ಭಾರತೀಯರು ಮಾತ್ರವಲ್ಲ, ಅನೇಕ ಇಂಗ್ಲಿಷ್ ಜನರೂ ಡಾಲ್ ಹೌಸಿಯ ಈ ನಿರ್ಧಾರವನ್ನು ಟೀಕಿಸಿದರು. *ದಿ ಇಂಡಿಯನ್ ಎಂಪೈರ್ (The Indian Empire)* ಎಂಬ ತನ್ನ ಪುಸ್ತಕದಲ್ಲಿ ಮೇಜರ್ ಬೆಲ್ ಇದನ್ನು ತೀವ್ರವಾಗಿ ಟೀಕಿಸಿದ್ದಾರೆ. ಈ ನಿರ್ಧಾರವು ಬ್ರಿಟಿಷ್ ಆಡಳಿತದೊಂದಿಗಿನ ಸ್ನೇಹದಲ್ಲಿ ನಂಬಿಕೆಯ ಉಲ್ಲಂಘನೆಗೆ ಬಲವಾದ ಪುರಾವೆಯಾಗಿದೆ. ನಿಸ್ಸಂಶಯವಾಗಿ, ಬ್ರಿಟಿಷ್ ಸರ್ಕಾರವು ತನ್ನದೇ ಮಾತುಗಳಿಂದ ಹಿಂದೆ ಸರಿದಿತ್ತು. ಇದು ಝಾನ್ಸಿಯ ಹಿಂದಿನ ಆಡಳಿತಗಾರರೊಂದಿಗೆ ಮಾಡಿಕೊಂಡ ಎಲ್ಲ ಒಪ್ಪಂದಗಳನ್ನು ಬದಿಗಿರಿಸಿತು.

ಬ್ರಿಟಿಷ್ ಸಂಸತ್ತಿನ ಸದಸ್ಯರಾದ ಡಬ್ಲ್ಯು .ಎಂ. ಟೌರೆನ್ಸ್, ವಿವಿಧ ಭಾರತೀಯ ರಾಜ್ಯಗಳೊಂದಿಗೆ ಬ್ರಿಟಿಷ್ ಸರ್ಕಾರದ ವಿವಿಧ ಒಪ್ಪಂದಗಳ ಉದ್ದೇಶವನ್ನು ಸ್ಪಷ್ಟಪಡಿಸುತ್ತಾ ಹೀಗೆ ಬರೆದಿದ್ದಾರೆ:

"ಒಪ್ಪಂದಗಳ ಭಾಷೆ ಸಾಮಾನ್ಯವಾಗಿ ಸಂಕ್ಷಿಪ್ತವಾಗಿರುತ್ತದೆ ಮತ್ತು ಅವುಗಳ ಪದಗಳು ಸಾಮಾನ್ಯ ಅರ್ಥಗಳನ್ನು ತಿಳಿಸುತ್ತವೆ. ನಿರೀಕ್ಷಿತ ಮತ್ತು ಆಕಸ್ಮಿಕ ಘಟನೆಗಳ ಎಲ್ಲಾ ಅರ್ಥಗಳನ್ನು ಸ್ಪಷ್ಟವಾಗಿ ವ್ಯಾಖ್ಯಾನಿಸಲಾಗಿದೆ ಮತ್ತು ಅವುಗಳಿಗೆ ಸರಿಯಾದ ವ್ಯವಸ್ಥೆಯನ್ನು ಮಾಡಲಾಗಿದೆ ಎಂದು ಅವುಗಳಲ್ಲಿ ಕಂಡುಬರುತ್ತದೆ. ಶಾಂತಿಯುತ ಮತ್ತು ಸ್ನೇಹಪರ ಸಂಬಂಧಗಳನ್ನು ಸರಳ ಭಾಷೆಯ ಕಾಂಕ್ರೀಟ್ ರೂಪದಲ್ಲಿ ವಿವರಿಸುವುದು ಅವರ ನಿಜವಾದ ಮತ್ತು ನಿರ್ದಿಷ್ಟ ಉದ್ದೇಶವಾಗಿದೆ. ಈ ಒಪ್ಪಂದಗಳ ಅಧಿಸೂಚಿತ

ಅರ್ಥವೆಂದರೆ, ಅಗತ್ಯವಿದ್ದಾಗ, ಅವುಗಳನ್ನು ಎರಡೂ ಪಕ್ಷಗಳಿಗೆ ಸ್ವೀಕಾರಾರ್ಹವಾದ ರೀತಿಯಲ್ಲಿ ಬಳಸಲಾಗುತ್ತದೆ ಅಥವಾ ನಿಷ್ಪಕ್ಷಪಾತ ವ್ಯಕ್ತಿಯು ಸಮಸ್ಯೆಗಳನ್ನು ನಿರ್ಧರಿಸುತ್ತಾರೆ. ಇದು ಪರಸ್ಪರ ನಡವಳಿಕೆಯ ನಿಯಮವಾಗಿದೆ. ಈ ನಿಯಮವನ್ನು ಗಮನಿಸಿದಾಗ, ಪೂರ್ವಜರ ರೂಪದಲ್ಲಿ ಉತ್ತರಾಧಿಕಾರವನ್ನು ಅನುಮತಿಸಿದಾಗ, ಉತ್ತರಾಧಿಕಾರಿಯಾದವರು ರಾಜ್ಯದ ಎಲ್ಲಾ ಹಕ್ಕುಗಳು ಮತ್ತು ವೈಭವವನ್ನು ಅನುಭವಿಸುತ್ತಾರೆ ಎಂದರ್ಥ. ಈ ಸಮಸ್ಯೆಯನ್ನು ವಿದೇಶಿಯರ ಸಂವಿಧಾನದ ಪ್ರಕಾರ ನಿರ್ಧರಿಸಲಾಗುವುದಿಲ್ಲ ಆದರೆ ಅದರ ಸ್ವಾಯತ್ತತೆಯ ರಕ್ಷಣೆಗಾಗಿ ಒಪ್ಪಂದಕ್ಕೆ ಪ್ರವೇಶಿಸಿದ ಆ ರಾಜ್ಯದ ನಿಯಮಗಳ ಪ್ರಕಾರ ನಿರ್ಧರಿಸಲಾಗುತ್ತದೆ "ಎಂದು ಹೇಳಿದರು.

ಆದರೆ ಡಾಲ್ಹೌಸಿ ತನ್ನ ನಿರ್ಧಾರಕ್ಕೆ ಬರುವಾಗ ಈ ಉದ್ದೇಶವನ್ನು ಅರ್ಥಮಾಡಿಕೊಳ್ಳಲು ಯಾವುದೇ ಪ್ರಯತ್ನ ಮಾಡಲಿಲ್ಲ. ವಾಸ್ತವವಾಗಿ, ಬ್ರಿಟಿಷ್ ಸರ್ಕಾರವು ಯಾವಾಗಲೂ ತನ್ನದೇ ಆದ ಹಿತದೃಷ್ಟಿಯಿಂದ ವರ್ತಿಸಿತು, ಆದರೂ ಸ್ಪಷ್ಟವಾಗಿ ವಿಚಿತ್ರವಾದ ರೀತಿಯಲ್ಲಿ, ದತ್ತು ಸ್ವೀಕಾರದ ವಿಷಯವು ತೊಡಗಿಸಿಕೊಂಡಾಗಲೆಲ್ಲಾ. ಅದು ತನ್ನ ಸ್ವ-ಆಸಕ್ತಿಯಲ್ಲಿದೆ ಎಂದು ಭಾವಿಸಿದಲ್ಲಿ, ಅದು ದತ್ತು ಪಡೆಯಲು ಅನುಮತಿ ನೀಡಿತು ಮತ್ತು ಅದು ತನ್ನ ಉದ್ದೇಶವನ್ನು ಪೂರೈಸಲಿಲ್ಲ ಎಂದು ಕಂಡುಕೊಂಡ ಸಂದರ್ಭಗಳಲ್ಲಿ ಅದನ್ನು ನಿರಾಕರಿಸಿತು. ಈ ನೀತಿಯು ಈ ಹಿಂದೆ ಉಲ್ಲೇಖಿಸಲಾದ ಜಲೌನ್ ಇತ್ಯಾದಿ ನಿದರ್ಶನಗಳಲ್ಲಿ ಸ್ಪಷ್ಟವಾಗಿದೆ. ಇತರ ಕೆಲವು ಉದಾಹರಣೆಗಳನ್ನು ಸಹ ಉಲ್ಲೇಖಿಸಬಹುದು. ವೀರ ವಿನಾಯಕ ದಾಮೋದರ್ ಸಾವರ್ಕರ್ ಅವರ ಪುಸ್ತಕ *1857 ಕಾ ಸ್ವಾಂತಂತ್ರತಾ ಸಂಗ್ರಾಮದಿಂದ ಈ ಕೆಳಗಿನ ಸಾಲುಗಳನ್ನು ಉಲ್ಲೇಖಿಸುವುದು ಸೂಕ್ತವಾಗಿದೆ:*

"ಸತ್ತ ರಾಜರ ಪತ್ನಿಯರು ದತ್ತು ಪಡೆದ ಪುತ್ರರನ್ನು ಬ್ರಿಟಿಷರು ಒಪ್ಪಿಕೊಳ್ಳದಿದ್ದರೆ ನಾವು ಏನನ್ನೂ ಹೇಳುತ್ತಿರಲಿಲ್ಲ. ಆದರೆ ಬ್ರಿಟಿಷರು 1826ರಲ್ಲಿ ದೌಲತ್ ರಾವ್ ಶಿಂಧೆ ಅವರ ವಿಧವೆ ರಾಣಿ, 1836ರಲ್ಲಿ ಜನಕೋಜಿ ಶಿಂಧೆ ಅವರ ವಿಧವೆ, 1834ರಲ್ಲಿ ಧಾರ್ ನ ರಾಜನ ವಿಧವೆ ಮತ್ತು 1841ರಲ್ಲಿ ಕಿಶನ್ ಗಢದ ರಾಣಿ ದತ್ತು ಪಡೆದ ಪುತ್ರರನ್ನು ಒಪ್ಪಿಕೊಂಡಿದ್ದರು ಎಂಬುದು ಎಲ್ಲರಿಗೂ ತಿಳಿದಿರುವ ವಿಚಾರ. ಒಂದೆರಡು ಅಲ್ಲ, ಅವರು ಅನೇಕ ದತ್ತು ವ್ಯವಸ್ಥೆಗಳನ್ನು ಗುರುತಿಸಿದ್ದರು. ಆದರೆ ಈ ಪ್ರಕರಣಗಳಲ್ಲಿ ದತ್ತು ಪಡೆಯುವ ಹಕ್ಕನ್ನು ಬ್ರಿಟಿಷರು ಗುರುತಿಸುವುದು ಲಾಭದಾಯಕವಾಗಿತ್ತು ಎಂಬ ಅಂಶವನ್ನು ನಾವು ಮರೆಯಬಾರದು."

ರಾಣಿಯ ಮನಸ್ಸಿನ ಸ್ಥಿತಿ

ಮಹಾರಾಣಿ ಲಕ್ಷ್ಮೀಬಾಯಿ ಅವರಿಗೆ ಸರ್ಕಾರದಿಂದ ಯಾವುದೇ ಉತ್ತರ ಸಿಗದಿದ್ದಾಗ ಅವರು ತಮ್ಮ ದತ್ತುಪುತ್ರನ ಭವಿಷ್ಯದ ಬಗ್ಗೆ ಚಿಂತಿಸಲು ಪ್ರಾರಂಭಿಸಿದರು. ಸುಮಾರು ಎರಡು ತಿಂಗಳುಗಳ ಕಾಲ ಡಿಸೆಂಬರ್ 3 ರಂದು ಸಲ್ಲಿಸಿದ ಅರ್ಜಿಗೆ ಅವಳು ಯಾವುದೇ ಉತ್ತರವನ್ನು ಸ್ವೀಕರಿಸದಿದ್ದಾಗ, 1854 ರ ಫೆಬ್ರವರಿ 16ರಂದು ಮಾಲ್ಕೊಮ್ ಮೂಲಕ ಗವರ್ನರ್ ಜನರಲ್ ಗೆ ಮತ್ತೊಂದು ಅರ್ಜಿಯನ್ನು ಕಳುಹಿಸಿದಳು, ಇದರಲ್ಲಿ ಅವರು ದತ್ತು ಸ್ವೀಕಾರ ವ್ಯವಸ್ಥೆಯ ಸಮರ್ಥನೆಯನ್ನು ಮತ್ತಷ್ಟು ವಿವರಿಸಿದರು. ಮಾಲ್ಕೊಮ್ ಅದನ್ನು ಫೆಬ್ರವರಿ 28ರಂದು ರವಾನಿಸಿದರು. ರಾಣಿಯ ಹಕ್ಕುಗಳನ್ನು ವಿರೋಧಿಸಿದ ಮಾಲ್ಕೊಮ್ ಈ ಪತ್ರದಲ್ಲಿ ತನ್ನ ಹಕ್ಕನ್ನು

ಸಮರ್ಥಿಸಿಕೊಂಡಿರುವುದು ಗಮನಾರ್ಹ. ಆದಾಗ್ಯೂ, ಈ ಪತ್ರವನ್ನು ಕಳುಹಿಸುವ ಮೊದಲು ಡಾಲ್ಹೌಸಿ ಈಗಾಗಲೇ ನಿರ್ಧರಿಸಿದ್ದರು.

ವಿಲೀನದ ಘೋಷಣೆ

ವಾಸ್ತವವಾಗಿ ಈ ವಿಷಯದಲ್ಲಿ ಡಾಲ್ಹೌಸಿ ನಿರ್ಧಾರ ತೆಗೆದುಕೊಂಡ ದಿನವಾದ ಫೆಬ್ರವರಿ 27, 1854 ರಂದು ಝಾನ್ಸಿಯ ವಿಲೀನದ ಘೋಷಣೆಯನ್ನು ಈಗಾಗಲೇ ಮಾಡಲಾಗಿತ್ತು, ಆದರೆ ಅದರ ಮಾಹಿತಿಯನ್ನು ಮೊದಲು ಬುಂದೇಲ್ ಖಂಡ್ ನ ರಾಜಕೀಯ ಏಜೆಂಟ್ ಮಾಲ್ಕೊಮ್ ಗೆ ಕಳುಹಿಸಲಾಯಿತು. ಅವರು ಅದನ್ನು ಉಪ ರಾಜಕೀಯ ಏಜೆಂಟ್ ಎಲ್ಲಿಸ್ ಗೆ ಕಳುಹಿಸಿದರು. ಅವರು ಅದನ್ನು ರಾಣಿಗೆ ಕೊಂಡೊಯ್ದರು.

ಆ ದಿನ ಬೆಳಿಗ್ಗೆ, ಎಲ್ಲಿಸ್ ಬಂದಿರುವುದಾಗಿ ತಿಳಿಸಿದಾಗ ರಾಣಿ ತನ್ನ ದಿನಚರಿ ಚಟುವಟಿಕೆಗಳು ಮತ್ತು ಆಚರಣೆಗಳನ್ನು ಪೂರ್ಣಗೊಳಿಸಿದ್ದಳು. ಎಲ್ಲಿಸ್ ಅವರ ಆಗಮನವನ್ನು ತಿಳಿದುಕೊಳ್ಳುವಲ್ಲಿ ಅನೇಕ ವಿಚಾರಗಳು ಮತ್ತು ವಾದಗಳು ಅವಳ ಮನಸ್ಸನ್ನು ಹಾದುಹೋದವು. ಅವನನ್ನು ನ್ಯಾಯಾಲಯಕ್ಕೆ ಕರೆದೊಯ್ಯುವಂತೆ ನಿರ್ದೇಶಿಸಿ ಅವಳು ಸ್ವತಃ ಅಲ್ಲಿಗೆ ತಲುಪಿದಳು. ನ್ಯಾಯಾಲಯದಲ್ಲಿ, ಎಲ್ಲಾ ಮಂತ್ರಿಗಳು, ಕೌನ್ಸಿಲರ್ ಗಳು, ಮೊರೊಪಾಂಟ್ ಮುಂತಾದವರು ಸರ್ಕಾರದ ಆದೇಶವನ್ನು ಕೇಳಲು ಕುತೂಹಲದಿಂದ ಕಾಯುತ್ತಿದ್ದರು. ರಾಣಿ ಪರದೆ ಹಿಂದೆ ಕುಳಿತಳು. ಎಲ್ಲಿಸ್ ಸರಿಯಾದ ಗೌರವದಿಂದ ಕುಳಿತಿದ್ದರು. ಗಂಭೀರವಾಗಿರುವುದರಿಂದ, ಅವರು ಸಹಾನುಭೂತಿಯ ಸ್ವರದಲ್ಲಿ ಮಾತನಾಡಿದರು:

"ಮಹಾರಾಣಿ ಸಾಹಿಬಾ! ನನ್ನ ಹೃದಯದಲ್ಲಿ ಬಹಳ ಸಮಯದಿಂದ ಇದ್ದ ಆ ಒಳ್ಳೆಯ ಸುದ್ದಿಯನ್ನು ನಿಮಗೆ ತಿಳಿಸಲು ಸಾಧ್ಯವಾಗದಿದ್ದಕ್ಕಾಗಿ ಮತ್ತು ನಾನು ತಾಳ್ಮೆಯಿಂದ ಕಾಯುತ್ತಿದ್ದ ಒಳ್ಳೆಯ ಸುದ್ದಿಯನ್ನು ಪಡೆಯಲು ಸಾಧ್ಯವಾಗದಿದ್ದಕ್ಕಾಗಿ ನಾನು ತುಂಬಾ ವಿಷಾದಿಸುತ್ತೇನೆ. ನಿಮ್ಮ ಪ್ರಜೆಗಳ ಹೆಸರಿನಲ್ಲಿ *ಸರ್ಕಾರ್ ಬಹದ್ದೂರ್* (ಗೌರವಾನ್ವಿತ ಸರ್ಕಾರ) ಹೊರಡಿಸಿರುವ ಸಂಪೂರ್ಣವಾಗಿ ವಿರುದ್ಧವಾದ ಸರ್ಕಾರದ ಘೋಷಣೆಯನ್ನು ನಿಮಗೆ ತಿಳಿಸಲು ನಾನು ನಿರ್ಬಂಧವನ್ನು ಹೊಂದಿದ್ದೇನೆ. ಆ ಘೋಷಣೆ ಹೀಗಿದೆ:

ಈ ಆದೇಶದ ಮೂಲಕ ಸರ್ಕಾರವು ಝಾನ್ಸಿ ರಾಜ್ಯದ ಎಲ್ಲ ಪ್ರಜೆಗಳಿಗೆ ಮಹಾರಾಜ ಗಂಗಾಧರ ರಾವ್ ಅವರು 1853ರ ನವೆಂಬರ್ 21ರಂದು ನಿಧನರಾದರು ಎಂದು ಘೋಷಿಸುತ್ತದೆ. ಮಹಾರಾಜರನ್ನು ಬ್ರಿಟಿಷ್ ಸರ್ಕಾರದ ಪ್ರತಿನಿಧಿಯಾಗಿ ನೇಮಿಸಲಾಯಿತು ಮತ್ತು ಅವರು ಎಂದಿಗೂ ಸ್ವತಂತ್ರ ಆಡಳಿತಗಾರರಾಗಿರಲಿಲ್ಲ. ಅವರ ಪೂರ್ವಜರು ಪೇಶ್ವರಿಂದ ಝಾನ್ಸಿಯ ಸುಬೇದಾರಿ ಪಡೆದರು, ಆದ್ದರಿಂದ ಅವರು ಪೇಶ್ವೆಯ ಅಧೀನದಲ್ಲಿದ್ದರು. 1817ರಲ್ಲಿ ಬ್ರಿಟಿಷರೊಂದಿಗಿನ ಪೇಶ್ವರ ಒಪ್ಪಂದದಲ್ಲಿ, ಪೇಶ್ವರು ನಮಗೆ ಝಾನ್ಸಿ ಪ್ರಾಂತ್ಯದ ಎಲ್ಲ ಆಡಳಿತಾತ್ಮಕ ಹಕ್ಕುಗಳನ್ನು ನೀಡಿದರು. ಅಂದಿನಿಂದ ಬ್ರಿಟಿಷ್ ಸರ್ಕಾರವು ಅದರ ನಿಜವಾದ ಮಾಲೀಕರಾಗಿದೆ. ಅಂದಿನಿಂದ ಝಾನ್ಸಿಯ ಸಿಂಹಾಸನದ ಮೇಲೆ ಕುಳಿತಿದ್ದ ಎಲ್ಲ ಆಡಳಿತಗಾರರು ಬ್ರಿಟಿಷರ ಪ್ರತಿನಿಧಿಗಳಾಗಿದ್ದರು ಮತ್ತು ಅವರ ಅಧೀನದಲ್ಲಿದ್ದರು. ಬ್ರಿಟಿಷ್ ಸರ್ಕಾರವು ತನ್ನ ಅಡಿಯಲ್ಲಿರುವ ಯಾವುದೇ ರಾಜನಿಗೆ ಮಗನನ್ನು ದತ್ತು ಪಡೆಯುವ ಹಕ್ಕನ್ನು ಎಂದಿಗೂ ನೀಡಲಿಲ್ಲ ಮತ್ತು ಅದರ ಅಡಿಯಲ್ಲಿರುವ ರಾಜನ

ದತ್ತುಪುತ್ರನು ನಿಜವಾದ ಮಗನಂತೆಯೇ ಹಕ್ಕುಗಳನ್ನು ಹೊಂದಿರುತ್ತಾನೆ ಎಂಬ ಷರತ್ತನ್ನು ಎಂದಿಗೂ ಸ್ವೀಕರಿಸಲಿಲ್ಲ.

"ಆದ್ದರಿಂದ, ಗವರ್ನರ್ ಜನರಲ್ ಅವರು ಗಂಗಾಧರ್ ರಾವ್ ಅವರ ದತ್ತು ಪುತ್ರನನ್ನು ಅವರ ಮರಣದ ನಂತರ ತಿರಸ್ಕರಿಸುತ್ತಾರೆ, ಏಕೆಂದರೆ ಅವರಿಗೆ ನಿಜವಾದ ಪುತ್ರರಿಲ್ಲ ಮತ್ತು ಮಾರ್ಚ್ 7, 1854 ರ ಆದೇಶದ ಪ್ರಕಾರ, ಬುಂದೇಲ್ ಖಂಡ್ ನ ಉಪ ರಾಜಕೀಯ ಏಜೆಂಟ್ ಮೇಜರ್ ಎಲ್ಲಿಸ್ ಅಡಿಯಲ್ಲಿ ಝಾನ್ಸಿ ರಾಜ್ಯದ ಎಲ್ಲಾ ಪ್ರದೇಶವನ್ನು ಇರಿಸಲಾಗಿದೆ ಎಂದು ಸರ್ಕಾರ ಘೋಷಿಸುತ್ತದೆ. ಆದ್ದರಿಂದ ಇಂದಿನಿಂದ ಇಡೀ ಪ್ರಾಂತ್ಯವನ್ನು ಬ್ರಿಟಿಷ್ ಆಡಳಿತವೆಂದು ಪರಿಗಣಿಸಲಾಗುತ್ತದೆ ಮತ್ತು ಝಾನ್ಸಿಯ ಪ್ರಜೆಗಳು ತಾವು ಬ್ರಿಟಿಷ್ ರಾಜ್ಯದ ಅಡಿಯಲ್ಲಿದ್ದೇವೆ ಮತ್ತು ಅವರು ತಮ್ಮ ಎಲ್ಲ ತೆರಿಗೆಗಳನ್ನು ಬ್ರಿಟಿಷ್ ಸರ್ಕಾರದ ಪ್ರತಿನಿಧಿಯಾದ ಮೇಜರ್ ಎಲ್ಲಿಸ್ ಅವರಿಗೆ ಪಾವತಿಸುತ್ತಾರೆ ಎಂಬುದನ್ನು ಗಮನಿಸಬೇಕು."

ನಾನು ನನ್ನ ಝಾನ್ಸಿಯನ್ನು ನೀಡುವುದಿಲ್ಲ

ಈ ಘೋಷಣೆಯು ನಿಸ್ಸಂದೇಹವಾಗಿ ರಾಣಿ ಲಕ್ಷ್ಮೀಬಾಯಿ ಮತ್ತು ಝಾನ್ಸಿಯ ಎಲ್ಲ ಆಶಯಗಳು ಮತ್ತು ಆಕಾಂಕ್ಷೆಗಳನ್ನು ನೀರಿರುವಂತೆ ಮಾಡಿತು. ಘೋಷಣೆಯನ್ನು ಕೇಳಿದ ರಾಣಿ ಪ್ರಜ್ಞಾಹೀನಳಾದಳು. ಅನೇಕ ಕ್ರಮಗಳ ಹೊರತಾಗಿಯೂ ಅವಳು ಪ್ರಜ್ಞೆಯನ್ನು ಮರಳಿ ಪಡೆಯದಿದ್ದಾಗ, ರಾಜ ವೈದ್ಯರನ್ನು ಕರೆಸಲಾಯಿತು. ಅವರ ಚಿಕಿತ್ಸೆಯ ಸುಮಾರು ಒಂದು ಗಂಟೆಯ ನಂತರ ಅವಳು ಪ್ರಜ್ಞೆಗೆ ಬಂದಳು. ಎಲ್ಲ ವ್ಯಕ್ತಿಗಳು ಅವಳನ್ನು ವಿಭಿನ್ನ ರೀತಿಯಲ್ಲಿ ಸಮಾಧಾನಪಡಿಸಿದರು, ಆದರೆ ಘೋಷಣೆಯಿಂದ ಎಲ್ಲರೂ ನಿರಾಶೆಗೊಂಡರು. ಆಕೆಯನ್ನು ಸಮಾಧಾನಪಡಿಸಿದ ಮೇಜರ್ ಎಲ್ಲಿಸ್, "ರಾಜಕೀಯ ಏಜೆಂಟರ ಆದೇಶದ ಪ್ರಕಾರ ನಿಮ್ಮನ್ನು ಸರಿಯಾಗಿ ಗೌರವಿಸಲಾಗುತ್ತದೆ ಮತ್ತು ನಿಮ್ಮ ನಿರ್ವಹಣೆಗೆ ಉದಾರವಾದ ವ್ಯವಸ್ಥೆಯನ್ನು ಮಾಡಲಾಗುವುದು" ಎಂದು ಹೇಳಿದರು.

ಈ ಮಾತುಗಳನ್ನು ಕೇಳಿದ ಮಹಾರಾಣಿ, "ನಾನು ನನ್ನ ಝಾನ್ಸಿಯನ್ನು ಕೊಡುವುದಿಲ್ಲ" ಎಂದು ಗಟ್ಟಿಯಾಗಿ ಗುಡುಗಿದಳು.

ರಾಣಿಯ ಈ ಮಾತುಗಳನ್ನು ಆ ಕ್ಷಣದಲ್ಲಿ ಭಾವನಾತ್ಮಕ ಸ್ಫೋಟವೆಂದು ಪರಿಗಣಿಸಲಾಗಿದ್ದರೂ, ಭವಿಷ್ಯದ ಘಟನೆಗಳು ಅವು ಕೇವಲ ಪದಗಳಲ್ಲ ಎಂದು ಸಾಬೀತಾಯಿತು. ಅವು ರಾಣಿಯ ದೃಢ ಸಂಕಲ್ಪವಾಗಿದ್ದವು ಮತ್ತು ಕೊನೆಯಲ್ಲಿ ಅವರು ತಮ್ಮ ಮಾತುಗಳು ಮತ್ತು ಪ್ರತಿಷ್ಠೆಯನ್ನು ಉಳಿಸಿಕೊಳ್ಳಲು ತಮ್ಮ ಜೀವನವನ್ನು ತ್ಯಾಗ ಮಾಡಿದಳು.

ಕೋಟೆಯಿಂದ ಹೊರಹೋಗುವಂತೆ ಒತ್ತಾಯಿಸಲಾಯಿತು

ಬ್ರಿಟಿಷ್ ರಾಜ್ಯದಲ್ಲಿ ಝಾನ್ಸಿ ರಾಜ್ಯವನ್ನು ವಿಲೀನಗೊಳಿಸಿದ ನಂತರ, ಮೇಜರ್ ಮಾಲ್ಕಮ್ ಗವರ್ನರ್ ಜನರಲ್ ಗೆ ಪತ್ರವೊಂದನ್ನು ಬರೆದರು, ಅದರಲ್ಲಿ ಅವರು ಮಹಾರಾಣಿ ಲಕ್ಷ್ಮೀಬಾಯಿಗೆ ಈ ಕೆಳಗಿನ ಸೌಲಭ್ಯಗಳನ್ನು ಶಿಫಾರಸು ಮಾಡಿದರು:

1. ಮಹಾರಾಣಿ ಲಕ್ಷ್ಮೀಬಾಯಿಗೆ ಝಾನ್ಸಿ ಖಜಾನೆಯಿಂದ ಅಥವಾ ಅವಳು ಬಯಸಿದ ಸ್ಥಳದಿಂದ ತಿಂಗಳಿಗೆ ಐದು ಸಾವಿರ ರೂಪಾಯಿಗಳನ್ನು ನೀಡಬೇಕು.
2. ಝಾನ್ಸಿಯ ರಾಜಮನೆತನದ ಅರಮನೆಯನ್ನು ಆಕೆಗೆ ವಾಸಿಸಲು ನೀಡಬೇಕು ಮತ್ತು ಆಕೆಯನ್ನು ಅದರ ಮಾಲೀಕರಾಗಿ ಪರಿಗಣಿಸಬೇಕು.
3. ಬ್ರಿಟಿಷ್ ಸರ್ಕಾರದ ನ್ಯಾಯಾಲಯಗಳು ತನ್ನ ಜೀವಿತಾವಧಿಯಲ್ಲಿ ಅವಳ ಅಥವಾ ಅವಳ ಸೇವಕರ ನಡವಳಿಕೆಯನ್ನು ಪ್ರಯತ್ನಿಸಲು ಅಥವಾ ಪರಿಗಣಿಸಲು ಯಾವುದೇ ನ್ಯಾಯವ್ಯಾಪ್ತಿಯನ್ನು ಹೊಂದಿರಬಾರದು.
4. ಮಹಾರಾಣಿಯು ವೈಯಕ್ತಿಕ ಬಟ್ಟೆ ಮತ್ತು ಆಭರಣಗಳ ಮೇಲೆ ಹಕ್ಕನ್ನು ಹೊಂದಿರಬೇಕು ಮತ್ತು ದಿವಂಗತ ಮಹಾರಾಜ ಗಂಗಾಧರ ರಾವ್ ಅವರು ತಮ್ಮ ಇಚ್ಛೆಗೆ ಅನುಗುಣವಾಗಿ ರಾಜ್ಯ ಬಾಕಿಗಳನ್ನು ಪಾವತಿಸಲು ಅವಕಾಶ ನೀಡಿದ ನಂತರ ವೈಯಕ್ತಿಕ ಹಣದ ಸಮತೋಲನವನ್ನು ಹೊಂದಿರಬೇಕು. ಆಕೆಯ ಸಂಬಂಧಿಕರ ಪಟ್ಟಿಯನ್ನು ರಚಿಸಬೇಕು ಮತ್ತು ಅವರ ನಿರ್ವಹಣೆ ಮತ್ತು ಜೀವನೋಪಾಯಕ್ಕಾಗಿ ವ್ಯವಸ್ಥೆಗಳನ್ನು ಮಾಡಬೇಕು.

ಗವರ್ನರ್ ಜನರಲ್, ಡಾಲ್ಹೌಸಿ ಅವರು ಮೊದಲ ಮೂರು ಬೇಡಿಕೆಗಳನ್ನು ಇದ್ದಂತೆ ಸ್ವೀಕರಿಸಿದರು, ಆದರೆ ನಾಲ್ಕನೇ ಬೇಡಿಕೆಗೆ ತಿದ್ದುಪಡಿಯನ್ನು ನಿರ್ದೇಶಿಸಿ, ಮಾರ್ಚ್ 25, 1854 ರಂದು ಮಾಲ್ಕಾಮ್ ಗೆ ಪತ್ರ ಬರೆದರು:

"ಗಂಗಾಧರ ರಾವ್ ಅವರ ದತ್ತುಪುತ್ರ ಸಂವಿಧಾನದ ಪ್ರಕಾರ ಝಾನ್ಸಿ ರಾಜ್ಯದ ಉತ್ತರಾಧಿಕಾರಿಯಾಗಲು ಸಾಧ್ಯವಿಲ್ಲವಾದರೂ ಅವರ ವೈಯಕ್ತಿಕ ಆಸ್ತಿ ಮತ್ತು ರಾಜ್ಯದ ಆಭರಣಗಳ ಮೇಲೆ ಅವರಿಗೆ ಹಕ್ಕಿದೆ. ಆದ್ದರಿಂದ, ಈ ಆಸ್ತಿಯನ್ನು ಮಹಾರಾಣಿಗೆ ನೀಡಲು ಸಾಧ್ಯವಿಲ್ಲ."

ಮೇಲಿನ ಬೆಳವಣಿಗೆಗಳ ಬಗ್ಗೆ ಮಹಾರಾಣಿಗೆ ತಿಳಿಸಲಾಯಿತು. ಝಾನ್ಸಿಯ ರಾಜಕೀಯ ಪ್ರತಿನಿಧಿ ಝಾನ್ಸಿ ಖಜಾನೆಯಿಂದ ಆರು ಲಕ್ಷ ರೂಪಾಯಿಗಳನ್ನು ಹಿಂತೆಗೆದುಕೊಂಡು, ಆ ಹಣವನ್ನು ಮಹಾರಾಣಿಯ ಮಗನ ಹೆಸರಿನಲ್ಲಿ ಬ್ರಿಟಿಷ್ ಖಜಾನೆಯಲ್ಲಿ ಜಮಾ ಮಾಡಿದರು. ದಾಮೋದರ್ ರಾವ್ ಅವರು ವಯಸ್ಕರಾದಾಗ ಈ ಹಣವನ್ನು ಬಡ್ಡಿಯೊಂದಿಗೆ ಮರುಪಾವತಿಸಲಾಗುವುದು ಎಂಬ ವ್ಯವಸ್ಥೆಯೊಂದಿಗೆ. ರಾಜ್ಯದ ಎಲ್ಲಾ ಆಭರಣಗಳು ಇತ್ಯಾದಿಗಳನ್ನು ಮಹಾರಾಣಿಗೆ ನೀಡಲಾಯಿತು.

ಹಿಂದಿನ ಆಡಳಿತಗಾರ ರಾಮಚಂದ್ರ ರಾವ್ ಅವರ ಮರಣದ ನಂತರ, ಝಾನ್ಸಿಯ ರಾಜಮನೆತನದ ಕುಟುಂಬವು ಕೋಟೆಯಲ್ಲಿ ವಾಸಿಸುತ್ತಿತ್ತು. ಆದರೆ ಈಗ ಮಹಾರಾಣಿ ಅದನ್ನು ಬಿಡಬೇಕಾಯಿತು. ಎಲ್ಲವೂ

ಕಳೆದುಹೋದಾಗ, ಕೋಟೆಯಲ್ಲಿ ಉಳಿಯುವುದರಿಂದ ಏನು ಪ್ರಯೋಜನ? ಇದನ್ನು ಗಮನದಲ್ಲಿಟ್ಟುಕೊಂಡು, ಅವರು ಮತ್ತೊಂದು ಅರಮನೆಗೆ ಸ್ಥಳಾಂತರಗೊಂಡರು.

ಸೈನಿಕರ ಸೇವೆಗಳ ಮುಕ್ತಾಯ

ಝಾನ್ಸಿಯ ವಿಲೀನದ ಪರವಾಗಿ ಬ್ರಿಟಿಷರ ಒಂದು ವಾದವೆಂದರೆ, ಅದು ತನ್ನ ಜನರ ಸುಧಾರಣೆಗೆ ಕಾರಣವಾಗುತ್ತದೆ. ಈ ವಾದವು ಸಂಪೂರ್ಣವಾಗಿ ಟೊಳ್ಳಾಗಿತ್ತು. ಅಂತಹ ವಿಲೀನಗಳು ಯಾವಾಗಲೂ ನಿರುದ್ಯೋಗ ಮತ್ತು ಅಸ್ವಸ್ಥತೆಯ ಹೆಚ್ಚಳಕ್ಕೆ ಕಾರಣವಾಗುತ್ತವೆ. ಜಾನ್ ಸಾಲ್ಬಿನ್, *ಎ ಪ್ಲೀ ಫಾರ್ ಪ್ರಿನ್ಸಸ್ ಆಫ್ ಇಂಡಿಯಾ (A Plea for Princes of India) ಎಂಬ* ತನ್ನ ಪುಸ್ತಕದಲ್ಲಿ ಈ ವಿಷಯದ ಬಗ್ಗೆ ಬರೆದಿದ್ದಾರೆ:

"ಸ್ಥಳೀಯ ರಾಜ್ಯದ ಸ್ವಾಯತ್ತತೆಯನ್ನು ಉಲ್ಲಂಘಿಸಿದಾಗ ಇಂಗ್ಲಿಷ್ ಆಯುಕ್ತರು ರಾಜನ ಸ್ಥಾನವನ್ನು ಆಕ್ರಮಿಸಿಕೊಳ್ಳುತ್ತಾರೆ. ಅವರ ಮೂವರು ಅಥವಾ ನಾಲ್ವರು ಸಹೋದ್ಯೋಗಿಗಳು ಮೂರು ಅಥವಾ ನಾಲ್ಕು ಡಜನ್ ಸ್ಥಳೀಯ ಅಧಿಕಾರಿಗಳನ್ನು ಬಿಡುಗಡೆ ಮಾಡುತ್ತಾರೆ ಮತ್ತು ಸಾವಿರಾರು ಸ್ಥಳೀಯ ಸೈನಿಕರ ಬದಲಿಗೆ ಕೆಲವು ನೂರು ಸೈನಿಕರನ್ನು ನೇಮಕ ಮಾಡಲಾಗುತ್ತದೆ. ಪ್ರಾಚೀನ ಕಾಲದ ಆಸ್ಥಾನವು ಕಣ್ಮರೆಯಾಗುತ್ತದೆ, ವ್ಯಾಪಾರ ಭರಾಟೆಯಾಗುತ್ತದೆ, ರಾಜಧಾನಿ ಹಾಳಾಗುತ್ತದೆ, ಜನರು ಬಡವರಾಗುತ್ತಾರೆ ಮತ್ತು ಇಂಗ್ಲಿಷ್ ಜನರು ಅಪಾರವಾಗಿ ಪ್ರಗತಿ ಸಾಧಿಸುತ್ತಾರೆ. ಒಂದು ಸ್ಪಂಜಿನಂತೆ ಇಂಗ್ಲಿಷ್ ಜನರು ಗಂಗಾ ಮತ್ತು ಅದರ ಭೂಮಿಯನ್ನು ಹೀರಿಕೊಳ್ಳುತ್ತಾರೆ, ತೆರಿಗೆಗಳನ್ನು ಸಂಗ್ರಹಿಸುತ್ತಾರೆ ಮತ್ತು ಎಲ್ಲವನ್ನೂ ಸಮುದ್ರ ಮಾರ್ಗದ ಮೂಲಕ ಇಂಗ್ಲೆಂಡ್ ಗೆ ಕೊಂಡೊಯ್ಯುತ್ತಾರೆ."

ಜಾನ್ ಸಾಲ್ಬಿನ್ ಅವರ ಮಾತುಗಳು ಭಾವನಾತ್ಮಕತೆಯ ಸ್ಪರ್ಶವನ್ನು ಹೊಂದಿರಬಹುದು, ಅವರ ಶೈಲಿಯು ಸ್ವಲ್ಪ ಸಾಂಕೇತಿಕವಾಗಿರಬಹುದು, ಆದರೆ ಇದನ್ನು ಖಂಡಿತವಾಗಿಯೂ ಉತ್ಪ್ರೇಕ್ಷೆ ಎಂದು ಕರೆಯಲಾಗುವುದಿಲ್ಲ. ಝಾನ್ಸಿ ಆಡಳಿತವನ್ನು ಸ್ವಾಧೀನಪಡಿಸಿಕೊಂಡ ಕೂಡಲೇ ಇಂಗ್ಲಿಷ್ ಸೈನಿಕರು ಆರು ತಿಂಗಳ ವೇತನವನ್ನು ನೀಡಿದ ನಂತರ ಸ್ಥಳೀಯ ಸೈನಿಕರ ಸೇವೆಗಳನ್ನು ಕೊನೆಗೊಳಿಸಲಾಯಿತು. ಅವರ ಸ್ಥಾನದಲ್ಲಿ, ಬ್ರಿಟಿಷ್ ಸೈನ್ಯಕ್ಕೆ ಹೊಸ ಸೈನಿಕರನ್ನು ನೇಮಿಸಲಾಯಿತು. ಬಂಗಾಳ ಪದಾತಿಸೈನ್ಯದ ಹನ್ನೆರಡನೇ ತುಕಡಿಯನ್ನು ಕೋಟೆಯಲ್ಲಿ ಇರಿಸಲಾಯಿತು. ಹಲವಾರು ವರ್ಷಗಳಿಂದ ಸಂಗ್ರಹಿಸಿದ ಯುದ್ಧ ಸಾಮಗ್ರಿಗಳು ನಾಶವಾದವು. ಪೇಶ್ವಾ ಅವಧಿಗೆ ಸೇರಿದ ಫಿರಂಗಿಗಳನ್ನು ಸಹ ನಾಶಪಡಿಸಲಾಯಿತು.

ಮಹಾರಾಣಿ ಲಕ್ಷ್ಮೀಬಾಯಿ ತನ್ನ ನಿಷ್ಠಾವಂತ ಸೈನಿಕರನ್ನು ಬ್ರಿಟಿಷರು ಹೊರಹಾಕುವುದನ್ನು ಮತ್ತು ತನ್ನ ಗಂಡನ ಪೂರ್ವಜರ ಅನೇಕ ತಲೆಮಾರುಗಳು ಸಂಗ್ರಹಿಸಿದ ಯುದ್ಧ ಸಂಗಾತಿಯ ವಿಚಾರಣೆಯನ್ನು ಅಪೇಕ್ಷಿತ ರೀತಿಯಲ್ಲಿ ನಾಶಪಡಿಸುವುದನ್ನು ನೋಡಿದಾಗ ಹೇಳಲಾಗದ ಸಂಕಟಕ್ಕೆ ಒಳಗಾಗಿದ್ದಳು ಎಂದು ಹೇಳುವ ಅಗತ್ಯವಿಲ್ಲ. ಅಂತಹ ಅಸಹಾಯಕ ಪರಿಸ್ಥಿತಿಯಲ್ಲಿ ಅವಳು ಏನು ಮಾಡಬಹುದು?

ಇನ್ನೂ ಒಂದು ಪ್ರಯತ್ನ

ಒಬ್ಬ ಮನುಷ್ಯನು ಉಸಿರಾಡುವವರೆಗೂ ಆಶಿಸುತ್ತಾನೆ ಎಂದು ಹೇಳಲಾಗುತ್ತದೆ. ಝಾನ್ಸಿಯನ್ನು ಬ್ರಿಟಿಷ್ ರಾಜ್ಯದೊಂದಿಗೆ ವಿಲೀನಗೊಳಿಸಲಾಯಿತು. ಮೇಜರ್ ಸ್ಕೀನ್ ಅದರ ಆಯುಕ್ತರನ್ನಾಗಿ ನೇಮಿಸಲಾಯಿತು. ರಾಣಿಯು ಈಗಲೂ ತನ್ನ ಝಾನ್ಸಿಯನ್ನು ಮರಳಿ ಪಡೆಯಬಹುದು ಎಂಬ ಭರವಸೆಯಲ್ಲಿದ್ದಳು. ಬ್ರಿಟಿಷ್ ನ್ಯಾಯದ ಪ್ರಜ್ಞೆಯನ್ನು ಅವಳು ಸ್ವಲ್ಪ ಹೆಚ್ಚು ನಂಬಬಹುದು ಅಥವಾ ಪ್ರಯತ್ನವನ್ನು ಮುಂದುವರಿಸುವುದು ಒಬ್ಬರ ಕರ್ತವ್ಯ ಎಂದು ಅವಳು ಭಾವಿಸಿದಳು. ಆದ್ದರಿಂದ ಅವರು ಲಂಡನ್ ನ 'ಕೋರ್ಟ್ ಆಫ್ ಡೈರೆಕ್ಟರ್ಸ್' ಗೆ ಅರ್ಜಿಯನ್ನು ಕಳುಹಿಸಲು ನಿರ್ಧರಿಸಿದಳು. ಈ ಕೆಲಸಕ್ಕಾಗಿ ಅವರು ಪ್ರಸಿದ್ಧ ವಕೀಲ ಉಮೇಶ್ ಚಂದ್ರ ಬ್ಯಾನರ್ಜಿಯನ್ನು ಆಯ್ಕೆ ಮಾಡಿದರು. ಆತನನ್ನು ಮತ್ತೊಬ್ಬ ಯುರೋಪಿಯನ್ನೊಂದಿಗೆ ಅರವತ್ತು ಸಾವಿರ ರೂಪಾಯಿಗಳೊಂದಿಗೆ ಲಂಡನ್ ಗೆ ಕಳುಹಿಸಲಾಯಿತು. ಲಂಡನ್ ತಲುಪಿದಾಗ ಈ ಇಬ್ಬರು ಪುರುಷರು ಏನು ಮಾಡಿದರು ಎಂಬುದು ತಿಳಿದಿಲ್ಲ. ಅವರು ಈ ಹಣವನ್ನು ಕಿಸೆಯಲ್ಲಿ ಇಟ್ಟುಕೊಂಡು ಏನೂ ಮಾಡಲಿಲ್ಲ ಎಂದು ಸಹ ಹೇಳಲಾಗುತ್ತದೆ.

ದುರದೃಷ್ಟವಶಾತ್ ಮಹಾರಾಣಿ ಲಕ್ಷ್ಮೀಬಾಯಿ ಈ ಪ್ರಯತ್ನದಲ್ಲಿ ಯಶಸ್ವಿಯಾಗಲಿಲ್ಲ. ಅಂತಿಮವಾಗಿ, ಆಗಸ್ಟ್ 2, 1854 ರಂದು, ಬ್ರಿಟಿಷ್ ರಾಜ್ಯದಲ್ಲಿ ಝಾನ್ಸಿಯನ್ನು ವಿಲೀನಗೊಳಿಸಲು ಕೋರ್ಟ್ ಆಫ್ ಡೈರೆಕ್ಟರ್ಸ್ ತನ್ನ ಒಪ್ಪಿಗೆಯನ್ನು ನೀಡಿತು ಮತ್ತು ಅದನ್ನು ಔಪಚಾರಿಕವಾಗಿ ಘೋಷಿಸಲಾಯಿತು.

ತಾಯಿಯ ಕರ್ತವ್ಯ

ಒಬ್ಬ ವ್ಯಕ್ತಿಯು ಎಲ್ಲಾ ಕಡೆಗಳಲ್ಲಿ ನಿರಾಶೆಗೊಂಡಾಗ ಅವನು ದೇವರೊಂದಿಗೆ ಮಾತ್ರ ಆಶ್ರಯ ಪಡೆಯುತ್ತಾನೆ. ಪತಿಯ ಸಾವು ಮತ್ತು ಘಟನೆಗಳ ಚಕ್ರವು ಸ್ವಲ್ಪ ಸಮಯದ ನಂತರ ಮಹಾರಾಣಿಯನ್ನು ಈ ಮನಸ್ಥಿತಿಗೆ ತಂದಿತು. ಅವರ ಜೀವನವು ಧರ್ಮಕ್ಕೆ ಪ್ರತ್ಯೇಕವಾಗಿ ಮೀಸಲಾಗಿರುವ *ಮಹಾತ್ಮರ* ಜೀವನವಾಗಿ ಬದಲಾಯಿತು. ಅವಳು *ಬ್ರಹ್ಮಮುಹೂರ್ತದಲ್ಲಿ* (ಬೆಳಿಗ್ಗೆ 4.00) ಬಹಳ ಬೇಗನೆ ಎದ್ದಳು. ನಂತರ ಬೆಳಿಗ್ಗೆ ಶುದ್ಧೀಕರಣದ ನಂತರ, ಸ್ನಾನ ಇತ್ಯಾದಿ. *ಪೂಜೆಗೆ (ಪೂಜೆ)* ಕುಳಿತಳು. ಪೂಜೆಯಿಂದ ಎದ್ದ ನಂತರ ಅವಳು ಅರಮನೆಯ ಅಂಗಳದಲ್ಲಿ ಸ್ವಲ್ಪ ವ್ಯಾಯಾಮ ಮತ್ತು ಕುದುರೆ ಸವಾರಿಗಾಗಿ ಹೋದಳು. ಅವಳು ಮತ್ತೆ ಬೆಳಿಗ್ಗೆ 11.00 ಕ್ಕೆ ಸ್ನಾನ ಮಾಡಿದಳು, ಕೆಲವು ದತ್ತಿಗಳನ್ನು ನೀಡಿದಳು ಮತ್ತು ಮಧ್ಯಾಹ್ನ 12.00 ಕ್ಕೆ ಊಟವನ್ನು ತೆಗೆದುಕೊಂಡಳು. ಅದರ ನಂತರ ಅವಳು ಸ್ವಲ್ಪ ಹೊತ್ತು ವಿಶ್ರಮಿಸಿದಳು. ವಿಶ್ರಾಂತಿಯಿಂದ ಎದ್ದ ನಂತರ ಅವರು ಭಗವಂತ ರಾಮನ ಹೆಸರನ್ನು ಸಾವಿರದ ನೂರು ಬಾರಿ ಬರೆದರು, ಅದನ್ನು ಹಿಟ್ಟಿನೊಂದಿಗೆ ಬೆರೆಸಿದಳು, ಅದರ ಮಾತ್ರೆಗಳನ್ನು ರಚಿಸಿ ಮಧ್ಯಾಹ್ನ 3.00 ರವರೆಗೆ ಮೀನುಗಳಿಗೆ ಆಹಾರವನ್ನು ನೀಡಿದಳು. ಸಂಜೆಯಿಂದ ರಾತ್ರಿ ಎಂಟು ಗಂಟೆಯವರೆಗೆ ಅವಳು ಪುರಾಣಗಳ (ಪ್ರಾಚೀನ ಧಾರ್ಮಿಕ ದಂತಕಥೆಗಳು) ಕಥೆಗಳನ್ನು ಕೇಳಿದರು. ಅದರ ನಂತರ ಸಂದರ್ಶಕರಿಗೆ ಸ್ವಲ್ಪ ಸಮಯವನ್ನು ಮೀಸಲಿಡಲಾಯಿತು. ನಂತರ ಅವಳು ಮೂರನೇ ಬಾರಿಗೆ ಸ್ನಾನ ಮಾಡಿ, ಮತ್ತೆ ಪೂಜಿಸಿ, *ಪ್ರಸಾದ* ತೆಗೆದುಕೊಂಡು ನಂತರ ನಿದ್ರೆಗೆ ಜಾರಿದಳು. ಆಕೆಯ ತಂದೆ ಮೊರೊಪಾಂಟ್ ಅವರ ಮನೆಯ ಚಟುವಟಿಕೆಗಳನ್ನು ನೋಡಿಕೊಳ್ಳುತ್ತಿದ್ದರು.

ಎರಡು ವರ್ಷಗಳು ಕಳೆದಿವೆ. ಈಗ ಅವರ ದತ್ತುಪುತ್ರ ದಾಮೋದರ್ ರಾವ್ ಅವರಿಗೆ ಏಳು ವರ್ಷ ವಯಸ್ಸಾಗಿತ್ತು. ತನ್ನ ಉಪನಯನ ಸಮಾರಂಭಕ್ಕೆ *(ಯಜ್ಞೋಪವೀತ್ ಸಂಸ್ಕಾರ) ಇದು ಸರಿಯಾದ ಸಮಯ ಎಂದು ರಾಣಿ ಭಾವಿಸಿದಳು*. ಅವಳು ಈ ವಿಷಯವನ್ನು ತನ್ನ ತಂದೆ ಮತ್ತು ಇತರ ಅಧಿಕಾರಿಗಳೊಂದಿಗೆ ಚರ್ಚಿಸಿದಳು. ದಾಮೋದರ ರಾವ್ ಅವರ ಹೆಸರಿನಲ್ಲಿ ಬ್ರಿಟಿಷ್ ಖಜಾನೆಯಲ್ಲಿ ಠೇವಣಿ ಇಟ್ಟಿರುವ ಆರು ಲಕ್ಷ ರೂಪಾಯಿಗಳಲ್ಲಿ ಒಂದು ಲಕ್ಷ ರೂಪಾಯಿಗಳನ್ನು (ಈ ಉದ್ದೇಶಕ್ಕಾಗಿ) ಕೇಳುವಂತೆ ಅವರು ಸಲಹೆ ನೀಡಿದರು. ರಾಣಿ ಇದನ್ನು ಒಪ್ಪಿಕೊಂಡರು. ಈ ಕೆಲಸಕ್ಕಾಗಿ ಆಯುಕ್ತರು ಈ ಹಣವನ್ನು ಬಿಡುಗಡೆ ಮಾಡುವುದಿಲ್ಲ ಎಂದು ಅವರ ಮಾಜಿ ಮಂತ್ರಿ ಅವರಿಗೆ ತಿಳಿಸಿದ್ದರು. ಆದರೆ ರಾಣಿ ದೃಢವಾಗಿ ಹೇಳಿದರು, "ಇದು ನಮ್ಮ ಹಣ. ನಮ್ಮ ಮಗುವಿನ ಅಗತ್ಯಗಳಿಗಾಗಿ ಇದನ್ನು ಪ್ರತ್ಯೇಕವಾಗಿ ಇರಿಸಲಾಗಿದೆ. ಈ ಧಾರ್ಮಿಕ ಮತ್ತು ಧಾರ್ಮಿಕ ಸಮಾರಂಭಕ್ಕಿಂತ ಉತ್ತಮವಾದ ಅವಶ್ಯಕತೆಯೇನು? ಅವರು ನಿರಾಕರಿಸಬಹುದಾದ ನಮ್ಮ ಐಷಾರಾಮಿಗಳು ಅಥವಾ ಆನಂದಕ್ಕಾಗಿ ನಾವು ಇದನ್ನು ಕೇಳುತ್ತಿಲ್ಲ".

ಅಂತಿಮವಾಗಿ, ರಾಣಿ ಸ್ವತಃ ಆಯುಕ್ತರಿಗೆ ಪತ್ರವೊಂದನ್ನು ಬರೆದರು:

ಮಾನ್ಯರೇ

ನಮ್ಮ ರಾಜಕುಮಾರ ಚಿರಂಜೀವ್ ದಾಮೋದರ್ ಗಂಗಾಧರ ರಾವ್ ಅವರ ಏಳನೇ ವರ್ಷ ಪ್ರಾರಂಭವಾಗಿದೆ ಎಂದು ನಿಮಗೆ ತಿಳಿದಿದೆ. ಆದ್ದರಿಂದ, ಅವರ ಉಪನಯನ ಸಮಾರಂಭವನ್ನು ಧಾರ್ಮಿಕ ಮತ್ತು ಕುಟುಂಬ ಸಂಪ್ರದಾಯ ಮತ್ತು ನಮ್ಮ ಪೂರ್ವಜರ ಘನತೆಗೆ ಅನುಗುಣವಾಗಿ ನಡೆಸಬೇಕೆಂದು ನಾವು ಬಯಸುತ್ತೇವೆ, ಇದರಿಂದಾಗಿ ಅವರ ಶಿಕ್ಷಣ ಇತ್ಯಾದಿಗಳು ಸಮಯಕ್ಕೆ ಪ್ರಾರಂಭವಾಗುತ್ತವೆ ಮತ್ತು ಅವರು ಧಾರ್ಮಿಕ ಮತ್ತು ಕುಟುಂಬ ಸಮಾರಂಭಗಳು, ಯಜ್ಞಗಳು ಇತ್ಯಾದಿಗಳಲ್ಲಿ ಭಾಗವಹಿಸಲು ಪ್ರಾರಂಭಿಸುತ್ತಾರೆ. ಸಮಾರಂಭದ ವೆಚ್ಚವು ಒಂದು ಲಕ್ಷ ರೂಪಾಯಿ ಎಂದು ನಮ್ಮ ಅಂದಾಜು, ಏಕೆಂದರೆ ಸಮಾರಂಭವನ್ನು ಅವರ ಉನ್ನತ ರಾಜಮನೆತನದ ಪ್ರತಿಷ್ಠೆ ಮತ್ತು ಘನತೆಗೆ ಅನುಗುಣವಾಗಿ ನಡೆಸುವುದು ಸಂಪೂರ್ಣವಾಗಿ ಅಗತ್ಯವಾಗಿದೆ. ಇದು ಎಲ್ಲಾ ರೀತಿಯಲ್ಲೂ ಅವರ ಕಲ್ಯಾಣದಲ್ಲಿರುತ್ತದೆ.

ಆದ್ದರಿಂದ, ರಾಜಕುಮಾರನ ಹೆಸರಿನಲ್ಲಿ ಬ್ರಿಟಿಷ್ ಖಜಾನೆಯಲ್ಲಿ ಬಾಕಿ ಇರುವ ಆರು ಲಕ್ಷ ರೂಪಾಯಿಗಳಲ್ಲಿ ಒಂದು ಲಕ್ಷ ರೂಪಾಯಿಗಳನ್ನು ತ್ವರಿತವಾಗಿ ನಮಗೆ ಕಳುಹಿಸಲು ದಯಪಾಲಿಸಿ, ಇದರಿಂದ ನಾವು ಈ ಧಾರ್ಮಿಕ ಸಮಾರಂಭಕ್ಕೆ ತಕ್ಷಣವೇ ಅಗತ್ಯ ಸಿದ್ಧತೆಗಳನ್ನು ಮಾಡುತ್ತೇವೆ.

ಈ ತುರ್ತು ಕೆಲಸದಲ್ಲಿ ನೀವು ಯಾವುದೇ ರೀತಿಯ ತಪ್ಪಿಸಬಹುದಾದ ವಿಳಂಬಕ್ಕೆ ಒಳಗಾಗುವುದಿಲ್ಲ ಮತ್ತು ನಮ್ಮ ವಿನಂತಿಯನ್ನು ಆದಷ್ಟು ಬೇಗ ಸ್ವೀಕರಿಸುವ ಮೂಲಕ ನಮ್ಮನ್ನು ನಿರ್ಬಂಧಿಸುತ್ತದೆ ಎಂದು ನಾವು ಭಾವಿಸುತ್ತೇವೆ.

ನಿಮಗೆ ಶುಭವಾಗಲಿ,

ಇಂತಿ ನಿಮ್ಮ,

"ಲಕ್ಷ್ಮೀಬಾಯಿ ಮಹಾರಾಣಿ ಝಾನ್ಸಿ".

ಆಯುಕ್ತರ ಉತ್ತರವು ಕೆಲವು ದಿನಗಳ ಕಾಯುವಿಕೆಯ ನಂತರ ಬಂದಿತು. ಹಣವನ್ನು ನೀಡುವಲ್ಲಿ ತಮ್ಮ ಅಸಮರ್ಥತೆಯನ್ನು ಅವರು ವ್ಯಕ್ತಪಡಿಸಿದರು. ಪತ್ರವು ಈ ಪರಿಣಾಮಕ್ಕೆ ಸ್ವಲ್ಪಮಟ್ಟಿಗೆ ಕಾರಣವಾಗಿದೆ:

"ನಿಮ್ಮ ದತ್ತುಪುತ್ರ ದಾಮೋದರ್ ಗಂಗಾಧರ್ ರಾವ್ ಅವರು ನಿಮ್ಮ ಪತಿ ದಿವಂಗತ ಗಂಗಾಧರ್ ರಾವ್ ಅವರ ಎಲ್ಲಾ ವೈಯಕ್ತಿಕ ಆಸ್ತಿಯ ಮೇಲೆ ಏಕೈಕ ಹಕ್ಕನ್ನು ಹೊಂದಿದ್ದಾರೆ. ಅಪ್ರಾಪ್ತ ವಯಸ್ಕರಾಗಿ ಅವರ ಸ್ಥಾನಮಾನವನ್ನು ಗಮನದಲ್ಲಿಟ್ಟುಕೊಂಡು ಈ ಮೊತ್ತವನ್ನು ಬ್ರಿಟಿಷ್ ಖಜಾನೆಯಲ್ಲಿ (ಅವನು ವಯಸ್ಕನಾಗುವವರೆಗೆ) ಇರಿಸಲಾಗಿದೆ. ಅವನು ವಯಸ್ಕನಾಗುವವರೆಗೆ ಇದರಲ್ಲಿ ಒಂದು ಪೈಸೆಯನ್ನು ಅವನಿಗೆ ಅಥವಾ ಅವನ ಯಾವುದೇ ಸಂಬಂಧಿಕರಿಗೆ ನೀಡಲಾಗುವುದಿಲ್ಲ ಎಂಬುದನ್ನು ಗಮನಿಸಿ.

"ಅವರ ಆರು ಲಕ್ಷ ರೂಪಾಯಿ ಬ್ರಿಟಿಷ್ ಖಜಾನೆಯಲ್ಲಿ ಒಪ್ಪಿಸಲಾಗಿದೆ. ಅವನು ವಯಸ್ಕನಾದಾಗ ಅದನ್ನು ಬಡ್ಡಿಯೊಂದಿಗೆ ಅವನಿಗೆ ಹಿಂತಿರುಗಿಸಲಾಗುತ್ತದೆ. ಆದ್ದರಿಂದ, ಈಗ ನೀವು ಬಯಸಿದ ರೀತಿಯಲ್ಲಿ ಯಾವುದೇ ವ್ಯವಸ್ಥೆಯನ್ನು ಮಾಡಲು ಸಾಧ್ಯವಿಲ್ಲ."

ಈ ಉತ್ತರವು ಎಲ್ಲ ವ್ಯಕ್ತಿಗಳನ್ನು ನಿರಾಶೆಗೊಳಿಸಿತು ಆದರೆ ಮಹಾರಾಣಿ ಹೃದಯ ಕುಂದಲಿಲ್ಲ. ಅವರು ಮತ್ತೆ ಆಯುಕ್ತರಿಗೆ ಪತ್ರ ಬರೆದರು:

ಮಾನ್ಯರೇ

ನಿಮ್ಮ ಪತ್ರವನ್ನು ಸ್ವೀಕರಿಸಲಾಗಿದೆ. ಬ್ರಿಟಿಷ್ ಸರ್ಕಾರದ ಮೇಲೆ ನಂಬಿಕೆ ಇಟ್ಟಿರುವ ದಾಮೋದರ ರಾವ್ ಅವರ ಹಣವನ್ನು ಅವರು ವಯಸ್ಕರಿಗೆ ಬರುವ ಬಡ್ಡಿಯೊಂದಿಗೆ ಮರುಪಾವತಿಸಲಾಗುವುದು ಎಂದು ತಿಳಿದು ತುಂಬಾ ನಿರಾಳವಾಯಿತು. ಆಗಲೂ ರಾಜಕುಮಾರ ದಾಮೋದರ್ ರಾವ್ ವಯಸ್ಕನಾಗುವವರೆಗೆ ಅವರ ಕಲ್ಯಾಣ ಕಾರ್ಯಗಳಿಗಾಗಿ ಅವರ ಹಣದ ಒಂದು ಪೈಸಾವನ್ನು ಅವರಿಗೆ ಅಥವಾ ಅವರ ಸಂಬಂಧಿಕರಿಗೆ ನೀಡಲಾಗುವುದಿಲ್ಲ ಎಂಬ ನಿಮ್ಮ ನಿರ್ಧಾರವನ್ನು ನಾವು ಸರಿಯಾಗಿ ಪರಿಗಣಿಸುವುದಿಲ್ಲ. ಹೌದು, ಅವನ ಹಿತದೃಷ್ಟಿಯಿಂದ ಅಥವಾ ಹಣವನ್ನು ದುರುಪಯೋಗಪಡಿಸಿಕೊಳ್ಳುವ ಸಾಧ್ಯತೆಯಿರುವ ಕೆಲಸಕ್ಕಾಗಿ ಹಣವನ್ನು ಅವನಿಗೆ ಅಥವಾ ಅವನ ಪಾಲಕರಿಗೆ ನೀಡಬಾರದು ಎಂಬುದು ನಿಜ.

"ಹಿಂದೂಗಳಲ್ಲಿ, ವಿಶೇಷವಾಗಿ ಬ್ರಾಹ್ಮಣರು ಮತ್ತು ಕ್ಷತ್ರಿಯರಲ್ಲಿ, ಉಪನಯನ ಸಮಾರಂಭವನ್ನು ಪ್ರಮುಖ, ಪವಿತ್ರ ಮತ್ತು ಕಡ್ಡಾಯ ಸಮಾರಂಭವೆಂದು ಪರಿಗಣಿಸಲಾಗಿದೆ ಎಂದು ನಿಮಗೆ ತಿಳಿದಿರುತ್ತದೆ. ಅದು ಇಲ್ಲವಾದರೆ ಮಗುವಿನ ಶಿಕ್ಷಣವು ಪ್ರಾರಂಭವಾಗುವುದಿಲ್ಲ ಅಥವಾ ಈ ಜಗತ್ತಿನಲ್ಲಿ ಅಥವಾ ಇತರ ಜಗತ್ತಿನಲ್ಲಿ ಅವನ ಸತ್ತವರ (ಪಿಟಾರ್ ಗಳು) ಕಲ್ಯಾಣಕ್ಕಾಗಿ ಯಜ್ಞಗಳಲ್ಲಿ ಭಾಗವಹಿಸಲು ಅಥವಾ ಶ್ರಾದ್ಧಗಳಲ್ಲಿ ಭಾಗವಹಿಸಲು ಅವನಿಗೆ ಅರ್ಹತೆ ಇರುವುದಿಲ್ಲ.

"ಈ ವಿಶೇಷ ಪರಿಸ್ಥಿತಿಯಲ್ಲಿ ದಾಮೋದರ್ ರಾವ್ ಅವರ ಶ್ರಾದ್ಧಗಳ ಭವಿಷ್ಯದ ಕಲ್ಯಾಣವನ್ನು ಗಮನದಲ್ಲಿಟ್ಟುಕೊಂಡು ಬ್ರಿಟಿಷ್ ಸರ್ಕಾರದಿಂದ ನಮಗೆ ಉತ್ತಮ ಪ್ರಮಾಣದಲ್ಲಿ ಹಣವನ್ನು ಲಭ್ಯವಾಗುವಂತೆ ಮಾಡುವುದು ನಿಮ್ಮ ಕರ್ತವ್ಯವಾಗಿದೆ. ಇದರಿಂದಾಗಿ ಈ ಸಮಾರಂಭವು ಅವರ ಪ್ರತಿಷ್ಠೆಗೆ ಅನುಗುಣವಾಗಿ ಸರಿಯಾಗಿ ನಡೆಯುತ್ತದೆ. ನಮ್ಮ ದೃಷ್ಟಿಯಲ್ಲಿ ಮೊತ್ತವು ಒಂದು ಲಕ್ಷ ರೂಪಾಯಿಗಿಂತ ಕಡಿಮೆ ಇರಬಾರದು.

"ಕೆಲವು ಕಾರಣಗಳಿಗಾಗಿ ಈ ಮೊತ್ತವನ್ನು ನಮಗೆ ನೀಡಲು ನಿಮ್ಮ ಸರ್ಕಾರವು ಒಪ್ಪದಿದ್ದರೆ, ಈ ಮೊತ್ತವನ್ನು ಖಂಡಿತವಾಗಿಯೂ ಮತ್ತು ಶೀಘ್ರದಲ್ಲೇ ದಾಮೋದರ್ ರಾವ್ ಅವರ ಟ್ರಸ್ಟ್ ಮೊತ್ತದಿಂದ ನಮಗೆ ನೀಡಬೇಕು, ಇದರಿಂದ ನಾವು ಇದನ್ನು ತ್ವರಿತವಾಗಿ ನಿರ್ವಹಿಸುತ್ತೇವೆ, ಇದು ನಮ್ಮ ಪ್ರಮುಖ ಕರ್ತವ್ಯವಾಗಿದೆ.

"ನಮ್ಮ ಈ ಪ್ರಾರ್ಥನೆಯನ್ನು ಸ್ವೀಕರಿಸುವಲ್ಲಿ ನೀವು ಯಾವುದೇ ರೀತಿಯ ಅಜಾಗರೂಕತೆ ಅಥವಾ ಅನಗತ್ಯ ವಿಳಂಬವನ್ನು ಮಾಡಿದರೆ, ದಿವಂಗತ ಮಹಾರಾಜರು ನೇಮಿಸಿದಂತೆ ದಾಮೋದರ್ ರಾವ್ ಅವರ ರಕ್ಷಕರಾಗಿ ಈ ಪವಿತ್ರ ಸಮಾರಂಭಕ್ಕಾಗಿ ಈ ಹಣವನ್ನು ಬೇರೆ ಯಾವುದೇ ಮೂಲದಿಂದ ಅಥವಾ ಬೇರೆ ಯಾವುದೇ ವಿಧಾನದಿಂದ ಸಂಗ್ರಹಿಸಲು ಮತ್ತು ಪಡೆಯಲು ನಮಗೆ ಅರ್ಹತೆ ಇರುತ್ತದೆ. ಅಂತಹ ಪರಿಸ್ಥಿತಿಯಲ್ಲಿ ಹರಿಯುವ ಯಾವುದೇ ಪರಿಣಾಮಗಳಿಗೆ ನೀವು ಮತ್ತು ನಿಮ್ಮ ಸರ್ಕಾರ ಸಂಪೂರ್ಣ ಜವಾಬ್ದಾರರಾಗಿರುತ್ತೀರಿ.

"ದಿವಂಗತ ಮಹಾರಾಜರ ರಾಜಕುಮಾರರ ಈ ಸಮಾರಂಭಕ್ಕಾಗಿ ನಮ್ಮ ಪ್ರಜೆಗಳು ಕೇವಲ ಒಂದು ಲಕ್ಷ ಮಾತ್ರವಲ್ಲ, ಹಲವು ಲಕ್ಷ ರೂಪಾಯಿಗಳನ್ನು ಸಂಗ್ರಹಿಸುತ್ತಾರೆ ಎಂದು ನಾವು ನಂಬುತ್ತೇವೆ. ಆದರೆ ನಿಮ್ಮೊಂದಿಗೆ ಮತ್ತು ಬ್ರಿಟಿಷ್ ಸರ್ಕಾರದೊಂದಿಗೆ ನಮ್ಮ ಸಂಬಂಧವನ್ನು ಇನ್ನಷ್ಟು ಕಹಿಯಾಗಿಸುವ ಈ ರೀತಿಯ ಯಾವುದೇ ಹೆಜ್ಜೆ ಇಡಲು ನಾವು ಬಯಸುವುದಿಲ್ಲ.

"ನೀವು ಸಂಪೂರ್ಣ ಪರಿಗಣನೆ ಮತ್ತು ದೂರದೃಷ್ಟಿಯೊಂದಿಗೆ ಕಾರ್ಯನಿರ್ವಹಿಸುತ್ತಿದ್ದೀರಿ. ಖಂಡಿತವಾಗಿಯೂ ನಮ್ಮ ಸಮರ್ಥನೀಯ ಪ್ರಾರ್ಥನೆಯನ್ನು ಸ್ವೀಕರಿಸುತ್ತೀರಿ ಮತ್ತು ನಮ್ಮ ಇಚ್ಛೆಗೆ ವಿರುದ್ಧವಾಗಿ, ನಮ್ಮ ದಿವಂಗತ ಪತಿಯ ಪ್ರಜೆಗಳಿಗೆ ಈ ಮಂಗಳಕರ ಕೆಲಸಕ್ಕೆ ನಮಗೆ ಹಣ ಬೇಕು ಮತ್ತು ಅದನ್ನು ಕಾರ್ಯಗತಗೊಳಿಸಲು ಬ್ರಿಟಿಷ್ ಸರ್ಕಾರವು ಒಪ್ಪುವುದಿಲ್ಲ ಎಂದು ಹೇಳಲು ನಮ್ಮನ್ನು ಒತ್ತಾಯಿಸುವುದಿಲ್ಲ ಎಂದು ನಾವು ಸಂಪೂರ್ಣವಾಗಿ ನಂಬುತ್ತೇವೆ.

"ನಿಮ್ಮ ಪ್ರತ್ಯುತ್ತರವನ್ನು ಸ್ವೀಕರಿಸಲು ಆಶಿಸುತ್ತೇವೆ,

ಲಕ್ಷ್ಮೀಬಾಯಿ ಮಹಾರಾಣಿ ಝಾನ್ಸಿ."

ಈ ಪತ್ರಕ್ಕೆ ಉತ್ತರವಾಗಿ, ಆಯುಕ್ತರು ಹೀಗೆ ಬರೆದಿದ್ದಾರೆ:

"ರಾಜಕುಮಾರ ದಾಮೋದರ್ ರಾವ್ ಅವರ ಪವಿತ್ರ ಉಪನಯನ ಸಮಾರಂಭಕ್ಕಾಗಿ ನಿಮಗೆ ಒಂದು ಲಕ್ಷ ರೂಪಾಯಿ ಅಗತ್ಯವಿದ್ದರೆ, ಝಾನ್ಸಿಯ ನಾಲ್ಕು ಗೌರವಾನ್ವಿತ ವ್ಯಕ್ತಿಗಳ ಜಾಮೀನು ವಿರುದ್ಧ ನೀವು ಆ ಹಣವನ್ನು ಸರ್ಕಾರದಿಂದ ಸಾಲವಾಗಿ ತೆಗೆದುಕೊಳ್ಳಬಹುದು, ಆದರೆ ದಾಮೋದರ್ ರಾವ್ ಅವರ ಟ್ರಸ್ಟ್ ನಿಂದ ಹಣವನ್ನು ನೀಡಲಾಗುವುದಿಲ್ಲ."

ಮಹಾರಾಣಿ ಖಂಡಿತವಾಗಿಯೂ ತಾಯಿಯ ಕರ್ತವ್ಯವನ್ನು ನಿರ್ವಹಿಸಬೇಕಾಗಿತ್ತು. ಜನರು ಜಾಮೀನು ನೀಡುವಲ್ಲಿ ಯಾವುದೇ ಕೊರತೆಯಿರಲಿಲ್ಲ. ರಾಯಧನಕ್ಕೆ ನಿಷ್ಠರಾಗಿರುವ ಅನೇಕ ಗೌರವಾನ್ವಿತ ವ್ಯಕ್ತಿಗಳು ಇದಕ್ಕೆ ಒಪ್ಪಿಕೊಂಡರು. ಆದ್ದರಿಂದ, ಮಹಾರಾಣಿ ಈ ರೀತಿ ಒಂದು ಲಕ್ಷ ರೂಪಾಯಿಗಳನ್ನು ಪಡೆದರು ಮತ್ತು

ದಾಮೋದರ್ ರಾವ್ ಅವರ ಪವಿತ್ರ ಉಪನಯನ ಸಮಾರಂಭವನ್ನು ಕುಟುಂಬದ ಪ್ರತಿಷ್ಠೆ ಮತ್ತು ಘನತೆಗೆ ಅನುಗುಣವಾಗಿ ಎಲ್ಲಾ ವೈಭವದಿಂದ ನಡೆಸಲಾಯಿತು.

ಈ ಹಂತದವರೆಗಿನ ಘಟನೆಗಳನ್ನು ಕೆಚ್ಚೆದೆಯ ಮಹಾರಾಣಿ ಲಕ್ಷ್ಮೀಬಾಯಿಯ ಜೀವನದ ಹಿಂದಿನ ಭಾಗ ಎಂದು ಕರೆಯಬಹುದು. ಇದಕ್ಕಿಂತ ನಂತರದ ಘಟನೆಗಳಲ್ಲಿ ಅವರು ಕೆಚ್ಚೆದೆಯ ಹೋರಾಟಗಾರ/ಯೋಧರಾಗಿ ನಮ್ಮ ಮುಂದೆ ಬರುತ್ತಾರೆ. ಅವರ ಮತ್ತೊಂದು ರೂಪವು ಇತಿಹಾಸದ ಸ್ಮರಣೀಯ ಮತ್ತು ಭವ್ಯ ಅಧ್ಯಾಯವಾಗಿದೆ.

4

ಸ್ವಾತಂತ್ರ್ಯಕ್ಕಾಗಿ ಮೊದಲ ಹೋರಾಟ ಮತ್ತು ಝಾನ್ಸಿ

ಸಂದರ್ಭಗಳ ಕಾರಣದಿಂದಾಗಿ ಮಹಾರಾಣಿ ಲಕ್ಷ್ಮೀಬಾಯಿ, ತನ್ನ ಗಂಡನ ಮರಣದ ನಂತರ, ತನ್ನ ರಾಜ್ಯವನ್ನು ಕಳೆದುಕೊಳ್ಳಬೇಕಾಯಿತು, ಆದರೆ ಅವಳು ಸೋಲನ್ನು ಒಪ್ಪಿಕೊಳ್ಳಲಿಲ್ಲ. ಗಂಗಾಧರ ರಾವ್ ಅವರ ಮರಣದ ನಾಲ್ಕನೇ ವರ್ಷದ ನಂತರ ಭಾರತದ ಸ್ವಾತಂತ್ರ್ಯಕ್ಕಾಗಿ ಮೊದಲ ಹೋರಾಟ ಪ್ರಾರಂಭವಾಯಿತು, ಇದರಲ್ಲಿ ಮಹಾರಾಣಿ ಲಕ್ಷ್ಮೀಬಾಯಿ ಪ್ರಮುಖ ಪಾತ್ರ ವಹಿಸಿದರು. ಸತ್ಯವೆಂದರೆ, ಈ ಯುದ್ಧದಲ್ಲಿ ಅವಳು ಒಂದು ನಿರ್ದಿಷ್ಟ ರೀತಿಯಲ್ಲಿ ಗುರುತಿಸಲ್ಪಟ್ಟಳು. ಇದು ಅವರನ್ನು ಭಾರತದ ಸ್ವಾತಂತ್ರ್ಯದ ಇತಿಹಾಸದ ಸಾಟಿಯಿಲ್ಲದ ವ್ಯಕ್ತಿಯನ್ನಾಗಿ ಮಾಡಿತು.

ಸ್ವಾತಂತ್ರ್ಯಕ್ಕಾಗಿ ಹೋರಾಟದ ಕಾರಣಗಳು

ಬ್ರಿಟಿಷರು ತಮ್ಮ ನೂರು ವರ್ಷಗಳ ಆಳ್ವಿಕೆಯಲ್ಲಿ ಅನಿಯಂತ್ರಿತ ರೀತಿಯಲ್ಲಿ ವರ್ತಿಸಿದರು ಮತ್ತು ಭಾರತೀಯರ ಮೇಲೆ ದೌರ್ಜನ್ಯ ನಡೆಸಿದರು. ಅವರ ವಿರುದ್ಧ ಭಾರತೀಯರ ಕೋಪದ ಪ್ರತಿಕ್ರಿಯೆಯು ಈ ಹೋರಾಟದ ರೂಪದಲ್ಲಿ ತನ್ನನ್ನು ತಾನೇ ತೋರಿಸಿಕೊಂಡಿತು. 1857ರ ಈ ಐತಿಹಾಸಿಕ ಪ್ರಸಿದ್ಧ ಘಟನೆಯನ್ನು ಕೆಲವರು ಕೇವಲ ದಂಗೆ ಎಂದು ವಿವರಿಸುತ್ತಾರೆ. ಆದರೆ ಇತರರ ಪ್ರಕಾರ ಇದು ಕ್ರಾಂತಿಯ ಆರಂಭವಾಗಿತ್ತು. ಕೆಲವರ ಅಭಿಪ್ರಾಯದಲ್ಲಿ ಇದು ಸಿಂಹಾಸನವನ್ನು ತ್ಯಜಿಸಿದ ರಾಜರ ಪಿತೂರಿಯಾಗಿದೆ, ಆದರೆ ಇತರರು ಇದನ್ನು ಸ್ವಾತಂತ್ರ್ಯಕ್ಕಾಗಿ ಮೊದಲ ಹೋರಾಟ ಎಂದು ಕರೆಯುತ್ತಾರೆ. ಹೆಚ್ಚಿನ ಆಧುನಿಕ ವಿದ್ವಾಂಸರು ನಂತರದ ಅಭಿಪ್ರಾಯವನ್ನು ಅಂಗೀಕರಿಸುತ್ತಾರೆ.

ಈ ಹೋರಾಟದ ಹಿಂದೆ ಧಾರ್ಮಿಕ, ಸಾಮಾಜಿಕ, ರಾಜಕೀಯ ಮತ್ತು ಆರ್ಥಿಕ ಕಾರಣಗಳಿದ್ದವು. ಈ ಎಲ್ಲ ಕಾರಣಗಳ ಮೇಲೆ ಇಲ್ಲಿ ಬೆಳಕನ್ನು ಕೇಂದ್ರೀಕರಿಸಲು ಸಾಧ್ಯವಿಲ್ಲ. ಆದಾಗ್ಯೂ, ಕೆಲವು ಪ್ರಮುಖವಾದವುಗಳನ್ನು ಇಲ್ಲಿ ಸಂಕ್ಷಿಪ್ತವಾಗಿ ಪ್ರಸ್ತುತಪಡಿಸಲಾಗುತ್ತಿದೆ. ಅವು ಈ ಕೆಳಗಿನಂತಿವೆ:

ದತ್ತು ಪ್ರಕ್ರಿಯೆ

ಭಾರತದ ಗವರ್ನರ್ ಜನರಲ್ ಆಗಿ ಡಾಲ್ಹೌಸಿ ಆಗಮಿಸಿದ ಕೂಡಲೇ ಬ್ರಿಟಿಷ್ ಸರ್ಕಾರದ ಸ್ವಾಧೀನ ಮತ್ತು ವಿಸ್ತರಣಾ ನೀತಿಗಳು ಪ್ರಾರಂಭವಾದವು. ಸ್ಥಳೀಯ ರಾಜ್ಯಗಳನ್ನು ಬ್ರಿಟಿಷ್ ರಾಜ್ಯದೊಂದಿಗೆ ತಕ್ಷಣವೇ ವಿಲೀನಗೊಳಿಸುವುದಕ್ಕೆ ಅವರು ಬಲವಾದ ಬೆಂಬಲಿಗರಾಗಿದ್ದರು. ಆಗಮಿಸಿದಾಗ ಅವರು ಭಾರತೀಯ ಮಣ್ಣನ್ನು ಸಮತೋಲನಗೊಳಿಸಲು ಬಂದಿರುವುದಾಗಿ ಹೇಳಿದರು. ದತ್ತು ಪ್ರಕ್ರಿಯೆಯು ಹಿಂದೂ ಧಾರ್ಮಿಕ

ಧರ್ಮಗ್ರಂಥಗಳ ಪ್ರಕಾರ ಸಾರ್ವತ್ರಿಕವಾಗಿ ಅಂಗೀಕರಿಸಲ್ಪಟ್ಟ ಅಭ್ಯಾಸವಾಗಿತ್ತು. ಆದರೆ ಅವರು ಈ ಅಭ್ಯಾಸವನ್ನು ಸ್ವೀಕರಿಸಲು ನಿರಾಕರಿಸಿದರು.

ಏಪ್ರಿಲ್, 1848 ರಲ್ಲಿ, ಸತಾರಾ ರಾಜ ಅಪಾ ಸಾಹೇಬನ ಮರಣದ ನಂತರ, ಅಪಾ ಸಾಹೇಬರಿಗೆ ಸ್ವಂತ ಮಗನಿಲ್ಲದ ಕಾರಣ ಸತಾರವನ್ನು ಸ್ವಾಧೀನಪಡಿಸಿಕೊಂಡಿತು. ನಾಗ್ಪುರದ ಮಹಾರಾಜ ಭೋಸ್ಲೆ (1853) ಅವರ ಮರಣದ ನಂತರ, ಅದೇ ಕಥೆಯನ್ನು ಪುನರಾವರ್ತಿಸಲಾಯಿತು. ರಾಜನು ಮಗನನ್ನು ದತ್ತು ಪಡೆದಿರಲಿಲ್ಲ. ಅವರ ರಾಣಿಗೆ ಆಳುವ ಹಕ್ಕನ್ನು ನೀಡಲಾಗಿಲ್ಲ. ಹಿಂದಿನ ಅಧ್ಯಾಯದಲ್ಲಿ ಝಾನ್ಸಿಯನ್ನು ಈಗಾಗಲೇ ವಿವರವಾಗಿ ಚರ್ಚಿಸಲಾಗಿದೆ.

ಇದು ಸ್ಥಳೀಯ ಆಡಳಿತಗಾರರಲ್ಲಿ ಅಥವಾ ಅವರ ವಂಶಸ್ಥರು ಮಗನನ್ನು ಹೊಂದಿರದಿದ್ದಲ್ಲಿ, ಅವರ ರಾಜ್ಯಗಳನ್ನು ಸರ್ಕಾರವು ನಿರ್ವಹಿಸುವ ರಾಜ್ಯಗಳೊಂದಿಗೆ ವಿಲೀನಗೊಳಿಸಲಾಗುವುದು ಎಂಬ ಭಯದ ವಾತಾವರಣವನ್ನು ಸೃಷ್ಟಿಸಿತು. ಆದ್ದರಿಂದ ಭಾರತೀಯ ಆಡಳಿತಗಾರರು ಬ್ರಿಟಿಷರನ್ನು ತಮ್ಮ ಶತ್ರುಗಳೆಂದು ಪರಿಗಣಿಸಲು ಪ್ರಾರಂಭಿಸಿದರು.

ಒಪ್ಪಂದಗಳಿಗೆ ತಿರಸ್ಕಾರ

ಪೇಶ್ವ ಬಾಜಿ ರಾವ್ II ಅವರು ತಮ್ಮ ಹುದ್ದೆಗೆ ರಾಜೀನಾಮೆ ನೀಡಿದಾಗ, ಸೂರ್ಯ ಮತ್ತು ಚಂದ್ರರು ಆಕಾಶದಲ್ಲಿದ್ದವರೆಗೆ ಅವರು ಮತ್ತು ಅವರ ವಂಶಸ್ಥರು ಎಂಟು ಲಕ್ಷ ರೂಪಾಯಿಗಳ ವಾರ್ಷಿಕ ಪಿಂಚಣಿ ಪಡೆಯುವುದನ್ನು ಮುಂದುವರಿಸುತ್ತಾರೆ ಎಂದು ಬ್ರಿಟಿಷರೊಂದಿಗಿನ ಅವರ ಒಪ್ಪಂದದಲ್ಲಿ ಸ್ಪಷ್ಟವಾಗಿ ಉಲ್ಲೇಖಿಸಲಾಗಿದೆ. ಆದರೆ 1851ರಲ್ಲಿ ಪೇಶ್ವೆಯ ಮರಣದ ನಂತರ ಅವನ ದತ್ತುಪುತ್ರನ ಪಿಂಚಣಿಯನ್ನು ನಿಲ್ಲಿಸಲಾಯಿತು ಮತ್ತು ದತ್ತುಪುತ್ರನಾಗಿರುವುದರಿಂದ ಅವನು ತನ್ನ ತಂದೆಯ ಯಾವುದೇ ಹಕ್ಕಿನ ಉತ್ತರಾಧಿಕಾರಿಯಾಗಿ ಪ್ರಯೋಜನಗಳನ್ನು ಆನಂದಿಸಲು ಅಸಮರ್ಥನಾಗಿದ್ದಾನೆ ಎಂದು ಹೇಳಲಾಯಿತು. ನಾನಾ ಸಾಹೇಬ್ ಅದರ ವಿರುದ್ಧ ಅರ್ಜಿಯನ್ನು ಕಳುಹಿಸಿದಾಗ, ಡಲ್ಹೌಸಿ, "ಪೇಶ್ವಾ ಮೂವತ್ತು ವರ್ಷಗಳ ಅವಧಿಯಲ್ಲಿ ಎರಡು ಕೋಟಿಗೂ ಹೆಚ್ಚು ರೂಪಾಯಿಗಳನ್ನು ಪಡೆದಿದೆ. ಅವರು ಅದರಿಂದ ಬಹಳ ಕಡಿಮೆ ಖರ್ಚು ಮಾಡಿದರು. ಅವನಿಗೆ ನಿಜವಾದ ಮಗನಿಲ್ಲ. ಅವರು ತಮ್ಮ ಕುಟುಂಬಕ್ಕೆ 28 ಲಕ್ಷ ರೂಪಾಯಿ ಮೌಲ್ಯದ ಆಸ್ತಿಯನ್ನು ಬಿಟ್ಟು ಹೋಗಿದ್ದಾರೆ. ಅವನಿಗೆ ಸಂಬಂಧಿಸಿದ ವ್ಯಕ್ತಿಗಳಿಗೆ ಸರ್ಕಾರದ ಕರುಣೆ ಅಥವಾ ದಾನದ ಮೇಲೆ ಯಾವುದೇ ಹಕ್ಕು ಇಲ್ಲ. ಅವರ ವೆಚ್ಚಗಳು ಅವರು ಆನುವಂಶಿಕವಾಗಿ ಪಡೆದ ಆಸ್ತಿಗಿಂತ ಕಡಿಮೆ"ಎಂದು ಪ್ರತಿಉತ್ತರಿಸಿದನು.

ಈ ನಿರ್ಧಾರದ ವಿರುದ್ಧ ನಾನಾ ಸಾಹೇಬ್ ಲಂಡನ್ ನ 'ಕೋರ್ಟ್ ಆಫ್ ಡೈರೆಕ್ಟರ್ಸ್' ಗೆ ಮೇಲ್ಮನವಿ ಸಲ್ಲಿಸಿದರು. ಆದರೆ ಅದು ಯಾವುದೇ ಯಶಸ್ಸನ್ನು ಪಡೆಯಲಿಲ್ಲ. ಅವರು ಸ್ವಾಭಾವಿಕವಾಗಿ ಬ್ರಿಟಿಷರ ಶತ್ರುಗಳಾದರು. ಇದು ಪೇಶ್ವೆಯೊಂದಿಗಿನ ಒಪ್ಪಂದದ ಬಹಿರಂಗ ತಿರಸ್ಕಾರವಾಗಿತ್ತು. ಝಾನ್ಸಿಯಲ್ಲಿ,

ಮಹಾರಾಣಿ ಲಕ್ಷ್ಮೀಬಾಯಿ ಮತ್ತು ಅವರ ದತ್ತುಪುತ್ರನ ವಿಷಯದಲ್ಲೂ ಬಹುತೇಕ ಇದೇ ರೀತಿ ಸಂಭವಿಸಿದೆ. ನಿಸ್ಸಂದೇಹವಾಗಿ, ಈ ಘಟನೆಗಳು 1857ರ ಸ್ವಾತಂತ್ರ್ಯ ಹೋರಾಟದ ಹಿಂದಿನ ಗಂಭೀರ ಕಾರಣಗಳಾಗಿವೆ.

ಸ್ಥಳೀಯ ರಾಜ್ಯಗಳಿಗೆ ಹೊಡೆತಗಳು

ಮೇಲಿನ ಘಟನೆಗಳಲ್ಲದೆ, ಬ್ರಿಟಿಷರು ಅನೇಕ ಸ್ಥಳೀಯ ರಾಜ್ಯಗಳ ಮೇಲೆ ವಿವಿಧ ರೀತಿಯ ಹೊಡೆತಗಳನ್ನು ಹೊಡೆದರು. ಅವಧ್ ನ ನವಾಬರೊಂದಿಗೆ ಬ್ರಿಟಿಷರು ಸ್ನೇಹಪರರಾಗಿದ್ದರು. 1764 ರಲ್ಲಿ ಅವರು ತಮ್ಮ ಸೈನ್ಯವನ್ನು ಅವಧ್ ನಲ್ಲಿ ಇರಿಸಿದರು ಮತ್ತು ಅವರಿಗೆ ರಾಜ್ಯದ ಸಂಪೂರ್ಣ ಮಾಲೀಕತ್ವದ ಹಕ್ಕನ್ನು ನೀಡಿದರು. 1801ರಲ್ಲಿ ಅವಧ್ ನವಾಬನೊಂದಿಗಿನ ಒಪ್ಪಂದದ ಸಮಯದಲ್ಲಿ ಅವರು ಅವನಿಂದ ಬಲವಂತವಾಗಿ ಸಾಲವನ್ನು ತೆಗೆದುಕೊಂಡು ಆರ್ಥಿಕವಾಗಿ ದಿವಾಳಿಯಾದರು. 1847ರಲ್ಲಿ ವಾಜಿದ್ ಅಲಿ ತನ್ನ ಸೈನ್ಯವನ್ನು ಹೆಚ್ಚಿಸಲು ಬಯಸಿದಾಗ, ಬ್ರಿಟಿಷರು ತಕ್ಷಣವೇ ಶಂಕಿಸಿದರು. ಇದರ ಪರಿಣಾಮವಾಗಿ, ಅವರು ತಮ್ಮ ಸೇನೆಯ ಬಲವನ್ನು ಹೆಚ್ಚಿಸುವ ಕಲ್ಪನೆಯನ್ನು ತ್ಯಜಿಸಬೇಕಾಯಿತು. ಅಂತಿಮವಾಗಿ, 1856ರಲ್ಲಿ ಬ್ರಿಟಿಷರು ಅವಧ್ ಅನ್ನು ತಮ್ಮ ನಿಯಂತ್ರಣಕ್ಕೆ ತೆಗೆದುಕೊಂಡರು.

ಇತರ ಸ್ಥಳೀಯ ರಾಜ್ಯಗಳಲ್ಲಿಯೂ ಇದೇ ರೀತಿಯ ನಾಟಕವನ್ನು ಜಾರಿಗೆ ತರಲಾಯಿತು. ಮೊಗಲ್ ಚಕ್ರವರ್ತಿ ಬಹದ್ದೂರ್ ಷಾ ಜಾಫರ್ ಈಗ ತನ್ನ ಎಲ್ಲ ಹಕ್ಕುಗಳಿಂದ ಸಂಪೂರ್ಣವಾಗಿ ವಂಚಿತರಾಗಿದ್ದರು. ಇತರ ಸ್ಥಳೀಯ ಆಡಳಿತಗಾರರನ್ನು ಬ್ರಿಟಿಷರ ಕೈಯಲ್ಲಿ ಕೈಗೊಂಬೆಗಳ ಸ್ಥಾನಮಾನಕ್ಕೆ ಇಳಿಸಲಾಯಿತು. ರಾಜಪ್ರಭುತ್ವದಿಂದ ಕೆಳಗಿಳಿದ ಸ್ಥಳೀಯ ಆಡಳಿತಗಾರರ ವಂಶಸ್ಥರು ಸೇಡು ತೀರಿಸಿಕೊಳ್ಳುವ ಅವಕಾಶಕ್ಕಾಗಿ ಕಾಯುತ್ತಿದ್ದರು. ಇವೆಲ್ಲವೂ ಇಲ್ಲಿ ವಿವರವಾದ ನಿರೂಪಣೆಯ ಅಗತ್ಯವಿಲ್ಲ. ನಿಸ್ಸಂದೇಹವಾಗಿ, ಈ ಹೋರಾಟದ ಹಿಂದಿನ ಒಂದು ಪ್ರಮುಖ ಅಂಶವೆಂದರೆ ಬ್ರಿಟಿಷರ ಅಲ್ಪ-ದೃಷ್ಟಿ ಮತ್ತು ಸ್ವಯಂ-ಕೇಂದ್ರಿತ ರಾಜತಾಂತ್ರಿಕತೆ. ಒಬ್ಬ ಇಂಗ್ಲಿಷ್ ಪ್ರಜೆಯು ಸ್ವತಃ ಇದರ ಬಗ್ಗೆ ಬರೆಯುತ್ತಾರೆ:

"ನಮ್ಮ ಆಡಳಿತದ ವಿರುದ್ಧದ ವ್ಯಾಪಕ ಅಡಚಣೆಯ ಹಿಂದಿನ ದೊಡ್ಡ ಅಂಶವೆಂದರೆ, ಸ್ಥಳೀಯ ರಾಜ್ಯಗಳನ್ನು ನಿರ್ಮೂಲನೆ ಮಾಡುವ ನಮ್ಮ ಕಾರ್ಯಕ್ರಮದ ಅಡಿಯಲ್ಲಿ ನಾವು ಸ್ಥಳೀಯ ರಾಜರು ಮತ್ತು ಸಮಾಜದ ಮುಖ್ಯ ನಾಯಕರನ್ನು ತೀವ್ರವಾಗಿ ಅವಮಾನಿಸಿದ್ದೇವೆ. ಅವರ ಪೂರ್ವಜರ ಹಕ್ಕುಗಳನ್ನು ಕಸಿದುಕೊಳ್ಳಲಾಯಿತು. ಸಾಂಪ್ರದಾಯಿಕವಾಗಿ ತೆರಿಗೆ ಮುಕ್ತ ಜಮೀನುಗಳ ಚಾರಿಟಿ ಪತ್ರಗಳನ್ನು ರದ್ದುಪಡಿಸಲಾಯಿತು ಮತ್ತು ಭೂಮಿಯನ್ನು ಸರ್ಕಾರದ ನಿಯಂತ್ರಣದಲ್ಲಿ ತೆಗೆದುಕೊಳ್ಳಲಾಯಿತು ಅಥವಾ ಅವರ ಮಾಲೀಕತ್ವವು ಅವರ ಪ್ರಸ್ತುತ ಮಾಲೀಕರಿಗೆ ಮಾತ್ರ ಸೀಮಿತವಾಗಿತ್ತು. ಅವರ ಉತ್ತರಾಧಿಕಾರಿಗಳು ಆ ಜಮೀನಿನ ಮಾಲೀಕತ್ವದ ಹಕ್ಕಿನಿಂದ ವಂಚಿತರಾಗಿದ್ದರು. ಒಂದು ವೇಳೆ *ಜಗೀಂದರ್* ಅಥವಾ *ಜಮೀನ್ದಾರನು* ಆದಾಯವನ್ನು ಠೇವಣಿ ಮಾಡಲು ವಿಫಲವಾದರೆ, ಅವನು ತನ್ನ ಭೂಮಿಯನ್ನು ವಿಲೇವಾರಿ ಮಾಡುತ್ತಾನೆ. ಭವಿಷ್ಯದಲ್ಲಿ ಯಾರಿಗೂ ಅಂತಹ ಜಾಗೀರ್ದಾರಿಯನ್ನು ಅಥವಾ *ಜಮೀನ್ದಾರಿಯನ್ನು ನೀಡಲಾಗುವುದಿಲ್ಲ*. ಸರ್ಕಾರಕ್ಕೆ ಅತ್ಯುನ್ನತ

ಸೇವೆಯನ್ನು ಸಲ್ಲಿಸಿದ್ದರೂ ಯಾರಿಗೂ ಜಾಗೀರ್ ಅಥವಾ ಗೌರವಾನ್ವಿತ ಹುದ್ದೆಯನ್ನು ನೀಡಲಾಗಿಲಿಲ್ಲ. ನಮ್ಮ ಸರ್ಕಾರದ ಈ ನೀತಿಗಳಿಂದ ಉತ್ತೇಜಿತರಾದ ಬ್ರಿಟಿಷ್ ಅಧಿಕಾರಿಗಳು ಸ್ಥಳೀಯ ರಾಜರು ಮತ್ತು ಗೌರವಾನ್ವಿತ ವ್ಯಕ್ತಿಗಳ ನಡುವಿನ ವಿವಾದಗಳಲ್ಲಿ ನೇರವಾಗಿ ಅಥವಾ ಪರೋಕ್ಷವಾಗಿ ಹಸ್ತಕ್ಷೇಪ ಮಾಡಲು ಪ್ರಾರಂಭಿಸಿದರು. ಈ ಮತ್ತು ಇತರ ಅಂತಹುದೇ ಅಂಶಗಳಿಂದಾಗಿ ನಮ್ಮ ವಿರುದ್ಧ ಗಂಭೀರ ಭಯೋತ್ಪಾದನೆ ಮತ್ತು ಬಲವಾದ ದ್ವೇಷವು ದೇಶಾದ್ಯಂತ ಹರಡಿತು.

ಧಾರ್ಮಿಕ ಅಂಶ

ಧಾರ್ಮಿಕ ಅಂಶವನ್ನು ಸಾಮಾನ್ಯ ಪುರುಷರಲ್ಲಿ ಅತೃಪ್ತಿಯ ಪ್ರಮುಖ ಅಂಶವೆಂದು ಕರೆಯಬಹುದು. ಒಂದು ಊಹೆಯೆಂದರೆ, ತಮ್ಮ ರಾಜಕೀಯ ಪ್ರಾಬಲ್ಯದ ವಿಸ್ತರಣೆಯೊಂದಿಗೆ, ಬ್ರಿಟಿಷರು ಕ್ರಿಶ್ಚಿಯನ್ ಧರ್ಮವನ್ನು ಪೂರ್ಣ ಹುರುಪಿನಿಂದ ಹರಡುವಲ್ಲಿ ನಿರತರಾಗಿದ್ದರು. ಸಾಕ್ಷಿಯಾಗಿ ಅನೇಕ ಘಟನೆಗಳನ್ನು ಉಲ್ಲೇಖಿಸಬಹುದು. 1836ರಲ್ಲಿ ಇಂಗ್ಲಿಷ್ ನಲ್ಲಿ ಶಿಕ್ಷಣ ಹೊಂದಿರುವ ಶಾಲೆಗಳನ್ನು ಬಂಗಾಳದಲ್ಲಿ ಸ್ಥಾಪಿಸಿದಾಗ, ಆಗ ಮೆಕಾಲೆ ತಮ್ಮ ಉದ್ದೇಶವನ್ನು ವ್ಯಕ್ತಪಡಿಸಿ, ಮುಂದಿನ ಮೂವತ್ತು ವರ್ಷಗಳಲ್ಲಿ ಬಂಗಾಳದಲ್ಲಿ ಒಬ್ಬನೇ ಒಬ್ಬ ವಿಗ್ರಹ ಆರಾಧಕನೂ ಇರುವುದಿಲ್ಲ ಎಂದು ಹೇಳಿದ್ದರು. ಬ್ರಿಟಿಷರ ಈ ಗುರಿಯತ್ತ ಸುಳಿವು ನೀಡಿದ ವೀರ್ ಸಾವರ್ಕರ್ ಹೀಗೆ ಬರೆದರು:

"ಭಾರತೀಯ ಸಾರ್ವಜನಿಕರು ಪಾಶ್ಚಾತ್ಯ ಸಂಸ್ಕೃತಿಯ ಒಂದು ನೋಟವನ್ನು ಹೊಂದಿದ ನಂತರ, ಅವರು ತಮ್ಮ ಧರ್ಮದ ಬಗ್ಗೆ ನಾಚಿಕೆಪಡುತ್ತಾರೆ ಎಂದು ಬ್ರಿಟಿಷರು ನಂಬಿದ್ದರು. ಅವರು ಅದನ್ನು ತ್ಯಜಿಸುತ್ತಾರೆ ಮತ್ತು ವೇದಗಳು ಮತ್ತು ಕುರಾನ್ ಗಿಂತ ಬೈಬಲ್ ಅನ್ನು ಹೆಚ್ಚು ಪವಿತ್ರವೆಂದು ಪರಿಗಣಿಸುತ್ತಾರೆ. ದೇವಾಲಯಗಳು ಮತ್ತು ಮಸೀದಿಗಳಿಗೆ ಹೋಗುವುದನ್ನು ಬಿಟ್ಟು, ಅವರು ಚರ್ಚ್ ಪ್ರವೇಶಿಸುತ್ತಾರೆ."

ಈ ಧಾರ್ಮಿಕ ಅಂಶವು ಸೈನಿಕರಲ್ಲಿನ ಅಸಮಾಧಾನವನ್ನು ಉಲ್ಬಣಗೊಳಿಸಿತು. ಬ್ರಿಟಿಷರ ಆಳ್ವಿಕೆಯ ಅವಧಿಯಲ್ಲಿ ತಮ್ಮದೇ ಆದ ಧರ್ಮದ ರಕ್ಷಣೆಗೆ ಸಂಬಂಧಿಸಿದಂತೆ ಅಭದ್ರತೆಯ ಪ್ರಜ್ಞೆ ಭಾರತೀಯರ ಮನಸ್ಸಿನಲ್ಲಿ ಹರಿದಾಡಿತು.

ಸೈನ್ಯದಲ್ಲಿ ಅಸಮಾಧಾನ

ಭಾರತೀಯ ರಾಜರ ಆಡಳಿತದ ಸಮಯದಲ್ಲಿ, ಬ್ರಿಟಿಷ್ ಆಳ್ವಿಕೆಗೆ ಮುಂಚಿತವಾಗಿ, ಸೈನಿಕರು ವಿಜಯದ ನಂತರ ಹಿಂದಿರುಗಿದಾಗ ಅವರನ್ನು ಅನೇಕ ರೀತಿಯಲ್ಲಿ ಗೌರವಿಸಲಾಯಿತು ಮತ್ತು ಅಲಂಕರಿಸಲಾಯಿತು. ಆದರೆ ಬ್ರಿಟಿಷರು ಈ ಸಂಪ್ರದಾಯವನ್ನು ಕೊನೆಗೊಳಿಸಿದರು. ಯುದ್ಧದ ಸಮಯದಲ್ಲಿ ಭಾರತೀಯ ಸೈನಿಕರು ಮುಂಚೂಣಿಯಲ್ಲಿದ್ದರು, ಆದರೆ ಬ್ರಿಟಿಷ್ ಸೈನಿಕರು ಮತ್ತು ಅಧಿಕಾರಿಗಳು ಹೆಚ್ಚು ಉತ್ತಮ ಸೌಲಭ್ಯಗಳನ್ನು ಅನುಭವಿಸಿದರು. ಈ ಎಲ್ಲದರ ಜೊತೆಗೆ ಭಾರತೀಯ ಸೈನಿಕರಲ್ಲಿ ಅತೃಪ್ತಿಯ ದೊಡ್ಡ ಕಾರಣವೆಂದರೆ ಬ್ರಿಟಿಷರು ತಮ್ಮ ಧರ್ಮದಿಂದ ವಿಚ್ಛೇದನ ನೀಡುತ್ತಿದ್ದಾರೆ ಎಂಬ ಭಯ. ಆ ಸಮಯದಲ್ಲಿ ಸೈನಿಕರಿಗೆ ನೀಡಲಾದ ಕಾರ್ಟ್ರೇಜ್

ಗಳನ್ನು ಹಲ್ಲುಗಳಿಂದ ಕತ್ತರಿಸಬೇಕಾಗಿತ್ತು ಎಂದು ಹೇಳಲಾಗುತ್ತದೆ. ಈ ಕಾರ್ಟ್ರಿಜ್ ಗಳು ಹಸು ಮತ್ತು ಹಂದಿಯ ಹುಲ್ಲುಗಾವಲನ್ನು ಹೊಂದಿದ್ದವು. ಅದು ನಿಜವೋ ಸುಳ್ಳೋ ಎಂದು ಖಚಿತವಾಗಿ ಏನನ್ನೂ ಹೇಳಲಾಗುವುದಿಲ್ಲ. ಆದರೆ ನೂರ ಐವತ್ತು ವರ್ಷಗಳ ಹಿಂದೆ, ಇಂದಿಗೂ ಯಾವುದೇ ಹಿಂದೂ ಗೋಮಾಂಸವನ್ನು ಮುಟ್ಟದಿದ್ದಾಗ ಮತ್ತು ಯಾವುದೇ ಮುಸ್ಲಿಮರು ಹಂದಿಮಾಂಸವನ್ನು ಮುಟ್ಟುವ ಬಗ್ಗೆ ಯೋಚಿಸಲು ಸಾಧ್ಯವಾಗದಿದ್ದಾಗ ಪ್ರತಿಕ್ರಿಯೆ ಹೇಗಿರುತ್ತಿತ್ತು ಎಂದು ಊಹಿಸಿ.

ಇದು ಕಲ್ಪನೆಗೆ ಬಿಟ್ಟದ್ದು. ಇಲ್ಲದಿದ್ದರೆ, ಒಬ್ಬ ಮನುಷ್ಯನು ಧಾರ್ಮಿಕ ಉನ್ಮಾದದಲ್ಲಿ ಪ್ರಜ್ಞೆಯನ್ನು ಕಳೆದುಕೊಳ್ಳುತ್ತಾನೆ.

ಆರ್ಥಿಕ ಅಂಶ

ಯಾವುದೇ ರಾಜಕೀಯ ಅಥವಾ ಸಾಮಾಜಿಕ ಕ್ರಾಂತಿಯಲ್ಲಿ ಆರ್ಥಿಕ ಅಂಶವು ತನ್ನದೇ ಆದ ಪ್ರಮುಖ ಪಾತ್ರವನ್ನು ಹೊಂದಿದೆ. ಬ್ರಿಟಿಷ್ ಆಡಳಿತವು ರಾಜರು ಮತ್ತು ಮಹಾರಾಜರ ಮೇಲೆ ಮಾತ್ರವಲ್ಲ, ಸಾಮಾನ್ಯ ಜನರ ಆರ್ಥಿಕ ಸ್ಥಿತಿಯ ಮೇಲೂ ನೇರವಾಗಿ ಪರಿಣಾಮ ಬೀರಿತು. ಬ್ರಿಟಿಷ್ ಅಧಿಕಾರಶಾಹಿ ಮತ್ತು ತೆರಿಗೆಗಳ ಹೊರೆಯಿಂದಾಗಿ ಭಾರತೀಯ ರೈತರ ಸ್ಥಿತಿ ತುಂಬಾ ಶೋಚನೀಯವಾಯಿತು. ಭಾರತದ ಕಚ್ಚಾ ವಸ್ತುಗಳನ್ನು ಇಂಗ್ಲೆಂಡ್ ಗೆ ಕಳುಹಿಸಲಾಯಿತು ಮತ್ತು ಅದರ ಸಂಸ್ಕರಿಸಿದ, ಬದಲಾದ ರೂಪವನ್ನು ಭಾರತಕ್ಕೆ ಆಮದು ಮಾಡಿಕೊಳ್ಳಲಾಯಿತು. ಈ ಅಭ್ಯಾಸದಿಂದಾಗಿ ಭಾರತದ ಅನೇಕ ಕೈಗಾರಿಕೆಗಳು ಮುಚ್ಚಲ್ಪಟ್ಟವು ಮತ್ತು ಭಾರತದ ಸಂಪತ್ತು ಬ್ರಿಟಿಷ್ ಖಜಾನೆಯನ್ನು ಉತ್ಕೃಷ್ಟಗೊಳಿಸಲು ಪ್ರಾರಂಭಿಸಿತು. ಭಾರತೀಯರು ತಮ್ಮ ಆರ್ಥಿಕ ಚಟುವಟಿಕೆಯ ಪ್ರತಿಯೊಂದು ಹಂತದಲ್ಲೂ ಬಾಧಿತರಾಗಿದ್ದರು. ಆದ್ದರಿಂದ ಬ್ರಿಟಿಷರ ವಿರುದ್ಧ ದಂಗೆಯ ಭಾವನೆ ಜನಸಾಮಾನ್ಯರ ಮನಸ್ಸಿನಲ್ಲಿ ಹುಟ್ಟಲು ಪ್ರಾರಂಭಿಸಿತು.

ದಂಗೆಗೆ ಸಿದ್ಧತೆಗಳು

ಈ ಎಲ್ಲ ಅಂಶಗಳಿಂದಾಗಿ ಸ್ವತಂತ್ರರಾಗುವ ಬಯಕೆ ಎಲ್ಲ ಭಾರತೀಯರಲ್ಲಿ ತನ್ನನ್ನು ಬಲಪಡಿಸಿಕೊಳ್ಳಲು ಪ್ರಾರಂಭಿಸಿತು. ಅಧಿಕಾರದಿಂದ ಕೆಳಗಿಳಿದ ಮತ್ತು ಶಕ್ತಿಹೀನ ಭಾರತೀಯ ರಾಜರು ಅದರಲ್ಲಿ ಸಕ್ರಿಯವಾಗಿ ಭಾಗವಹಿಸಿದರು. ಉತ್ತರ ಭಾರತದಲ್ಲಿ ರಹಸ್ಯ ಸಂಘಟನೆಯನ್ನು ಸ್ಥಾಪಿಸಲಾಯಿತು. ಬ್ರಿಟಿಷ್ ಆಳ್ವಿಕೆಯನ್ನು ಉರುಳಿಸಲು ನಾನಾ ಸಾಹೇಬ್ ಮನಸ್ಸು ಮಾಡಿದರು. 1856 ಕ್ಕಿಂತ ಮೊದಲು ಈ ಕಲ್ಪನೆಯನ್ನು ಹರಡಲು ಅವರು ಕೆಲವು ಜನರನ್ನು ಕಳುಹಿಸಿದರು. ಈ ಪ್ರಚಾರಕರು ದೆಹಲಿ, ಮೈಸೂರು, ಝಾನ್ಸಿ, ಅವಧ್ ಮತ್ತು ಇತರ ಅನೇಕ ಸ್ಥಳಗಳಿಗೆ ಹೋದರು. ಈ ಎಲ್ಲ ಮಾಜಿ ಆಡಳಿತಗಾರರು ಮತ್ತು ಭಾರತೀಯ ಸೈನಿಕರು ಅವರ ನಿರ್ಣಯವನ್ನು ಒಪ್ಪಿಕೊಂಡರು.

ಆ ಸಮಯದಲ್ಲಿ ಬ್ರಿಟಿಷರು ಇರಾನ್ ನೊಂದಿಗೆ ಹೋರಾಡುತ್ತಿದ್ದರು. ಆದ್ದರಿಂದ, ಮೊಗಲ್ ಚಕ್ರವರ್ತಿ ಬಹದ್ದೂರ್ ಷಾ ಜಾಫರ್, ಕುನ್ವರ್ ಸಿಂಗ್, ತಾತ್ಯಾ ತೋಪೆ, ನಾನಾ ಸಾಹೇಬ್ ಮುಂತಾದವರು ಆ ಸಮಯದಲ್ಲಿ ಬ್ರಿಟಿಷರ ವಿರುದ್ಧ ದಂಗೆ ನಡೆದರೆ, ಯಶಸ್ಸು ಅನಿವಾರ್ಯ ಎಂದು ನಿರ್ಧರಿಸಿದರು. ಈ ಕಲ್ಪನೆಯನ್ನು ಸಾರ್ವಜನಿಕರಲ್ಲಿ ಹರಡಲು *ಸಾಧುಗಳು, ಸನ್ಯಾಸಿಗಳು ಮತ್ತು* ಫಕ್ವಿರ್ ಗಳ (ಮೆಂಡಿಕಂಟ್ ಗಳು) ಸೇವೆಗಳನ್ನು ತೆಗೆದುಕೊಳ್ಳಲಾಯಿತು. ಈ ಜನರು ಹಳ್ಳಿಯಿಂದ ಹಳ್ಳಿಗೆ ಬೋಧನಾ ಕ್ರಾಂತಿಯನ್ನು ನಡೆಸಿದರು. ಅವರು ಸುಮಾರು ಎರಡು ವರ್ಷಗಳ ಕಾಲ ಈ ಸಂದೇಶವನ್ನು ಹರಡಿದರು. ಈ ಸಂದೇಶವನ್ನು ಮಹಿಳೆಯರಿಗೆ ತಲುಪಿಸಲು ಚಿತ್ರಹಿಂಸೆಗಾರರು, ವೈದ್ಯರನ್ನು (ಸ್ಥಳೀಯ ವೈದ್ಯರು), *ತಂತ್ರಜ್ಞರು* ಮತ್ತು ಜ್ಯೋತಿಷಿಗಳನ್ನು ಕಳುಹಿಸಲಾಯಿತು. ಈ ಉಪದೇಶಕ್ಕಾಗಿ ಮೌಲ್ವಿ ಅಹ್ಮದ್ ಷಾ ಅವರನ್ನು ಗೌರವದಿಂದ ಸ್ಮರಿಸಬೇಕು. ಅವರು ಅನೇಕ ಸ್ಥಳಗಳಿಗೆ ಭೇಟಿ ನೀಡಿದರು ಮತ್ತು ಈ ಪ್ರಚಾರ ಕಾರ್ಯವನ್ನು ಮಾಡಿದರು. ಒಂದು ಸ್ಥಳದಲ್ಲಿ ಸಭೆಯನ್ನುದ್ದೇಶಿಸಿ ಮಾತನಾಡಿದ ಅವರು, "ನೀವು ನಿಮ್ಮ ಧರ್ಮ ಮತ್ತು ನಿಮ್ಮ ದೇಶವನ್ನು ರಕ್ಷಿಸಬೇಕಾದರೆ, ಬ್ರಿಟಿಷರನ್ನು ಹೊರಹಾಕಲು ಬೇರೆ ದಾರಿಯಿಲ್ಲ" ಎಂದು ಸ್ಪಷ್ಟ ಮಾತುಗಳಲ್ಲಿ ಹೇಳಿದರು.

ದೇಶದ್ರೋಹಕ್ಕಾಗಿ ಅವರನ್ನು ಬಂಧಿಸಲಾಯಿತು ಮತ್ತು ನಂತರ ಗಲ್ಲಿಗೇರಿಸಲಾಯಿತು. ವದಂತಿಗಳು ಮತ್ತು ಕುರುಡು ನಂಬಿಕೆ ಸಾಮಾನ್ಯ ಜನರ ಮೇಲೆ ಬೇಗನೆ ಪರಿಣಾಮ ಬೀರುತ್ತದೆ. ಆದ್ದರಿಂದ ಈ ಕಲ್ಪನೆಯು ಬಹಳ ಉನ್ನತ ಸಂತರು ಮುನ್ಸೂಚನೆ ನೀಡಿದ್ದಂತೆ ಹರಡಿತು, "ಬ್ರಿಟಿಷ್ ಆಡಳಿತವು ಸ್ಥಾಪನೆಯಾದ ನಿಖರವಾಗಿ ನೂರು ವರ್ಷಗಳ ನಂತರ ಕೊನೆಗೊಳ್ಳುತ್ತದೆ." ಇದು ಎಷ್ಟು ವ್ಯಾಪಕವಾಗಿ ಹರಡಿತು ಎಂದರೆ, ಪತ್ರಿಕೆಗಳು ಸಹ ಅದನ್ನು ಪ್ರಕಟಿಸಿದವು. ನಾನಾ ಸಾಹೇಬ್ ವಾಸಿಸುತ್ತಿದ್ದ ಕಾನ್ಪುರ ಈ ಪ್ರಚಾರದ ಕೇಂದ್ರವಾಗಿತ್ತು. ಬ್ರಿಟಿಷ್ ಸೈನ್ಯದ ಭಾರತೀಯ ಸೈನಿಕರನ್ನು ಸಹ ಇದರಲ್ಲಿ ಸೇರಿಸಲಾಯಿತು. ದೆಹಲಿ, ಮೀರತ್, ಅಲಿಗಢ, ಬನಾರಸ್, ಕಾನ್ಪುರ, ಅಲಹಾಬಾದ್, ಝಾನ್ಸಿ ಮತ್ತು ಅವಧ್ ನಂತಹ ಎಲ್ಲಾ ಸ್ಥಳಗಳಲ್ಲಿ ಏಕಕಾಲದಲ್ಲಿ ದಂಗೆ ಪ್ರಾರಂಭವಾಗಲಿದೆ ಎಂದು ನಿರ್ಧರಿಸಲಾಯಿತು. 1857ರ ಜೂನ್ 23ರಂದು ಬ್ರಿಟಿಷರು ತಮ್ಮ ನೂರು ವರ್ಷಗಳನ್ನು ಪೂರೈಸಬೇಕಿತ್ತು. ಆದ್ದರಿಂದ ಮೇ 31, 1857 ಕ್ರಾಂತಿಯನ್ನು ಪ್ರಾರಂಭಿಸಲು ನಿಗದಿಪಡಿಸಿದ ದಿನವಾಗಿತ್ತು. ಸಿದ್ಧತೆಗಳು ಭರದಿಂದ ಸಾಗಿವೆ.

ಆರಂಭ : ಮಂಗಲ್ ಪಾಂಡೆ ತ್ಯಾಗ

ಮೇ 31 ಭಾನುವಾರವಾಗಿತ್ತು. ಸೈನ್ಯದ ಎಲ್ಲ ಆಂಗ್ಲರು ಚರ್ಚ್ ಗೆ ಹೋದರು. ಆಂಗ್ಲರು ಚರ್ಚ್ ನಲ್ಲಿದ್ದಾಗ ಕ್ರಾಂತಿಯ ಕಂದಕವನ್ನು (ಆಂಗ್ಲರಿಗೆ ಜಾಗರೂಕರಾಗಿರಲು ಅವಕಾಶವನ್ನು ನೀಡದೆ) ಧ್ವನಿಸಬೇಕು ಎಂಬ ಕಲ್ಪನೆಯೊಂದಿಗೆ ಈ ದಿನವನ್ನು ನಿಗದಿಪಡಿಸಲಾಯಿತು. ಆದರೆ ಸೈನಿಕರ ಅನಗತ್ಯ ಉತ್ಸಾಹದಿಂದಾಗಿ ಈ ಯೋಜನೆಯನ್ನು ಕಾರ್ಯಗತಗೊಳಿಸಲು ಸಾಧ್ಯವಾಗಲಿಲ್ಲ. ಬುರ್ಹಾನ್ಪುರಿ (ಬಂಗಾಳ) ಕಂಟೋನ್ಮೆಂಟ್ ಸೈನ್ಯದ 16ನೇ ಪ್ಲೇಟೂನ್ ಅನ್ನು ಹೊಂದಿತ್ತು. ಬ್ರಿಟಿಷರು ಈ ಪ್ಲೇಟೂನ್ ನೊಂದಿಗೆ ಹಸು ಮತ್ತು ಹಂದಿಯ

ಹುಲ್ಲುಗಾವಲನ್ನು ಹೊಂದಿರುವ ಕಾರ್ಟ್ರಿಜ್ ಗಳ ಬಳಕೆಯನ್ನು ಮೊದಲು ಇಲ್ಲಿ ಪ್ರಾರಂಭಿಸಲು ಬಯಸಿದ್ದರು. ಈ ಕಾರ್ಟ್ರಿಜ್ ಗಳನ್ನು ಈ ಪ್ಲೇಟೂನ್ ಗೆ ನೀಡಿದಾಗ, ಅವರು ಅವುಗಳನ್ನು ಬಳಸಲು ನಿರಾಕರಿಸಿದರು. ಆದ್ದರಿಂದ ಈ ಸೈನಿಕರು ನಿರಾಯುಧರಾಗಿದ್ದರು. ಈ ಘಟನೆ 1857ರ ಫೆಬ್ರವರಿಯಲ್ಲಿ ನಡೆಯಿತು. ಈ ದಳವನ್ನು ನಿಶ್ಯಸ್ತ್ರಗೊಳಿಸುವ ಮೂಲಕ ಇತರ ಸೈನಿಕರ ಮೇಲೆ ಅಪೇಕ್ಷಿತ ಪರಿಣಾಮ ಬೀರುತ್ತದೆ ಎಂದು ಬ್ರಿಟಿಷರು ಭಾವಿಸಿದ್ದರು. ಆದರೆ ಇದಕ್ಕೆ ತದ್ವಿರುದ್ಧವಾಗಿ ಸಂಭವಿಸಿತು. ಈ ಅವಮಾನದಿಂದ ಭಾರತೀಯ ಸೈನಿಕರು ಕ್ಷಿಪ್ರವಾಗಿ ಕತ್ತರಿಸಲ್ಪಟ್ಟರು ಮತ್ತು ತಕ್ಷಣ ಪ್ರತೀಕಾರ ತೀರಿಸಿಕೊಳ್ಳಲು ತಾಳ್ಮೆ ಕಳೆದುಕೊಂಡರು.

ಈ ಸುದ್ದಿ ಧರಕ್ ಪುರವನ್ನು ತಲುಪಿದಾಗ, ಅಲ್ಲಿ ಸೇನೆಯ ಒಬ್ಬ ಭಾರತೀಯ ಸೈನಿಕ ಮಂಗಲ್ ಪಾಂಡೆ ಕೋಪದಿಂದ ತಕ್ಷಣವೇ ದಂಗೆಯೇಳುವಂತೆ ತನ್ನ ಸಹಚರರಿಗೆ ಒತ್ತಾಯಿಸಿದರು. ಇದು ಅವರ ಗುರಿಯನ್ನು ಸಾಧಿಸಲು ಅಡ್ಡಿಯಾಗುತ್ತದೆ ಮತ್ತು ಕ್ರಾಂತಿಯ ನಾಯಕರು ಅದನ್ನು ಬೆಂಬಲಿಸುವುದಿಲ್ಲ ಎಂದು ಅವರ ಸ್ನೇಹಿತರು ಅವರೊಂದಿಗೆ ವಿವರವಾಗಿ ತರ್ಕಿಸಿದರು. ಆದರೆ ಮಂಗಲ್ ಪಾಂಡೆ ಇದಕ್ಕೆ ಒಪ್ಪಲಿಲ್ಲ. ಅವರು ಸುಮಾರು ಮಾರ್ಚ್ 29, 1857 ರಂದು ದಂಗೆಯೆದ್ದರು ಮತ್ತು ತಮ್ಮ ಸಹಚರರಿಗೆ, "ಭೈಯೋ! ಏರಿ, ಏರಿ. ಕನಿಷ್ಠ ಭಯಪಡಬೇಡಿ. ಎದ್ದೇಳಿ, ಬನ್ನಿ, ನಿಮ್ಮ ಧರ್ಮದ ಹೆಸರಿನಲ್ಲಿ ನಾನು ನಿಮ್ಮನ್ನು ಕರೆಯುತ್ತೇನೆ. ಬನ್ನಿ, ನಮ್ಮ ಸ್ವಾತಂತ್ರ್ಯಕ್ಕಾಗಿ ನಮ್ಮ ದುರ್ಬಲ ಶತ್ರುಗಳ ಮೇಲೆ ಆರೋಪ ಹೊರಿಸೋಣ."

ಇದನ್ನು ನೋಡಿದ ಮೇಜರ್ ಹ್ಯೂಸೆನ್ ಇತರ ಸೈನಿಕರನ್ನು ಬಂಧಿಸುವಂತೆ ಆದೇಶಿಸಿದರು. ಆದರೆ ಅವರನ್ನು ಬಂಧಿಸಲು ಯಾವುದೇ ಸೈನಿಕರು ಮುಂದೆ ಬರಲಿಲ್ಲ. ಮಂಗಲ್ ಪಾಂಡೆ ತಕ್ಷಣವೇ ಹ್ಯೂಸೆನ್ ಅವರನ್ನು ಗುಂಡಿಕ್ಕಿ ಕೊಂದರು. ಆಗಲೇ ಲೆಫ್ಟಿನೆಂಟ್ ಬೋವ್ ಅಲ್ಲಿಗೆ ಬಂದರು. ಮಂಗಲ್ ಪಾಂಡೆ ಕೂಡ ಅವನನ್ನು ಗುಂಡಿಕ್ಕಿ ಕೊಂದರು. ಮಧ್ಯಮವರ್ಗದ ಕರ್ನಲ್ ವೀಲರ್ ಅಲ್ಲಿಗೆ ಬಂದರು. ಅವರು ಮಂಗಲ್ ಪಾಂಡೆ ಅವರನ್ನು ಬಂಧಿಸುವಂತೆ ಆದೇಶಿಸಿದರು, ಆದರೆ ಸೈನಿಕರು ಅವರ ಆದೇಶಗಳನ್ನು ನಿರ್ಲಕ್ಷಿಸಿದರು. ವೀಲರ್ ಕೂಡ ಓಡಿಹೋದರು. ಮಂಗಲ್ ಪಾಂಡೆ ಅದರ ಪರಿಣಾಮಗಳನ್ನು ಚೆನ್ನಾಗಿ ತಿಳಿದಿದ್ದರು. ಅವರು ಆತ್ಮಹತ್ಯೆ ಮಾಡಿಕೊಳ್ಳಲು ಗುಂಡು ಹಾರಿಸಿದರು. ಆದರೆ ಅವನು ಸಾಯಲಿಲ್ಲ. ಅವರು ಗಾಯಗೊಂಡರು. ಇದರ ಪರಿಣಾಮವಾಗಿ, ಆತನನ್ನು ಬಂಧಿಸಲಾಯಿತು. ನಂತರ ಆತನನ್ನು ಗಲ್ಲಿಗೇರಿಸಲಾಯಿತು. ತನ್ನ ಇತರ ಸಹಚರರನ್ನು ಹೆಸರಿಸಲು ಕೇಳಿದಾಗ, "ನನ್ನ ಮರಣದ ನಂತರವೂ ನಾನು ನನ್ನ ಸಹಚರರ ಹೆಸರನ್ನು ನೀಡುವುದಿಲ್ಲ" ಎಂದು ಹೇಳಿದರು.

ಮಂಗಲ್ ಪಾಂಡೆ ಅವರ ಕ್ರಮವು ಹಠಾತ್ ಪ್ರವೃತ್ತಿಯಾಗಿದೆ ಎಂದು ಎರಡು ಅಭಿಪ್ರಾಯಗಳು ಇರಲು ಸಾಧ್ಯವಿಲ್ಲ. ಅವರ ಆತುರದಿಂದಾಗಿ ಕ್ರಾಂತಿಯ ಯೋಜನೆ ಭಾರಿ ನಷ್ಟವನ್ನು ಅನುಭವಿಸಿತು. ಇಲ್ಲದಿದ್ದರೆ, ಭಾರತದ ಸ್ವಾತಂತ್ರ್ಯಕ್ಕಾಗಿ ನಡೆದ ಹೋರಾಟದ ಇತಿಹಾಸವನ್ನು ಯಾರು ಬಲ್ಲರು? ಅವರು ಯಾವ ದಿಕ್ಕಿನಲ್ಲಿ ಸಾಗಿದ್ದರು? ಏನೇ ಇರಲಿ, ಮಂಗಲ್ ಪಾಂಡೆ ಅಂತಹ ಆದರ್ಶಪ್ರಾಯ ಧೈರ್ಯವನ್ನು ಇತರರಿಗಿಂತ ಮುಂದೆ ತೋರಿಸುವ ವಿಶಿಷ್ಟತೆಯನ್ನು ಹೊಂದಿದ್ದಾರೆ ಮತ್ತು ಸ್ವಾತಂತ್ರ್ಯಕ್ಕಾಗಿ ತಮ್ಮ ಜೀವನವನ್ನು ತ್ಯಾಗ ಮಾಡಿದ್ದಾರೆ.

ಮೀರತ್ ಮತ್ತು ದೆಹಲಿ

ಮಂಗಲ್ ಪಾಂಡೆ ಅವರ ತ್ಯಾಗವು ಇತರ ಸ್ಥಳಗಳಲ್ಲಿ ಪೋಸ್ಟ್ ಮಾಡಿದ ಸೈನಿಕರನ್ನು ಪ್ರೇರೇಪಿಸಿತು. ಅಂಬಾಲಾ ಬ್ರಿಟಿಷ್ ಸೈನ್ಯದ ಪ್ರಧಾನ ಕಛೇರಿಯನ್ನು ಹೊಂದಿತ್ತು. ಅಲ್ಲಿ ಭಾರತೀಯ ಸೈನಿಕರು ಬ್ರಿಟಿಷ್ ಅಧಿಕಾರಿಯ ಮನೆಗೆ ಬೆಂಕಿ ಹಚ್ಚಿದರು. ಆದರೆ ಇದಕ್ಕಿಂತ ಹೆಚ್ಚೇನೂ ಇಲ್ಲಿ ನಡೆದಿಲ್ಲ. ಬೆಂಕಿಯನ್ನು ಸಹ ರಹಸ್ಯವಾಗಿ ಇರಿಸಲಾಗಿತ್ತು. ಇದರ ನಂತರ ಮೀರತ್ ನಲ್ಲಿ ನೆಲೆಸಿದ್ದ ಸೈನ್ಯವು ದಂಗೆಯೆದ್ದಿತು. ದಂಗೆಯ ಬೀಜವನ್ನು ಇಲ್ಲಿ ಬಿತ್ತಿದಾಗ ವಿವಿಧ ಪುಸ್ತಕಗಳು ವಿಭಿನ್ನ ದಿನಾಂಕಗಳನ್ನು ನೀಡುತ್ತವೆ. ಶ್ರೀ ಶಾಂತಿ ನಾರಾಯಣ್ ಅವರು ತಮ್ಮ ಪುಸ್ತಕ *ಮಹಾರಾಣಿ ಝಾನ್ಸಿ* ಮತ್ತು ಶ್ರೀ ಪರಸ್ನೀಸ್ ದತ್ತಾತ್ರೇಯ ಬಲ್ವಂತ್ ಅವರ ಪುಸ್ತಕ *ಝಾನ್ಸಿ ಕಿ ರಾಣಿ ಲಕ್ಷ್ಮೀಬಾಯಿ* ಅವರ ಪುಸ್ತಕದಲ್ಲಿ ಈ ದಿನಾಂಕವನ್ನು ಮೇ 25, 1857 ಎಂದು ಉಲ್ಲೇಖಿಸಿದ್ದಾರೆ, ಆದರೆ ವೀರ ಸಾವರ್ಕರ್ ಅವರು ತಮ್ಮ ಪುಸ್ತಕ *1857 ಕಾ ಸ್ವತಂತ್ರ ಸಂಗ್ರಾಮ*ದಲ್ಲಿ ದಿನಾಂಕ 6ನೇ ಮೇ, 1857 ಎಂದು ಹೇಳುತ್ತಾರೆ.

ಮೀರತ್ ನಲ್ಲಿ ಲಾರ್ಡ್ ಹೊಂದಿರುವ ಕಾರ್ಟ್ರಿಜ್ ಗಳನ್ನು ಅಶ್ವದಳದ ಸೈನಿಕರಿಗೆ ನೀಡಲಾಗುತ್ತಿತ್ತು. ಆದರೆ ೯೦ ಸೈನಿಕರಲ್ಲಿ ಕೇವಲ 5 ಮಂದಿ ಮಾತ್ರ ಅವರನ್ನು ಮುಟ್ಟಿದ್ದರು. ಇತರ ಸೈನಿಕರನ್ನು ಅವುಗಳನ್ನು ಬಳಸಲು ಕೇಳಿದಾಗ, ಅವರು ಕಂಟೋನ್ಮೆಂಟ್ ಕಡೆಗೆ ಮರಳಿದರು. ಈ ಸೈನಿಕರನ್ನು ಬಂಧಿಸಲಾಯಿತು ಮತ್ತು ಅವರನ್ನು ಯುರೋಪಿಯನ್ ಕಾಲಾಳುಪಡೆ ಮತ್ತು ಫಿರಂಗಿಗಳ ಕಾವಲಿನಡಿಯಲ್ಲಿ ಇರಿಸಲಾಯಿತು. ನಂತರ, ಅವರಿಗೆ ತಲಾ ಹತ್ತು ವರ್ಷಗಳ ಜೈಲು ಶಿಕ್ಷೆ ವಿಧಿಸಲಾಯಿತು.

ಅದೇ ಸಂಜೆ ಇತರ ಭಾರತೀಯ ಸೈನಿಕರು ಬಜಾರ್ ನಲ್ಲಿ ತಿರುಗಾಡುತ್ತಿರುವಾಗ, ಕೆಲವು ಹಳ್ಳಿಯ ಘಂಟೆಗಳು ಅವರನ್ನು ಗದರಿಸಿದವು, "ಅದ್ಭುತ, ಅಲ್ಲಿರುವ ನಿಮ್ಮ ಸಹೋದರರು ಜೈಲುಗಳಲ್ಲಿ ಕೊಳೆತಿದ್ದಾರೆ ಮತ್ತು ನೀವು ಇಲ್ಲಿ ಗುರಿಯಿಲ್ಲದೆ ಅಲೆಯುತ್ತಿದ್ದೀರಿ. ಅಯ್ಯೋ ...ನೀನೇನು ಮಾಡ್ತೀಯಾ."

ಈ ಘಟನೆಯು ಈ ಸೈನಿಕರ ಆತ್ಮಗೌರವವನ್ನು ಜಾಗೃತಗೊಳಿಸಿತು. ಮೇ 31ರವರೆಗೆ ಅವರು ಸುಮ್ಮನೆ ಕುಳಿತುಕೊಳ್ಳುವುದು ಅಸಾಧ್ಯವಾಯಿತು. ಆ ರಾತ್ರಿ ಅವರು ಕಂಟೋನ್ಮೆಂಟ್ ನಲ್ಲಿ ರಹಸ್ಯ ಸಭೆ ನಡೆಸಿದರು, ಅದರಲ್ಲಿ ಇತರ ಅನೇಕ ಭಾರತೀಯ ಸೈನಿಕರು ಭಾಗವಹಿಸಿದ್ದರು. ದೆಹಲಿಗೆ ಸಂದೇಶವನ್ನೂ ಕಳುಹಿಸಲಾಯಿತು. "ನಾವು ಮಾರ್ಚ್ 11 ಅಥವಾ 12ರಂದು ಅಲ್ಲಿಗೆ ತಲುಪುತ್ತೇವೆ. ಎಲ್ಲ ರೀತಿಯಲ್ಲೂ ಸಿದ್ಧರಾಗಿರಿ." ಬ್ರಿಟಿಷರು ಇದರಲ್ಲಿ ಏನನ್ನೂ ಗಳಿಸಲಿಲ್ಲ. 1857ರ ಮೇ 10ರಂದು, ಭಾನುವಾರದಂದು ಇಂಗ್ಲೀಷರು ಚರ್ಚ್ ನಲ್ಲಿ ಪ್ರಾರ್ಥಿಸುತ್ತಿದ್ದಾಗ ಮತ್ತು ಪ್ರಾರ್ಥನಾ ಗಂಟೆ ಬಾರಿಸಿದಾಗ, ಭಾರತೀಯ ಸೈನಿಕರು ಕ್ರಾಂತಿಯ ಶಂಖವನ್ನು ಊದಿದರು. "ಫಿರಂಗಿಯನ್ನು ಕೊಲ್ಲಿರಿ (ಬಿಳಿ ವಿದೇಶಿಯರು)" ಎಂಬ ಘೋಷಣೆಯೊಂದಿಗೆ ಆಕಾಶವನ್ನು ಬಾಡಿಗೆಗೆ ಪಡೆಯಿರಿ. ಮೊದಲು ಅವರು ತಮ್ಮ ಸಹಚರರನ್ನು ಮುಕ್ತಗೊಳಿಸಲು ಜೈಲಿನ ಕಡೆಗೆ ಓಡಿಹೋದರು. ಬ್ರಿಟಿಷರು ತಮ್ಮ ಜೀವಗಳನ್ನು ಉಳಿಸಿಕೊಳ್ಳಲು ಇಲ್ಲಿ ಮತ್ತು ಅಲ್ಲಿ ಓಡಿಹೋದರು. ಜೈಲು ಮುರಿದು, ಬಂಧಿತರನ್ನು ಬಿಡುಗಡೆ ಮಾಡಲಾಯಿತು. ನಂತರ, ಬ್ರಿಟಿಷರ ರಕ್ತಕ್ಕಾಗಿ ಬಾಯಾರಿದ ಅವರು ದೆಹಲಿಗೆ ಮೆರವಣಿಗೆ ನಡೆಸಿದರು.

ದೆಹಲಿಯಲ್ಲಿ, ಬಹದ್ದೂರ್ ಷಾ ಜಾಫರ್ ಮೇ 31 ರವರೆಗೆ ಕಾಯುತ್ತಿದ್ದರು. ಅವರು ಹೇಗಾದರೂ ತಮ್ಮ ಸೈನ್ಯವನ್ನು ನಿಯಂತ್ರಣದಲ್ಲಿಟ್ಟುಕೊಂಡರು, ಆದರೆ ಮೀರತ್ ನಲ್ಲಿ ಇವೆಲ್ಲವೂ ಯೋಜನೆಗಿಂತ ಮುಂಚಿತವಾಗಿ ಸಂಭವಿಸಿದವು. ನಂತರ ಈ ಸೈನಿಕರು ದೆಹಲಿಯನ್ನು ತಲುಪಿದರು. ದೆಹಲಿಯಲ್ಲೂ ದಂಗೆ ಆರಂಭವಾಯಿತು. ಬಹದ್ದೂರ್ ಷಾ ಜಾಫರ್ ಅವರನ್ನು ಭಾರತದ ಚಕ್ರವರ್ತಿ ಎಂದು ಘೋಷಿಸಲಾಯಿತು. ಐದು ದಿನಗಳ ಕಾಲ ದೆಹಲಿಯು ಕ್ರಾಂತಿಕಾರಿಗಳ ನಿಯಂತ್ರಣದಲ್ಲಿತ್ತು. ಆದರೆ ಅಂತಿಮವಾಗಿ ಅವರು ಅದರಲ್ಲಿ ಯಶಸ್ವಿಯಾಗಲಿಲ್ಲ, ಭಾಗಶಃ ಸೈನಿಕರ ಆತುರದಿಂದಾಗಿ ಮತ್ತು ಭಾಗಶಃ ಪ್ರತಿಕೂಲ ಸಂದರ್ಭಗಳಿಂದ ಅಥವಾ ಇತರ ಕೆಲವು ಕಾರಣಗಳಿಂದಾಗಿ. ಬ್ರಿಟಿಷರು ದೆಹಲಿಯನ್ನು ಮತ್ತೆ ತಮ್ಮ ನಿಯಂತ್ರಣಕ್ಕೆ ತೆಗೆದುಕೊಂಡರು. ಅನೇಕ ಕೆಚ್ಚೆದೆಯ ವ್ಯಕ್ತಿಗಳನ್ನು ಗಲ್ಲಿಗೇರಿಸಲಾಯಿತು. ಬಹದ್ದೂರ್ ಷಾ ಅವರನ್ನು ರಂಗೂನ್ ಗೆ ಗಡೀಪಾರು ಮಾಡಲಾಯಿತು. ಅಲ್ಲಿ ಅವರು ನಂತರ ನಿಧನರಾದರು. ಇದು ಸುದೀರ್ಘವಾದ ವಿಷಯವಾಗಿದೆ ಮತ್ತು ಆದ್ದರಿಂದ ಅದರ ಸಮಗ್ರ ವಿವರಣೆಯು ಸಾಧ್ಯವಿಲ್ಲ.

ಪ್ರಚಾರ

ಈ ದಂಗೆಯು ಶೀಘ್ರದಲ್ಲೇ ಲಕ್ನೋ, ಶಹಜಹಾನ್ ಪುರ, ಬರೇಲಿ, ಫಿರೋಜ್ ಪುರ, ಮೊರಾದಾಬಾದ್ ಇತ್ಯಾದಿಗಳಿಗೆ ಹರಡಿತು. ಅಲಿಗಢದಲ್ಲಿ ಅದನ್ನು ಹರಡುವಲ್ಲಿ ತೊಡಗಿದ್ದ ಬ್ರಾಹ್ಮಣನನ್ನು ಗಲ್ಲಿಗೇರಿಸಲಾಯಿತು. ಈ ಘಟನೆಯು (ಸೈನಿಕರ ಹೃದಯದಲ್ಲಿ) ಬೆಂಕಿಗೆ ಇಂಧನವಾಗಿ ಕಾರ್ಯನಿರ್ವಹಿಸಿತು. ಸಾವಿರಾರು ಸೈನಿಕರು ಕೋಪದಿಂದ, "ಬ್ರಿಟಿಷ್ ಆಳ್ವಿಕೆಯ ಭೀತಿಯನ್ನು ಕೈಗೊಳ್ಳಿ" ಎಂದು ಘೋಷಿಸಿದರು. ತಮ್ಮ ಜೀವವನ್ನು ಉಳಿಸಿಕೊಳ್ಳಲು ಬಯಸಿದರೆ ಆಲಿಗಢವನ್ನು ತೊರೆಯುವಂತೆ ಅವರು ಆಂಗ್ಲರಿಗೆ ಎಚ್ಚರಿಕೆ ನೀಡಿದರು. ಅಲಿಗಢದಲ್ಲಿ ದಂಗೆಯ ಸುದ್ದಿಯನ್ನು ಕೇಳಿ ಮೇ 22ರಂದು ಇಟವಾದ ಸೈನಿಕರು ದಂಗೆಯೆದ್ದರು. ಬ್ರಿಟಿಷರು ತಮ್ಮ ಜೀವಗಳನ್ನು ಉಳಿಸಿಕೊಳ್ಳಲು ಇಲ್ಲಿ ಮತ್ತು ಅಲ್ಲಿ ಓಡಿಹೋದರು. ಪಟ್ಟಣವನ್ನು ಮುಕ್ತವೆಂದು ಘೋಷಿಸಿದ ನಂತರ, ಇಟವಾದಿಂದ ಸೈನಿಕರು ದೆಹಲಿಯ ಕಡೆಗೆ ಹೊರಟರು. ಮೇ 31 ರಂದು ಸೇನೆಯ ಭಾರತೀಯ ಸೈನಿಕರು ಬರೇಲಿ ಕಂಟೋನ್ಮೆಂಟ್ ನಲ್ಲಿ ತಮ್ಮ ಶಸ್ತ್ರಾಸ್ತ್ರಗಳನ್ನು ಹೊರತೆಗೆದರು. ಈ ದಂಗೆಯನ್ನು ಅತ್ಯಂತ ಸಂಘಟಿತ ರೀತಿಯಲ್ಲಿ ನಡೆಸಲಾಯಿತು. ಸೈನಿಕರು ಇಂಗ್ಲೀಷರ ಮೇಲೆ ಹಲ್ಲೆ ನಡೆಸಿದರು. ಲೆಫ್ಟಿನೆಂಟ್ ಕಿರ್ಬಿ, ಲೆಫ್ಟಿನೆಂಟ್ ಫ್ರೇಜರ್, ಸಾರ್ಜೆಂಟ್ ಬಾಲ್ಟನ್, ಕರ್ನಲ್ ಟ್ರೂಪ್, ರಾಬರ್ಟ್ಸನ್ ಇತ್ಯಾದಿಗಳನ್ನು ಕೊಲ್ಲಲಾಯಿತು. 32 ಬ್ರಿಟಿಷ್ ಸೇನಾ ಅಧಿಕಾರಿಗಳು ನೈನಿತಾಲ್ ಗೆ ಓಡಿಹೋಗುವ ಮೂಲಕ ತಮ್ಮ ಜೀವಗಳನ್ನು ಉಳಿಸಿಕೊಂಡರು. ರುಹೆಲ್ ಖಂಡ್ ನ ಪಟ್ಟಣಗಳಾದ ಬರೇಲಿ, ಶಹಜಹಾನ್ ಪುರ, ಮೊರಾದಾಬಾದ್, ಬದೌನ್ ಇತ್ಯಾದಿಗಳನ್ನು ಸ್ವತಂತ್ರವೆಂದು ಘೋಷಿಸಿದ ಕೂಡಲೇ ಆಂಗ್ಲರು ಓಡಿಹೋದರು.

ಮೇ 31 ರಂದು ಅಜಮ್ ಗಢದಲ್ಲಿ ನೆಲೆಸಿದ್ದ ಸೈನ್ಯವು ದಂಗೆಯೆದ್ದಿತು. ಅಲ್ಲಿ ಸೈನಿಕರು ಆಂಗ್ಲರಿಗೆ ಸುರಕ್ಷಿತವಾಗಿ ತಪ್ಪಿಸಿಕೊಳ್ಳಲು ಅವಕಾಶ ಮಾಡಿಕೊಟ್ಟರು. ಜೂನ್ 4ರಂದು ಅಜಮ್ ಗಢ್ ನ ಸುದ್ದಿ ಬನಾರಸ್ ತಲುಪಿತು. ಅಲ್ಲಿ ಬ್ರಿಟಿಷರು ಭಾರತೀಯ ಸೈನಿಕರನ್ನು ನಿಶ್ಯಸ್ತ್ರಗೊಳಿಸಲು ಪ್ರಯತ್ನಿಸಿದರು, ಆದರೆ ಇದಕ್ಕೆ ಪ್ರತಿಯಾಗಿ ಅವರು ದಂಗೆಯೆದ್ದರು. ಇಲ್ಲಿ ಸಿಖ್ ಸೈನಿಕರು ಕ್ರಾಂತಿಕಾರಿಗಳ ಪರವಾಗಿದ್ದರು. ಜವಾನ್ ಪುರದಲ್ಲಿ ನೆಲೆಸಿದ್ದ ಬನಾರಸ್ ಸಿಖ್ ಪ್ಲೇಟೂನ್ ನ ಸಿಖ್ ಸೈನಿಕರೂ ಕ್ರಾಂತಿಕಾರಿಗಳ ಪರವಾಗಿದ್ದರು. ಅವರು ಸರ್ಕಾರದ ಖಜಾನೆಯನ್ನು ಲೂಟಿ ಮಾಡಿದರು. ನಂತರ ಬನಾರಸ್ ನ ಅಶ್ವದಳದ ಘಟಕವೂ ಅಲ್ಲಿಗೆ ತಲುಪಿತು. ಪಟ್ಟಣವನ್ನು ಖಾಲಿ ಮಾಡುವಂತೆ ಬ್ರಿಟಿಷರಿಗೆ ಆದೇಶಿಸಲಾಯಿತು. ಅಲಹಾಬಾದ್ ನಲ್ಲಿ ಜೂನ್ 6ರ ರಾತ್ರಿ ಸೈನ್ಯವು ದಂಗೆಯೆದ್ದಿತು. ಜೂನ್ 11ರಂದು ಬ್ರಿಟಿಷರು ಸೇನೆಯೊಂದಿಗೆ ಅಲಹಾಬಾದ್ ಗೆ ಬಂದರು. ದಂಗೆಕೋರ ಸೈನಿಕರೊಂದಿಗೆ ತೀವ್ರ ಹೋರಾಟ ನಡೆಸಿದ ನಂತರ ಅವರು ಪಟ್ಟಣಕ್ಕೆ ಪ್ರವೇಶಿಸಿದರು. ದಂಗೆಕೋರರನ್ನು ನಿಗ್ರಹಿಸಿದ ನಂತರ, ಬ್ರಿಟಿಷರು ಸಾರ್ವಜನಿಕರ ಮೇಲೆ ಅಮಾನವೀಯ ದೌರ್ಜನ್ಯಗಳನ್ನು ನಡೆಸಿದರು.

ಕಾನ್ಪುರವು ಮೂರು ಸಾವಿರ ಭಾರತೀಯರನ್ನು ಹೊಂದಿದ್ದ ಬ್ರಿಟಿಷ್ ಸೈನ್ಯದ ಅನೇಕ ತುಕಡಿಗಳನ್ನು ಹೊಂದಿತ್ತು. ಮೇ 15ರಂದು ಇಲ್ಲಿ ಅಭೂತಪೂರ್ವ ದೃಶ್ಯಕ್ಕೆ ಸಾಕ್ಷಿಯಾಗಿತ್ತು. ಬ್ರಿಟಿಷರ ವಿರುದ್ಧ ಅನೇಕ ಸ್ಥಳಗಳಲ್ಲಿ ಸಭೆಗಳನ್ನು ಆಯೋಜಿಸಲಾಗಿತ್ತು, ಸೈನಿಕರು ರಹಸ್ಯ ಸಭೆಗಳನ್ನು ನಡೆಸುತ್ತಿದ್ದರು. ದಂಗೆಯ ನಿರೀಕ್ಷೆಯಲ್ಲಿ ಬ್ರಿಟಿಷರು ಲಕ್ನೋದಿಂದ ಸೈನ್ಯಕ್ಕೆ ಕರೆ ನೀಡಿದರು. ಜೂನ್ 4 ರ ರಾತ್ರಿ ವೇಳಾಪಟ್ಟಿಯಂತೆ ದಂಗೆ ಪ್ರಾರಂಭವಾಯಿತು. ನಾನಾ ಸಾಹೇಬರ ಸೈನಿಕರು ನವಾಬ್ ಗಂಜ್ ನಲ್ಲಿ ಖಜಾನೆಯನ್ನು ವಶಪಡಿಸಿಕೊಂಡರು ಮತ್ತು ಬಂಡಾಯದ ಸೈನಿಕರು ಶಸ್ತ್ರಾಸ್ತ್ರಗಳನ್ನು ತಮ್ಮ ನಿಯಂತ್ರಣಕ್ಕೆ ತೆಗೆದುಕೊಂಡರು.

ದಂಗೆಯ ನಿರೀಕ್ಷೆಯಲ್ಲಿ ಅವಧ್ ನಲ್ಲಿ ಬ್ರಿಟಿಷರು ಭಯೋತ್ಪಾದಕ ದಾಳಿಗೆ ಒಳಗಾಗಿದ್ದರು. ಅಲ್ಲಿ ಮೇ 30ರಂದು ರಾತ್ರಿ 9.00 ಕ್ಕೆ ದಂಗೆ ಪ್ರಾರಂಭವಾಯಿತು. ಮರುದಿನ ಸರ್ ಹೆನ್ರಿ ಲಾರೆನ್ಸ್ ಕೆಲವು ನಿಷ್ಠಾವಂತ ಸೈನಿಕರ ಸಹಾಯದಿಂದ ದಂಗೆಕೋರರ ಮೇಲೆ ದಾಳಿ ಮಾಡಿದರು, ಆದರೆ ಅವರೊಂದಿಗೆ ಅಶ್ವದಳದ ತುಕಡಿಯು ಸಹ ದಂಗೆಯೆದ್ದಿತು. ಮೇ 27ರಂದು ಸೀತಾಪುರದ ಅನೇಕ ಇಂಗ್ಲಿಷ್ ಸೈನಿಕರ ಮನೆಗಳಿಗೆ ಬೆಂಕಿ ಹಚ್ಚಲಾಯಿತು ಮತ್ತು ಜೂನ್ 3 ರಂದು ಒಂದು ಪ್ಲೇಟೂನ್ ಸೈನಿಕರು ಖಜಾನೆಯನ್ನು ವಶಪಡಿಸಿಕೊಂಡರು. ಜೂನ್ 1ರಂದು ಫರುಖಾಬಾದ್ ನಲ್ಲಿ ಆಂಗ್ಲರನ್ನು ಬಿಟ್ಟರು. ಫೈಜಾಬಾದ್ ನಲ್ಲಿ ಭಯೋತ್ಪಾದನೆ ಪೀಡಿತ ಆಂಗ್ಲರು ರಾಜಾ ಮಾನ್ಸಿಂಗ್ ಅವರಿಂದ ಆಶ್ರಯ ಪಡೆದು ತಮ್ಮ ಜೀವಗಳನ್ನು ಉಳಿಸಿಕೊಂಡರು. ಜೂನ್ 9ರಂದು ಫೈಜಾಬಾದ್ ಅನ್ನು ಸ್ವತಂತ್ರವೆಂದು ಘೋಷಿಸಲಾಯಿತು ಮತ್ತು ಹಿಂದಿನ ಅವಧ್ ನವಾಬ್ ವಾಜಿದ್ ಅಲಿ ಷಾ ಅವರ ಆಡಳಿತವನ್ನು ಅಲ್ಲಿ ಘೋಷಿಸಲಾಯಿತು. ಸುಲ್ತಾನ್ ಪುರದಲ್ಲಿ ಜೂನ್ 9 ರಂದು ಮತ್ತು ಸಲೋನಿಯಲ್ಲಿ ಜೂನ್ 10ರಂದು ದಂಗೆ ಪ್ರಾರಂಭವಾಯಿತು. ಜುಲೈ 5ರಂದು ಆಗ್ರಾದಲ್ಲಿ ಈ ದಂಗೆಯ ಬೆಂಕಿ ಹೊತ್ತಿಕೊಂಡಿತು.

ಬಂಡುಕೋರ ಸೈನ್ಯದ ಸೈನಿಕರನ್ನು ಹತ್ತಿಕ್ಕಲು, ಸ್ಥಳೀಯ ರಾಜ್ಯಗಳಾದ ಬಿಟೌಲಿ ಮತ್ತು ಭರತ್ಪುರದಿಂದ ಸೈನ್ಯವನ್ನು ಕಳುಹಿಸಲಾಯಿತು. ಆದರೆ ಈ ಸೈನಿಕರು, "ನಾವು ಬ್ರಿಟಿಷರ ವಿರುದ್ಧ ದಂಗೆಯ ಭಾವನೆಯನ್ನು ಹಂಚಿಕೊಳ್ಳದಿದ್ದರೂ, ನಮ್ಮ ದೇಶವಾಸಿಗಳ ವಿರುದ್ಧ ನಾವು ನಮ್ಮ ಶಸ್ತ್ರಾಸ್ತ್ರಗಳನ್ನು ಬಳಸುವುದಿಲ್ಲ" ಎಂದು ಹೇಳಿದರು.

ಮೇಲಿನ ವಿವರಣೆಯು 1857ರಲ್ಲಿ ಸ್ವಾತಂತ್ರ್ಯಕ್ಕಾಗಿ ನಡೆದ ಹೋರಾಟದ ವ್ಯಾಪ್ತಿಯನ್ನು ಸ್ಪಷ್ಟಪಡಿಸುತ್ತದೆ. ಈ ವಿಷಯದ ಸಂಪೂರ್ಣ ವಿವರಣೆಯು ಪ್ರಸ್ತುತ ಪುಸ್ತಕದ ವಿಷಯವಲ್ಲ ಮತ್ತು ಅದನ್ನು ವಿವರಿಸದೆ ಮಹಾರಾಣಿ ಲಕ್ಷ್ಮೀಬಾಯಿಯವರ ಜೀವನ ಕಥೆಯನ್ನು ಸಹ ಅಪೂರ್ಣ ಎಂದು ಕರೆಯಲಾಗುತ್ತದೆ. ಈ ಹೋರಾಟದ ಒಂದು ವಿಶಿಷ್ಟ ಲಕ್ಷಣವೆಂದರೆ ಇದು ಉತ್ತರ-ಭಾರತಕ್ಕೆ, ವಿಶೇಷವಾಗಿ ದೆಹಲಿ, ಯುನೈಟೆಡ್ ಪ್ರಾಂತ್ಯಗಳು ಮತ್ತು ಝಾನ್ಸಿಗೆ ಸೀಮಿತವಾಗಿತ್ತು. ದುರದೃಷ್ಟವಶಾತ್ ಕಚ್ಚೆದೆಯ ಭಾರತೀಯರಿಗೆ ಅದರಲ್ಲಿ ಯಶಸ್ವಿಯಾಗಲು ಸಾಧ್ಯವಾಗಲಿಲ್ಲ. ಈಗ ನಾವು ಈ ಹೋರಾಟದಲ್ಲಿ ಮಹಾರಾಣಿ ಲಕ್ಷ್ಮೀಬಾಯಿಯ ಪಾತ್ರಕ್ಕೆ ಬಂದಿದ್ದೇವೆ. ಇದು ಈ ಪುಸ್ತಕದ ಮುಖ್ಯ ವಿಷಯವಾಗಿದೆ.

ಝಾನ್ಸಿ

ಮೀರತ್ ಮತ್ತು ದೆಹಲಿಯಲ್ಲಿ ದಂಗೆಯ ಸುದ್ದಿ ಝಾನ್ಸಿಯನ್ನು ತಲುಪಿತು. ಆ ಸಮಯದಲ್ಲಿ ಬಂಗಾಳ ಸ್ಥಳೀಯ ಕಾಲಾಳುಪಡೆ ಅನಿಯಮಿತ ಅಶ್ವದಳ ಮತ್ತು ಫಿರಂಗಿದಳದ ಹನ್ನೆರಡನೇ ತುಕಡಿಯನ್ನು ಅಲ್ಲಿ ನಿಲ್ಲಿಸಲಾಗಿತ್ತು. ಕ್ಯಾಪ್ಟನ್ ಡನ್ ಲೋಪ್ ಈ ಎಲ್ಲಾ ಸೈನ್ಯವನ್ನು ಆಜ್ಞಾಪಿಸುವ ಅಧಿಕಾರಿಯಾಗಿದ್ದರು. ಝಾನ್ಸಿ ಬ್ರಿಟಿಷರನ್ನು ಸಂಪೂರ್ಣವಾಗಿ ಬೆಂಬಲಿಸಿದರು ಮತ್ತು ಅವರ ಅಡಿಯಲ್ಲಿರುವ ಸೈನಿಕರು ಬ್ರಿಟಿಷರಿಗೆ ಸಂಪೂರ್ಣವಾಗಿ ನಿಷ್ಠರಾಗಿದ್ದರು ಎಂದು ಅವರಿಗೆ ಸಂಪೂರ್ಣ ವಿಶ್ವಾಸವಿತ್ತು. ಪೂರ್ಣ ಸಿದ್ಧತೆಗಳ ಹೊರತಾಗಿಯೂ ಝಾನ್ಸಿ ಸಂಪೂರ್ಣವಾಗಿ ಸ್ತಬ್ಧವಾಗಿ ಕಾಣಿಸಿಕೊಂಡಿದ್ದನ್ನು ದೊಡ್ಡ ಅಚ್ಚರಿ ಅಥವಾ ನಂಬಲಾಗದ ಸತ್ಯ ಎಂದು ಕರೆಯುವುದು ಉತ್ಪ್ರೇಕ್ಷೆಯಲ್ಲ. ಮೇ 28ರಂದು ನಗರದ ಪರಿಸ್ಥಿತಿಯ ಬಗ್ಗೆ ಝಾನ್ಸಿ ಆಯುಕ್ತರು ನೀಡಿದ ವರದಿಯಲ್ಲಿ ಹೀಗೆ ಬರೆದಿದ್ದಾರೆ: 'ಝಾನ್ಸಿಯಲ್ಲಿ ನಿಯೋಜಿಸಲಾದ ಸೇನೆಯು ಸಂಪೂರ್ಣವಾಗಿ ವಿಶ್ವಾಸಾರ್ಹವಾಗಿದೆ. ಇಲ್ಲಿ ದಂಗೆಯ ಸಾಧ್ಯತೆಯಿಲ್ಲ ಎಂದು ತೋರುತ್ತದೆ. ಅವರು ತಮ್ಮ ಹೃದಯದಲ್ಲಿ ಬಂಡಾಯಗಾರರನ್ನು ಮತ್ತು ಮೀರತ್, ದೆಹಲಿ ಮತ್ತು ಇತರ ಸ್ಥಳಗಳ ಕಪ್ಪು ಕಾರ್ಯಗಳನ್ನು ದ್ವೇಷಿಸುತ್ತಾರೆ. ಇಲ್ಲಿ ಯಾವುದೇ ರೀತಿಯ ದಂಗೆಯನ್ನು ನಾನು ಅನುಮಾನಿಸುವುದಿಲ್ಲ. ಇದು ಕೇವಲ ಇದಲ್ಲ. ಓರ್ಛಾ, ಛತರ್ ಪುರ ಮತ್ತು ಅಜಯ್ ಗಢದ ಆಡಳಿತಗಾರರು ಅಪ್ರಾಪ್ತ ವಯಸ್ಕರು. ಬುಂದೇಲ್ ಖಂಡ್ ನ ಇತರ ರಾಜ್ಯಗಳಲ್ಲಿ ವ್ಯವಸ್ಥೆಗಳನ್ನು ಮಾಡಲಾಗಿದೆ. ನಾವು ಇಲ್ಲಿ ಸಂಪೂರ್ಣವಾಗಿ ಸುರಕ್ಷಿತವಾಗಿದ್ದೇವೆ ಎಂಬ ಸಂಪೂರ್ಣ ವಿಶ್ವಾಸ ನನಗಿದೆ."

ಅವರು ತಮ್ಮ ಮೇ 30ರ ವರದಿಯಲ್ಲಿ ಈ ರೀತಿಯದ್ದನ್ನು ಬರೆದಿದ್ದಾರೆ. 3 ಜೂನ್ ವರದಿಯಲ್ಲಿ, ಇದರ ನಂತರ, ಅವರು ಹೀಗೆ ಬರೆದಿದ್ದಾರೆ: "ಕಳೆದ ರಾತ್ರಿ ಕೆಲವು ಠಾಕೂರ್ ಗಳು ಕೊಂಚ್ ಗ್ರಾಮದ ಮೇಲೆ ದಾಳಿ ಮಾಡಲು ಪ್ರಸ್ತಾಪಿಸಿದ್ದಾರೆ ಎಂದು ನನಗೆ ತಿಳಿಸಲಾಯಿತು. ನಾನು ತಕ್ಷಣ ಡನ್ ಲೋಪ್ ಗೆ ಈ ಬಗ್ಗೆ ಮಾಹಿತಿ ನೀಡಿದ್ದೇನೆ ಮತ್ತು ಮರುದಿನ ಬೆಳಿಗ್ಗೆ 8.00 ಕ್ಕೆ ಕೆಲವು ಸೈನ್ಯವನ್ನು ಕಳುಹಿಸಿದೆ. ಸೈನ್ಯವು ಅಲ್ಲಿಗೆ ತಲುಪಿದ ಕೂಡಲೇ ಠಾಕೂರ್ ಗಳು ತಮ್ಮ ನಿರ್ಧಾರವನ್ನು ಬದಲಾಯಿಸಿದರು.

"ದಂಗೆಯು ಎಲ್ಲೆಡೆ ಹರಡಿದೆ ಎಂದು ಕೆಲವರು ಹೇಳುತ್ತಾರೆ. ಈ ನಿಟ್ಟಿನಲ್ಲಿ ಝಾನ್ಸಿಯ ಜನರು ತಮ್ಮ ಚಿಂತನೆಯಲ್ಲಿ ಪ್ರಾಮಾಣಿಕರು ಮತ್ತು ದೃಢನಿಶ್ಚಯ ಹೊಂದಿದ್ದಾರೆ ಎಂದು ನಾನು ಅರ್ಥಮಾಡಿಕೊಂಡಿದ್ದೇನೆ. ಅವರು ಎಂದಿಗೂ ನಮ್ಮ ವಿರುದ್ಧ ವರ್ತಿಸುವುದಿಲ್ಲ."

ಝಾನ್ಸಿ ಹೊರಗಿನಿಂದ ಸಂಪೂರ್ಣವಾಗಿ ಸ್ತಬ್ಧವಾಗಿತ್ತು. ಬ್ರಿಟಿಷರು ಮಹಾರಾಣಿಯ ಕಡೆಯಿಂದ ಯಾವುದೇ ಚಿಂತೆಯನ್ನು ಹೊಂದಿರಲಿಲ್ಲ. ತನ್ನ ಗಂಡನ ಮರಣದ ನಂತರ, ಅವಳು ಸಂದರ್ಭಗಳೊಂದಿಗೆ ರಾಜಿ ಮಾಡಿಕೊಂಡಿದ್ದಾಳೆ ಎಂದು ಅವರು ಭಾವಿಸಿದರು, ಆದರೆ ಇದ್ದಕ್ಕಿದ್ದಂತೆ ಜೂನ್ 4ರಂದು ಅಲ್ಲಿಯೂ ದಂಗೆ ಸ್ಫೋಟಗೊಂಡಿತು. 7ನೇ ಪದಾತಿಸೈನ್ಯದ ಸೈನಿಕನೊಬ್ಬ ತನ್ನ ಕೆಲವು ಸಹಚರರ ಬೆಂಬಲದೊಂದಿಗೆ ಸ್ಟಾರ್ ಫೋರ್ಟ್ ಗೆ ಪ್ರವೇಶಿಸಿ ಎಲ್ಲ ಯುದ್ಧ ಸಾಮಗ್ರಿಗಳನ್ನು ತನ್ನ ನಿಯಂತ್ರಣಕ್ಕೆ ತೆಗೆದುಕೊಂಡ. ಈ ಮಾಹಿತಿಯನ್ನು ಪಡೆದ ನಂತರ, ಡನ್ ಲೋಪ್ ಉಳಿದ ಸೈನ್ಯದೊಂದಿಗೆ ಅಲ್ಲಿಗೆ ತಲುಪಿದರು, ಆದರೆ ಬಂಡುಕೋರರು ಯುದ್ಧ ಸಾಮಗ್ರಿಗಳೊಂದಿಗೆ ಖಜಾನೆಯನ್ನು ಸಹ ತಮ್ಮ ನಿಯಂತ್ರಣಕ್ಕೆ ತೆಗೆದುಕೊಂಡರು ಮತ್ತು ಅಲ್ಲಿನ ಕಾವಲುಗಾರರು ಸಹ ಅವರೊಂದಿಗೆ ಸೇರಿಕೊಂಡರು. ಪರಿಸ್ಥಿತಿಯ ಗಂಭೀರತೆಯನ್ನು ಅರಿತು, ಆಯುಕ್ತರ ಸಲಹೆಯ ಮೇರೆಗೆ ಎಲ್ಲಾ ಆಂಗ್ಲರು ಕೋಟೆಯಲ್ಲಿ ಆಶ್ರಯ ಪಡೆದರು.

ಕೋಟೆಯ ಮುತ್ತಿಗೆ

ಜೂನ್ 5 ರ ಬೆಳಿಗ್ಗೆ, ಡೆಪ್ಯೂಟಿ ಕಮಿಷನರ್ ಸ್ಕ್ರೀನ್ ಮತ್ತು ಗಾರ್ಡನ್ ಡನ್ಲೋಪ್ ಅವರನ್ನು ನೋಡಲು ಕಂಟೋನ್ಮೆಂಟ್ ತಲುಪಿತು. ಅದರ ನಂತರ ಅವರು ಕೆಲವು ರಹಸ್ಯ ಮಾತುಕತೆಗಾಗಿ ಕೋಟೆಗೆ ಹೋದರು. ಅಲ್ಲಿಂದ ಡನ್ಲೋಪ್ ಅಂಚೆ ಕಚೇರಿಗೆ ಹೋದರು. ಅಲ್ಲಿ ಪೋಸ್ಟ್ ಠೇವಣಿ ಇಟ್ಟ ನಂತರ, ಅವರು ಟೇಲರ್ ಅವರೊಂದಿಗೆ ಪೆರೇಡ್ ಗೆ ಬಂದರು. ಹನ್ನೆರಡನೇ ಪದಾತಿಸೈನ್ಯದ ಸೈನಿಕರು ಆತನನ್ನು ಗುಂಡಿಕ್ಕಿ ಕೊಂದರು. ಸಂತೋಷದಿಂದ ನೃತ್ಯ ಮಾಡುತ್ತಾ, ಅವರು ಇದರ ನಂತರ ಅನೇಕ ಇಂಗ್ಲಿಷ್ ಜನರನ್ನು ಕೊಂದರು. ಸುಮಾರು ನಲವತ್ತೈದು ಬ್ರಿಟಿಷ್ ಅಧಿಕಾರಿಗಳು ತಮ್ಮ ಜೀವಗಳನ್ನು ಉಳಿಸಲು ಕೋಟೆಗೆ ಓಡಿಹೋದರು. ಕೋಟೆಯಲ್ಲಿ ಸುರಕ್ಷತೆಯ ಸಂಪೂರ್ಣ ವ್ಯವಸ್ಥೆಯನ್ನು ಸ್ಕ್ರೀನ್ ಮಾಡಿದ್ದ . ಅದರ ಬಾಗಿಲುಗಳನ್ನು ಸರಿಯಾಗಿ ಭದ್ರಪಡಿಸಲಾಯಿತು ಮತ್ತು ಬಂದೂಕುಗಳಂತಹ ಭದ್ರತಾ ಸಾಮಗ್ರಿಗಳನ್ನು ಎಲ್ಲರಿಗೂ ನೀಡಲಾಯಿತು. ಕಂಟೋನ್ಮೆಂಟ್ ನಲ್ಲಿ ಅನಿಯಂತ್ರಿತ ರೀತಿಯಲ್ಲಿ ಅವರ ಚಲನೆಯ ನಂತರ, ಬಂಡಾಯಗಾರರು ಕೋಟೆಯನ್ನು ತಲುಪಿದರು. ಒಳಗಿನಿಂದ ಬಂದ ಆಂಗ್ಲರು ಅವರನ್ನು ಅಲ್ಲಿಂದ ಸ್ಥಳಾಂತರಿಸಲು ತಮ್ಮ ಕೈಲಾದಷ್ಟು

ಪ್ರಯತ್ನಿಸಿದರು. ಆದರೆ ಅವರು ಅದರಲ್ಲಿ ಯಶಸ್ವಿಯಾಗಲಿಲ್ಲ. ಏನು ವಿಪರ್ಯಾಸ? ಅವನ ತಲೆಯ ಮೇಲೆ ಸಾವು ತೂಗಾಡುತ್ತಿರುವುದನ್ನು ನೋಡಿದ ಸ್ಕೀನ್, ಮಹಾರಾಣಿ ಲಕ್ಷ್ಮೀಬಾಯಿಯಿಂದ ಸಹಾಯ ಪಡೆಯುವ ಬಗ್ಗೆ ಯೋಚಿಸಿದ. ಅವರು ಸ್ಕಾಕ್ ಮತ್ತು ಪರ್ಸೆಲ್ ಸಹೋದರರನ್ನು ಮಹಾರಾಣಿಗೆ ಕಳುಹಿಸಿದರು, ಆದರೆ ದಂಗೆಕೋರರು ಮಹಾರಾಣಿಯನ್ನು ತಲುಪುವ ಮೊದಲು ಅವರನ್ನು ಕೊಂದರು.

ಮರುದಿನ, ಇದರ ನಂತರ, ನಾಗೋಡ್ ಮತ್ತು ಗ್ವಾಲಿಯರ್ ನಿಂದ ಸೈನ್ಯವನ್ನು ಪಡೆಯಲು ಸ್ಕೀನ್ ಪತ್ರಗಳನ್ನು ಬರೆದರು. ಆದರೆ ದುರದೃಷ್ಟವಶಾತ್ ಸೈನ್ಯವು ಅಲ್ಲಿಗೆ ತಲುಪಲಿಲ್ಲ. ಈ ದಿನ ಬಂಡುಕೋರರು ತಮ್ಮ ಪೂರ್ಣ ಶಕ್ತಿಯಿಂದ ಕೋಟೆಯ ಮೇಲೆ ದಾಳಿ ಮಾಡಿದರು. ಎರಡೂ ಕಡೆಯಿಂದ ತೀವ್ರ ಗುಂಡಿನ ದಾಳಿ ನಡೆಯಿತು, ಆದರೆ ಬಂಡುಕೋರರು ಯಶಸ್ವಿಯಾಗಲಿಲ್ಲ. ಬಂಡುಕೋರರು ಕೋಟೆಯನ್ನು ಎಲ್ಲಾ ವೆಚ್ಚದಲ್ಲಿ ವಶಪಡಿಸಿಕೊಳ್ಳಲು ಬಯಸಿದ್ದರು, ಆದರೆ ಯಶಸ್ವಿಯಾಗಲಿಲ್ಲ. ಉಪ ಸರ್ವೇಯರ್, ಲೆಫ್ಟಿನೆಂಟ್ ಪೊವಿಸ್ ಕೋಟೆಯೊಳಗೆ ಹೋದಾಗ, ಅವರು ಕೆಲವು ನಿಷ್ಠಾವಂತ ಭಾರತೀಯ ಸೈನಿಕರನ್ನು ಸಹ ತಮ್ಮೊಂದಿಗೆ ಕರೆದೊಯ್ದರು. ಈ ಸೈನಿಕರು ತಮ್ಮ ಬಂಡಾಯ ಸಹೋದರರು ಸ್ವಾತಂತ್ರ್ಯಕ್ಕಾಗಿ ಹೋರಾಡುತ್ತಿರುವುದನ್ನು ಮತ್ತು ಯಶಸ್ವಿಯಾಗದಿರುವುದನ್ನು ನೋಡಿದಾಗ, ಅವರು ಅವರೊಂದಿಗೆ ಸಹಾನುಭೂತಿ ಹೊಂದಿದರು ಮತ್ತು ಕೋಟೆಗೆ ಪ್ರವೇಶಿಸುವ ರಹಸ್ಯ ಮಾರ್ಗವನ್ನು ಹೊರಗೆ ಮುತ್ತಿಗೆ ಹಾಕಿದ ಸೈನಿಕರಿಗೆ ಹೇಳಲು ಪ್ರಯತ್ನಿಸಿದರು. ಕೋಟೆಯೊಳಗಿನ ಬ್ರಿಟಿಷರು ತಮ್ಮ ಉದ್ದೇಶಗಳನ್ನು ತಿಳಿದುಕೊಂಡರು. ಅವರನ್ನು ಕೋಟೆಯೊಳಗೆ ಕರೆತಂದಿದ್ದಕ್ಕಾಗಿ ಅವರು ಪೋವಿಸ್ ಅವರನ್ನು ಗದರಿಸಿದರು. ಹೊರಗಿನ ದಂಗೆಕೋರರನ್ನು ಬೆಂಬಲಿಸದಂತೆ ಪೊವಿಸ್ ಅವರಿಗೆ ಸಲಹೆ ನೀಡಿದಾಗ, ಅವರು ಬಹಿರಂಗವಾಗಿ ದಂಗೆಯೆದ್ದರು ಮತ್ತು ಪೊವಿಸ್ ಅವರನ್ನು ಕೊಂದರು.

ಏತನ್ಮಧ್ಯೆ, ಹೊರಗಿನ ಬಂಡುಕೋರರು ಕೋಟೆಯೊಳಗೆ ಪ್ರವೇಶಿಸಲು ಪ್ರಯತ್ನಿಸುತ್ತಿದ್ದರು. ಅವರ ಒತ್ತಡವು ನಿರಂತರವಾಗಿ ಹೆಚ್ಚುತ್ತಲೇ ಇತ್ತು. ಒಳಗಿನಿಂದ ಫಿರಂಗಿ ಚಿಪ್ಪುಗಳನ್ನು ಹಾರಿಸಲಾಗುತ್ತಿತ್ತು. ಕೋಟೆಯ ಕಿಟಕಿಗಳ ಮೂಲಕ ಉದ್ಯಾನವು ಹೊರಗೆ ಗುಂಡು ಹಾರಿಸುತ್ತಿತ್ತು. ಎಲ್ಲ ದಂಗೆಕೋರರು ಅವರನ್ನು ಗುರುತಿಸಿದರು. ನಂತರ ಒಬ್ಬ ಬಂಡಾಯಗಾರನು ಅವನ ಮೇಲೆ ಬಾಣವನ್ನು ಹೊಡೆದನು. ಇದು ಖಚಿತವಾದ ಗುರಿಯಾಗಿತ್ತು. ಬಾಣವು ಗಾರ್ಡನ್ ಅನ್ನು ನೇರವಾಗಿ ಅಪ್ಪಳಿಸಿತು ಮತ್ತು ಅವನು ಸತ್ತನು. ಕೋಟೆಯ ಮೂಲಕ ವರ್ಣ ಮತ್ತು ಕೂಗು ಹರಡಿತು. ಇಂಗ್ಲೀಷರು ಭಯಭೀತರಾದರು. ಅವರ ಅನಾರೋಗ್ಯಕ್ಕೆ ಅವರು ಹೋರಾಟದ ಸಾಮಗ್ರಿಗಳಿಂದ ಓಡಿಹೋದರು. ಕಾಲೆ ಖಾನ್ ಮತ್ತು ಅಹ್ಮದ್ ಹುಸೇನ್ ಬಂಡುಕೋರರನ್ನು ಮುನ್ನಡೆಸುತ್ತಿದ್ದರು. ಅವರ ಬುದ್ಧಿವಂತಿಕೆ ಮತ್ತು ತಂತ್ರವು ಕೋಟೆಯ ಹೆಚ್ಚಿನ ಭಾಗವನ್ನು ಸೆರೆಹಿಡಿಯಲು ಸಹಾಯ ಮಾಡಿತು.

ಬ್ರಿಟಿಷರು ತಮ್ಮ ಜೀವಗಳನ್ನು ಉಳಿಸುವ ಒಪ್ಪಂದಕ್ಕೆ ಸಹಿ ಹಾಕುವ ಬಗ್ಗೆ ಯೋಚಿಸಿದರು. ಜೂನ್ ೮ರಂದು ಬಂಡಾಯಗಾರರ ನಾಯಕರು ಕೋಟೆಯ ಬಾಗಿಲ ಬಳಿ ತಲುಪಿದರು. ಅವರು ಗೌರವಾನ್ವಿತ ವ್ಯಕ್ತಿಯಾದ ಹಕೀಮ್ ಸುಲೇ ಮೊಹಮ್ಮದ್ ಅವರನ್ನು ಸ್ಕೀನ್ ಬಳಿ ಕಳುಹಿಸಿದರು. ಸಾಗರ್ ಗೆ ಸುರಕ್ಷಿತ ಮಾರ್ಗವನ್ನು

ಅನುಮತಿಸಬೇಕೆಂದು ಸ್ಕೀನ್ ಅವರನ್ನು ವಿನಂತಿದರು. ಕುರಾನಿನ ಮೇಲೆ ಪ್ರಮಾಣವಚನ ಸ್ವೀಕರಿಸಿದ ಸುಲೇ ಮೊಹಮ್ಮದ್ ಅವರು ಶಸ್ತ್ರಾಸ್ತ್ರಗಳನ್ನು ಒಪ್ಪಿಸಬೇಕು, ಅವರಿಗೆ ಯಾವುದೇ ರೀತಿಯಲ್ಲಿ ಹಾನಿಯಾಗುವುದಿಲ್ಲ ಎಂದು ಹೇಳಿದರು. ಆಂಗ್ಲರು ಅದಕ್ಕೆ ತಕ್ಕಂತೆ ನಡೆದುಕೊಂಡು ಕೋಟೆಯಿಂದ ಹೊರಬಂದರು. ಅವರು ಹೊರಬಂದ ಕೂಡಲೇ ಅವರನ್ನು ಬಂಧಿಸಲಾಯಿತು. ಅವರನ್ನು ನಗರದ ಸುತ್ತಲೂ ಮತ್ತು ಅಂತಿಮವಾಗಿ ಜೋಗನ್ ಬಾಗ್ ಗೆ ಕರೆದೊಯ್ಯಲಾಯಿತು. ಕುದುರೆ ಸವಾರಿ ಮಾಡುತ್ತಿದ್ದ ವ್ಯಕ್ತಿಯೊಬ್ಬರು ಅವರನ್ನು ತಡೆದು, ಬಂಧಿತರಾದ ಎಲ್ಲ ಇಂಗ್ಲಿಷ್ ಜನರನ್ನು ಕೊಲ್ಲಬೇಕು ಎಂಬ ಕಾಲೆ ಖಾನ್ ಅವರ ಸಂದೇಶವನ್ನು ನೀಡಿದರು. ಈ ಸಂದೇಶವನ್ನು ಸ್ವೀಕರಿಸಿದ ಝಾನ್ಸಿ ಜೈಲಿನ ದಾರೋಗಾ (ಸಬ್-ಇನ್ಸ್ ಪೆಕ್ಟರ್) ಬಕ್ಷೀಶ್ ಅಲಿ, ಮೊದಲು ಪರದೆಯ ತಲೆಯನ್ನು ಅವನ ದೇಹದಿಂದ ಕತ್ತಿಯ ಬಲವಾದ ಹೊಡೆತದಿಂದ ಬೇರ್ಪಡಿಸಿದರು. ಇದನ್ನು ನೋಡಿದ ಇತರ ದಂಗೆಕೋರರು ಬಂಧಿತ ಇಂಗ್ಲಿಷ್ ಜನರ ಮೇಲೆ ಧಾವಿಸಿದರು ಮತ್ತು ಅಲ್ಪ ಸಮಯದಲ್ಲಿ ಅವರನ್ನು ಮುಗಿಸಿದರು.

ಈ ಹತ್ಯಾಕಾಂಡದಲ್ಲಿ (ಗುಂಪು ಕೊಲೆ) ಎಷ್ಟು ಇಂಗ್ಲಿಷ್ ಸೈನಿಕರು ಸಾವನ್ನಪ್ಪಿದ್ದಾರೆ? ಈ ವಿಷಯದಲ್ಲಿ ಖಚಿತವಾಗಿ ಏನೂ ತಿಳಿದಿಲ್ಲ. ಕೆಲವರು 60 ಎಂದು ಉಲ್ಲೇಖಿಸಿದ್ದಾರೆ, ಇತರರು 70 ಎಂದು ಹೇಳುತ್ತಾರೆ, ಇನ್ನೂ ಕೆಲವರು 76 ಎಂದು ಹೇಳುತ್ತಾರೆ. ಇನ್ನೂ ಕೆಲವರು ಸಾವನ್ನಪ್ಪಿದವರ ಸಂಖ್ಯೆಯನ್ನು 114ಕ್ಕೆ ಏರಿಸಿದ್ದಾರೆ.

ಮಹಾರಾಣಿ ಮತ್ತು ಮೇಲಿನ ಘಟನೆ

ಈ ಘಟನೆಯ ಸ್ವಾಮ್ಯಕ್ಕೆ ಸಂಬಂಧಿಸಿದಂತೆ ವಿವಾದವಿರಬಹುದು. ಆದರ್ಶವಾದಕ್ಕೆ ಪ್ರಾಮುಖ್ಯತೆ ನೀಡುವ ಜನರು ಇದನ್ನು ಅಮಾನವೀಯ ವಿಶ್ವಾಸಘಾತುಕ ಕೃತ್ಯ ಎಂದು ಕರೆಯುತ್ತಾರೆ, ಆದರೆ 'ಪ್ರೀತಿ ಮತ್ತು ಯುದ್ಧದಲ್ಲಿ ಎಲ್ಲವೂ ನ್ಯಾಯಯುತವಾಗಿದೆ' ಎಂದು ನಂಬುವ ಇತರರು ಅದನ್ನು ಅನುಮೋದಿಸುತ್ತಾರೆ. ಏನೇ ಇರಲಿ, ನಮ್ಮ ನಾಯಕಿ ಮಹಾರಾಣಿ ಲಕ್ಷ್ಮೀಬಾಯಿಗೆ ಇದಕ್ಕೂ ಯಾವುದೇ ಸಂಬಂಧವಿಲ್ಲ. ಅಷ್ಟೇ ಅಲ್ಲ, ಮಹಾರಾಣಿ ಈ ಯುದ್ಧದಲ್ಲಿ ಭಾಗವಹಿಸಲು ಬಯಸಲಿಲ್ಲ. ಮಹಾರಾಣಿ ಈಗಾಗಲೇ ಕ್ರಾಂತಿಯ ಅನೇಕ ನಾಯಕರೊಂದಿಗೆ ಸಂಪರ್ಕದಲ್ಲಿದ್ದರು ಎಂದು ಅನೇಕ ಇತಿಹಾಸಕಾರರು ನಂಬಿದ್ದರೂ, ಈ ವಿಷಯದಲ್ಲಿ ಸ್ಪಷ್ಟ ಪುರಾವೆಗಳ ಕೊರತೆಯಿದೆ. ಈ ನಿಟ್ಟಿನಲ್ಲಿ ವಿದ್ವಾಂಸರು ಶ್ರೀ ದತ್ತಾತ್ರೇಯ ಬಲ್ವಂತ್ ಪರಸ್ನೀಸ್ ಅವರ *ಝಾನ್ಸಿ ಕಿ ರಾಣಿ ಲಕ್ಷ್ಮೀಬಾಯಿ* ಅವರ ಪುಸ್ತಕವನ್ನು ಅಧಿಕೃತವೆಂದು ಒಪ್ಪಿಕೊಂಡಿದ್ದಾರೆ. ಅವರ ಪ್ರಕಾರ, ಮೊದಲ ಅಭಿಪ್ರಾಯವು ಸರಿಯಾಗಿದೆ.

ಹಲವಾರು ಪಾಶ್ಚಾತ್ಯ ಬರಹಗಾರರು ಝಾನ್ಸಿಯಲ್ಲಿ ನಡೆದ ದಂಗೆಯೊಂದಿಗೆ ಅವರು ಮೊದಲಿನಿಂದಲೂ ಸಂಪರ್ಕ ಹೊಂದಿದ್ದರು ಮತ್ತು ಇಂಗ್ಲಿಷ್ ಜನರ ಹತ್ಯೆಯಲ್ಲಿ ಅವರು ಪಾತ್ರ ವಹಿಸಿದ್ದರು ಎಂದು ಅಭಿಪ್ರಾಯಪಟ್ಟಿದ್ದಾರೆ. ರಾಬರ್ಟ್ ಮಾಂಟ್ ಗೊಮೆರಿ ತಮ್ಮ ಪುಸ್ತಕ *ದಿ ಇಂಡಿಯನ್ ಎಂಪೈರ್* ನಲ್ಲಿ ಹೀಗೆ ಬರೆದಿದ್ದಾರೆ: "ಅವರು ವಿಗ್ರಹ ಆರಾಧಕರಾಗಿದ್ದರು. ಅಪರಾಧಗಳಿಗೆ ಕ್ಷಮೆಯಾಚಿಸುವುದು ಅವಳ ಧರ್ಮದಲ್ಲಿರಲಿಲ್ಲ. ಹಿಂದೂ ಧಾರ್ಮಿಕ ಧರ್ಮಗ್ರಂಥಗಳಿಗೆ ಸಂಬಂಧಿಸಿದ ದತ್ತು ಮತ್ತು ಉತ್ತರಾಧಿಕಾರದ

ನಿಯಮಗಳಿಗೆ ತಿರಸ್ಕಾರ (ತೋರಿಸಲಾಗಿದೆ) ದ ಬಗ್ಗೆ ಅವಳು ಕೋಪಗೊಂಡಿದ್ದಳು. ಆದ್ದರಿಂದ, ತನ್ನ ವಯಸ್ಸು ಮತ್ತು ಲಿಂಗವನ್ನು ಗಣನೆಗೆ ತೆಗೆದುಕೊಳ್ಳದೆ, ದೊಡ್ಡ ಮತ್ತು ಶಕ್ತಿಯುತ ಸರ್ಕಾರದ ವಿರುದ್ಧ ಹೋರಾಡಲು ಅವಳು ಮುಕ್ತವಾಗಿ ಹೊರಬಂದಳು. ಈ ಕ್ರಿಯೆಯ ಪರಿಣಾಮಗಳು ತನ್ನ ಜೀವವನ್ನು ಕಳೆದುಕೊಳ್ಳುತ್ತವೆ ಎಂದು ಅವಳು ತಿಳಿದಿದ್ದಳು.

ಮಾಂಟ್ ಗೊಮೆರಿಯ ಈ ಹೇಳಿಕೆಯು ಪೂರ್ವಾಗ್ರಹ ಪೀಡಿತವಾಗಿದೆ ಮತ್ತು ಭಾಗಶಃವಾಗಿದೆ. ಯಾವುದೇ ನಿಷ್ಪಕ್ಷಪಾತ ಚಿಂತಕರು ಇದನ್ನು ನಿಷ್ಪ್ರಯೋಜಕ ವಾದ ಎಂದು ಕರೆಯುತ್ತಾರೆ.

ಮಹಾರಾಣಿ ಈಗಾಗಲೇ ಕ್ರಾಂತಿಕಾರಿಗಳೊಂದಿಗೆ ಸಂಪರ್ಕದಲ್ಲಿದ್ದಾರೆ ಎಂದು ಭಾವಿಸಿ, ಇನ್ನೊಬ್ಬ ಇಂಗ್ಲಿಷ್ ಬರಹಗಾರ ಮೆಲ್ಲಿಸನ್ ಹೀಗೆ ಬರೆಯುತ್ತಾರೆ:

"ಬ್ರಿಟಿಷ್ ಸರ್ಕಾರವು ಮಹಾರಾಣಿಯ ಅಸಮಾಧಾನವನ್ನು ಕಾಳಜಿ ವಹಿಸಲಿಲ್ಲ ಅಥವಾ ಅವರ ವಿವಿಧ ದೂರುಗಳಿಗೆ ಹಾಜರಾಗಲಿಲ್ಲ. ಆದ್ದರಿಂದ, ಅವರು ಈ ನ್ಯಾಯಸಮ್ಮತವಲ್ಲದ ಕಾರ್ಯವನ್ನು ಕೈಗೊಂಡರು. ತನಗೆ ಮಾಡಿದ ಅಗೌರವದಿಂದಾಗಿ ಅವಳು ಈ ಮೂಲ ಪತ್ರವನ್ನು ಆಶ್ರಯಿಸಿದಳು. ಸರ್ಕಾರ ಝಾನ್ಸಿ ರಾಜ್ಯವನ್ನು ಸ್ವಾಧೀನಪಡಿಸಿಕೊಂಡಾಗ, ಮಹಾರಾಣಿಗಳಿಗೆ ಮಾಸಿಕ ಐದು ಸಾವಿರ ರೂಪಾಯಿಗಳ ಪಿಂಚಣಿಯನ್ನು ನಿಗದಿಪಡಿಸಲಾಯಿತು. ಮೊದಲು ಅವಳು ಅದಕ್ಕೆ ಒಪ್ಪಲಿಲ್ಲ, ಆದರೆ ನಂತರ ಒಪ್ಪಿಕೊಂಡಳು. ಪಿಂಚಣಿ ಮೊತ್ತದಿಂದ ತನ್ನ ದಿವಂಗತ ಗಂಡನ ಸಾಲವನ್ನು ಸಹ ಮರುಪಾವತಿಸಬೇಕಾಗುತ್ತದೆ ಎಂದು ಹೇಳಿದಾಗ ಅವಳು ಹೇಗೆ ಭಾವಿಸಿದಳು ಎಂದು ಅವಳ ಆಲೋಚನೆಗಳನ್ನು ಇದರಿಂದ ಅನುಕೂಲಕರವಾಗಿ ನಿರೀಕ್ಷಿಸಬಹುದು. ನಂತರ ಅವಳು ದೂರು ನೀಡಲು ಪ್ರಾರಂಭಿಸಿದಳು. ಉದಾಹರಣೆಗೆ, ಹಿಂದೂ ಪ್ರದೇಶಗಳಲ್ಲಿ ಹಸುಗಳನ್ನು ಕಸಿದುಕೊಳ್ಳಲಾಯಿತು. ಹಿಂದಿನ ಆಡಳಿತಗಾರರು ದೇವಸ್ಥಾನಗಳಿಗೆ ದಾನ ಮಾಡಿದ ಗ್ರಾಮಗಳನ್ನು ವಶಪಡಿಸಿಕೊಳ್ಳಲಾಯಿತು. ಇದು ಸಾರ್ವಜನಿಕರಲ್ಲಿ ತೀವ್ರ ಅಸಮಾಧಾನಕ್ಕೆ ಕಾರಣವಾಗಿತ್ತು. ಈ ಎಲ್ಲದರ ಬಗ್ಗೆ ರಾಣಿ ಅಸಮಾಧಾನ ವ್ಯಕ್ತಪಡಿಸಿದರು. ಇಂಗ್ಲೀಷರು ಅವಳ ಮೇಲೆ ಹೇರಿದ ತೀಕ್ಷ್ಣವಾದ ಕುಗ್ಗುವಿಕೆಯಿಂದಾಗಿ ಅವಳ ಅತಿದೊಡ್ಡ ಯಾತನೆ ಉಂಟಾಯಿತು. ಆದ್ದರಿಂದ 1857 ರ ಆರಂಭದಲ್ಲಿ 'ದಂಗೆಯ ಬಲವಾದ ಸಂಕೇತಗಳು ಕಾಣಿಸಿಕೊಳ್ಳಲು ಪ್ರಾರಂಭಿಸಿದಾಗ' ನಮ್ಮ ಭಾರತೀಯ ಸೈನಿಕರು ತಮ್ಮ ಹೃದಯದಲ್ಲಿ ಇಂಗ್ಲಿಷ್ ಜನರ ಬಗ್ಗೆ ಬಲವಾದ ದ್ವೇಷವನ್ನು ಅನುಭವಿಸಲು ಪ್ರಾರಂಭಿಸಿದರು. ಮಹಾರಾಣಿ ಎಲ್ಲವನ್ನೂ ಕೃತಜ್ಞತೆಯಿಂದ ಸ್ವಾಗತಿಸಿದರು ಮತ್ತು ಸ್ವಾಭಾವಿಕವಾಗಿ ಅದರ ಸಂಪೂರ್ಣ ಲಾಭವನ್ನು ಪಡೆದರು.

ಈ ಮಾತುಗಳು ಮಹಾರಾಣಿ ವಿರುದ್ಧ ಲೇಖಕರ ಮನಸ್ಸಿನಲ್ಲಿ ದ್ವೇಷದ ಭಾವನೆಯನ್ನು ಪ್ರತಿಬಿಂಬಿಸುತ್ತವೆ. ಮೊದಲು ಮಹಾರಾಣಿ ಪಿಂಚಣಿಯನ್ನು ತಿರಸ್ಕರಿಸಿದರು ಮತ್ತು ಆಕೆಯ ಪತಿ ಮರುಪಾವತಿಸಬೇಕಾದ ಸಾಲವನ್ನು ತೆಗೆದುಕೊಂಡರು. ಇದೆಲ್ಲವೂ ಕೋಳಿ ಮತ್ತು ಎತ್ತುಗಳ ಕಥೆಯಂತೆ ತೋರುತ್ತದೆ, ಏಕೆಂದರೆ ಇದನ್ನು ಬೆಂಬಲಿಸಲು ಯಾವುದೇ ಪುರಾವೆಗಳಿಲ್ಲ. ಭಾರತೀಯ ಇತಿಹಾಸಕಾರರು ಇದನ್ನು ಬಲವಾಗಿ ನಿರಾಕರಿಸಿದ್ದಾರೆ. ಮಹಾರಾಣಿ ಲಕ್ಷ್ಮೀಬಾಯಿ ಬ್ರಿಟಿಷರಿಂದ ಯಾವುದೇ ಪಿಂಚಣಿ ತೆಗೆದುಕೊಳ್ಳಲಿಲ್ಲ ಎಂದು

ಅವರು ನಂಬುತ್ತಾರೆ. ಮೇಲೆ ಉಲ್ಲೇಖಿಸಲಾದ ಲೇಖಕರ ಮಾತುಗಳ ಕುರಿತು ಪ್ರತಿಕ್ರಿಯಿಸಿದ ಶ್ರೀ ಪರಾಸನೀಸ್ ಹೀಗೆ ಬರೆಯುತ್ತಾರೆ:

"ಪಿಂಚಣಿ ಮತ್ತು ಲಕ್ಷ್ಮೀಬಾಯಿಯ ಪತಿ ತೆಗೆದುಕೊಂಡ ಸಾಲಕ್ಕೆ ಸಂಬಂಧಿಸಿದಂತೆ ಮೇಲೆ ಬರೆದಿರುವ ಎಲ್ಲ ವಿಷಯಗಳು ಸಂಪೂರ್ಣವಾಗಿ ಆಧಾರರಹಿತವಾಗಿವೆ. ಅವರಲ್ಲಿ ಯಾವುದೇ ಸತ್ಯವಿಲ್ಲ. ಲಕ್ಷ್ಮೀಬಾಯಿ ಅವರು ಬ್ರಿಟಿಷರು ನೀಡಿದ ಪಿಂಚಣಿಯನ್ನು ಎಂದಿಗೂ ಸ್ವೀಕರಿಸಲಿಲ್ಲ, ಅಥವಾ ಅವರ ಪತಿಗೆ ಒಂದು ಪೈಸಾ ಕೂಡ ಋಣಿಯಾಗಿರಲಿಲ್ಲ. ಝಾನ್ಸಿಯಲ್ಲಿ ಗಲಭೆ ಪ್ರಾರಂಭವಾದಾಗ, ರಾಣಿ ತನ್ನ ಅಸಮಾಧಾನವನ್ನು ನಿವಾರಿಸಲು ಮತ್ತು ಸೇಡು ತೀರಿಸಿಕೊಳ್ಳಲು ಬಂಡಾಯಗಾರರನ್ನು ಸೇರಿಕೊಂಡರು ಎಂಬ ಹೇಳಿಕೆಯನ್ನು ಬೆಂಬಲಿಸಲು ಯಾವುದೇ ನೇರ ಸಾಕ್ಷ್ಯವನ್ನು ನೀಡಲಾಗಿಲ್ಲ ಎಂಬುದನ್ನು ನೆನಪಿನಲ್ಲಿಡಬೇಕು. ಇಂಗ್ಲಿಷ್ ಲೇಖಕರ ವಿವಿಧ ಅವ್ಯವಹಾರಗಳನ್ನು ಪರಿಶೀಲಿಸಿದಾಗ, ಅವರ ಸತ್ಯಾಸತ್ಯತೆಯನ್ನು ಸಾಬೀತುಪಡಿಸಲು ಅವರು ಎದ್ದಿರುವ ಆರೋಪಗಳನ್ನು ಸಾಕ್ಷ್ಯಗಳು ಬೆಂಬಲಿಸುವುದಿಲ್ಲ ಎಂಬುದು ಬೆಳಕಿಗೆ ಬರುತ್ತದೆ. ನಿಸ್ಸಂದೇಹವಾಗಿ, ಆ ಕಾಲದ ಅನೇಕ ವಿಷಯಗಳು ಗಲಭೆಗೆ ಸಂಬಂಧಿಸಿವೆ, ಆದರೆ, ಬೆಂಬಲಿತ ಪುರಾವೆಗಳ ಅನುಪಸ್ಥಿತಿಯಲ್ಲಿ, ಆಯ್ದ ವಿಷಯಗಳಿಗೆ ಒತ್ತು ನೀಡುವ ಮೂಲಕ ಮತ್ತು ನಂತರ ಅವುಗಳನ್ನು ಲಕ್ಷ್ಮೀಬಾಯಿಗೆ ಸಂಪರ್ಕಿಸುವ ಮೂಲಕ ಮತ್ತು ಝಾನ್ಸಿಯಲ್ಲಿ ಗಲಭೆಗೆ ಅವಳನ್ನು ಹೊಣೆಗಾರರನ್ನಾಗಿ ಮಾಡುವುದು ನಿಜವಲ್ಲ ಅಥವಾ ಸಮರ್ಥನೀಯವಲ್ಲ. ಲಭ್ಯವಿರುವ ಪುರಾವೆಗಳು ಲಕ್ಷ್ಮೀಬಾಯಿ ಝಾನ್ಸಿಯಲ್ಲಿ ಗಲಭೆಗಳನ್ನು ಸೇರಲಿಲ್ಲ ಅಥವಾ ಪ್ರಚೋದಿಸಲಿಲ್ಲ ಎಂದು ಸೂಚಿಸುತ್ತವೆ. ಇದು ಮಾತ್ರವಲ್ಲ, ಆ ಅಪಾಯಕಾರಿ ಮತ್ತು ನಿರ್ಣಾಯಕ ಅವಧಿಯಲ್ಲಿ ಲಕ್ಷ್ಮೀಬಾಯಿ ವಾಸ್ತವವಾಗಿ ಬ್ರಿಟಿಷರಿಗೆ ಸಹಾಯ ಮಾಡಿದ್ದಾರೆ ಎಂದು ಆಳವಾದ ತನಿಖೆಯಿಂದ ತಿಳಿದುಬಂದಿದೆ.

ಜೂನ್ 3ರವರೆಗೆ ಆಯುಕ್ತರ ವರದಿಗಳು ಮಹಾರಾಣಿ ಲಕ್ಷ್ಮೀಬಾಯಿಯನ್ನು ಯಾವುದೇ ರೀತಿಯಲ್ಲಿ ಶಂಕಿಸಿಲ್ಲ ಎಂದು ಸಾಬೀತುಪಡಿಸುತ್ತವೆ. ದಂಗೆಯ ಭಾವನೆ ಉಂಟಾದಾಗ ಕ್ಯಾಪ್ಟನ್ ಗಾರ್ಡನ್ ಮತ್ತು ಕೆಲವು ಆಂಗ್ಲರು ಮಹಾರಾಣಿಯ ಬಳಿಗೆ ಹೋಗಿ, ಯಾವುದೇ ಸಂಭವನೀಯತೆಯ ಸಂದರ್ಭದಲ್ಲಿ ಅವರ ಸುರಕ್ಷತೆಗಾಗಿ ಪ್ರಾರ್ಥಿಸಿದರು. ತನ್ನ ಬೆಂಬಲದ ಬಗ್ಗೆ ಅವರಿಗೆ ಭರವಸೆ ನೀಡಿದ ಅವರು, "ಈ ಸಂದರ್ಭದಲ್ಲಿ ನಮ್ಮಲ್ಲಿ ಯಾವುದೇ ಯುದ್ಧ ಸಾಮಗ್ರಿಗಳು ಅಥವಾ ಯಾವುದೇ ಸೈನ್ಯವಿಲ್ಲ, ಆದರೆ ಸಾಧ್ಯವಾದಷ್ಟು ಮಟ್ಟಿಗೆ, ನಿಮಗೆ ಸಹಾಯ ಮಾಡುವಲ್ಲಿ ನಾವು ಕೊರತೆಯನ್ನು ಕಾಣುವುದಿಲ್ಲ" ಎಂದು ಹೇಳಿದರು.

ಗಾರ್ಡನ್ ಜೂನ್ 4ರಂದು ಮತ್ತೆ ಅವಳ ಬಳಿಗೆ ಹೋಗಿ ಪ್ರಾರ್ಥಿಸಿತು. "ಈ ಸಮಯದಲ್ಲಿ ನಮ್ಮೆಲ್ಲರ ಜೀವಕ್ಕೆ ಅಪಾಯವಿದೆ. ನಾವು ಮನುಷ್ಯರು, ಮತ್ತು ನಮ್ಮ ಬಗ್ಗೆ ಚಿಂತಿಸಬೇಡಿ. ಆದರೆ ನಮ್ಮ ಮಕ್ಕಳು ಮತ್ತು ಮಹಿಳೆಯರಿಗೆ ಏನಾಗುತ್ತದೆ? ಆದ್ದರಿಂದ, ನಿಮ್ಮ ಅರಮನೆಯಲ್ಲಿ ಅವರಿಗೆ ಆಶ್ರಯ ನೀಡಿ."

ಮಹಾರಾಣಿ ಅವರ ಈ ಪ್ರಸ್ತಾಪವನ್ನು ಒಪ್ಪಿಕೊಂಡರು. ಆದ್ದರಿಂದ, ಅನೇಕ ಇಂಗ್ಲಿಷ್ ಮಹಿಳೆಯರು ತಮ್ಮ ಮಕ್ಕಳೊಂದಿಗೆ ಅವರ ಅರಮನೆಗೆ ಬಂದರು. ಕೋಟೆಯಲ್ಲಿ ಬ್ರಿಟಿಷರು ಸುತ್ತುವರಿದಾಗ, ಮಹಾರಾಣಿ ಅವರಿಗೆ ರಹಸ್ಯವಾಗಿ ಸಹಾಯ ಮಾಡುವುದನ್ನು ಮುಂದುವರೆಸಿದರು ಎಂದು ಹೇಳಲಾಗುತ್ತದೆ. ಅವರು ನಿಯಮಿತವಾಗಿ ಕೋಟೆಯಲ್ಲಿ ಅವರಿಗೆ ಆಹಾರವನ್ನು ಕಳುಹಿಸುತ್ತಿದ್ದರು. ಈ ಹಿಂದೆ ಸಂಬಂಧಿಸಿದ ಇಂಗ್ಲಿಷ್ ಜನರ ಗುಂಪು

ಹತ್ಯೆಯಲ್ಲಿ, ಮಾರ್ಟಿನ್ ಎಂಬ ಇಂಗ್ಲಿಷ್ ನ ವ್ಯಕ್ತಿಯೊಬ್ಬರು ಹೇಗಾದರೂ ತಪ್ಪಿಸಿಕೊಂಡರು. ಅವರು ಆಗಸ್ಟ್ 20, 1889 ರಂದು ಆಗ್ರಾದಿಂದ ಮಹಾರಾಣಿಯ ದತ್ತುಪುತ್ರ ದಾಮೋದರ ರಾವ್ ಅವರಿಗೆ ಪತ್ರವೊಂದನ್ನು ಬರೆದರು. ಅವರ ಈ ಪತ್ರವು ಮಹಾರಾಣಿ ದಂಗೆಯಲ್ಲಿ ಭಾಗವಹಿಸದಿರುವುದಕ್ಕೆ ಪ್ರಬಲ ಪುರಾವೆಯಾಗಿದೆ. ಈ ವಿಷಯದ ಬಗ್ಗೆ, ಅವರು ಹೀಗೆ ಬರೆದಿದ್ದಾರೆ:

"ನಿಮ್ಮ ತಾಯಿಗೆ ಅತ್ಯಂತ ಕ್ರೂರ ಮತ್ತು ಅನ್ಯಾಯದ ಉಪಚಾರ ನೀಡಲಾಗಿದೆ. ಅದರ ಬಗ್ಗೆ ನನಗೆ ತಿಳಿದಿರುವ ನಿಜವಾದ ಕಥೆ, ಬೇರೆ ಯಾರಿಗೂ ತಿಳಿದಿಲ್ಲ. 1857ರ ಜೂನ್ ತಿಂಗಳಲ್ಲಿ ಯುರೋಪಿಯನ್ನರ ಹತ್ಯೆಗಳೊಂದಿಗೆ ಬಡ ಮಹಿಳೆಗೆ ಯಾವುದೇ ಸಂಬಂಧವಿರಲಿಲ್ಲ. ಅಷ್ಟೇ ಅಲ್ಲ, ಬ್ರಿಟಿಷರು ಸುರಕ್ಷತೆಗಾಗಿ ಕೋಟೆಗೆ ಹೋದಾಗ, ಅವರು ಎರಡು ದಿನಗಳ ಕಾಲ ಅವರಿಗೆ ಆಹಾರವನ್ನು ಸರಬರಾಜು ಮಾಡಿದರು. ಅವರು ಕರೇರಾದಿಂದ ನೂರು ಶಸ್ತ್ರಸಜ್ಜಿತ ಸೈನಿಕರನ್ನು ಕರೆದು ನಮ್ಮ ಸಹಾಯಕ್ಕಾಗಿ ಕೋಟೆಗೆ ಕಳುಹಿಸಿದರು. ನಾವು ಆ ಸೈನಿಕರನ್ನು ಇಡೀ ದಿನ ಕೋಟೆಯಲ್ಲಿ ಇರಿಸಿದ್ದೇವೆ ಮತ್ತು ನಂತರ ಸಂಜೆ ಅವರನ್ನು ವಾಪಸ್ ಕಳುಹಿಸಿದ್ದೇವೆ. ಅದರ ನಂತರ ಮಹಾರಾಣಿ ಅವರಿಗೆ ಅಲ್ಲಿಂದ ಓಡಿಹೋಗಿ ಆಶ್ರಯಕ್ಕಾಗಿ ದತಿಯ ರಾಜನ ಬಳಿಗೆ ಹೋಗುವಂತೆ ಸಲಹೆ ನೀಡಿದರು. ಆದರೆ ಆ ಸಮಯದಲ್ಲಿ ಅವರು ಅದರ ಮೇಲೆ ಕಾರ್ಯನಿರ್ವಹಿಸಲಿಲ್ಲ. ಕೊನೆಗೆ ನಮ್ಮದೇ (ಬಂಡಾಯಗಾರ) ಸೈನ್ಯವು ಅವರನ್ನು ಕೊಂದಿತು."

ಪ್ರಸಿದ್ಧ ಇತಿಹಾಸಕಾರ "ಕೆ" ಕೂಡ ಇದುವರೆಗೆ ದಂಗೆಯೊಂದಿಗೆ ಮಹಾರಾಣಿಗೆ ಸಂಬಂಧವಿಲ್ಲ ಎಂದು ಪರಿಗಣಿಸಿದ್ದಾರೆ. ಅವರು ಹೀಗೆ ಬರೆದರು:

"ಈ ಹತ್ಯಾಕಾಂಡದ (ಗುಂಪಿನ ಕೊಲೆ) ಸಮಯದಲ್ಲಿ ಮಹಾರಾಣಿಯ ಒಬ್ಬನೇ ಒಬ್ಬ ಸೇವಕನೂ ಅಲ್ಲಿ ಇರಲಿಲ್ಲ ಎಂಬುದಕ್ಕೆ ನನಗೆ ಬಲವಾದ ಪುರಾವೆಗಳಿವೆ. ಇದು ನಮ್ಮ ಸ್ವಂತ ಹಳೆಯ ಅನುಯಾಯಿಗಳ ಘೋರ ಕೃತ್ಯವೆಂದು ತೋರುತ್ತದೆ. ಅನಿಯಮಿತ ಅಶ್ವಸೈನ್ಯವು ಕೊಲೆಗಳಿಗೆ ಆದೇಶಿಸಿತು ಮತ್ತು ನಮ್ಮ ಜೈಲಿನ ದಾರೋಗಾ ಕೊಲೆಗಾರರ ಮುಖ್ಯಸ್ಥರಾಗಿದ್ದರು."

ಮಹಾರಾಣಿಯವರೊಂದಿಗೆ ದಂಗೆಕೋರರ ನಡವಳಿಕೆಯು ಅವರೊಂದಿಗೆ ಯಾವುದೇ ಟ್ರಿಕ್ ಇರಲಿಲ್ಲ ಎಂದು ಹೇಳುತ್ತದೆ. ಈ ಹತ್ಯಾಕಾಂಡದ ನಂತರ ಬಂಡಾಯಗಾರರು ಅವರ ಅರಮನೆಯನ್ನು ಸುತ್ತುವರೆದರು ಮತ್ತು ಮಹಾರಾಣಿಗೆ ಸಂದೇಶವನ್ನು ಕಳುಹಿಸಲಾಯಿತು. "ನಾವು ದೆಹಲಿಗೆ ಹೋಗಲು ಬಯಸುತ್ತೇವೆ. ದಯವಿಟ್ಟು ನಮ್ಮ ಖರ್ಚುಗಳಿಗಾಗಿ ನಮಗೆ ಮೂರು ಲಕ್ಷ ರೂಪಾಯಿಗಳನ್ನು ನೀಡಿ. ಇಲ್ಲದಿದ್ದರೆ ನಿಮ್ಮ ಅರಮನೆಯನ್ನು ಫಿರಂಗಿಗಳಿಂದ ಸ್ಫೋಟಿಸಲಾಗುತ್ತದೆ." ಇದು ಅರಮನೆಯ ಕೈದಿಗಳನ್ನು ಗಂಭೀರವಾಗಿ ಚಿಂತಿಸುವಂತೆ ಮಾಡಿತು. ಮಹಾರಾಣಿ ದಂಗೆಕೋರರಿಗೆ ಸಂದೇಶವನ್ನು ಕಳುಹಿಸಿದರು, "ನಮ್ಮ ಇಡೀ ರಾಜ್ಯವು ಈ ಸಮಯದಲ್ಲಿ ಬ್ರಿಟಿಷರ ನಿಯಂತ್ರಣದಲ್ಲಿದೆ. ನಮ್ಮಲ್ಲಿ ಹಣದ ಕೊರತೆಯಿದೆ. ಈ ಸ್ಥಿತಿಯಲ್ಲಿ ನಮ್ಮನ್ನು ತೊಂದರೆಗೊಳಿಸುವುದು ನಿಮಗೆ ಸೂಕ್ತವಲ್ಲ."

ಬಂಡುಕೋರರು ಮಹಾರಾಣಿ ಹೇಳಿದ್ದನ್ನು ನಂಬಲಿಲ್ಲ ಅಥವಾ ಅವರು ತಲೆ ಕಳೆದುಕೊಂಡರು. ಮಹಾರಾಣಿ ಹೇಳಿದ್ದನ್ನು ಅವರು ಸ್ವೀಕರಿಸಲಿಲ್ಲ. ಅಂತಿಮವಾಗಿ, ಈ ವಿಪತ್ತಿನಿಂದ ಮುಕ್ತಿ ಪಡೆಯಲು ಮಹಾರಾಣಿ ಅವರಿಗೆ

ಒಂದು ಲಕ್ಷ ರೂಪಾಯಿ ಮೌಲ್ಯದ ಆಭರಣಗಳನ್ನು ನೀಡಿದರು. ಇದು ಬಂಡಾಯಗಾರರನ್ನು ಸಂತೋಷಪಡಿಸಿತು. "*ಖಲ್ಕ್ ಖುದಾ ಕಾ, ಮುಲ್ಕ್ ಬಾದ್ ಶಾ ಕಾ, ಅಮಲ್ ಮಹಾರಾಣಿ ಲಕ್ಷ್ಮೀಬಾಯಿ ಕಾ*" (ಜನರು ದೇವರಿಗೆ ಸೇರಿದವರು, ದೇಶವು ರಾಜನಿಗೆ ಸೇರಿದ್ದು, ಮತ್ತು ಅತ್ಯುತ್ತಮ ಉದಾಹರಣೆ ಮಹಾರಾಣಿ ಲಕ್ಷ್ಮೀಬಾಯಿ) ಎಂದು ಕೂಗಿದರು ಮತ್ತು ದೆಹಲಿಗೆ ತೆರಳಿದರು.

ಝಾನ್ಸಿಯ ಕಾರ್ಯ ನಿರ್ವಾಹಕರು

ಝಾನ್ಸಿಯಲ್ಲಿ ಈಗ ಯಾವುದೇ ಆಂಗ್ಲರು ಉಳಿದಿಲ್ಲ. ಬಂಡುಕೋರರು ಆಡಳಿತದ ಬಗ್ಗೆಯೂ ಗಮನ ಹರಿಸಲಿಲ್ಲ. ಆದ್ದರಿಂದ, ಝಾನ್ಸಿ ಅರಾಜಕತೆಯ ಹಂತವನ್ನು ತಲುಪಿದರು. ಈ ಸಮಸ್ಯೆಯನ್ನು ಪರಿಹರಿಸುವುದು ಮಹಾರಾಣಿ ಅವರ ನೈತಿಕ ಕರ್ತವ್ಯವೆಂದು ಪರಿಗಣಿಸಿದ್ದರು. ಆದ್ದರಿಂದ ಅವರು ಸರ್ಕಾರಿ ಹುದ್ದೆಗಳಲ್ಲಿ ಕೆಲಸ ಮಾಡುವ ಭಾರತೀಯರನ್ನು ಕರೆದರು. ಅವರಲ್ಲಿ ಕಂದಾಯ ಇಲಾಖೆಯ ಅಹ್ಸಾನ್ ಅಲಿ ಮತ್ತು ಕ್ರಿಮಿನಲ್ ಕಡೆಯ ಗೋಪಾಲ್ ರಾವ್ ಲಘಾಟೆಯಂತಹ ಅನೇಕ ವ್ಯಕ್ತಿಗಳು ಇದ್ದರು. ಚರ್ಚೆಗಳ ನಂತರ ಈ ವ್ಯಕ್ತಿಗಳು ಮಹಾರಾಣಿಗೆ ಆ ಸಮಯದವರೆಗೆ ಸಾಗರ್ ನಲ್ಲಿ ಯಾವುದೇ ದಂಗೆ ನಡೆದಿಲ್ಲ ಎಂದು ಸಲಹೆ ನೀಡಿದರು. ಜಾಗರೂಕರಾಗಿರಲು ಮತ್ತು ಅವರ ಆಡಳಿತವನ್ನು ಬಲಪಡಿಸಲು ಅವರಿಗೆ ಸಲಹೆ ನೀಡಬೇಕಾಗಿತ್ತು. ಇದರೊಂದಿಗೆ, ಝಾನ್ಸಿಗೆ ಸಂಬಂಧಿಸಿದಂತೆ ಅವರಿಂದ ಸಲಹೆಯನ್ನು ಪಡೆಯಬೇಕಾಗಿತ್ತು.

ಮಹಾರಾಣಿ ಅವರು ನೀಡಿದ ಈ ಸಲಹೆಯನ್ನು ಒಪ್ಪಿಕೊಂಡರು. ಈ ನಿಟ್ಟಿನಲ್ಲಿ ಸಾಗರ್ ನ ಕಮಿಷನರ್ ಗೆ ಪತ್ರವೊಂದನ್ನು ಕಳುಹಿಸಲಾಯಿತು. ಇದರ ಪರಿಣಾಮವಾಗಿ, ಬ್ರಿಟಿಷರು ಸೂಕ್ತ ವ್ಯವಸ್ಥೆಗಳನ್ನು ಮಾಡಿದರು ಮತ್ತು ಅಲ್ಲಿ ಯಾವುದೇ ದಂಗೆ ನಡೆಯಲಿಲ್ಲ. ಮಹಾರಾಣಿಯ ಈ ಸದ್ಭಾವನೆಯಿಂದ ಪ್ರಭಾವಿತರಾಗಿ, ಸಾಗರ್ ಆಯುಕ್ತರು ಹೀಗೆ ಬರೆದರು: "ಝಾನ್ಸಿಯ ಉಸ್ತುವಾರಿ ವಹಿಸಿಕೊಳ್ಳಲು ಅನುಭವಿ ಅಧಿಕಾರಿಯೊಬ್ಬರು ಬರುವವರೆಗೆ ನೀವು ಝಾನ್ಸಿಯನ್ನು ನಿರ್ವಹಿಸಲು ದಯೆಯಿಂದ ನಿರ್ವಹಿಸುತ್ತೀರಿ."

ಆದ್ದರಿಂದ, ಮತ್ತೆ ಕೆಲವು ಅವಧಿಗೆ ಮಹಾರಾಣಿ ಝಾನ್ಸಿಯ ನಿರ್ವಾಹಕರಾದರು. ಅವರು ಬುದ್ಧಿವಂತ ಮತ್ತು ಕೌಶಲ್ಯ ಮಹಿಳೆಯಾಗಿದ್ದರು, ಆದರೆ ಅವರಿಗೆ ಆಡಳಿತದ ಅನುಭವವಿರಲಿಲ್ಲ. ಪತಿಯ ಆಡಳಿತಾತ್ಮಕ ಅವಧಿಯ ಎಲ್ಲ ಅನುಭವಿ ಅಧಿಕಾರಿಗಳು ಅದರ ವಿಲೀನದ ನಂತರ ಝಾನ್ಸಿಯನ್ನು ತೊರೆದಿದ್ದರು. ಆಕೆಯ ತಂದೆ ಮತ್ತು ಇನ್ನೂ ಕೆಲವರು ಮಾತ್ರ ಉಳಿದಿದ್ದರು, ಆದರೆ ಅವರಿಗೂ ಆಡಳಿತದ ಯಾವುದೇ ಅನುಭವವಿರಲಿಲ್ಲ. ಆದ್ದರಿಂದ *ಮಹಾರಾಣಿ* ತನ್ನ ಇಚ್ಛೆಯಂತೆ ಆಡಳಿತವನ್ನು ನಡೆಸಬಹುದು ಅಥವಾ ಅಪೇಕ್ಷಿತ ಸುಧಾರಣೆಗಳನ್ನು ಜಾರಿಗೆ ತರಬಹುದಾಗಿತ್ತು. ಪ್ಯಾರಸ್ನೀಸ್ ಈ ಸಂದರ್ಭದಲ್ಲಿ ಹೀಗೆ ಬರೆಯುತ್ತಾರೆ:

"ಪ್ರಾಮಾಣಿಕ ಉದ್ದೇಶಗಳೊಂದಿಗೆ ಕೆಲಸ ಮಾಡಿದ ಉತ್ತಮ ವ್ಯಕ್ತಿಗಳನ್ನು ಅವಳು ಹೊಂದಿರಲಿಲ್ಲ ಎಂಬುದು ಈ ವಿಷಯದ ತಿರುಳು. ಆ ಸಮಯದಲ್ಲಿ ಕೆಲವರು ಓರ್ಛಾ ರಾಜನ ಆಸ್ಥಾನದಿಂದ ಬರುವ ದಂಗೆಕೋರ, ಅನನುಭವಿ ಮತ್ತು ಸ್ವಾರ್ಥಿಗಳಾಗಿದ್ದರು ಅಥವಾ ಮಹಾರಾಣಿಯ ಕೆಲವು ಸಂಬಂಧಿಕರು ರಾಜ್ಯ ಆಡಳಿತದ ಜವಾಬ್ದಾರಿ ಮತ್ತು ಹೊಣೆಗಾರಿಕೆಯ ಬಗ್ಗೆ ಯಾವುದೇ ಜ್ಞಾನವನ್ನು ಹೊಂದಿರಲಿಲ್ಲ. ತನ್ನ ಆಸ್ಥಾನಿಕರು ತನ್ನ ಇಚ್ಛೆ

ಮತ್ತು ಆದೇಶಗಳ ಪ್ರಕಾರ ಇಂಗ್ಲಿಷ್ ಜನರಿಗೆ ಪತ್ರಗಳನ್ನು ಕಳುಹಿಸಿದ್ದಾರೆ ಎಂದು ಮಹಾರಾಣಿ ನಂಬಿದ್ದರು. ಆದರೆ ಆ ಕಾಲದ ಆಸ್ಥಾನಿಕರ ಸ್ಥಿತಿಯನ್ನು ನೋಡಿದಾಗ, ಮಹಾರಾಣಿಯ ಇಚ್ಛೆ ಮತ್ತು ಆದೇಶಗಳ ಪ್ರಕಾರ ಯಾವುದೇ ಚಟುವಟಿಕೆಯನ್ನು ಸರಿಯಾಗಿ ನಿರ್ವಹಿಸಲಾಗಿಲ್ಲ ಎಂದು ಹೇಳಲು ಒಬ್ಬರು ನಿರ್ಬಂಧಿತರಾಗಿದ್ದರು. ನಿಸ್ಸಂದೇಹವಾಗಿ, ಲಕ್ಷ್ಮೀಬಾಯಿ ತನ್ನ ಪತ್ರದ ಮೂಲಕ ಬ್ರಿಟಿಷ್ ಅಧಿಕಾರಿಗಳಿಗೆ ತನ್ನ ಪ್ರಾಮಾಣಿಕತೆ, ಸ್ನೇಹ ಮತ್ತು ಉತ್ತಮ ನಡವಳಿಕೆಯನ್ನು ತಿಳಿಸಲು ಹಲವು ಬಾರಿ ಪ್ರಯತ್ನಿಸಿದರು. ತಾವು ಝಾನ್ಸಿ ರಾಜ್ಯವನ್ನು ತಮ್ಮ ಆದೇಶದ ಮೇರೆಗೆ ನಿರ್ವಹಿಸುತ್ತಿರುವುದಾಗಿ ಬ್ರಿಟಿಷ್ ಅಧಿಕಾರಿಗಳಿಗೆ ಪತ್ರಗಳ ಮೂಲಕ ತಿಳಿಸುವಂತೆ ಅವರು ತಮ್ಮ ಮಂತ್ರಿಗಳಿಗೆ ಹಲವು ಬಾರಿ ತಿಳಿಸಿದರು.

ಈ ದಂಗೆಯ ನಂತರ, ಕ್ಯಾಪ್ಟನ್ ಪಿಂಗ್ ಅವರನ್ನು ಝಾನ್ಸಿಯ ಆಯುಕ್ತರನ್ನಾಗಿ ನೇಮಿಸಲಾಯಿತು. ಮಹಾರಾಣಿಯವರ ಅಭಿಪ್ರಾಯಗಳನ್ನು ಅನುಮೋದಿಸಿದ ಅವರು ಹೀಗೆ ಬರೆದರು:

"ಮಹಾರಾಣಿ ಲಕ್ಷ್ಮೀಬಾಯಿ ನಮ್ಮ ಸರ್ಕಾರದೊಂದಿಗೆ ಸ್ನೇಹವನ್ನು ಮುಂದುವರೆಸಿದ್ದಾರೆ ಎಂಬುದಕ್ಕೆ ವಿಶ್ವಾಸಾರ್ಹ ಮೂಲಗಳಿಂದ ನನಗೆ ಪುರಾವೆಗಳು ದೊರೆತಿವೆ. ಆಕೆ (ಲಕ್ಷ್ಮೀಬಾಯಿ) ಜಬಲ್ಪುರದ ಆಯುಕ್ತರು ಮತ್ತು ಇತರ ಬ್ರಿಟಿಷ್ ಅಧಿಕಾರಿಗಳಿಗೆ ಬರೆದ ಪತ್ರಗಳ ಮೂಲಕ, ಆಂಗ್ಲರ ಹತ್ಯೆಯ ಬಗ್ಗೆ ವಿಷಾದ ವ್ಯಕ್ತಪಡಿಸಿದರು ಮತ್ತು ಆ ಘೋರ ಕೃತ್ಯಕ್ಕೂ ತನಗೂ ಯಾವುದೇ ಸಂಬಂಧವಿಲ್ಲ ಎಂದು ಹೇಳಿದರು. ಸರ್ಕಾರಕ್ಕೆ ತನ್ನ ಕೃತಜ್ಞತೆಯನ್ನು ವ್ಯಕ್ತಪಡಿಸಿದ ಅವರು, ಇಡೀ ಆಡಳಿತವನ್ನು ಸ್ವಾಧೀನಪಡಿಸಿಕೊಳ್ಳಲು ಆಂಗ್ಲರು ಬರುವವರೆಗೂ ತಾನು ಝಾನ್ಸಿಯ ಉಸ್ತುವಾರಿಯನ್ನು ವಹಿಸಿಕೊಂಡಿದ್ದೇನೆ ಎಂದು ಸ್ಪಷ್ಟವಾಗಿ ಬರೆದಿದ್ದಾರೆ.

ಇದಲ್ಲದೆ, ರಾಣಿ ಸಂಪೂರ್ಣವಾಗಿ ನಿರಪರಾಧಿ ಎಂದು ಮಾರ್ಟಿನ್ ಒಪ್ಪಿಕೊಂಡರು. ಗಮನಿಸಬೇಕಾದ ಅಂಶವೆಂದರೆ, ಮಹಾರಾಣಿಯವರ ಪತ್ರಗಳನ್ನು ಜಬಲ್ಪುರದಲ್ಲಿ ಬ್ರಿಟಿಷರಿಗೆ ಕೊಂಡೊಯ್ದ ವ್ಯಕ್ತಿ ಮಾರ್ಟಿನ್ ಅವರು ಹೀಗೆ ಬರೆಯುತ್ತಾರೆ:

"ಮಹಾರಾಣಿ ಅವರು ಜಬಲ್ಪುರದ ಕರ್ನಲ್ ಅರ್ಸ್ಕಿನ್ ಮತ್ತು ಆಗ್ರಾ ಮುಖ್ಯ ಆಯುಕ್ತ ಕರ್ನಲ್ ಫ್ರೇಜರ್ ಅವರಿಗೆ ಪತ್ರಗಳನ್ನು ಕಳುಹಿಸಿದ್ದಾರೆ. ಮಹಾರಾಣಿಯವರ ಮಾತುಗಳನ್ನು ಸ್ವಲ್ಪಮಟ್ಟಿಗೆ ಪರಿಗಣಿಸಲು ನಾನು ಅವರ ಪತ್ರವನ್ನು ಕರ್ನಲ್ ಫ್ರೇಜರ್ ಅವರಿಗೆ ತಲುಪಿಸಿದೆ, ಆದರೆ ಆ ಸಮಯದಲ್ಲಿ 'ಝಾನ್ಸಿ' ಅತೃಪ್ತಿಕರ ಪದವಾಯಿತು. ಆದ್ದರಿಂದ, ಆಕೆಯನ್ನು ಕನಿಷ್ಠ ವಿಚಾರಣೆಗೆ ಒಳಪಡಿಸದೆ ತಪ್ಪಿತಸ್ಥರೆಂದು ಘೋಷಿಸಲಾಯಿತು."

ಕೆಲವು ವ್ಯತಿರಿಕ್ತ ಸಂಗತಿಗಳು

ಮಹಾರಾಣಿ ಬ್ರಿಟಿಷರ ವಿರುದ್ಧ ಯಾವುದೇ ದ್ವೇಷವನ್ನು ಹೊಂದಿಲ್ಲ ಎಂದು ಪರಸ್ನೀರ್ ನಂಬುತ್ತಾರೆ. 1857ರ ದಂಗೆಯ ಸಂದರ್ಭದಲ್ಲಿ ಅವರು ಅವರಿಗೆ ಸಂಪೂರ್ಣವಾಗಿ ಸಹಾಯ ಮಾಡಿದರು. ಈ ಅಭಿಪ್ರಾಯವನ್ನು

ಪೂರ್ವಭಾವಿ ಪುಟಗಳಲ್ಲಿ ಹಲವು ಬಾರಿ ಚರ್ಚಿಸಲಾಗಿದೆ. ಆದರೆ ಮಹಾರಾಣಿಯ ಇನ್ನೊಬ್ಬ ಜೀವನಚರಿತ್ರೆಕಾರರಾದ ಶ್ರೀ ಶಾಂತಿ ನಾರಾಯಣ್ ಅವರು ತಮ್ಮ ಪುಸ್ತಕ *ಮಹಾರಾಣಿ ಝಾನ್ಸಿ* ಯಲ್ಲಿ ಇದಕ್ಕೆ ವಿರುದ್ಧವಾದ ಸಂಗತಿಯೊಂದಿಗೆ ಹೊರಬಂದಿದ್ದಾರೆ. ಭವಿಷ್ಯದ ಯಾವುದೇ ತೊಂದರೆಗಳನ್ನು ಎದುರಿಸಲು ಮಹಾರಾಣಿ ಈ ಅವಧಿಯಲ್ಲಿ ಶಸ್ತ್ರಾಸ್ತ್ರ ಕಾರ್ಖಾನೆಯನ್ನು ಸ್ಥಾಪಿಸಿದರು ಎಂದು ಅವರು ಬರೆದಿದ್ದಾರೆ. ಅವರ ಸ್ವಂತ ಮಾತುಗಳಲ್ಲಿ:

"ಪ್ರದೇಶದ ಅಭಿವೃದ್ಧಿಗಾಗಿ ಅವರು ವಿವಿಧ ಸ್ಥಳಗಳಲ್ಲಿ ಕಾರ್ಖಾನೆಗಳನ್ನು ಸ್ಥಾಪಿಸಿದರು. ವಿವಿಧ ರೀತಿಯ ಉತ್ಪನ್ನಗಳನ್ನು ಅವುಗಳಲ್ಲಿ ತಯಾರಿಸಲಾಯಿತು ಮತ್ತು ತನ್ನ ಸಶಸ್ತ್ರ ಶಕ್ತಿಯನ್ನು ಬಲಪಡಿಸಲು ಅವರು ಶಸ್ತ್ರಾಸ್ತ್ರ ಮತ್ತು ಮದ್ದುಗುಂಡುಗಳನ್ನು ತಯಾರಿಸುವ ಕಾರ್ಖಾನೆಯನ್ನು ಸ್ಥಾಪಿಸಿದರು ಮತ್ತು ಅದರ ಬಗ್ಗೆ ಉತ್ತಮ ಗಮನ ಹರಿಸಿದರು, ಇದರಿಂದಾಗಿ ತುರ್ತು ಪರಿಸ್ಥಿತಿಯಲ್ಲಿ ಅವರು ಇತರರ ಕರುಣೆಯನ್ನು ಅವಲಂಬಿಸಲಿಲ್ಲ."

ಲೇಖಕರು ಈ ಸತ್ಯದ ಮೂಲವನ್ನು ಬಹಿರಂಗಪಡಿಸದಿದ್ದರೂ, ಅದು ನಿಜವಾಗಿದ್ದರೂ ಸಹ ಅದು ಉತ್ತರಿಸಲಾಗದ ಅನೇಕ ಪ್ರಶ್ನೆಗಳನ್ನು ಬಿಡುತ್ತದೆ. ಮಹಾರಾಣಿ ಲಕ್ಷ್ಮೀಬಾಯಿಯವರ ಮೇಲೆ ತಿಳಿಸಲಾದ ಸಹಾನುಭೂತಿಯು ಅವರ ಚತುರ ರಾಜಕೀಯದ ಸೂಚನೆಯೇ? ಅವರು ಈಗಾಗಲೇ ಈ ಕ್ರಾಂತಿಯ ನಾಯಕರೊಂದಿಗೆ ಸಂಪರ್ಕದಲ್ಲಿದ್ದಾರೆಯೇ? ಅವರು ಈ ಶಸ್ತ್ರಾಸ್ತ್ರ ಕಾರ್ಖಾನೆಯನ್ನು ಏಕೆ ಸ್ಥಾಪಿಸಿದರು? ವಿಶೇಷವಾಗಿ ಅವಳು ನಟನಾ ನಿರ್ವಾಹಕರಾಗಿ ಮಾತ್ರ ತನ್ನನ್ನು ಒಪ್ಪಿಕೊಂಡಾಗ? ಅವಳು ನಿಜವಾಗಿಯೂ ತನ್ನ ಝಾನ್ಸಿಯ ಮೇಲಿನ ಪ್ರೀತಿಯನ್ನು ತೊರೆದಿದ್ದರೆ, ಬ್ರಿಟಿಷರು ಅವಳನ್ನು ತಪ್ಪಿತಸ್ಥಳೆಂದು ಪರಿಗಣಿಸುವ ಮೂರ್ಖತನವನ್ನು ಏಕೆ ಮಾಡಿದರು? ಈ ಪ್ರಶ್ನೆಗಳಿಗೆ ನಾವು ಉತ್ತರಗಳನ್ನು ಓದುಗರ ಊಹೆಗೆ ಬಿಡುತ್ತೇವೆ. ಹೌದು, ಲಿಖಿತ ಇತಿಹಾಸವು ಅದರ ಸಂಪೂರ್ಣತೆಯಲ್ಲಿ ಸರಿಯಾಗಿರುವುದು ಅನಿವಾರ್ಯವಲ್ಲ ಎಂಬುದನ್ನು ನಾವು ಮರೆಯಬಾರದು. ಇಂದು ರಾಜಕೀಯವೂ ಇದೆ. ರಾಜಕೀಯದಲ್ಲಿ ಆಸಕ್ತಿ ಹೊಂದಿರುವ ಜನರು ಮತ್ತು ವಿದ್ಯಾರ್ಥಿಗಳು ಈ ಸತ್ಯವನ್ನು ತಿಳಿದಿದ್ದಾರೆ.

ಈ ಎಲ್ಲ ವಿಷಯಗಳನ್ನು ಗಣನೆಗೆ ತೆಗೆದುಕೊಂಡು, ಮಹಾರಾಣಿ ಲಕ್ಷ್ಮೀಬಾಯಿಯನ್ನು 1857ರ ಸ್ವಾತಂತ್ರ್ಯ ಹೋರಾಟದೊಂದಿಗೆ ಮೊದಲಿನಿಂದಲೂ ಸಂಪರ್ಕದಲ್ಲಿರಿಸಿಕೊಳ್ಳುವವರ ಅಭಿಪ್ರಾಯವೂ ಸರಿಯಾಗಿದೆ. ಈ ಹೋರಾಟದ ಮುಖ್ಯ ಕಮಾಂಡರ್ ಗಳಲ್ಲಿ ನಾನಾ ಸಾಹೇಬ್ ಅತ್ಯುತ್ತಮರು ಮತ್ತು ಲಕ್ಷ್ಮೀಬಾಯಿ ಅವರ ಸ್ವೀಕೃತ ಸಹೋದರಿ ಎಂಬುದನ್ನು ನಾವು ಮರೆಯಬಾರದು. ಅವರು ತಮ್ಮ ಬಾಲ್ಯವನ್ನು ಒಟ್ಟಿಗೆ ಕಳೆದರು. ನಂತರ ಅವರು ಪದಚ್ಯುತಗೊಂಡ ಎಲ್ಲ ಆಡಳಿತಗಾರರನ್ನು ಸಂಪರ್ಕಿಸುತ್ತಿರುವಾಗ ಅವರು ಮಹಾರಾಣಿ ಲಕ್ಷ್ಮೀಬಾಯಿಯನ್ನು ತೊರೆದರು ಎಂದು ಹೇಗೆ ಭಾವಿಸಬಹುದು? ಬ್ರಿಟಿಷರು ತನ್ನ ಮೇಲೆ ಹೇರಿದ ಅವಮಾನಗಳನ್ನು ಮಹಾರಾಣಿ ಲಕ್ಷ್ಮೀಬಾಯಿ ಅಷ್ಟು ಬೇಗ ಮರೆಯುತ್ತಾರೆಯೇ? ಇವೆಲ್ಲವನ್ನೂ ಪರಿಗಣಿಸುವಾಗ, ಪ್ಯಾರಾಸ್ನೆಸ್ ನ ಈ ಕೆಳಗಿನ ಪದಗಳ ಸತ್ಯಾಸತ್ಯತೆಯು ಅನುಮಾನಾಸ್ಪದವಾಗಿ ತೋರುತ್ತದೆ:

"ನಾವು ಯೋಚಿಸದೆ ಮತ್ತು ಆ ಕಾಲದ ಬ್ರಿಟಿಷ್ ಅಧಿಕಾರಿಗಳಿಂದ ಯಾವುದೇ ಪ್ರತಿಕ್ರಿಯೆಯನ್ನು ಪಡೆಯದೆ, ಬ್ರಿಟಿಷ್ ಸರ್ಕಾರದೊಂದಿಗೆ ಉತ್ತಮ ಸೌಹಾರ್ದಯುತ ಸಂಬಂಧವನ್ನು ಹೊಂದಲು ಯಾವಾಗಲೂ ಪ್ರಯತ್ನಿಸಿದ ಹಿಂದೂ ರಾಜಮನೆತನದ ಅದೃಷ್ಟಹೀನ ಮಹಿಳೆಯನ್ನು ಕ್ರೂರ ಕೊಲೆಗಾರರು ಮತ್ತು ಬಂಡುಕೋರರ ವಿಭಾಗದಲ್ಲಿ ಇರಿಸಿರುವುದು ನಮ್ಮ ದುರದೃಷ್ಟಕರ. ಈ ಭ್ರಾಂತಿಯ ಅನುಮಾನದಿಂದ ಬಳಲುತ್ತಿದ್ದ ಬ್ರಿಟಿಷರು ನಿರಪರಾಧಿ ಲಕ್ಷ್ಮೀಬಾಯಿಯೊಂದಿಗೆ ಮಾರಣಾಂತಿಕ ಯುದ್ಧ ಮಾಡಲು ನಿರ್ಧರಿಸಿದರು. ಮಹಾರಾಣಿ ಲಕ್ಷ್ಮೀಬಾಯಿ ಬ್ರಿಟಿಷರನ್ನು ವಿರೋಧಿಸಲಿಲ್ಲ ಎಂದು ನಾವು ಪರಿಗಣಿಸಿದಾಗ, ಇದಕ್ಕೆ ವಿರುದ್ಧವಾಗಿ ಅವರು ಬ್ರಿಟಿಷರಿಗಾಗಿ ಮತ್ತು ಅವರ ಆದೇಶಗಳೊಂದಿಗೆ ಝಾನ್ಸಿ ರಾಜ್ಯವನ್ನು ನಿರ್ವಹಿಸುತ್ತಿದ್ದರು ಮತ್ತು ಅವರು ಈ ಸಂಗತಿಯನ್ನು ಕಾಲಕಾಲಕ್ಕೆ ಪತ್ರಗಳ ಮೂಲಕ ಬ್ರಿಟಿಷರಿಗೆ ನಿಯಮಿತವಾಗಿ ತಿಳಿಸುತ್ತಿದ್ದರು. ಆಗಲೂ ಅವರ ಅಭಿಮಾನವು ಫಲ ನೀಡಲಿಲ್ಲ ಮತ್ತು ಬ್ರಿಟಿಷ್ ಸರ್ಕಾರವು ಅವರ ನೀತಿನಿಷ್ಠೆ ಮತ್ತು ಪ್ರಾಮಾಣಿಕ ನಡವಳಿಕೆಯನ್ನು ಅರ್ಥಮಾಡಿಕೊಳ್ಳಲು ಸಾಧ್ಯವಾಗಲಿಲ್ಲ ಮತ್ತು ಅಂತಿಮವಾಗಿ ಬ್ರಿಟಿಷರು ಅವಳೊಂದಿಗೆ ಹೋರಾಡಬೇಕಾಯಿತು. ಆಗ ಮಾತ್ರ ಅದೃಷ್ಟದ ಮಾರ್ಗಗಳು ವಿಚಿತ್ರವಾಗಿವೆ, ಅನಿವಾರ್ಯ ಘಟನೆಗಳನ್ನು ತಪ್ಪಿಸಲು ಸಾಧ್ಯವಿಲ್ಲ ಎಂದು ಹೇಳಬಹುದು.

ಸದಾಶಿವ ರಾವ್ ನಾರಾಯಣ್ ಅವರೊಂದಿಗೆ ಯುದ್ಧ

ಈಗ ಝಾನ್ಸಿ, ಮಹಾರಾಣಿ ಲಕ್ಷ್ಮೀಬಾಯಿಯ ನಿಯಂತ್ರಣದಲ್ಲಿತ್ತು. ಅವರು ಕೆಲವು ಸೈನ್ಯವನ್ನು ಸಹ ಸಂಘಟಿಸಿದ್ದರು. ಗಂಗಾಧರ ರಾವ್ ನಿಧನರಾದಾಗ ಮತ್ತು ಮಹಾರಾಣಿ ತನ್ನ ದತ್ತುಪುತ್ರನನ್ನು ಗುರುತಿಸಲು ಪ್ರಯತ್ನಿಸುತ್ತಿದ್ದಾಗ, ಆ ಸಮಯದಲ್ಲಿ ಸದಾಶಿವ ರಾವ್ ನಾರಾಯಣ್ ಅವರು ಝಾನ್ಸಿಯ ಸಿಂಹಾಸನಕ್ಕೆ ತಮ್ಮ ಹಕ್ಕನ್ನು ಸಲ್ಲಿಸಿದ್ದರು ಮತ್ತು ಮಾಲ್ಕೊಮ್ ಅವರ ಹಕ್ಕನ್ನು ಶಿಫಾರಸು ಮಾಡಿದ್ದರು. ಗಂಗಾಧರ ರಾವ್ ಅವರ ಮರಣದ ನಂತರದ ಘಟನೆಗಳ ಹಿನ್ನೆಲೆಯಲ್ಲಿ ಇದನ್ನು ಚರ್ಚಿಸಲಾಯಿತು. ಅದೇ ಸದಾಶಿವ ರಾವ್ ನಾರಾಯಣ್, ಝಾನ್ಸಿಯನ್ನು ವಶಪಡಿಸಿಕೊಳ್ಳಲು ಇದು ಅತ್ಯಂತ ಸೂಕ್ತ ಸಮಯ ಎಂದು ಭಾವಿಸಿ, 1857 ರ ಜೂನ್ 13 ರಂದು ಝಾನ್ಸಿಯಿಂದ 21 ಕಿಲೋಮೀಟರ್ ದೂರದಲ್ಲಿರುವ ಕರೇರಾದ ಕೋಟೆಯ ಮೇಲೆ ದಾಳಿ ಮಾಡಿದರು. ಈ ದಾಳಿಯಲ್ಲಿ ಅವರು ಯಶಸ್ವಿಯಾದರು. ಅವರು ಬ್ರಿಟಿಷರ *ತಾನೇದಾರ್* ಮತ್ತು *ತಹಶೀಲ್ದಾರ್* ಅವರನ್ನು ಓಡಿಸಿ ಕೋಟೆಯನ್ನು ವಶಪಡಿಸಿಕೊಂಡರು. ಅದರ ನಂತರ ಅವರು ಪಕ್ಕದ ಪ್ರದೇಶಗಳ ಜನರಿಂದ ಬಲವಂತವಾಗಿ ಹಣವನ್ನು ಸಂಗ್ರಹಿಸಿದರು ಮತ್ತು ಸ್ವತಃ 'ಮಹಾರಾಜ್ ಸದಾಶಿವ ರಾವ್ ನಾರಾಯಣ್' ಎಂದು ಪಟ್ಟಾಭಿಷೇಕ ಮಾಡಿಕೊಂಡರು. ಇದರೊಂದಿಗೆ ಅವರು ಝಾನ್ಸಿ ರಾಜ್ಯದ ನಿಜವಾದ ಉತ್ತರಾಧಿಕಾರಿಯಾಗಿ ಮತ್ತೆ ತಮ್ಮನ್ನು ತಾವು ಪ್ರತಿಪಾದಿಸಲು ಪ್ರಾರಂಭಿಸಿದರು. ಈ ಕುರಿತು ಅವರು ಗೆಜೆಟ್ ಅನ್ನು ಪಡೆದರು ಮತ್ತು ಅದನ್ನು ಸುತ್ತಮುತ್ತಲಿನ ಎಲ್ಲ ಗ್ರಾಮಗಳಲ್ಲಿ ಪ್ರಚಾರ ಮಾಡಿದರು. ಇದಕ್ಕಾಗಿ ಅವರು ತಮ್ಮ ಆದೇಶವನ್ನು ರಾಜ್ ಪುರದ ಗುಲಾಮ್ ಹುಸೇನ್ ಗೆ ಕಳುಹಿಸಿದರು. "ನಾವು ನಿಮ್ಮನ್ನು ರಾಜ್ ಪುರದ ತಾನೇದಾರರನ್ನಾಗಿ ನೇಮಿಸುತ್ತೇವೆ ಮತ್ತು ಮಹಾರಾಜ್ ಸದಾಶಿವ ರಾವ್ ನಾರಾಯಣ್ ಅವರು ಝಾನ್ಸಿಯ ರಾಜ ಸಿಂಹಾಸನವನ್ನು ಏರಿದ್ದಾರೆ ಎಂದು ಎಲ್ಲಾ ಹಳ್ಳಿಗಳಲ್ಲಿ ಪ್ರಚಾರ ಮಾಡಲು ನಿಮಗೆ ಆದೇಶಿಸುತ್ತೇವೆ." ಆದರೆ ಗುಲಾಮ್ ಹುಸೇನ್ ಆ

ಆದೇಶವನ್ನು ಪಾಲಿಸಲು ನಿರಾಕರಿಸಿದಾಗ, ಅವರು (ಸದಾಶಿವ ರಾವ್) ಮತ್ತೆ "ಗುಲಾಮ್ ಹುಸೇನ್ ಅವರನ್ನು ಅವರ ಹುದ್ದೆಯಿಂದ ತೆಗೆದುಹಾಕಲಾಗಿದೆ ಮತ್ತು ಅವರ ಆಸ್ತಿಯನ್ನು ವಶಪಡಿಸಿಕೊಳ್ಳಲು ಆದೇಶಿಸಲಾಗಿದೆ" ಎಂದು ಆದೇಶಿಸಿದರು.

ಅವನ ಇಂತಹ ದೌರ್ಜನ್ಯಗಳಿಂದಾಗಿ ಅವನ ಸುತ್ತಮುತ್ತಲಿನ ಜನರು ತುಂಬಾ ಅಸಮಾಧಾನಗೊಂಡರು. ಈ ಸುದ್ದಿ ಮಹಾರಾಣಿ ಲಕ್ಷ್ಮೀಬಾಯಿಗೆ ತಲುಪಿದಾಗ, ಅವರು ಸೈನ್ಯವನ್ನು ತೆಗೆದುಕೊಂಡು ಕರೇರಾದ ಮೇಲೆ ಹಲ್ಲೆ ನಡೆಸಿದರು. ಸದಾಶಿವ ರಾವ್ ನಾರಾಯಣ್ ಅವರನ್ನು ಎದುರಿಸಲು ಸಾಧ್ಯವಾಗಲಿಲ್ಲ ಮತ್ತು ಅವರ ಹಿಮ್ಮಡಿಗೆ ಕರೆದೊಯ್ದರು. ಅವರು ನರ್ವಾರ್ ತಲುಪಿ ತಮ್ಮ ಜೀವವನ್ನು ಉಳಿಸಿಕೊಂಡರು. ಅಲ್ಲಿ ಅವರು ಮರು ಸಂಘಟಿಸಲು ಮತ್ತು ತಮ್ಮ ಶಕ್ತಿಯನ್ನು ಹೆಚ್ಚಿಸಲು ಪ್ರಾರಂಭಿಸಿದರು ಮತ್ತು ಕೆಲವು ದಿನಗಳ ನಂತರ ಅವರು ನರ್ವಾರ್ (ಗ್ವಾಲಿಯರ್ ರಾಜ್ಯ) ಪಕ್ಕದ ಝಾನ್ಸಿ ಪ್ರದೇಶದ ಮೇಲೆ ದಾಳಿ ಮಾಡಿದರು ಮತ್ತು ಲೂಟಿಯಲ್ಲಿ ತೊಡಗಿದರು. ಆದ್ದರಿಂದ, ರಾಣಿಯ ಸೈನ್ಯವು ಅವನನ್ನು ಮತ್ತೆ ಎದುರಿಸಿತು. ಈ ಬಾರಿ ಅವನನ್ನು ಹಿಡಿಯಲಾಯಿತು. ಬಂಧನದ ನಂತರ, ಅವರನ್ನು ಖೈದಿಗಳನ್ನಾಗಿ ಮಾಡಿ ಝಾನ್ಸಿ ಕೋಟೆಯಲ್ಲಿ ಇರಿಸಲಾಯಿತು.

ನಾಥೆ ಖಾನ್ ಅವರನ್ನು ಎದುರಿಸುವುದು

ಬ್ರಿಟಿಷರು ಇಲ್ಲದೆ ಝಾನ್ಸಿಯನ್ನು ನೋಡಿದ ಮತ್ತು ಮಹಾರಾಣಿ ಲಕ್ಷ್ಮೀಬಾಯಿಯನ್ನು ದುರ್ಬಲ ಮಹಿಳೆ ಎಂದು ಪರಿಗಣಿಸಿದ ಓರ್ಚಾದ ದಂಗೆಕೋರ ದಿವಾನ್ ನಾಥೇ ಖಾನ್, ಈ ಸಮಯದಲ್ಲಿ ಝಾನ್ಸಿಯನ್ನು ಸೆರೆಹಿಡಿಯುವುದು ಉತ್ತಮ ಅವಕಾಶ ಎಂದು ಭಾವಿಸಿದರು. ಸದಾಶಿವ ರಾವ್ ನಾರಾಯಣ್ ಅವರಿಗೆ ಹೋಲಿಸಿದರೆ, ಅವರು ರಾಜಕೀಯದಲ್ಲಿ ಹೆಚ್ಚು ಅನುಭವಿ ಮತ್ತು ಪ್ರಬಲ ಶತ್ರುವಾಗಿದ್ದರು. ನಾಥೆ ಖಾನ್ ತನ್ನ ಇಪ್ಪತ್ತು ಸಾವಿರ ಸೈನ್ಯದೊಂದಿಗೆ ಝಾನ್ಸಿಯ ಮೇಲೆ ಹಲ್ಲೆ ಮಾಡಿದಾಗ ಮಹಾರಾಣಿ ಹಿಂದಿನ ಯುದ್ಧದಿಂದ ತನ್ನನ್ನು ತಾನು ಮುಕ್ತಗೊಳಿಸಿಕೊಂಡಿರಲಿಲ್ಲ. ಅವನನ್ನು ಎದುರಿಸುವುದು ಸುಲಭವಲ್ಲ. ಆದ್ದರಿಂದ, ಮಹಾರಾಣಿ ಮಧ್ಯ ಭಾರತದ ಪೊಲಿಟಿಕಲ್ ಏಜೆಂಟರಿಂದ ಸಹಾಯ ಪಡೆಯುವುದು ಸೂಕ್ತವೆಂದು ಭಾವಿಸಿದರು ಮತ್ತು ವೈಯಕ್ತಿಕ ಮೆಸೆಂಜರ್ ಮೂಲಕ ಅವರಿಗೆ ಸಂದೇಶವನ್ನು ರವಾನಿಸಿದರು. ನಾಥೇ ಖಾನ್ ಇದನ್ನು ತಿಳಿದುಕೊಂಡರು, ಮೆಸೆಂಜರ್ ದಾರಿಯಲ್ಲಿ ಕೊಲ್ಲಲ್ಪಟ್ಟರು. ಆದ್ದರಿಂದ, ಮಹಾರಾಣಿಗೆ ಅಲ್ಲಿಂದ ಸಹಾಯ ಪಡೆಯಲು ಸಾಧ್ಯವಾಗಲಿಲ್ಲ. ಇದು ಮಹಾರಾಣಿಯ ಮುಂದೆ ಬಹಳ ದೊಡ್ಡ ಸಮಸ್ಯೆಯನ್ನು ಸೃಷ್ಟಿಸಿತು, ಆದರೆ ಅವಳು ಹೃದಯ ಕಳೆದುಕೊಳ್ಳಲಿಲ್ಲ ಮತ್ತು ಸ್ವತಃ ಝಾನ್ಸಿಯ ರಕ್ಷಣೆಗೆ ಪ್ರಯತ್ನಿಸಿದಳು. ಮತ್ತೊಂದೆಡೆ, ಹೋರಾಟವಿಲ್ಲದೆ ಯಶಸ್ಸಿಗಿಂತ ಉತ್ತಮವಾದುದು ಯಾವುದು ಎಂದು ನಾಥೇ ಖಾನ್ ಯೋಚಿಸಿದರು. ಆದ್ದರಿಂದ ಅವರು ಮಹಾರಾಣಿಗೆ ಸಂದೇಶವನ್ನು ಕಳುಹಿಸಿದರು, "ನೀವು ಝಾನ್ಸಿ ಮತ್ತು ಅದರ ಕೋಟೆಯನ್ನು ನಮಗೆ ಹಸ್ತಾಂತರಿಸಿರಿ. ಬ್ರಿಟಿಷರು ಪಾಲಿಸಿದಂತೆ ನಾವು ನಿಮ್ಮನ್ನು ಗೌರವಿಸುವುದನ್ನು ಮುಂದುವರಿಸುತ್ತೇವೆ."

ಮಹಾರಾಣಿ ನಾಥೆ ಖಾನ್ ಅವರ ಪ್ರಸ್ತಾಪವನ್ನು ಸ್ವೀಕರಿಸಲಿಲ್ಲ ಮತ್ತು ಪರಿಸ್ಥಿತಿಯನ್ನು ಹೇಗೆ ಎದುರಿಸಬೇಕೆಂದು ತನ್ನ ಅಧಿಕಾರಿಗಳೊಂದಿಗೆ ಚರ್ಚಿಸಿದರು. ಆ ಸಮಯದಲ್ಲಿ ಝಾನ್ಸಿಯ ಬಳಿ ಸಂಪನ್ಮೂಲಗಳ ಕೊರತೆಯಿತ್ತು, ಆದರೆ ನಾಥೆ ಖಾನ್ ಅವರಿಗೆ ಸಂಪನ್ಮೂಲಗಳಿದ್ದವು. ಇದೆಲ್ಲವನ್ನೂ ಪರಿಗಣಿಸಿ, ಕೆಲವು ಅಧಿಕಾರಿಗಳು ನಾಥೇ ಖಾನ್ ಅವರ ಪ್ರಸ್ತಾಪವನ್ನು ಒಪ್ಪಿಕೊಳ್ಳಬೇಕು ಎಂದು ಸಲಹೆ ನೀಡಿದರು. ಇಂತಹ ಭಯಾನಕ ಸಲಹೆಗಳನ್ನು ಕೇಳಿ ಮಹಾರಾಣಿ ತುಂಬಾ ನಿರಾಶೆಗೊಂಡರು. ಕೋಪಗೊಂಡ ಅವರು, "ನಿಮ್ಮ ಮಾನವ ಜೀವನದ ಮೇಲೆ ಕಣ್ಣಿಡಿ. ನಾನು ಮಹಿಳೆಯಾಗಿದ್ದರೂ, ತಾಳ್ಮೆ ಮತ್ತು ಧೈರ್ಯದಿಂದ ನನ್ನ ಕರ್ತವ್ಯವನ್ನು ನಿರ್ವಹಿಸಲು ಪ್ರಯತ್ನಿಸುತ್ತಿದ್ದೇನೆ. ಮತ್ತೊಂದೆಡೆ, ನೀವು ಮನುಷ್ಯರಾಗಿದ್ದರೂ ಅಂತಹ ಹೇಡಿಗಳ ಮಾತುಗಳಿಂದ ಹೊರಬರುತ್ತಿದ್ದೀರಿ. ಈ ಅಕಾಲಿಕ ಜಗತ್ತಿನಲ್ಲಿ ಎಲ್ಲರೂ ಒಂದು ದಿನ ಸಾಯಲೇಬೇಕು. ನಮ್ಮ ಕರ್ತವ್ಯದ ಕಾರ್ಯಕ್ಷಮತೆ ಮತ್ತು ರಾಜ್ಯದ ಸೇವೆಯಲ್ಲಿ ನಾವು ನಮ್ಮ ಜೀವನವನ್ನು ತ್ಯಜಿಸಿದರೆ, ಈ ಜಗತ್ತಿನಲ್ಲಿ ಮತ್ತು ಇತರ ಜಗತ್ತಿನಲ್ಲಿ ನಾವು ಹೊಗಳಲ್ಪಡಬೇಕಲ್ಲವೇ? ನಾನು ಎಂದಿಗೂ ಯುದ್ಧದ ವಿರುದ್ಧ ಮುಖ ತಿರುಗಿಸಲು ಬಯಸುವುದಿಲ್ಲ."

ಮಹಾರಾಣಿಯ ಅನೇಕ ಅಧಿಕಾರಿಗಳು ಓರ್ಚಾ ರಾಜ್ಯಕ್ಕೆ ಸೇರಿದವರಾಗಿದ್ದರು. ಅವರಲ್ಲಿ ಕೆಲವರು ನಾಥೆ ಖಾನ್ ಅವರೊಂದಿಗೆ ಒಪ್ಪಂದದಲ್ಲಿದ್ದರು ಎಂದು ಹೇಳಲಾಗಿದೆ. ನಾಥೆ ಖಾನ್ ಅವರ ಪ್ರಸ್ತಾವನೆಯನ್ನು ಒಪ್ಪಿಕೊಳ್ಳುವಂತೆ ಈ ಅಧಿಕಾರಿಗಳು ಮಹಾರಾಣಿಗೆ ಸಲಹೆ ನೀಡಿದ್ದರು. ಆದರೆ ಮಹಾರಾಣಿ ಅವರ ಪ್ರಸ್ತಾಪವನ್ನು ತಿರಸ್ಕರಿಸಿದರು. ಇದರ ನಂತರ ಅವರು ನಾಥೆ ಖಾನ್ ಅವರ ಪ್ರಸ್ತಾಪಕ್ಕೆ ಸಂಬಂಧಿಸಿದಂತೆ ಪತ್ರವೊಂದನ್ನು ಬರೆದರು. ಆ ಪತ್ರದಿಂದ ಈ ಕೆಳಗಿನ ಪದಗಳನ್ನು ಉಲ್ಲೇಖಿಸಬಹುದು:

"ನಾನು ಕೆಚ್ಚೆದೆಯ ಶಿವ ರಾವ್ ಭಾವ್ ಅವರ ಕೆಚ್ಚೆದೆಯ ರಾಜವಂಶದ ಪ್ರತಿನಿಧಿಯಾಗಿದ್ದೇನೆ ಮತ್ತು ಮಹಾರಾಜ ಗಂಗಾಧರ್ ರಾವ್ ಅವರ ಪತ್ನಿ. ಆದ್ದರಿಂದ, ಹೆಮ್ಮೆಯ ಶತ್ರುವನ್ನು ಧೂಳಿನಿಂದ ಕಚ್ಚುವುದು ಹೇಗೆ ಎಂದು ನನಗೆ ಚೆನ್ನಾಗಿ ತಿಳಿದಿದೆ."

ಈ ಪತ್ರವನ್ನು ಸ್ವೀಕರಿಸಿದ ನಾಥೆ ಖಾನ್ ಕೋಪದಿಂದ ಉರಿದು, ಝಾನ್ಸಿಯ ಕೋಟೆಯ ಮೇಲೆ ದಾಳಿ ಮಾಡಲು ತನ್ನ ಸೈನಿಕರಿಗೆ ಆದೇಶಿಸಿದನು. ಈ ಪ್ರತಿಕ್ರಿಯೆಯನ್ನು ಮಹಾರಾಣಿ ಈಗಾಗಲೇ ತಿಳಿದಿದ್ದರು. ಆದ್ದರಿಂದ, ಈ ಪತ್ರವನ್ನು ನಾಥೆ ಖಾನ್ ಅವರಿಗೆ ಬರೆದ ನಂತರ, ಅವರು ತಮ್ಮ ವಿಶ್ವಾಸಾರ್ಹ ಅಧಿಕಾರಿಗಳು ಮತ್ತು ಝಾನ್ಸಿ ರಾಜ್ಯದ ದೊಡ್ಡ ಜಾಗೀರ್ ದಾರುಗಳ ಸಭೆಯನ್ನು ಕರೆದರು. ಆಹ್ವಾನಿತರಲ್ಲಿ ಓರ್ಚಾ ರಾಜನ ಅಳಿಯ ದಿವಾನ್ ದಿಲೀಪ್ ಸಿಂಗ್, ಅವರ ಸ್ನೇಹಿತ ದಿವಾನ್ ರಘುನಾಥ್ ಸಿಂಗ್, ಕಾಂತಿಲಾ ಮೂಲದ ಝಾನ್ಸಿ ರಾಜ್ಯದ ದಿವಾನ್ ಜವಾಹರ್ ಸಿಂಗ್ ಸೇರಿದ್ದಾರೆ. ಸಭೆಯಲ್ಲಿ ಅವರನ್ನು ಉದ್ದೇಶಿಸಿ ಮಾತನಾಡಿದ ರಾಣಿ, "ನೀವು ಓರ್ಚಾ ರಾಜನ ಸಂಬಂಧಿಕರು ಮತ್ತು ಝಾನ್ಸಿ ರಾಜ್ಯದ ಸಿಂಹಾಸನದ ಸೇವಕರು. ಈ ನಿರ್ಣಾಯಕ ಸಮಯದಲ್ಲಿ ದಯವಿಟ್ಟು ನನಗೆ ಸಹಾಯ ಮಾಡಿ. ನಾನು ನನ್ನ ಜೀವನವನ್ನು ಕೊನೆಗೊಳಿಸುತ್ತೇನೆ ಎಂದು

ಝಾನ್ಸಿಯ ರಾಣಿ 77

ನಿರ್ಧರಿಸಿದ್ದೇನೆ, ಆದರೆ ನನ್ನ ಗೌರವಾನ್ವಿತ ಪತಿಯ ಪವಿತ್ರ ಕುಟುಂಬ ಮತ್ತು ಸಾರ್ವತ್ರಿಕವಾಗಿ ಅಂಗೀಕರಿಸಲ್ಪಟ್ಟ ಅವರ ಪೂರ್ವಜರಾದ ಶಿವ ರಾವ್ ಭಾವು ಅವರನ್ನು ಯಾವುದೇ ರೀತಿಯಲ್ಲಿ ಅವಮಾನಿಸಲು ಅಥವಾ ಕಳಂಕಿತರಾಗಲು ನಾನು ಅನುಮತಿಸುವುದಿಲ್ಲ. ಈಗ, ಈ ವಿಷಯದ ಬಗ್ಗೆ ನೀವು ಏನು ನಿರ್ಧರಿಸುತ್ತೀರಿ? ಜೀವನ ಮತ್ತು ಮರಣದ ಈ ಪ್ರಶ್ನೆಗೆ ನನ್ನನ್ನು ಬೆಂಬಲಿಸಲು ಮತ್ತು ಅಮರ ವೈಭವವನ್ನು ಪಡೆಯಲು ನೀವು ಒಪ್ಪುತ್ತೀರಾ, ಅಥವಾ ..."

ಅಲ್ಲಿ ಹಾಜರಿದ್ದ ಎಲ್ಲ ಜಾಗೀರ್ ದಾರರು ಅವಳನ್ನು ಬೆಂಬಲಿಸಲು ಒಪ್ಪಿಕೊಂಡರು. ಶತ್ರುಗಳನ್ನು ಎದುರಿಸಲು ಅಲ್ಲಿ ಮತ್ತು ಅಲ್ಲಿ ಸಿದ್ಧತೆಗಳು ಪ್ರಾರಂಭವಾದವು. ಕೋಟೆಯ ನಿಯಂತ್ರಣವನ್ನು ತೆಗೆದುಕೊಳ್ಳುವಾಗ, ಬ್ರಿಟಿಷರು ಭಾರಿ ಫಿರಂಗಿ ಬಂದೂಕುಗಳನ್ನು ನೆಲದಲ್ಲಿ ಹೂಳಿದ್ದರು. ಅವುಗಳನ್ನು ಹೊರತೆಗೆಯಲಾಯಿತು ಮತ್ತು ದುರಸ್ತಿ ಮಾಡಲಾಯಿತು. ಕಾರ್ಖಾನೆಯಲ್ಲಿ ಮದ್ದುಗುಂಡುಗಳ ತಯಾರಿಕೆಯನ್ನು ವೇಗಗೊಳಿಸಲಾಯಿತು. ಎಲ್ಲ ಜಾಗೀರ್ *ದಾರರು* ತಮ್ಮ ಸೈನ್ಯದೊಂದಿಗೆ ಅಲ್ಲಿಗೆ ತಲುಪಿದರು. ಮರುದಿನ ಬೆಳಿಗ್ಗೆ ಮಹಾರಾಣಿ ದಿವಾನ್ ಜವಾಹರ್ ಸಿಂಗ್ ಅವರನ್ನು ಸೈನ್ಯದ ಕಮಾಂಡರ್ ಆಗಿ ನೇಮಿಸಿದರು ಮತ್ತು ಅವರ ಕೈಯಲ್ಲಿ ಯುದ್ಧದ ದಾರವನ್ನು ಕಟ್ಟಿದರು ಮತ್ತು ಪುರುಷರ ಉಡುಪಿನಲ್ಲಿ ಕೋಟೆಯ ಮುಖ್ಯ ಕೋಟೆಯನ್ನು ತಲುಪಿದರು. ಕೋಟೆಯ ಮೇಲೆ ಫಿರಂಗಿ ಬಂದೂಕುಗಳನ್ನು ಇರಿಸಲಾಗಿತ್ತು ಮತ್ತು ಪೇಶ್ವೆಗಳ ಪ್ರಾಚೀನ ಧ್ವಜ ಮತ್ತು ಯೂನಿಯನ್ ಜ್ಯಾಕ್ ಅನ್ನು ಬಿಚ್ಚಲಾಯಿತು.

ನಾಥೇ ಖಾನ್ ನ ಸೈನ್ಯವು ಕೋಟೆಯ ಕಡೆಗೆ ಮೆರವಣಿಗೆ ನಡೆಸುತ್ತಿತ್ತು. ಶತ್ರುವಿನ ಸೈನ್ಯವು ಫಿರಂಗಿದಳದ ವ್ಯಾಪ್ತಿಯಲ್ಲಿದೆ ಎಂದು ಮಹಾರಾಣಿ ನೋಡಿದ ಕೂಡಲೇ, ಫಿರಂಗಿದಳದ ಬಂದೂಕುಧಾರಿ ಗುಲಾಮ್ ಗೌಸ್ ಖಾನ್ ಗೆ ಗುಂಡು ಹಾರಿಸುವಂತೆ ಆದೇಶಿಸಿದಳು. ನಾಥೆ ಖಾನ್ ನ ಸೈನ್ಯವು ಫಿರಂಗಿ ಗುಂಡಿನ ದಾಳಿಯನ್ನು ಎದುರಿಸಲು ಸಾಧ್ಯವಾಗಲಿಲ್ಲ ಮತ್ತು ಹಿಂದಕ್ಕೆ ತಿರುಗಿತು. ನಥೆ ಖಾನ್, ರಾತ್ರಿಯ ಸಮಯದಲ್ಲಿ ತನ್ನ ಸೈನ್ಯವನ್ನು ನಾಲ್ಕು ಭಾಗಗಳಾಗಿ ವಿಂಗಡಿಸಿ, ಕೋಟೆಯನ್ನು ಎಲ್ಲಾ ಕಡೆಗಳಲ್ಲೂ ಸುತ್ತುವರಿದನು ಮತ್ತು ಕೋಟೆಯ ಮೇಲೆ ಎಲ್ಲಾ ಕಡೆಗಳಿಂದ ಗುಂಡು ಹಾರಿಸಲು ಪ್ರಾರಂಭಿಸಿದನು. ಇದು ಕೋಟೆಯ ರಾತ್ರಿಯ ಓರ್ಛಾ ಬಾಗಿಲು ತೆರೆಯುವ ಅಪಾಯವನ್ನು ಸೃಷ್ಟಿಸಿತು. ಇದನ್ನು ನೋಡಿದ ಮಹಾರಾಣಿ ತಾನೇ ಅಲ್ಲಿಗೆ ಬಂದು ಸೈನಿಕರನ್ನು ಪ್ರೋತ್ಸಾಹಿಸಲು ಪ್ರಾರಂಭಿಸಿದಳು. ಸೈನಿಕರು ಹೆಚ್ಚಿದ ಉತ್ಸಾಹದಿಂದ ಶತ್ರುಗಳನ್ನು ಎದುರಿಸಲು ಪ್ರಾರಂಭಿಸಿದರು. ಶತ್ರುಗಳ ಪ್ರಭಾವ ಹೆಚ್ಚಾಗುತ್ತಿರುವುದನ್ನು ನೋಡಿ ಮಹಾರಾಣಿಯ ವಿಶ್ವಾಸಾರ್ಹ ವ್ಯಕ್ತಿಯಾದ ಧೈರ್ಯಶಾಲಿ ಲಾಲಾ ಭಾವು ಬಕ್ಷಿ ಅವರು ಕರಾಕ್ ಬಿಜ್ಲಿ ಎಂಬ ನಿರ್ದಿಷ್ಟ ಫಿರಂಗಿ ಬಂದೂಕನ್ನು ಮುಖ್ಯ ಪ್ರಾಬಲ್ಯದ ಮೇಲೆ ಅಳವಡಿಸಿದಳು. ಆ ಬಂದೂಕಿನಿಂದ ಗುಂಡುಗಳನ್ನು ಹಾರಿಸಲಾಯಿತು. ಇದು ಅಪೇಕ್ಷಿತ ಪರಿಣಾಮವನ್ನು ಬೀರಿತು. ಶತ್ರುವಿನ ಒತ್ತಡ ಕಡಿಮೆಯಾಯಿತು. ಸ್ವಲ್ಪ ಸಮಯದವರೆಗೆ ಶತ್ರುವಿನ ಸೈನ್ಯವು ಚದುರಿಹೋಯಿತು ಮತ್ತು ನಾಥೆ ಖಾನ್ ನ ಆದೇಶದ ಹೊರತಾಗಿಯೂ ಕ್ಷೇತ್ರದಲ್ಲಿ ಉಳಿಯಲಿಲ್ಲ. ಆದರೆ ನಂತರ ನಾಥೇ ಖಾನ್ ಅದನ್ನು ಮರು ಸಂಘಟಿಸಿದರು. ಅವನ ಸೈನ್ಯವು ಹೇಗಾದರೂ ಕೆಲವು ದಿನಗಳವರೆಗೆ ಹೋರಾಡುತ್ತಲೇ ಇತ್ತು. ದಿವಾನ್ ರಘುನಾಥ್ ಸಿಂಗ್ ಕೋಟೆಯಿಂದ ಈ ಯುದ್ಧದಲ್ಲಿ ಸೈನ್ಯವನ್ನು

ಮತ್ತೊಂದು ಮುಂಭಾಗದಿಂದ ಮುನ್ನಡೆಸುತ್ತಿದ್ದರು. ಬೆಟ್ಟದ ಮೇಲಿನ ತನ್ನ ಮುಂಭಾಗದ ಸ್ಥಾನದಿಂದ ಅವರು ನಾಥೆ ಖಾನ್ ನ ಸೈನ್ಯಕ್ಕೆ ಭಾರಿ ಹಾನಿಯನ್ನುಂಟುಮಾಡಿದರು. ಕೊನೆಯಲ್ಲಿ ನಾಥೇ ಖಾನ್ ಗೆ ಹೆಚ್ಚು ಹೊತ್ತು ಹಿಡಿದಿಡಲು ಸಾಧ್ಯವಾಗಲಿಲ್ಲ ಮತ್ತು ಹಿಂದಕ್ಕೆ ತಿರುಗಿ, ಸೋಲಿಸಲ್ಪಟ್ಟನು. ಅವನು ತನ್ನ ಯುದ್ಧ ಸಾಮಗ್ರಿಗಳನ್ನು ಹಿಂದೆ ಬಿಡಬೇಕಾಯಿತು. ಆದ್ದರಿಂದ, ಈ ರೀತಿಯಾಗಿ ಮಹಾರಾಣಿಯು ಈ ಯುದ್ಧದಲ್ಲಿ *ವಿಜಯಶ್ರೀ* (ಯಶಸ್ಸು) ಗಳಿಸಿದ್ದಲ್ಲದೆ, ಸಾಕಷ್ಟು ಯುದ್ಧ ಸಾಮಗ್ರಿಗಳನ್ನೂ ಪಡೆದರು.

ಈ ವಿಜಯದ ನಂತರ, ಮಹಾರಾಣಿ ಮತ್ತೆ ಸಭೆ ನಡೆಸಿದರು. ಇದರಲ್ಲಿ ಯುದ್ಧದಲ್ಲಿ ಬೆಂಬಲಿಸಿದ ಜಾಗೀರ್ ದಾರು ಮತ್ತು ಅನುಕರಣೀಯ ಧೈರ್ಯವನ್ನು ಪ್ರದರ್ಶಿಸಿದ ಯೋಧರಿಗೆ ಅನೇಕ ವಿಧಗಳಲ್ಲಿ ಅಮೂಲ್ಯ ಬಹುಮಾನಗಳನ್ನು ನೀಡಲಾಯಿತು. ಮಹಾರಾಣಿ ಲಕ್ಷ್ಮೀಬಾಯಿ ಅವರು ನಾಥೆ ಖಾನ್ ವಿರುದ್ಧ ಸಿದ್ಧಪಡಿಸಿದ ಯಶಸ್ಸಿನ ವಿವರವಾದ ಖಾತೆಯನ್ನು ಪಡೆದರು ಮತ್ತು ಅದನ್ನು ಅಂದಿನ ಬುಂದೇಲ್ ಖಂಡ್ ನ ರಾಜಕೀಯ ಏಜೆಂಟ್ ಹ್ಯಾಮಿಲ್ಟನ್ ಗೆ ಕಳುಹಿಸಿದರು. ಈ ವಿವರವಾದ ಖಾತೆಯನ್ನು ಹ್ಯಾಮಿಲ್ಟನ್ ಗೆ ಸಾಗಿಸುತ್ತಿದ್ದ ವ್ಯಕ್ತಿಯನ್ನು ನಾಥೆ ಖಾನ್ ನ ಜನರು ದಾರಿಯಲ್ಲಿ ತಡೆದು ಕೊಂದರು. ಪರಿಣಾಮವಾಗಿ, ಈ ಖಾತೆಯು ತನ್ನ ಅಪೇಕ್ಷಿತ ತಲುಪಬೇಕಾದ ಸ್ಥಳವನ್ನು ತಲುಪಲಿಲ್ಲ.

ನಾಥೆ ಖಾನ್ ಅವರ ಕೊಳಕು ಯೋಜನೆ

ಮಹಾರಾಣಿ ಲಕ್ಷ್ಮೀಬಾಯಿ ದುರ್ಬಲ ಮಹಿಳೆ ಎಂದು ನಾಥೇ ಖಾನ್ ಭಾವಿಸಿದ್ದರು. ಆದ್ದರಿಂದ, ಝಾನ್ಸಿಯ ಮೇಲೆ ಹಲ್ಲೆ ನಡೆಸಿದರು. ಆದರೆ ಮಹಾರಾಣಿ ತನ್ನ ಬುದ್ಧಿವಂತಿಕೆ ಮತ್ತು ಸಾಮರ್ಥ್ಯದಿಂದ ತನ್ನ ಉದ್ದೇಶಗಳನ್ನು ನೀರೆರೆಯುವಂತೆ ಮಾಡಿದರು. ಇದರಿಂದ ಅವನು ತನ್ನನ್ನು ತಾನೇ ಬಹಳ ಅವಮಾನಿಸಿಕೊಂಡನೆಂದು ಪರಿಗಣಿಸಿಕೊಂಡನು. ಅವನು ತನ್ನ ಕೆಚ್ಚೆದೆಯ ಶತ್ರುವಿನ ಉತ್ತಮ ಗುಣಗಳನ್ನು ಗೌರವಿಸುವ ಅಥವಾ ಯುದ್ಧಭೂಮಿಯಲ್ಲಿ ಮಾತ್ರ ಎದುರಾಳಿ ಪಕ್ಷವನ್ನು ಶತ್ರುವೆಂದು ಪರಿಗಣಿಸಿದಸುವ ಆಕರ್ಷಕ ಸ್ವಭಾವದ ವ್ಯಕ್ತಿಯಾಗಿರಲಿಲ್ಲ. ಅವರು ಮೂಲ ಮನೋಭಾವದ ಅತ್ಯಂತ ಕುತಂತ್ರದ ವ್ಯಕ್ತಿಯಾಗಿದ್ದರು. ಆದ್ದರಿಂದ, ಅವನು ಯುದ್ಧದಲ್ಲಿ ಮಹಾರಾಣಿಗೆ ಸೋತಾಗ, ಅವಳನ್ನು ಬೇರೆ ರೀತಿಯಲ್ಲಿ ಹಾನಿ ಮಾಡುವ ಬಗ್ಗೆ ಯೋಚಿಸಿದನು. ಮಹಾರಾಣಿ ತನ್ನ ವಿರುದ್ಧದ ಯುದ್ಧದಲ್ಲಿ ಯಶಸ್ಸಿನ ಕಾರಣಕ್ಕಾಗಿ ಬುಂದೇಲ್ ಖಂಡ್ ನ ರಾಜಕೀಯ ಏಜೆಂಟರಿಗೆ ಕಳುಹಿಸಿದಾಗ, ಅವನ ಜನರು ಮೆಸೆಂಜರ್ ಅನ್ನು ತಡೆದು ಕೊಂದರು ಎಂದು ಮೇಲೆ ತಿಳಿಸಲಾಗಿದೆ. ಮೆಸೆಂಜರ್ ನಿಂದ ವಶಪಡಿಸಿಕೊಂಡ ಖಾತೆಯನ್ನು ಓದಿದ ನಂತರ, ಅವರು ಕೊಳಕು ಯೋಜನೆಯನ್ನು ರೂಪಿಸಿದರು. ಝಾನ್ಸಿಯಲ್ಲಿ ಬ್ರಿಟಿಷರ ಹತ್ಯಾಕಾಂಡಕ್ಕೆ ಮಹಾರಾಣಿ ಅಪರಾಧಿ ಎಂದು ಅವರು ಭಾವಿಸಿದರು. ಇದು ಆಂಗ್ಲರ ಅಸಮಾಧಾನಕ್ಕೆ ಕಾರಣವಾಯಿತು. ಆದ್ದರಿಂದ, ತನ್ನ ಅವಮಾನಕ್ಕೆ ಪರೋಕ್ಷವಾಗಿ ಪ್ರತೀಕಾರ ತೀರಿಸಿಕೊಳ್ಳಲು ಮಹಾರಾಣಿ ಲಕ್ಷ್ಮೀಬಾಯಿ ಬ್ರಿಟಿಷರ ವಿರುದ್ಧ ದಂಗೆಯೆದ್ದರು ಮತ್ತು ಅವನು (ನಾಥೇ ಖಾನ್) ಅವಳನ್ನು ಹತ್ತಿಕ್ಕಲು ಹೋರಾಡುತ್ತಿದ್ದಾನೆ ಎಂದು ಹ್ಯಾಮಿಲ್ಟನ್ ಗೆ ಪತ್ರ ಬರೆದರು. ಮಹಾರಾಣಿಯ ಪ್ರಚೋದನೆಯ ಮೇರೆಗೆ ಇಂಗ್ಲೀಷರನ್ನು ಹತ್ಯೆ ಮಾಡಲಾಯಿತು.

ನಾಥೆ ಖಾನ್ ಅವರ ಈ ಘೋರ ರಾಜತಾಂತ್ರಿಕ ಯೋಜನೆ ಕೆಲಸ ಮಾಡಿತು. ಬ್ರಿಟಿಷರು ಮಹಾರಾಣಿಯನ್ನು ತಮ್ಮ ಶತ್ರುವಾಗಿ ಪರಿಗಣಿಸಿದರು. ಇದರ ಪರಿಣಾಮವು ಅನಿವಾರ್ಯ ಯುದ್ಧದ ರೂಪದಲ್ಲಿ ಎಲ್ಲರ ಮುಂದೆ ಕಾಣಿಸಿಕೊಂಡಿತು. ಇದನ್ನು ಮುಂದಿನ ಅಧ್ಯಾಯಗಳಲ್ಲಿ ವಿವರಿಸಲಾಗುವುದು. ಈ ವಿಷಯದ ಬಗ್ಗೆ ವಿವರಿಸುತ್ತಾ, ಮಾರ್ಟಿನ್ ಹೀಗೆ ಬರೆದಿದ್ದಾರೆ:

"ಬಂಡುಕೋರರ ಸೈನ್ಯವು ಝಾನ್ಸಿಯಿಂದ ಹೊರಟುಹೋದಾಗ, ಅವರು (ಮಹಾರಾಣಿ ಲಕ್ಷ್ಮೀಬಾಯಿ) ಆ ಪ್ರದೇಶದ ನಿಯಂತ್ರಣವನ್ನು ಪಡೆದರು ಎಂಬುದರಲ್ಲಿ ಸಂದೇಹವಿಲ್ಲ, ಆದರೆ ಆ ಸಮಯದಲ್ಲಿ ದೆಹಲಿ ಮತ್ತು ಡೇಟಿಯಾದ ಆಡಳಿತಗಾರರು ನಮ್ಮ ಬೆಂಬಲದಲ್ಲಿ ಒಂದು ಬೆರಳು ಸಹ ಎತ್ತಲಿಲ್ಲ. ಅವರು ಬಯಸಿದರೆ, ಅವರು ನಮಗೆ ಬಹಳ ಸುಲಭವಾಗಿ ಸಹಾಯ ಮಾಡಬಹುದು, ಏಕೆಂದರೆ ಓರ್ಚಾ ಗಡಿಯು ಕೇವಲ ಒಂದೂವರೆ ಮೈಲಿ ದೂರದಲ್ಲಿದೆ ಮತ್ತು ರಾಜ್ಯದ ಗಡಿಯಿಂದ ಡೇಟಿಯಾ ಆರು ಮೈಲಿ ದೂರದಲ್ಲಿದೆ. ಅವರು ತಮ್ಮ ಗಡಿಯೊಳಗೆ ನಿಂತು ನಮ್ಮ ಸೇನೆಯ ಚಟುವಟಿಕೆಗಳನ್ನು ನೋಡುತ್ತಿದ್ದರು. ಇಬ್ಬರೂ ತಮ್ಮ ಸೈನ್ಯವನ್ನು ಒಟ್ಟುಗೂಡಿಸಿದರು ಮತ್ತು ಲಕ್ಷ್ಮೀಬಾಯಿಯ ಮೇಲೆ ಯುದ್ಧಕ್ಕೆ ಸಿದ್ಧರಿಲ್ಲ ಮತ್ತು ಅವರು ತಮ್ಮ ಸ್ಥಿತಿಯನ್ನು ಸುಲಭವಾಗಿ ಸೆರೆಹಿಡಿಯುತ್ತಾರೆ ಎಂಬ ಊಹೆಯಡಿಯಲ್ಲಿ ಹಲ್ಲೆ ನಡೆಸಿದರು, ಆದರೆ ಈ ಕೆಚ್ಚೆದೆಯ ಮಹಿಳೆ ಅವರಿಗೆ ಪಾಠವನ್ನು ಕಲಿಸಿದರು."

ಬ್ರಿಟೀಷರು ಮಹಾರಾಣಿ ಲಕ್ಷ್ಮೀಬಾಯಿಯನ್ನು ತಮ್ಮ ಶತ್ರುವೆಂದು ತೀರ್ಮಾನಿಸಿದ್ದು ಕೇವಲ ನಾಥೆ ಖಾನ್ನ ಪ್ರಚೋದನೆಯ ಮೇರೆಗೆ ಅಥವಾ ಮಹಾರಾಣಿ ನಿಜವಾಗಿಯೂ ಬ್ರಿಟಿಷರನ್ನು ಭಾರತದಿಂದ ಹೊರಹಾಕಲು ಬದ್ಧರಾಗಿದ್ದಾರೆಯೇ ಎಂಬ ವಿವಾದಕ್ಕೆ ಒಳಗಾಗುವುದು ಈಗ ಪ್ರಸ್ತುತವಾಗಿದೆ. ಇದು ವಿವಾದದ ಜೊತೆಗೆ ಸಂಶೋಧನೆಯ ವಿಷಯವಾಗಿದೆ. ಆದ್ದರಿಂದ, ಈ ರೀತಿಯ ಅನಿಶ್ಚಿತ ಪರಿಸ್ಥಿತಿಯಲ್ಲಿ ಲಭ್ಯವಿರುವ ವಿವರಗಳು ಮತ್ತು ವಿವರಣೆಗಳಿಂದ ನಾವು ಸಹಾಯ ಪಡೆಯಬೇಕಾಗುತ್ತದೆ.

ಈ ಹಂತದವರೆಗೆ ಮಹಾರಾಣಿ ಲಕ್ಷ್ಮೀಬಾಯಿ ತಮ್ಮನ್ನು ತಾವು ಇಂಗ್ಲಿಷ್ ಜನರ ಹಿತೈಷಿಯಾಗಿ ಪ್ರಸ್ತುತಪಡಿಸಿಕೊಂಡರು, ಆದರೆ ಇದರ ನಂತರ ಇಂಗ್ಲಿಷ್ ಜನರು ಉಪಕ್ರಮವನ್ನು ಕೈಗೊಂಡಾಗ, ಅವರು ಸಹ ಅವರನ್ನು ಎದುರಿಸುವಲ್ಲಿ ಹಿಂದೆ ಸರಿಯಲಿಲ್ಲ.

5

ಯುದ್ಧಭೂಮಿಯಲ್ಲಿ ಧೈರ್ಯಶಾಲಿ ಮಹಿಳೆ

ಮಾನವನ ಜೀವನದಲ್ಲಿ ಸಂದರ್ಭಗಳು ಪ್ರಮುಖ ಪಾತ್ರವಹಿಸುತ್ತವೆ. ಮಹಾರಾಣಿ ಲಕ್ಷ್ಮೀಬಾಯಿಯವರ ಜೀವನ ಕಥೆಯನ್ನು ನಾವು ನೋಡಿದಾಗ, ಬಹಳ ವಿಚಿತ್ರವಾದ ಸಂದರ್ಭಗಳು ನಮ್ಮ ಮುಂದೆ ಬರುತ್ತವೆ. ಅತ್ಯಂತ ಸಾಮಾನ್ಯ ಆರ್ಥಿಕ ಸ್ಥಿತಿಯ ವ್ಯಕ್ತಿಯಾದ ಮೊರೊಪಾಂಟ್ ನ ಏಳು ವರ್ಷದ ನಿರುಪದ್ರವಿ ಹುಡುಗಿ, ಝಾನ್ಸಿಯ ಮಧ್ಯವಯಸ್ಕ ರಾಜ ಗಂಗಾಧರ್ ರಾವ್ ಅವರ ಪತ್ನಿ ರಾಣಿ ಲಕ್ಷ್ಮೀಬಾಯಿ ಆಗುತ್ತಾಳೆ. ಅವಳು 18 ವರ್ಷ ವಯಸ್ಸಿನಲ್ಲಿ ವಿಧವೆಯಾಗುತ್ತಾಳೆ. ನಂತರ ಅವಳು ತನ್ನ ಹಕ್ಕುಗಳನ್ನು ಪಡೆಯಲು ಬ್ರಿಟಿಷ್ ಸರ್ಕಾರಕ್ಕೆ ಅರ್ಜಿ ಸಲ್ಲಿಸುತ್ತಾಳೆ, ಅದು ಯಾವುದೇ ಫಲವನ್ನು ನೀಡುವುದಿಲ್ಲ. ನಂತರ ವಿಚಿತ್ರ ಸಂದರ್ಭಗಳಲ್ಲಿ ಅವಳು ಇದ್ದಕ್ಕಿದ್ದಂತೆ ಝಾನ್ಸಿಯ ನಿರ್ವಾಹಕರಾಗುತ್ತಾಳೆ, ಯುದ್ಧಗಳನ್ನು ಮಾಡುತ್ತಾಳೆ ಮತ್ತು ಅಂತಿಮವಾಗಿ ಅವಳು ಅತ್ಯಂತ ಬಲವಾದ ಬ್ರಿಟಿಷ್ ಸರ್ಕಾರದ ವಿರುದ್ಧ ಹೋರಾಡಬೇಕಾಗುತ್ತದೆ. ಆಗಲೂ ಅವಳು ತನ್ನ ಹೋರಾಟವನ್ನು ಪ್ರಾರಂಭಿಸುವ ಮೊದಲು ಆಕೆಯ ಕೆಲವು ಚಟುವಟಿಕೆಗಳನ್ನು ಆಕ್ಟಿಂಗ್ ಅಡ್ಮಿನಿಸ್ಟ್ರೇಟರ್ ಎಂದು ನಮೂದಿಸುವುದು ಸೂಕ್ತವೆಂದು ನಾವು ಭಾವಿಸುತ್ತೇವೆ.

ಮಹಾರಾಣಿಯ ಆಡಳಿತಾತ್ಮಕ ಅವಧಿ

ಝಾನ್ಸಿಯಲ್ಲಿ ಸೈನ್ಯದ ದಂಗೆಯ ನಂತರ ಮಹಾರಾಣಿ ಲಕ್ಷ್ಮೀಬಾಯಿ ಬ್ರಿಟಿಷ್ ಸರ್ಕಾರದ ಪ್ರತಿನಿಧಿಯಾಗಿ ಸುಮಾರು 10 ತಿಂಗಳು ಆಳಿದರು. ಈ ಅವಧಿಯಲ್ಲಿ ಅವರು ರಾಜ್ಯದಲ್ಲಿ ಉತ್ತಮ ಕಾನೂನು ಮತ್ತು ಸುವ್ಯವಸ್ಥೆಯನ್ನು ಕಾಪಾಡಿಕೊಳ್ಳಲು ಪ್ರಯತ್ನಿಸಿದರು. ಇದಕ್ಕಾಗಿ ಅವರು ಸೈನ್ಯದಲ್ಲಿ ಹೊಸ ವ್ಯಕ್ತಿಗಳನ್ನು ಸೇರಿಸಿಕೊಂಡರು. ತನ್ನ ಗಂಡನ ಜೀವಿತಾವಧಿಯಲ್ಲಿ ನೇರವಾಗಿ ಆಡಳಿತವನ್ನು ನಡೆಸುವ ಯಾವುದೇ ಅನುಭವವನ್ನು ಅವಳು ಹೊಂದಿರಲಿಲ್ಲ. ಆಗಲೂ ಅವಳು ಸಾಧ್ಯವಾದಷ್ಟು ಮಟ್ಟಿಗೆ ವಿಷಯಗಳನ್ನು ನಿರ್ವಹಿಸುತ್ತಿದ್ದಳು. ಈ ಪ್ರಯತ್ನಗಳಿಂದಾಗಿ ಶಾಂತಿ ಮತ್ತು ಸಂತೋಷವು ಶೀಘ್ರದಲ್ಲೇ ತನ್ನ ಸ್ಥಿತಿಗೆ ಮರಳಿತು. ಈ ಅಲ್ಪಾವಧಿಯಲ್ಲಿ ಅವರು ಕೆಲವು ಕಾರ್ಖಾನೆಗಳನ್ನು ಸ್ಥಾಪಿಸಿದರು. ಪತಿಯ ಮರಣದ ನಂತರ ಮಹಾರಾಣಿಯ ಜೀವನವು ಸನ್ಯಾಸಿಯ ಜೀವನದಂತೆ ಆಯಿತು ಎಂದು ಈಗಾಗಲೇ ಬರೆಯಲಾಗಿದೆ. ದೇವರ ಆರಾಧನೆ ಮತ್ತು ಆತನ ಹೆಸರನ್ನು ನಿರಂತರವಾಗಿ ತೆಗೆದುಕೊಳ್ಳುವುದು ಅವಳ ಜೀವನದ ಒಂದು ಭಾಗವಾಗಿತ್ತು. ನಾವು ಅವರ ಮನಸ್ಸಿನ ಸ್ಥಿತಿಯನ್ನು ನಿರೀಕ್ಷಿಸಲು ಪ್ರಯತ್ನಿಸಿದರೆ ಅವರ ಜೀವನಶೈಲಿಯನ್ನು ಈ ಸಮಯದಲ್ಲಿ ನಿಷ್ಕ್ರಿಯ ಎಂದು ಕರೆಯಲಾಗುತ್ತದೆ. ಅಲ್ಲದೆ, ತನಗೆ ಬಿಟ್ಟುಹೋದ ಆಡಳಿತಕ್ಕೆ ಸಂಬಂಧಿಸಿದ ಯಾವುದೇ ಜವಾಬ್ದಾರಿಯನ್ನು ಅವಳು ಹೊಂದಿರಲಿಲ್ಲ. ಆದರೆ ಈಗ ಅವರು ತಮ್ಮ ದೈನಂದಿನ

ಜೀವನಶೈಲಿಯನ್ನು ಬದಲಾಯಿಸಿಕೊಂಡಿದ್ದಾರೆ. ಏಕೆಂದರೆ, ರಾಜ್ಯವನ್ನು ನೋಡಿಕೊಳ್ಳವ ಜವಾಬ್ದಾರಿ ಅವರ ಹೆಗಲ ಮೇಲಿದೆ. ಅವಳು ಬೆಳಿಗ್ಗೆ ಐದು ಗಂಟೆಗೆ ಏಳುತಿದ್ದಳು. ಸ್ನಾನದ ನಂತರ ಅವಳು ಶುದ್ಧ ಬಿಳಿ ಸೀರೆ ಧರಿಸಿದ್ದಳು. ಅದರ ನಂತರ ದೇವತೆಯ ಪೂಜೆ ಅವಳ ದೈನಂದಿನ ದಿನಚರಿಯ ಅವಿಭಾಜ್ಯ ಅಂಗವಾಗಿತ್ತು. ಆ ಸಮಯದಲ್ಲಿ ಸ್ತೋತ್ರಗಳನ್ನು ಹಾಡುವುದು ಮತ್ತು ಧರ್ಮಗ್ರಂಥಗಳಿಂದ ಕಥೆಗಳನ್ನು ಪಠಿಸುವುದು ನಡೆಯಿತು. ನಂತರ ಆಕೆಯ ಅಧಿಕಾರಿಗಳು ಬಂದು ಅವರಿಗೆ ಗೌರವ ಸಲ್ಲಿಸಿದರು. ಒಂದು ದಿನ ಅಧಿಕಾರಿಯೊಬ್ಬರು ಗೌರವ ಸಲ್ಲಿಸಲು ಬರದಿದ್ದರೆ, ಮರುದಿನ ಮಹಾರಾಣಿ ಅವರು ಗೈರುಹಾಜರಾಗಲು ಕಾರಣವನ್ನು ಕೇಳಿದರು. ಅದರ ನಂತರ ಅವಳ ಊಟದ ಸಮಯ ಮತ್ತು ನಂತರ ವಿಶ್ರಾಂತಿ. ಈ ಮಧ್ಯೆ ಯಾರಾದರೂ ಅವಳ ಉಡುಗೊರೆಗಳನ್ನು ನೀಡಲು ಬಂದಿದ್ದರೆ, ಅವಳು ವಿಶ್ರಾಂತಿ ಪಡೆಯುತ್ತಿರಲಿಲ್ಲ. ಉಡುಗೊರೆಗಳಲ್ಲಿರುವ ಅಮೂಲ್ಯ ವಸ್ತುಗಳನ್ನು ಉಳಿಸಿಕೊಳ್ಳಲಾಗುತ್ತಿತ್ತು ಮತ್ತು ಉಳಿದವುಗಳನ್ನು ಬಡವರಿಗೆ ಮತ್ತು ಭಿಕ್ಷುಕರಿಗೆ ದಾನವಾಗಿ ನೀಡಲಾಗುತ್ತಿತ್ತು. ಮಧ್ಯಾಹ್ನ ಮೂರು ಗಂಟೆಗೆ ಅವಳು ತನ್ನ *ದರ್ಬಾರ್* (ನ್ಯಾಯಾಲಯ) ಗೆ ಹೋಗಿ ರಾಜ್ಯ ಆಡಳಿತವನ್ನು ನೋಡಿಕೊಳ್ಳುತಿದ್ದಳು ಮತ್ತು ವಿವಾದಗಳನ್ನು ಆಲಿಸಿದಳು.

ಈ ಅವಧಿಯಲ್ಲಿ ಮಹಾರಾಣಿ *ಪರ್ದಾ*ವನ್ನು ತ್ಯಜಿಸಿದ್ದರು, ಸ್ವತಃ ಸಿಂಹಾಸನದ ಮೇಲೆ ಕುಳಿತು, ಅಧಿಕಾರಿಗಳ ಮಾತನ್ನು ಆಲಿಸಿದರು, ಅವರಿಗೆ ಆದೇಶಗಳನ್ನು ನೀಡಿದರು ಮತ್ತು ನ್ಯಾಯದ ಕೆಲಸವನ್ನು ಮಾಡಿದರು. ಆದರೆ ರಾಜರು ಕುಳಿತಿದ್ದಂತೆ ಅವಳು ತನ್ನ *ದರ್ಬಾರ್* ನಲ್ಲಿ ಇತರರ ಮುಂದೆ ಕುಳಿತಿದ್ದಳು ಎಂದು ಇದರ ಅರ್ಥವಲ್ಲ. ಅವಳ ಕುಳಿತುಕೊಳ್ಳಲು *ದರ್ಬಾರ್ ನಲ್ಲಿ ವಿಶೇಷ ರೀತಿಯ ಕೋಣೆಯನ್ನು ಮಾಡಲಾಗಿತ್ತು.* ದರ್ಬಾರ್ ನಲ್ಲಿ ಕುಳಿತಿರುವ ವ್ಯಕ್ತಿಗಳಿಗೆ ಅವಳನ್ನು ನೋಡಲು ಸಾಧ್ಯವಾಗುತ್ತಿರಲಿಲ್ಲ. ಅವಳ ಕೋಣೆಯ ಪ್ರವೇಶ ದ್ವಾರದಲ್ಲಿ ಇಬ್ಬರು ಸೈನಿಕರು ಕೈಯಲ್ಲಿ ಈಈಟಿಗಳೊಂದಿಗೆ ಮತ್ತು ಕೋಣೆಯೊಳಗೆ ದಿವಾನ್ ಲಕ್ಷ್ಮಣ್ ರಾವ್ ಅವಳ ಬಳಿ ಕುಳಿತರು. ಮಹಾರಾಣಿ ನೀಡಿದ ಆದೇಶಗಳನ್ನು ದಿವಾನ್ ಲಕ್ಷ್ಮಣ ರಾವ್ ಗಮನಿಸಿದರು. ಈ ಸಂದರ್ಭದಲ್ಲಿ ಟೇಲರ್ ಹೀಗೆ ಬರೆದಿದ್ದಾರೆ:

"ಅವರು ಮಹಾರಾಷ್ಟ್ರದ ಬ್ರಾಹ್ಮಣರಾಗಿದ್ದರೂ, ಅವರು ಪರ್ದಾದಲ್ಲಿ ವಾಸಿಸಲು *ಇಷ್ಟಪಡಲಿಲ್ಲ.* ಅವಳು ಪ್ರತಿದಿನ ತನ್ನ ದಿವಂಗತ ಗಂಡನ ಸಿಂಹಾಸನದಲ್ಲಿ ಕುಳಿತು ವರದಿಗಳು ಮತ್ತು ಅರ್ಜಿಗಳನ್ನು ಆಲಿಸಿ ಆದೇಶಗಳನ್ನು ನೀಡುತ್ತಿದ್ದಳು. ಅವಳು ಯಾವಾಗಲೂ ತನ್ನ ಹುದ್ದೆಗೆ ಅನುಗುಣವಾಗಿ ತಾಳ್ಮೆ ಮತ್ತು ಬುದ್ಧಿವಂತಿಕೆಯಿಂದ ತನ್ನನ್ನು ತಾನು ನಡೆಸಿಕೊಂಡಳು."

ಮಹಾರಾಣಿ ಲಕ್ಷ್ಮೀಬಾಯಿ ಅವರಿಗೆ ಕೇವಲ ಇಪ್ಪತ್ತೆರಡು ವರ್ಷ ವಯಸ್ಸಾಗಿತ್ತು, ಆದರೂ ಅವರ ಬುದ್ಧಿವಂತಿಕೆಯು ತೀಕ್ಷ್ಣವಾಗಿತ್ತು. ಯಾವುದೇ ನಿರ್ಧಾರ ತೆಗೆದುಕೊಳ್ಳುವ ಮೊದಲು ಅವಳು ತನಗೆ ಮಂಡಿಸಿದ ವಿಷಯವನ್ನು ಬಹಳ ಆಳವಾಗಿ ಪರಿಗಣಿಸುತಿದ್ದಳು. ಈ ಸಂದರ್ಭದಲ್ಲಿ ಶ್ರೀ ಪ್ಯಾರಾಸ್ನೀಸ್ ಅವರ ಮಾತುಗಳನ್ನು ಉಲ್ಲೇಖಿಸುವುದು ಅವಶ್ಯಕವಾಗಿದೆ:

"ಲಕ್ಷ್ಮೀಬಾಯಿ ಬಹಳ ಚೂಪಾದ ಬುದ್ಧಿವಂತಿಕೆಯನ್ನು ಹೊಂದಿದ್ದರು. ಒಂದು ವಿಷಯವನ್ನು ಅವಳ ಮುಂದೆ ಮಂಡಿಸಿದಾಗ, ಅವಳು ಅದನ್ನು ಕೂಲಂಕಷವಾಗಿ ಪರಿಶೀಲಿಸಿದಳು ಮತ್ತು ಸ್ವತಃ ಅದರ ಬಗ್ಗೆ ನಿರ್ಧಾರ ತೆಗೆದುಕೊಂಡಳು. ಆಕೆಯ ಸಾಮರ್ಥ್ಯದ ಬಗ್ಗೆ ಎಲ್ಲರೂ ಸಂತೋಷಪಟ್ಟರು."

ಈ ಅವಧಿಯಲ್ಲಿ ಅವರ ಜೀವನಶೈಲಿ ಮತ್ತು ಮನೋಧರ್ಮದ ವಿವರವಾದ ವಿವರಣೆಯನ್ನು ಪಡೆಯಬಹುದು. ಪ್ರತಿದಿನ ಬೆಳಿಗ್ಗೆ ಅವಳು ತನ್ನ *ಕುಲದೇವಿ* (ಕುಟುಂಬ ದೇವತೆ) ದೇವಸ್ಥಾನಕ್ಕೆ ಭೇಟಿ ನೀಡುತ್ತಿದ್ದಳು. ಕೆಲವೊಮ್ಮೆ ಅವಳು ಕುದುರೆಯ ಮೇಲೆ ಸವಾರಿ ಮಾಡಿದಳು ಮತ್ತು ಕೆಲವೊಮ್ಮೆ ಪಲ್ಲಕ್ಕಿಯಲ್ಲಿ ಹೋದಳು. ಅವಳು ದೇವಸ್ಥಾನಕ್ಕೆ ಹೋಗುವ ದಾರಿಯಲ್ಲಿ ಅಥವಾ ಅಲ್ಲಿಂದ ನಿರ್ಗತಿಕರನ್ನು ಭೇಟಿಯಾಗಿದ್ದರೆ ಅವಳು ಯಾವಾಗಲೂ ಅವರಿಗೆ ಏನನ್ನಾದರೂ ನೀಡುತ್ತಿದ್ದಳು. ಒಮ್ಮೆ ಅವಳು ದೇವಸ್ಥಾನದಿಂದ ಹಿಂದಿರುಗುತ್ತಿದ್ದಾಗ, ಕೆಲವು ಭಿಕ್ಷುಕರು ಜೋರಾಗಿ ಕೂಗಿದರು ಎಂದು ಹೇಳಲಾಗುತ್ತದೆ. ಅವರು ಅಳಲು ಕಾರಣವನ್ನು ದಿವಾನ್ ಲಕ್ಷ್ಮಣ ರಾವ್ ಅವರೊಂದಿಗೆ ಕೇಳಿದರು. ಅವರು ಹೇಳಿದರು, "ಅವರೆಲ್ಲರೂ ಭಿಕ್ಷುಕರು. ಈ ದಿನಗಳಲ್ಲಿ ಚಳಿಗಾಲವಿದೆ. ಶೀತವು ಅವರನ್ನು ನೋಯಿಸುತ್ತದೆ. ಆದ್ದರಿಂದ, ಅವರ ಸಂಕಟವನ್ನು ತೆಗೆದುಹಾಕುವಂತೆ ಅವರು ನಿಮ್ಮನ್ನು ಪ್ರಾರ್ಥಿಸುತ್ತಿದ್ದಾರೆ."

ಇದನ್ನು ಕೇಳಿದ ಮಹಾರಾಣಿ ಘೋಷಿಸಿದರು ಮತ್ತು ಪ್ರತಿ ಭಿಕ್ಷುಕರಿಗೆ ಸಂಪೂರ್ಣವಾಗಿ ಆಹಾರವನ್ನು ನೀಡಬೇಕು ಮತ್ತು ಕಂಬಳಿ, ಮಿರ್ಜೈ (ಹತ್ತಿ ಪ್ಯಾಡ್ಡ್ ಕೋಟ್) ಮತ್ತು ಖಜಾನೆಯಿಂದ ಎಲ್ಲರಿಗೂ ಕ್ಯಾಪ್ ನೀಡಬೇಕು ಎಂದು ಆದೇಶಿಸಿದರು. ಝಾನ್ಸಿಯಲ್ಲಿ ಮಹಾರಾಣಿ ಆಳ್ವಿಕೆಯಲ್ಲಿ ಯಾವುದೇ ಭಿಕ್ಷುಕರು ತೊಂದರೆ ಅನುಭವಿಸಲಿಲ್ಲ. ಅಷ್ಟೇ ಅಲ್ಲ, ಈ ಹಿಂದೆ ವಿವರಿಸಿದಂತೆ ಅವರ ಆಳ್ವಿಕೆಯ ಅವಧಿಯಲ್ಲಿ ನಡೆದ ಎರಡು ಯುದ್ಧಗಳಲ್ಲಿ ಅವರ ಚಾರಿಟಿಯ ಪುರಾವೆಗಳು ತಿಳಿದುಬಂದವು. ಯುದ್ಧಗಳಲ್ಲಿ ಗಾಯಗೊಂಡ ಸೈನಿಕರನ್ನು ಅವಳು ತಾನೇ ನೋಡಿಕೊಂಡಳು, ಈ ಸದ್ಗುಣ ವಿವರಗಳನ್ನು ನೀಡಿ ಪರಸ್ನೆಯರು *ಮಹಾರಾಣಿ ಲಕ್ಷ್ಮೀಬಾಯಿ* ಅವರ ಪುಸ್ತಕದಲ್ಲಿ ಬರೆದರು.

"*ಮಹಾರಾಣಿ* ಲಕ್ಷ್ಮೀಬಾಯಿ ತುಂಬಾ ದಯಾಳು. ಯುದ್ಧಗಳಲ್ಲಿ ಗಾಯಗೊಂಡ ವ್ಯಕ್ತಿಗಳನ್ನು ಅವಳು ತಾನೇ ನೋಡಿಕೊಂಡಳು. ಅವಳು ಅವರ ದೇಹಗಳ ಮೇಲೆ ಕೈಯಿಂದ ಸವರಿದಳು, ಮುಲಾಮು ಮತ್ತು ಡ್ರೆಸ್ಸಿಂಗ್ ಗೆ ವ್ಯವಸ್ಥೆ ಮಾಡಿದಳು. ಈ ದಯೆಯಿಂದಾಗಿ ಆಕೆಯ ಪ್ರಜೆಗಳು ಅವಳನ್ನು ತಮ್ಮ ತಾಯಿಯಂತೆ ನಂಬಿದ್ದರು. ಲಕ್ಷ್ಮೀಬಾಯಿಯ ಬುದ್ಧಿವಂತಿಕೆ, ದಾನ ಮತ್ತು ದಯೆಯಂತಹ ಸದ್ಗುಣಗಳನ್ನು ನೋಡಿದಾಗ, ದಂಗೆಯ ಸಮಯದಲ್ಲಿ ಅವಳು ಝಾನ್ಸಿಯನ್ನು ಸಮರ್ಥಿಸದಿದ್ದರೆ ಮತ್ತು ಕೋಟೆಯನ್ನು ತನ್ನ ನಿಯಂತ್ರಣಕ್ಕೆ ತೆಗೆದುಕೊಳ್ಳದಿದ್ದರೆ, ಅದು ಬಂಡಾಯಗಾರರ ಕೈಗೆ ಹೋಗುತ್ತಿತ್ತು, ಆದರೆ ದುರದೃಷ್ಟವಶಾತ್ ಅವಳ ಆಳ್ವಿಕೆಯ ಅಂತ್ಯ ಮತ್ತು ಅವಳ ಜೀವನದ ಅಂತ್ಯವು ಬಹುತೇಕ ಹೊಂದಿಕೆಯಾಯಿತು."

ಮಹಾರಾಣಿ ಕುದುರೆ ಸವಾರಿ ಇಷ್ಟಪಡುತ್ತಿದ್ದರು. ಇದಲ್ಲದೆ, ಅವಳು ಕುದುರೆಗಳ ಸಹೋದ್ಯೋಗಿಯಾಗಿದ್ದಳು. ಝಾನ್ಸಿಯಲ್ಲಿ ಯಾರಾದರೂ ಕುದುರೆಯನ್ನು ಖರೀದಿಸಿದರೆ, ಅವರು ಮೊದಲು ಮಹಾರಾಣಿಯನ್ನು ನೋಡಲು ಮತ್ತು ಸಲಹೆ ನೀಡಲು ಕರೆತಂದರು. ಒಮ್ಮೆ ಕುದುರೆಯ ವ್ಯಾಪಾರಿಯೊಬ್ಬರು ಎರಡು ಕುದುರೆಗಳೊಂದಿಗೆ ಮಹಾರಾಣಿಯಲ್ಲಿಗೆ ಬಂದರು. ಅವರು ಕುದುರೆಗಳನ್ನು ಮಹಾರಾಣಿಗೆ ತೋರಿಸಿದರು ಮತ್ತು ಅವುಗಳ ಬೆಲೆಯನ್ನು ನಿಗದಿಪಡಿಸುವಂತೆ ಪ್ರಾರ್ಥಿಸಿದರು. ಕುದುರೆಗಳನ್ನು ಎಚ್ಚರಿಕೆಯಿಂದ ನೋಡಿದಾಗ, "ಅವುಗಳಲ್ಲಿ ಒಂದು ಸಾವಿರ ರೂಪಾಯಿಗಳಿಗೆ ಯೋಗ್ಯವಾಗಿದೆ, ಆದರೆ ಇನ್ನೊಂದು ಐವತ್ತು ರೂಪಾಯಿಗಳಿಗೆ ಮಾತ್ರ ಯೋಗ್ಯವಾಗಿದೆ" ಎಂದು ಅವರು ಹೇಳಿದರು.

ಈ ಅವಧಿಯಲ್ಲಿಯೇ ಮಹಾರಾಣಿ ಸಾರ್ವಜನಿಕವಾಗಿ ಜನರ ಮುಂದೆ ಬಂದರು. ಆದ್ದರಿಂದ, ಅವಳ ಉಡುಪನ್ನು ಪುಸ್ತಕಗಳಲ್ಲಿಯೂ ವಿವರಿಸಲಾಗಿದೆ. ಗಿಲೀನ್ ತನ್ನ ಪುಸ್ತಕ *ರಾಣಿ* ಯಲ್ಲಿ ಇದನ್ನು ಹೀಗೆ ವಿವರಿಸಿದ್ದಾನೆ: 'ಆಕೆಯ ಉಡುಪು ಮಹಿಳೆಯರ ಉಡುಪಿನಂತೆಯೇ ಇದ್ದರೂ ಅದು ಉನ್ನತ ದರ್ಜೆಯ ಮಹಿಳೆಯರ ಉಡುಪಿಗಿಂತ ಭಿನ್ನವಾಗಿತ್ತು. ಅವಳು ತನ್ನ ತಲೆಯ ಮೇಲೆ ಕೆಂಪು ಟೋಪಿ ಧರಿಸಿದ್ದಳು, ಅದನ್ನು ಮುತ್ತುಗಳು ಮತ್ತು ಆಭರಣಗಳಿಂದ ಅಲಂಕರಿಸಲಾಗಿತ್ತು. ಅವಳು ತನ್ನ ಕುತ್ತಿಗೆಯ ಸುತ್ತಲೂ ವಜ್ರಗಳ ಸಣ್ಣ ಹಾರವನ್ನು ಧರಿಸಿದ್ದಳು, ಅದರ ಮೌಲ್ಯವು ಒಂದು ಲಕ್ಷ ರೂಪಾಯಿಗಳಿಗಿಂತ ಕಡಿಮೆಯಿಲ್ಲ. ಅವಳ ರವಿಕೆ ಮುಂಭಾಗದಲ್ಲಿ ತೆರೆದಿತ್ತು ಅದು ಅವಳ ಪೂರ್ಣ ಮತ್ತು ಸಮತೋಲಿತ ಸ್ತನಗಳನ್ನು ತೋರಿಸಿತು. ಈ ರವಿಕೆ ಅವಳ ಬೆನ್ನನ್ನು ತಲುಪಿತು ಮತ್ತು ಝರಿ ಕಸೂತಿ ಉಳ್ಳ ಬೆಲ್ಟ್ ನಿಂದ ಬಿಗಿಯಾಗಿ ಕಟ್ಟಲ್ಪಟ್ಟಿತು. ಅವಳು ತನ್ನ ಹಿಂಭಾಗದ ಬೆಲ್ಟ್ನಲ್ಲಿ ಬೆಳ್ಳಿಯ ಕೆತ್ತಿದ ವಿನ್ಯಾಸಗಳಿಂದ ಅಲಂಕರಿಸಲ್ಪಟ್ಟ ಎರಡು ಪಿಸ್ತೂಲ್ಗಳನ್ನು ಹೊತ್ತಿದ್ದಳು. ಈ ವಸ್ತುಗಳ ಜೊತೆಗೆ ಚೆನ್ನಾಗಿ ರೂಪುಗೊಂಡ ಪೇಷ್-ಕಬ್ಜಾ (ಒಂದು ರೀತಿಯ ಪಿನ್ಸರ್) ಇತ್ತು, ಅವರ ಚೂಪಾದ ಬಿಂದುವು ವಿಷಪೂರಿತವಾಗಿತ್ತು. ಅದರಿಂದ ಉಂಟಾಗುವ ಸಾಮಾನ್ಯ ಗಾಯವು ಮಾರಕವಾಗಬಹುದು. ಸಾಮಾನ್ಯ ಸೀರೆಯ ಬದಲಿಗೆ, ಅವಳು ಸಡಿಲವಾದ ಪೈಜಾಮಾವನ್ನು ಧರಿಸಿದ್ದಳು."

ಪ್ರಬಲ ಶತ್ರುವಿನೊಂದಿಗೆ ಮುಖಾಮುಖಿ

ಮಹಾರಾಣಿ ಝಾನ್ಸಿಯ ಆಡಳಿತವನ್ನು ನಡೆಸುತ್ತಿದ್ದರು. ದಂಗೆಯ ಸಮಯದಲ್ಲಿ ಬ್ರಿಟಿಷರು ಅವರಿಗೆ ಸಹಾಯ ಮಾಡಿದ್ದಕ್ಕಾಗಿ ಅವರು ಸಂತೋಷಪಡುತ್ತಾರೆ ಮತ್ತು ಅವರು ತಮ್ಮ ಝಾನ್ಸಿಯನ್ನು ಮರಳಿ ಪಡೆಯುತ್ತಾರೆ ಎಂಬ ಕಲ್ಪನೆಯನ್ನು ಸ್ವೀಕರಿಸಿದಳು. ಆದರೆ ಮತ್ತೊಂದೆಡೆ ಬ್ರಿಟಿಷರು ಇದಕ್ಕೆ ವಿರುದ್ಧವಾದ ನಿರ್ಧಾರವನ್ನು ತೆಗೆದುಕೊಂಡರು. ಅವರು ಮಹಾರಾಣಿಯನ್ನು ತಪ್ಪಿತಸ್ಥರೆಂದು ಪರಿಗಣಿಸಿದರು ಮತ್ತು ಝಾನ್ಸಿ ಪ್ರತಿಪಕ್ಷದ ಮುಖ್ಯ ಕೋಟೆಯಾಗಿದೆ ಎಂದು ಭಾವಿಸಿದರು. ಬ್ರಿಟಿಷರು ಆ ದೃಷ್ಟಿಕೋನವನ್ನು ಏಕೆ ತೆಗೆದುಕೊಂಡರು ಎಂದು ಖಚಿತವಾಗಿ ಹೇಳಲು ಸಾಧ್ಯವಿಲ್ಲ. ಶ್ರೀ ಸಹಂತಿ ನಾರಾಯಣ್ ಅವರು ನಾಥೆ ಖಾನ್ ಕಳುಹಿಸಿದ ದೂರಿನ ಪತ್ರವನ್ನು ಅದರ ಹಿಂದಿನ ಕಾರಣವೆಂದು ಪರಿಗಣಿಸುತ್ತಾರೆ, ಆದರೆ ಇದನ್ನು ಅದರ ಮುಖಬೆಲೆಯ ಮೇಲೆ

ಸ್ವೀಕರಿಸಲಾಗುವುದಿಲ್ಲ. ಆ ಪತ್ರಕ್ಕೆ ಬ್ರಿಟಿಷರು ಅಷ್ಟೊಂದು ಪ್ರಾಮುಖ್ಯತೆ ನೀಡುತ್ತಾರೆಯೇ? ಕಾರಣ ಏನೇ ಇರಲಿ, ಬ್ರಿಟಿಷರು ಮಹಾರಾಣಿಯನ್ನು ದಂಗೆಯ ಹಿಂದಿನ ಮುಖ್ಯ ಕಾರಣವೆಂದು ಒಪ್ಪಿಕೊಂಡರು. ಆದ್ದರಿಂದ, ಅವರು ಅವಳ ವಿರುದ್ಧ ಹೋರಾಡಲು ನಿರ್ಧರಿಸಿದರು. ಮಹಾರಾಣಿಯ ಬಗ್ಗೆ ಬ್ರಿಟಿಷರು ಎಷ್ಟು ಭಯಭೀತರಾಗಿದ್ದರು ಎಂದರೆ, ಯುರೋಪ್ ನಲ್ಲಿ ಅನೇಕ ಯುದ್ಧಗಳಲ್ಲಿ ಭಾಗವಹಿಸಿದ್ದ ಅವರ ವಿರುದ್ಧದ ಯುದ್ಧವನ್ನು ಮುನ್ನಡೆಸಲು ಅವರು ಇಂಗ್ಲೆಂಡ್ ನಿಂದ ಸರ್ ಹಗ್ರೋಸ್ ಅವರನ್ನು ಕರೆದರು. ಅವರನ್ನು ಯುದ್ಧ ಕಲೆಯ ಮಾಸ್ಟರ್ ಎಂದು ಪರಿಗಣಿಸಲಾಗಿತ್ತು.

ಸರ್ ಹಗ್ರೋಸ್ ಅವರು 1857ರ ಸೆಪ್ಟೆಂಬರ್ 16ರಂದು ಲಂಡನ್ ನಿಂದ ಬಾಂಬೆಯನ್ನು ತಲುಪಿದರು. ಅಲ್ಲಿ ಅವರು ಭಾರತ ಸರ್ಕಾರದ ಕಮಾಂಡರ್-ಇನ್-ಚೀಫ್ ಅವರೊಂದಿಗೆ ಈ ವಿಷಯವನ್ನು ಚರ್ಚಿಸಿದರು ಮತ್ತು ಬುಂದೇಲ್ ಖಂಡ್ ನ ರಾಜಕೀಯ ಏಜೆಂಟ್ ಹ್ಯಾಮಿಲ್ಟನ್ ಅವರೊಂದಿಗೆ ಭವಿಷ್ಯದ ಯುದ್ಧದ ಬಗ್ಗೆ ಚರ್ಚಿಸಿದರು ಮತ್ತು ಯುದ್ಧದ ಯೋಜನೆಗಳನ್ನು ರೂಪಿಸಿದರು.

ಮಹಾರಾಣಿಯ ಅಸಮರ್ಥ ಸಲಹೆಗಾರರ ಆತ್ಮಹತ್ಯಾ ಚಟುವಟಿಕೆ

ಮಹಾರಾಣಿಗೆ ಸಮರ್ಥ ಕಾರ್ಮಿಕರ ಕೊರತೆಯಿದೆ ಎಂದು ಹಿಂದಿನ ಅಧ್ಯಾಯದಲ್ಲಿ ಉಲ್ಲೇಖಿಸಲಾಗಿದೆ. ಅವಳ ಅಡಿಯಲ್ಲಿ ಕೆಲಸ ಮಾಡುತ್ತಿದ್ದ ವ್ಯಕ್ತಿಗಳು ಸಂಪೂರ್ಣ ಜವಾಬ್ದಾರಿಯ ಕೊರತೆಯ ಪುರುಷರು ಎಂದು ಸಾಬೀತಾಯಿತು ಮತ್ತು ಈ ಬಾರಿಯೂ ಸಹ ಅವರು ಸರಿಪಡಿಸಲಾಗದ ನಷ್ಟವನ್ನು ಅನುಭವಿಸಬೇಕಾಯಿತು. ಬ್ರಿಟಿಷರು ಝಾನ್ಸಿಯ ಮೇಲೆ ದಾಳಿ ನಡೆಸಲು ಯೋಜಿಸುತ್ತಿದ್ದಾರೆ ಎಂಬ ಸುದ್ದಿ ಝಾನ್ಸಿಯನ್ನು ತಲುಪಿತು. ಆದರೆ ಮಹಾರಾಣಿಯ ಅತ್ಯಂತ ಸೋಮಾರಿಯಾದ ಮತ್ತು ನಿಷ್ಕ್ರಿಯ ಅಧಿಕಾರಿಗಳು ಇದಕ್ಕೆ ಯಾವುದೇ ಪ್ರಾಮುಖ್ಯತೆಯನ್ನು ನೀಡಲಿಲ್ಲ. ಅವಳ ವಯಸ್ಸಾದ ಮತ್ತು ಅನುಭವಿ ವ್ಯಕ್ತಿಗಳಲ್ಲಿ ಒಬ್ಬರು ಅಥವಾ ಇಬ್ಬರು ಅವಳನ್ನು ಎಚ್ಚರಿಸಿದರು, ಆದರೆ ಏನೂ ಆಗಲಿಲ್ಲ. ಗಂಗಾಧರ್ ರಾವ್ ಅವರ ಅವಧಿಯಲ್ಲಿ ನ್ಯಾಯಮೂರ್ತಿಯಾಗಿ ಕಾರ್ಯನಿರ್ವಹಿಸಿದ್ದ ಓಲ್ಡ್ ನಾನಾ ಭೋಪತ್ಕರ್ ಅವರು ರಾಣಿಯನ್ನು ಪಕ್ಕಕ್ಕೆ ಕರೆದು ಆತ್ಮವಿಶ್ವಾಸದಿಂದ, "ನಾನು ಝಾನ್ಸಿಯ ಸಿಂಹಾಸನದ ಸೇವಕನಾಗಿದ್ದೇನೆ. ಸಮಯವು ನಮಗೆ ಅನುಕೂಲಕರವಾಗಿಲ್ಲ, ನೀವು ಇಲ್ಲಿ ನಡೆದ ಘಟನೆಗಳ ವಿವರವಾದ ವಿವರಗಳನ್ನು ಬ್ರಿಟಿಷರಿಗೆ ಕಳುಹಿಸಿದ್ದರೂ ಸಹ, ಅವು ಸುರಕ್ಷಿತವಾಗಿ ಸರ್ಕಾರವನ್ನು ತಲುಪುವುದು ಎಂದು ಖಚಿತವಾಗಿ ಹೇಳಲಾಗುವುದಿಲ್ಲ. ಆದ್ದರಿಂದ, ಝಾನ್ಸಿಯಲ್ಲಿನ ದಂಗೆಯೊಂದಿಗೆ ನಿಮಗೆ ಯಾವುದೇ ಸಂಬಂಧವಿಲ್ಲ ಮತ್ತು ಸರ್ಕಾರದ ಆದೇಶದ ಮೇರೆಗೆ ನೀವು ಝಾನ್ಸಿಯನ್ನು ನಿರ್ವಹಿಸುತ್ತಿದ್ದೀರಿ ಎಂದು ಪರಿಣಾಮಕಾರಿಯಾಗಿ ಸಂವಹನ ನಡೆಸಬಲ್ಲ ಒಬ್ಬ ವಕೀಲರನ್ನು ಭಾರತ ಸರ್ಕಾರಕ್ಕೆ ಕಳುಹಿಸುವುದು ಅಪೇಕ್ಷಣೀಯವಾಗಿದೆ. ಈ ಬಗ್ಗೆ ಸರ್ಕಾರಕ್ಕೆ ಸಮಯಕ್ಕೆ ಸರಿಯಾಗಿ ತಿಳಿಸದಿದ್ದರೆ, ಪರಿಣಾಮಗಳು ತುಂಬಾ ಗಂಭೀರವಾಗಬಹುದು "ಎಂದು ಹೇಳಿದರು.

ಹಳೆಯ ಮತ್ತು ಅನುಭವಿ ಭೋಪತ್ಕರ್ ಅವರ ಸಲಹೆಯು ಸೂಕ್ತ ಮತ್ತು ಸಮಯೋಚಿತವಾಗಿತ್ತು. ಆದ್ದರಿಂದ ಇಂಗ್ಲಿಷ್ ಭಾಷೆಯ ಮೇಲೆ ಉತ್ತಮ ಆಜ್ಞೆಯನ್ನು ಹೊಂದಿದ್ದ ಅನುಭವಿ ವಕೀಲರನ್ನು ಈ ಉದ್ದೇಶಕ್ಕಾಗಿ

ಗ್ವಾಲಿಯರ್ ಮತ್ತು ಇಂದೋರ್ ನ ರಾಜಕೀಯ ಏಜೆಂಟರಿಗೆ ಕಳುಹಿಸಬೇಕೆಂದು ಮಹಾರಾಣಿ ತನ್ನ ಮಂತ್ರಿಗಳಿಗೆ ಆದೇಶಿಸಿದರು. ಸಚಿವರು ಮಹಾರಾಣಿಗೆ ಹೌದು ಎಂದು ಹೇಳಿದರು. ಆದರೆ ಅವರು ಈ ಕೆಲಸಕ್ಕಾಗಿ ಒಬ್ಬ ಯುವಕನನ್ನು ಕಳುಹಿಸಿದರು. ನಿಸ್ಸಂದೇಹವಾಗಿ ಅವರ ಈ ಕ್ರಮವು ಕ್ಷಮಿಸಲಾಗದ ಅಪರಾಧ, ಆತ್ಮಹತ್ಯೆಯ ಅಜಾಗರೂಕತೆಯಾಗಿತ್ತು. ಆ ಯುವಕ ತುಂಬಾ ದುಷ್ಟನೆಂದು ಸಾಬೀತಾಯಿತು. ಅವರು ಗ್ವಾಲಿಯರ್ ಗೆ ಅಥವಾ ಇಂದೋರ್ ಗೆ ಹೋಗಲಿಲ್ಲ. ಅವರು ಗ್ವಾಲಿಯರ್ ರಾಜ್ಯದ ಇಸಾಗರ್ ಗೆ ಹೋಗಿ ರಾಮಚಂದ್ರ ಬಾಜಿ ರಾವ್ ಅವರ ಮನೆಯಲ್ಲಿ ಕುಳಿತರು. ಇಷ್ಟು ಮಾತ್ರವಲ್ಲದೆ, ಮಹಾರಾಣಿಯನ್ನು ಕತ್ತಲೆಯಲ್ಲಿಡಲು ಅವರು ಕೆಲಸದ ಪ್ರಗತಿಯ ಬಗ್ಗೆ ಸುಳ್ಳು ಪತ್ರಗಳನ್ನು ಬರೆಯುತ್ತಲೇ ಇದ್ದರು. ಇದು ಮಹಾರಾಣಿಗೆ ಕೆಲಸವನ್ನು ಮುಂದುವರಿಸಲಾಗುತ್ತಿದೆ ಎಂದು ನಂಬುವಂತೆ ಮಾಡಿತು.

ಬ್ರಿಟಿಷರ ಸಿದ್ಧತೆಗಳು

ಮತ್ತೊಂದೆಡೆ, ಬ್ರಿಟಿಷರು ಪೂರ್ಣ ಕಟ್ಟುನಿಟ್ಟಿನಿಂದ ಯುದ್ಧಕ್ಕೆ ತಯಾರಿ ನಡೆಸುತ್ತಿದ್ದರು. ಯುದ್ಧದ ಯೋಜನೆಯನ್ನು ರೂಪಿಸಿದ ನಂತರ, ಕಮಾಂಡರ್-ಇನ್-ಚೀಫ್ ಸೈನ್ಯವನ್ನು ಎರಡು ಭಾಗಗಳಾಗಿ ವಿಂಗಡಿಸಿದರು. ಒಂದು ಭಾಗವನ್ನು ಹಗ್ರೋಸ್ ಅಡಿಯಲ್ಲಿ ಮತ್ತು ಇನ್ನೊಂದು ಭಾಗವನ್ನು ವಿಟ್ಲಾಕ್ ಅಡಿಯಲ್ಲಿ ಇರಿಸಲಾಗಿತ್ತು. ಬಾಂಬೆ, ಮದ್ರಾಸ್ ಮತ್ತು ಹೈದರಾಬಾದ್ (ನಿಜಾಮ್) ಸೈನ್ಯಗಳು ಹಗ್ರೋಸ್ ನ ನಿಯಂತ್ರಣದಲ್ಲಿದ್ದವು. 1857ರ ಡಿಸೆಂಬರ್ 17ರಂದು ಹ್ಯೂಗ್ರೋಸ್ ಸೈನ್ಯದ ಆಜ್ಞೆಯನ್ನು ತನ್ನ ಕೈಯಲ್ಲಿ ತೆಗೆದುಕೊಂಡು ಅದನ್ನು ಎರಡು ಭಾಗಗಳಾಗಿ ವಿಂಗಡಿಸಿದನು. ಮೊದಲ ಭಾಗದಲ್ಲಿ ಅವರು ಬಾಂಬೆಯ 3ನೇ ರೈಸಾಲಾ (ತುಕಡಿ), 86ನೇ ತುಕಡಿಯ ಎರಡು ಭಾಗಗಳು, ಬಾಂಬೆ ಸ್ಥಳೀಯ ಕಾಲಾಳುಪಡೆ, ಹೈದರಾಬಾದ್ ತುಕಡಿಯ ಕಾಲಾಳುಪಡೆ, ಭೋಪಾಲ್ ನ ಫಿರಂಗಿ ಮತ್ತು ಮದ್ರಾಸ್ ಸ್ಯಾಪರ್ಸ್ ನ ಒಂದು ಕಂಪನಿಯನ್ನು ಇರಿಸಿದರು. ಮೊದಲ ಭಾಗವನ್ನು ಮಾವ್ ಮತ್ತು ಎರಡನೇ ಭಾಗವನ್ನು ಸೆಹೋರ್ ನಲ್ಲಿ ಇರಿಸಲಾಗಿತ್ತು. ಜನವರಿ 6, 1858 ರಂದು, ಹ್ಯೂಗ್ರೋಸ್ ರಾಬರ್ಟ್ ಹ್ಯಾಮಿಲ್ಟನ್ ಅವರೊಂದಿಗೆ ಸೆಹೋರ್ ಗೆ ತೆರಳಿದರು. ದಾರಿಯಲ್ಲಿ ಅವರು ಭೋಪಾಲ್ ಬೇಗಂ ಕಳುಹಿಸಿದ ಎಂಟು ನೂರು ಸೈನಿಕರನ್ನು ಪಡೆದರು. ಅವರನ್ನೂ ತನ್ನೊಂದಿಗೆ ಕರೆದುಕೊಂಡು, ಹಫ್ರೋಸ್ ಸಾಗರ್ ಕಡೆಗೆ ಹೋದನು.

ರಹತ್ ಗಢದಲ್ಲಿ ಹಫ್ರೋಸ್ನ ಮೊದಲ ಯಶಸ್ಸು

ಸಾಗರ್ ಗೆ ಹೋಗುವ ದಾರಿಯಲ್ಲಿ, ಸಾಗರ್ ಗೆ ಸುಮಾರು 39 ಕಿಲೋಮೀಟರ್ ದೂರದಲ್ಲಿರುವ ರಹತ್ ಘರ್ ಕೋಟೆಯ ಮೇಲೆ ಹ್ಯೂಗ್ರೋಸ್ ಮೊದಲು ದಾಳಿ ನಡೆಸಿದರು. ಆ ಸಮಯದಲ್ಲಿ ಕೋಟೆ ಬಂಡುಕೋರ ಮುಸ್ಲಿಮರ ಅಧೀನದಲ್ಲಿತ್ತು. ಅವರು ಉತ್ತಮ ಭದ್ರತಾ ವ್ಯವಸ್ಥೆಗಳನ್ನು ಹೊಂದಿದ್ದರು, ಆದರೆ ಬಹಳ ಕಡಿಮೆ ಸದಸ್ಯರಿದ್ದರು. ಆಗಲೂ ಬ್ರಿಟಿಷರನ್ನು ನಾಲ್ಕು ದಿನಗಳ ಕಾಲ ಬಹಳ ಬಲವಾಗಿ ಎದುರಿಸಿದರು. ಕೊನೆಗೆ, ಅವರು ಕೋಟೆಯನ್ನು ತ್ಯಜಿಸಿ ಓಡಿಹೋಗಬೇಕಾಯಿತು. ಈ ದಂಡಯಾತ್ರೆಯಲ್ಲಿ ಹಗ್ರೋಸ್ ನ ಮೊದಲ ಯಶಸ್ಸು ಇದಾಗಿದೆ.

ರಹತ್ ಘರದಲ್ಲಿ ಯಶಸ್ಸಿನ ನಂತರ, ಹ್ಯೂಗ್ರೋಸ್ ತನ್ನ ಸೈನ್ಯದೊಂದಿಗೆ ಅಲ್ಲಿಂದ ಸುಮಾರು 24 ಕಿಲೋಮೀಟರ್ ದೂರದಲ್ಲಿರುವ ಬರೋಡಿಯಾ ಗ್ರಾಮವನ್ನು ತಲುಪಿದರು. ಅಲ್ಲಿ ಬಾನ್ಪುರದ ರಾಜನು ಕೆಲವು ಬಂಡುಕೋರರಿಗೆ ಆಶ್ರಯ ನೀಡಿದ್ದನು. ಹಘ್ರೋಸ್ನ ಸೈನ್ಯವು ಇಲ್ಲಿಯೂ ಯಶಸ್ಸನ್ನು ಗಳಿಸಿತು, ಆದರೆ ಅವರು ಸೈನ್ಯದ ನಾಯಕ ನೆವಿಲ್ಲೆ ಅವರನ್ನು ಕಳೆದುಕೊಂಡರು.

ಸಾಗರ್ ನಂತಹ ಸ್ಥಳಗಳಲ್ಲಿ ಹ್ಯೂಗ್ರೋಸ್ನ ಯಶಸ್ಸು

ರಹತ್ ಘರ್ ಮತ್ತು ಬರೋಡಿಯಾದಲ್ಲಿ ಯಶಸ್ವಿಯಾದ ನಂತರ, ಅವರು ಫೆಬ್ರವರಿ 3, 1858 ರಂದು ಸಾಗರವನ್ನು ಮುನ್ನಡೆಸಿದರು ಮತ್ತು ಆಕ್ರಮಣ ಮಾಡಿದರು. ದಂಗೆಕೋರರನ್ನು ಅಲ್ಲಿಂದ ಓಡಿಸಲಾಯಿತು ಮತ್ತು ಬಂಧಿತ ಇಂಗ್ಲಿಷ್ ಜನರನ್ನು ಬಿಡುಗಡೆ ಮಾಡಲಾಯಿತು. ಸಾಗರವನ್ನು ವಶಪಡಿಸಿಕೊಂಡ ನಂತರ, ಸಾಗರ್ ನಿಂದ 40 ಕಿ .ಮೀ ದೂರದಲ್ಲಿರುವ ಗರ್ಝೋಟಾ ಎಂಬ ಕೋಟೆಯನ್ನು ತಲುಪಿದರು. ಈ ಕೋಟೆಯನ್ನು 51 ಮತ್ತು 52ನೇ ಬಂಗಾಳದ ದಂಗೆಕೋರರು ವಶಪಡಿಸಿಕೊಂಡಿದ್ದರು. ಹಗ್ರೋಸ್ ಕೋಟೆಯ ಮೇಲೆ ದಾಳಿ ಮಾಡಿ ಅದನ್ನು ಬಹುತೇಕ ಪ್ರಯತ್ನವಿಲ್ಲದೆ ವಶಪಡಿಸಿಕೊಂಡರು.

ಈ ರೀತಿಯಾಗಿ, ಅವರು ಶೀಘ್ರದಲ್ಲೇ ನರ್ಮದಾ ನದಿಯ ಕಡೆಗೆ ದೊಡ್ಡ ಪ್ರಮಾಣದ ಭೂಮಿಯನ್ನು ತಮ್ಮ ನಿಯಂತ್ರಣಕ್ಕೆ ತಂದರು. ಈಗ ಅವರು ಬುಂದೇಲ್ ಖಂಡ್ ಕಡೆಗೆ ಚಲಿಸುವ ಬಗ್ಗೆ ಯೋಚಿಸಿದರು. ಬ್ರಿಟಿಷರು ಝಾನ್ಸಿಯನ್ನು ಬುಂದೇಲ್ ಖಂಡ್ ನಲ್ಲಿ ದಂಗೆಕೋರರ ಮುಖ್ಯ ಕೇಂದ್ರವೆಂದು ಪರಿಗಣಿಸಿದರು. ಆದ್ದರಿಂದ, ಝಾನ್ಸಿಯನ್ನು ವಶಪಡಿಸಿಕೊಳ್ಳುವವರೆಗೆ ಇಡೀ ಉತ್ತರ ಭಾರತದ ದಂಗೆಕೋರರನ್ನು ಹತ್ತಿಕ್ಕಲಾಗುವುದಿಲ್ಲ ಎಂದು ಕಮಾಂಡರ್-ಇನ್-ಚೀಫ್ ಕಾಲಿನ್ ಕಾಂಪ್ಬೆಲ್ ಈಗಾಗಲೇ ಹೇಳಿದ್ದರು. ಝಾನ್ಸಿಯನ್ನು ತಲುಪುವುದು ಸುಲಭವಲ್ಲ, ಏಕೆಂದರೆ ಸಾಗರ್ ನಿಂದ ಕಾನ್ಪುರದವರೆಗೆ ಬಂಡುಕೋರರು ಎಲ್ಲಾ ಪ್ರದೇಶಗಳನ್ನು ತಮ್ಮ ನಿಯಂತ್ರಣಕ್ಕೆ ತೆಗೆದುಕೊಂಡಿದ್ದರು. ಅಲ್ಲಿಗೆ ತಲುಪುವ ಮಾರ್ಗವು ಕಷ್ಟಕರವಾಗಿತ್ತು ಮತ್ತು ಬಂಡುಕೋರರು ಉತ್ತಮ ಭದ್ರತಾ ವ್ಯವಸ್ಥೆಗಳನ್ನು ಹೊಂದಿದ್ದರು. ಹ್ಯೂಗ್ರೋಸ್ ಯುದ್ಧ ರಂಗಗಳ ಉತ್ತಮ ಅನುಭವವನ್ನು ಹೊಂದಿದ್ದರು. ಆದ್ದರಿಂದ ಅವರು ತಮ್ಮ ಸೈನ್ಯವನ್ನು ಅನೇಕ ಸಣ್ಣ ಭಾಗಗಳಾಗಿ ವಿಂಗಡಿಸಿದರು ಮತ್ತು *ಘಾಟ್ ಗಳಿಗೆ ವಿವಿಧ ಮಾರ್ಗಗಳನ್ನು ತೆಗೆದುಕೊಳ್ಳಲು ಆದೇಶಿಸಿದರು.* ಅವರು ಸ್ವತಃ ಸೈನ್ಯದ ಒಂದು ಸಣ್ಣ ತಂಡದೊಂದಿಗೆ ದಮನ್ಪುರ ಘಾಟ್ ಗೆ ತೆರಳಿದರು. ಈ *ಘಾಟ್ ನಲ್ಲಿ ಅವರು ಬಂಡಾಯಗಾರರನ್ನು ಎದುರಿಸಬೇಕಾಯಿತು.* ಅವನ ಕುದುರೆ ಕೊಲ್ಲಲ್ಪಟ್ಟಿತು ಮತ್ತು ಅವನು ಸ್ವತಃ ಗಾಯಗೊಂಡನು. ಈ ರೀತಿಯಾಗಿ, ಅನೇಕ ಬುಂದೇಲ್ *ಸರ್ದಾರ್*ಗಳು (ಮುಖ್ಯಸ್ಥರು) ತಮ್ಮ ಪ್ರಾಣವನ್ನು ಕಳೆದುಕೊಳ್ಳಬೇಕಾಯಿತು.

ಶಹಗಢದ ವಿಲೀನ

ಅಲ್ಲಿನ ದಂಗೆಕೋರರನ್ನು ಸೋಲಿಸಿ ಬ್ರಿಟಿಷ್ ಸೈನ್ಯವು ಸರ್ರೈ ಕೋಟೆಯ ಬಳಿ ತಲುಪಿತು. ಅಲ್ಲಿ ಅವರು ರಾಜನ ಉದ್ಯಾನದಲ್ಲಿ ತಮ್ಮ ಶಿಬಿರವನ್ನು ಮಾಡಿದರು. ಮರುದಿನ ಅವರು ಮುರೊರಾರ್ ಗ್ರಾಮದ ಮೇಲೆ ದಾಳಿ ಮಾಡಿದರು, ಅದನ್ನು ವಶಪಡಿಸಿಕೊಂಡರು ಮತ್ತು ಬಂಡುಕೋರರನ್ನು ಹೊಡೆದರು. ಬುಂದೇಲ್ ಖಂಡ್ ನ

ರಾಜಕೀಯ ಪ್ರತಿನಿಧಿ ಬ್ರಿಟಿಷ್ ರಾಜ್ಯದಲ್ಲಿ ಶಹಗಢದ ವಿಲೀನವನ್ನು ಘೋಷಿಸಿದರು. ಬ್ರಿಟಿಷ್ ಸೈನ್ಯವು ಸರ್ರೈ ಕೋಟೆಯ ಮೇಲೆ ಫಿರಂಗಿ ಬಂದೂಕುಗಳನ್ನು ಇರಿಸಿತು. ಶಹಗಢದ ರಾಜನು ಈಗಾಗಲೇ ಓಡಿಹೋಗಿದ್ದನು, ಆದರೆ ಅವನ ಅನೇಕ ಸರ್ದಾರ್ ಗಳನ್ನು ಸೆರೆಹಿಡಿದು ಗಲ್ಲಿಗೇರಿಸಲಾಯಿತು. ಸಿಕ್ಕಿಬಿದ್ದವರಲ್ಲಿ ಒಬ್ಬ ಜ್ಯೋತಿಷಿಯಾಗಿದ್ದು, ಅವರು ನಿರ್ದಿಷ್ಟ ಶುಭ ಸಮಯದಲ್ಲಿ ದಂಗೆಯೆದ್ದರೆ ಅವರು ಯಶಸ್ವಿಯಾಗುತ್ತಾರೆ ಎಂದು ರಾಜನಿಗೆ ಸಲಹೆ ನೀಡಿದ್ದರು. ಬ್ರಿಟಿಷ್ ಸೈನ್ಯದ ಜೊತೆಗಿದ್ದ ಡಾ. ಲೋ ಅವರು ಈ ಜ್ಯೋತಿಷಿಗಳು ಸೂಚಿಸಿದ ಶುಭ ಸಮಯಕ್ಕೆ ಅನುಗುಣವಾಗಿ ಕಾರ್ಯನಿರ್ವಹಿಸಿದ ಕುರುಡು ಅನುಯಾಯಿಗಳನ್ನು ಬಹಳ ಹಗುರಗೊಳಿಸಿದ್ದರು.

ಬಾನ್ಪುರದ ಕಡೆಯಿಂದ ಮುಂದುವರಿದ ಹಘ್ರೋಸ್ ಸೈನ್ಯದ ಆ ದೂರವು ಬಹಳ ಕಡಿಮೆ ಹೋರಾಡಬೇಕಾಯಿತು. ಶಹಗಢದ ಪತನದ ಸುದ್ದಿ ಕೇಳಿದ ಕೂಡಲೇ ರಾಜನು ತನ್ನ ಕುಟುಂಬದೊಂದಿಗೆ ಓಡಿಹೋದನು. ಬಾನ್ಪುರವು ಬ್ರಿಟಿಷ್ ರಾಜ್ಯದ ಅಧೀನಕ್ಕೆ ಬಂದಿತ್ತು ಎಂದು ಮಾರ್ಚ್ 10ರಂದು ಹ್ಯಾಮಿಲ್ಟನ್ ಘೋಷಿಸಿದರು. ಈ ಮೇಜರ್ ಬೈಲೋದಲ್ಲಿ ಮಾರ್ಚ್ 11ರಂದು ಫಿರಂಗಿ ಬಂದೂಕುಗಳಿಂದ ರಾಜಮನೆತನದ ಅರಮನೆಯ ಕೆಲವು ಭಾಗವನ್ನು ಸ್ಫೋಟಿಸಲಾಯಿತು. ಉಳಿದವುಗಳಿಗೆ ಬೆಂಕಿ ಹಚ್ಚಲಾಯಿತು. ಅನೇಕ ಬಂಡುಕೋರರು ಅಲ್ಲಿಯೇ ತಂಗಿದ್ದರು. ವಿಶಾಲವಾದ ಬ್ರಿಟಿಷ್ ಸೈನ್ಯವನ್ನು ನೋಡಿದಾಗ, ಅವರು ತಮ್ಮ ಹಿಮ್ಮಡಿಗೆ ತೆಗೆದುಕೊಂಡರು. ಅದನ್ನು ವಶಪಡಿಸಿಕೊಂಡ ನಂತರ, ಹಗ್ರೋಸ್ ಮಾರ್ಚ್ 17ರಂದು ಬೆಟ್ವಾ ನದಿಯನ್ನು ದಾಟಿತು ಮತ್ತು ಚಾಂದೇರಿಯ ಪ್ರಾಚೀನ ಕೋಟೆಯನ್ನು ವಶಪಡಿಸಿಕೊಂಡಿತು. ನಂತರ ಅವರು ಝಾನ್ಸಿ ಕಡೆಗೆ ಮೆರವಣಿಗೆ ನಡೆಸಿದರು. ಮಾರ್ಚ್ 19ರಂದು ಝಾನ್ಸಿಯಿಂದ ಕೇವಲ 22 ಕಿ .ಮೀ ದೂರದಲ್ಲಿರುವ ಚಂದೇರಿಯನ್ನು ತಲುಪಿದರು.

ಝಾನ್ಸಿಯ ಮುತ್ತಿಗೆ

ಮಾರ್ಚ್ 20ರಂದು, ಝಾನ್ಸಿಗೆ ರಸ್ತೆಗಳ ದಿಗ್ಬಂಧನಕ್ಕಾಗಿ ಹಘ್ರೋಸ್ ಒಂದು ಫಿರಂಗಿ ಘಟಕ ಮತ್ತು ಕೆಲವು ಅಶ್ವದಳ ಘಟಕಗಳನ್ನು ಕಳುಹಿಸಿದ. ನಂತರ ಅವನು ಹೋಗಲು ತನ್ನನ್ನು ಸಿದ್ಧಪಡಿಸಿಕೊಂಡನು. ಅಂದಿಗಾಗಲೇ ಗವರ್ನರ್ ಜನರಲ್ ಅವರ ಪತ್ರವನ್ನು ಸ್ವೀಕರಿಸಿದರು, ಅದರಲ್ಲಿ ಮೊದಲು ಚಾರ್ಖಾರಿಗೆ ತೆರಳುವಂತೆ ಅವರಿಗೆ ಆದೇಶಿಸಲಾಯಿತು. ಚಾರ್ಖರಿಯ ರಾಜನು ಬ್ರಿಟಿಷರ ಸ್ನೇಹಿತನಾಗಿದ್ದನು. ಅವನ ಮೇಲೆ ತಾತ್ಯ ತೋಪೆ ಹಲ್ಲೆ ನಡೆಸಿದರು, ಆದ್ದರಿಂದ, ಮೊದಲು ಅವನನ್ನು ರಕ್ಷಿಸುವುದು ಮುಖ್ಯ ಎಂದು ಹೇಳಲಾಯಿತು. ಬುಂದೇಲ್ ಕಾಂಡ್ ನ ರಾಜಕೀಯ ಏಜೆಂಟ್ ಹ್ಯಾಮಿಲ್ಟನ್ ಕೂಡ ಇದೇ ರೀತಿಯ ಪತ್ರವನ್ನು ಸ್ವೀಕರಿಸಿದ್ದರು. ಇದು ಅವನನ್ನು ಎರಡು ಮನಸ್ಸಿನಲ್ಲಿ ಇರಿಸಿತು. ಅವರ ಸೈನ್ಯವು ಝಾನ್ಸಿಯಿಂದ ಕೇವಲ 22 ಕಿ .ಮೀ ದೂರದಲ್ಲಿದೆ, ಆದರೆ ಚಾರ್ಖರಿಯವರೆಗಿನ ದೂರವು ಸುಮಾರು 129 ಕಿ.ಮೀ. ಹ್ಯಾಮಿಲ್ಟನ್ ಝಾನ್ಸಿಯನ್ನು ಮೊದಲು ಸ್ವಾಧೀನಪಡಿಸಿಕೊಳ್ಳುವುದನ್ನು ಹೆಚ್ಚು ಮುಖ್ಯವೆಂದು ಪರಿಗಣಿಸಿದರು. ಆದ್ದರಿಂದ, ಝಾನ್ಸಿಯ ಈ ಮಹತ್ವವನ್ನು ಸ್ಪಷ್ಟಪಡಿಸಿದ ಅವರು ಗವರ್ನರ್ ಜನರಲ್ ಗೆ ಪತ್ರ ಬರೆದರು. ಇದರ ನಂತರ, ಹಘ್ರೋಸ್ ತನ್ನ ಎಲ್ಲಾ ಶಕ್ತಿ ಮತ್ತು ಸೈನ್ಯದೊಂದಿಗೆ ಝಾನ್ಸಿಯತ್ತ ಸಾಗಿದನು.

ಮಹಾರಾಣಿ ಲಕ್ಷ್ಮೀಬಾಯಿ ಅವರ ಪ್ರತಿಕ್ರಿಯೆ

ಈ ಸುದ್ದಿಯನ್ನು ಸ್ವೀಕರಿಸುವಾಗ, ಝಾನ್ಸಿ ದಿಗ್ಭ್ರಮೆಗೊಂಡರು. ಮಹಾರಾಣಿಯ ಆಸ್ಥಾನಿಕರು ಅಸಮಾಧಾನಗೊಂಡರು ಮತ್ತು ಆತಂಕಗೊಂಡರು. ಅನುಭವಿ ವ್ಯಕ್ತಿಗಳ ಕೊರತೆಯಿತ್ತು. ಈಗ ಏನು ಮಾಡಬೇಕು? ಈ ವಿಷಯದ ಬಗ್ಗೆ ಚರ್ಚೆ ಪ್ರಾರಂಭವಾಯಿತು. ನಾನಾ ಭೋಪತ್ಕರ್ ಅವರ ಸಲಹೆಯ ಮೇರೆಗೆ ಅನುಭವಿ ವ್ಯಕ್ತಿಗಳಿಂದ ಸಲಹೆ ಪಡೆಯಲು ಕೆಲವು ವ್ಯಕ್ತಿಗಳನ್ನು ಗ್ವಾಲಿಯರ್ ಗೆ ಕಳುಹಿಸಲಾಯಿತು. ಅಲ್ಲಿನ ಜನರು ಬ್ರಿಟಿಷರ ವಿರುದ್ಧ ಹೋರಾಡದಂತೆ ಸಲಹೆ ನೀಡಿದರು. ಒಬ್ಬ ವ್ಯಕ್ತಿಯನ್ನು ಹಫ್ರೋಸ್ ಬಳಿಗೆ ಕಳುಹಿಸಬೇಕು. ಅವರು ಇಡೀ ಪರಿಸ್ಥಿತಿಯನ್ನು ವಿವರಿಸುತ್ತಾರೆ ಮತ್ತು ಸ್ನೇಹವನ್ನು ಹುಡುಕುತ್ತಾರೆ. ಝಾನ್ಸಿ ನ್ಯಾಯಾಲಯದಲ್ಲಿರುವ ಕೆಲವು ವ್ಯಕ್ತಿಗಳು ಈ ಅಭಿಪ್ರಾಯವನ್ನು ಒಪ್ಪಲಿಲ್ಲ. ಇದಕ್ಕೆ ಕಾರಣವೇನೆಂದರೆ, ಝಾನ್ಸಿಯ ಹೆಚ್ಚಿನ ಜನರು ಬ್ರಿಟಿಷರ ಬಗ್ಗೆ ಅಸಮಾಧಾನ ಹೊಂದಿದ್ದರು. ಆದ್ದರಿಂದ ಅವರು ಜಗಳವಾಡಲು ಸಲಹೆ ನೀಡಿದರು. ಆ ದಿನಗಳಲ್ಲಿ ಮಹಾರಾಣಿ ಕೋಟೆಯಲ್ಲಿ ವಾಸಿಸುತ್ತಿದ್ದರು. ಮೇಲೆ ಉಲ್ಲೇಖಿಸಲಾದ ಅನನುಭವಿ ವ್ಯಕ್ತಿಗಳಿಗೆ ಅವರ ಬಳಿಗೆ ಹೋಗಲು ಅನುಮತಿ ನೀಡಲಾಗಿಲ್ಲ. ಮಹಾರಾಣಿ ತನ್ನ ವಿಶ್ವಾಸಾರ್ಹ ಸಲಹೆಗಾರರೊಂದಿಗೆ ಈ ಚರ್ಚೆಯನ್ನು ನಡೆಸಿದರು.

ಈ ಚರ್ಚೆಯು ನಡೆಯುತ್ತಿರುವಾಗ, ಬ್ರಿಟಿಷರ ಮೆಸೆಂಜರ್ ಬಂದಿರುವುದಾಗಿ ಅವರಿಗೆ ತಿಳಿಸಲಾಯಿತು. ಅವರನ್ನು ಗೌರವದಿಂದ ಕರೆಯಲಾಯಿತು. ಅವರು ಮಹಾರಾಣಿಯನ್ನು ಗೌರವಯುತವಾಗಿ ವಂದಿಸಿದರು ಮತ್ತು ಹಫ್ರೋಸ್ ನೀಡಿದ ಪತ್ರವನ್ನು ಮಂಡಿಸಿದರು. ಸಚಿವರು ಪತ್ರವನ್ನು ತೆಗೆದುಕೊಂಡು ಅದನ್ನು ಓದಿದರು. ಆ ಪತ್ರದಲ್ಲಿ ಮಹಾರಾಣಿಗೆ ಈ ಕೆಳಗಿನ ಮಾಹಿತಿಯನ್ನು ನೀಡಲಾಯಿತು:

"ನಾವು ನಮ್ಮ ಸೈನ್ಯದೊಂದಿಗೆ ಇಲ್ಲಿಗೆ ತಲುಪಿದ್ದೇವೆ ಎಂದು ರಾಣಿ ಲಕ್ಷ್ಮೀಬಾಯಿಗೆ ತಿಳಿಸಲಾಗಿದೆ. ನಮ್ಮ ಶಿಬಿರದಲ್ಲಿ ನಿಮ್ಮ ಎಂಟು ಮಂತ್ರಿಗಳೊಂದಿಗೆ ನೀವು ಎರಡು ದಿನಗಳಲ್ಲಿ ಶಸ್ತ್ರಾಸ್ತ್ರಗಳಿಲ್ಲದೆ ನಮ್ಮನ್ನು ಭೇಟಿಯಾಗುವುದು ನಿಮ್ಮ ಆಸಕ್ತಿಗೆ ಬಿಟ್ಟಿರುತ್ತದೆ, ಇದರಿಂದಾಗಿ ನಿಮ್ಮ ಭವಿಷ್ಯದ ಬಗ್ಗೆ ಕೆಲವು ನಿರ್ಧಾರಗಳನ್ನು ತೆಗೆದುಕೊಳ್ಳಬಹುದು. ನಿಮ್ಮೊಂದಿಗೆ ಬರುವ ಎಂಟು ಮಂತ್ರಿಗಳ ಹೆಸರುಗಳು ಈ ಕೆಳಗಿನಂತಿವೆ:

1. ದಿವಾನ್ ಲಕ್ಷ್ಮಣ ರಾವ್, ರಾಜ್ಯ ಸಚಿವ, 2. ದಿವಾನ್ ಜವಾಹರ್ ಸಿಂಗ್, 3. ದಿವಾನ್ ರಘುನಾಥ್ ಸಿಂಗ್, 4. ಸರ್ದಾರ್ ಲಾಲಾ ಭಾವು ಬಕ್ಷಿ, 5. ಸರ್ದಾರ್ ಮೊರೊಪಂತ್ ತಂಬೆ, 6. ಸರ್ದಾರ್ ನಾನಾ ಭೋಪತ್ಕರ್, ಮತ್ತು 7. ಸರ್ದಾರ್ ಗುಲಾಮ್ ಗೌಸ್ ಖಾನ್."

ಈ ಆದೇಶವನ್ನು ಪಾಲಿಸದಿದ್ದರೆ, ಕಠಿಣ ಶಿಕ್ಷೆಯನ್ನು ಅನುಸರಿಸಲಾಗುತ್ತದೆ."

ಸರ್ ಹಫ್ರೋಸ್, ಕಮಾಂಡರ್-ಇನ್-ಚಾರ್ಜ್

ಕೇವಲ ಎಂಟು ಜನರನ್ನು ಮಾತ್ರ ಕರೆಯಲಾಗಿದೆ ಎಂದು ನಾವು ಸ್ಪಷ್ಟಪಡಿಸೋಣ, ಆದರೆ ಎಂಟನೇ ವ್ಯಕ್ತಿಯ ಹೆಸರು ಯಾವುದೇ ಪುಸ್ತಕದಲ್ಲಿ ಕಂಡುಬರುವುದಿಲ್ಲ.

ಹಫ್ರೋಸ್ ಈ ರೀತಿ ಕರೆ ನೀಡುವ ಮೂಲಕ ಅವರನ್ನು ಬಂಧಿಸಲು ಬಯಸಿದ್ದರು ಎಂದು ಅರ್ಥೈಸಲಾಯಿತು. ಮೆಸೆಂಜರ್ ಹಿಂತಿರುಗಿದರು. ಇದರ ನಂತರ ಮಹಾರಾಣಿ ತಾನು ಹೋರಾಡಲು ಮಣಿಯುವುದಾಗಿ ನಿರ್ಧರಿಸಿದಳು. ಈ ನಿರ್ಧಾರ ತೆಗೆದುಕೊಳ್ಳುವ ಮೊದಲು, ಅವರು ಪ್ರಸ್ತಾಪವನ್ನು ತಿರಸ್ಕರಿಸಿ ಹ್ಯೂಗ್ರೋಸ್ ಗೆ ಪತ್ರವೊಂದನ್ನು ಕಳುಹಿಸಿದರು. ಈ ಪತ್ರದ ಈ ಕೆಳಗಿನ ಸಾಲುಗಳನ್ನು ಉಲ್ಲೇಖಿಸುವುದು ಅವಶ್ಯಕವಾಗಿದೆ:

"ನಮ್ಮನ್ನು ಬರಲು ಕೇಳಿದ್ದಕ್ಕಾಗಿ ನಿಮ್ಮ ಪತ್ರದಲ್ಲಿ ನೀವು ಯಾವುದೇ ಕಾರಣವನ್ನು ಉಲ್ಲೇಖಿಸಿಲ್ಲ, ಅದನ್ನು ನಾವು ನಮ್ಮ ನೇರ ಅವಮಾನವೆಂದು ಪರಿಗಣಿಸುತ್ತೇವೆ. ಇದಲ್ಲದೆ, ನೀವು ಮಂಡಿಸಿದ ಷರತ್ತನ್ನು ಯಾವುದೇ ಸ್ವಯಂ-ಗೌರವದ ಕೆಚ್ಚೆದೆಯ ವ್ಯಕ್ತಿಯು ಸ್ವೀಕರಿಸಲು ಸಾಧ್ಯವಿಲ್ಲ. ಬ್ರಿಟಿಷ್ ಸರ್ಕಾರವು ತನ್ನ ಹಳೆಯ, ಹಿತಚಿಂತಕ ಸ್ನೇಹಿತರನ್ನು ಏಕೆ ಅವಮಾನಿಸುತ್ತಿದೆ ಎಂಬುದನ್ನು ನಾವು ಅರ್ಥಮಾಡಿಕೊಳ್ಳಲು ವಿಫಲರಾಗಿದ್ದೇವೆ! ಅಂತಹ ಪರಿಸ್ಥಿತಿಯಲ್ಲಿ ನಿಮ್ಮ ಶಿಬಿರದಲ್ಲಿ ನಮ್ಮೊಂದಿಗೆ ವಿಶ್ವಾಸ ಉಲ್ಲಂಘನೆಯಾಗುವುದಿಲ್ಲ ಎಂದು ನಾವು ಹೇಗೆ ನಂಬಬಹುದು? ಕಾರಣ, ಬ್ರಿಟಿಷ್ ಸರ್ಕಾರವು ಈ ಮೊದಲು ಮುಗಲ್ ಚಕ್ರವರ್ತಿಯೊಂದಿಗೆ ಈ ರೀತಿ ವ್ಯವಹರಿಸಿದೆ, ಆದರೆ ನಾವು ನಿಮ್ಮೊಂದಿಗೆ ಯಾವುದೇ ವಿವಾದವನ್ನು ಬಯಸುವುದಿಲ್ಲ ಎಂದು ನಾವು ನಿಮಗೆ ಭರವಸೆ ನೀಡುತ್ತೇವೆ. ಅಥವಾ ನಾವು ಈ ಹಿಂದೆ ಹಾಗೆ ಮಾಡಿಲ್ಲ. ಆದ್ದರಿಂದ, ನೀವು ಬಯಸಿದರೆ, ನಮ್ಮ ರಾಜ್ಯದ ಪ್ರಾಚೀನ ಸಂಪ್ರದಾಯಕ್ಕೆ ಅನುಗುಣವಾಗಿ ನಮ್ಮ ಸಶಸ್ತ್ರ ಅಂಗರಕ್ಷಕರೊಂದಿಗೆ ನಮ್ಮ ದಿವಾನ್ ಸಾಹೇಬರನ್ನು ನಿಮ್ಮ ಶಿಬಿರಕ್ಕೆ ಕಳುಹಿಸಲು ನಾವು ಸಿದ್ಧರಿದ್ದೇವೆ, ಇದರಿಂದ ಅವರು ಒಪ್ಪಂದದ ಸೂಕ್ತ ಷರತ್ತುಗಳನ್ನು ನಿಮ್ಮೊಂದಿಗೆ ನಿರ್ಧರಿಸಬಹುದು."

"ನಾನು ನಿಮ್ಮ ಶಿಬಿರಕ್ಕೆ ಬರುವ ವಿಷಯಕ್ಕೆ ಸಂಬಂಧಿಸಿದಂತೆ, ಹಿಂದೂ ಧರ್ಮ ಮತ್ತು ಸಂಸ್ಕೃತಿಯ ಪ್ರಕಾರ ಯಾವುದೇ ಮಹಿಳೆ ಈ ರೀತಿ ಇನ್ನೊಬ್ಬ ಪುರುಷನನ್ನು ಭೇಟಿಯಾಗಲು ಹೋಗುವುದಿಲ್ಲ ಎಂದು ನೀವು ತಿಳಿದುಕೊಳ್ಳಬೇಕು. ಆದ್ದರಿಂದ, ದಯವಿಟ್ಟು ಇದನ್ನು ನಮ್ಮಿಂದ ನಿರೀಕ್ಷಿಸಬೇಡಿ."

ಮಹಾರಾಣಿ ಹೋರಾಡಲು ನಿರ್ಧರಿಸುತ್ತಾಳೆ

ಈ ಪತ್ರವನ್ನು ಹಗ್ರೋಸ್ ಗೆ ಕಳುಹಿಸಿದ ನಂತರ, ಮಹಾರಾಣಿ ಬ್ರಿಟಿಷರ ವಿರುದ್ಧ ಯುದ್ಧ ಘೋಷಿಸಿದರು. "ಹೋರಾಟದಲ್ಲಿ ಭಾಗವಹಿಸದಿರಲು ಯಾರು ನಿರ್ಧರಿಸುತ್ತಾರೋ ಅವರು ತಮ್ಮ ಜೀವವನ್ನು ಉಳಿಸಿಕೊಳ್ಳಲು ಇಷ್ಟಪಡುವ ಸ್ಥಳಕ್ಕೆ ಓಡಿಹೋಗಬಹುದು" ಎಂದು ಅವರು ಬಲವಾದ ಮಾತುಗಳಲ್ಲಿ ಹೇಳಿದರು.

ಮಹಾರಾಣಿಯ ಈ ನಿರ್ಧಾರದ ಬಗ್ಗೆ ವಿವಿಧ ಇತಿಹಾಸಕಾರರು ಎಲ್ಲಾ ರೀತಿಯ ವಿಷಯಗಳನ್ನು ಬರೆದಿದ್ದಾರೆ. ಬಂಧನ ಭೀತಿಯಿಂದ ಅವರು ಅಸಹಾಯಕತೆಯಿಂದ ಈ ನಿರ್ಧಾರವನ್ನು ತೆಗೆದುಕೊಂಡಿದ್ದಾರೆ ಎಂದು ಕೆಲವರು ಭಾವಿಸುತ್ತಾರೆ. ಬ್ರಿಟಿಷ್ ಸೈನ್ಯವನ್ನು ತನ್ನ ಮುಖವನ್ನು ಬಿಳಿಯಾಗಿ ಚಿತ್ರಿಸಿದ ನಾಥೆ ಖಾನ್ ನ ಸೈನ್ಯವೆಂದು ಅವರು ಪರಿಗಣಿಸಿದ್ದಾರೆ ಎಂದು ಕೆಲವರು ಭಾವಿಸುತ್ತಾರೆ. ಮಹಾರಾಣಿ ಕೆಲವು ಜನರನ್ನು ಒಪ್ಪಂದಕ್ಕಾಗಿ ಬ್ರಿಟಿಷರ ಬಳಿಗೆ ಕಳುಹಿಸಿದರು ಆದರೆ ಬ್ರಿಟಿಷರು ಅವರನ್ನು ಗಲ್ಲಿಗೇರಿಸಿದರು ಎಂದು ಕೆಲವರು ಬರೆದಿದ್ದಾರೆ. ಆದ್ದರಿಂದ, ಅವರು ಯುದ್ಧದಿಂದ ದೂರವಿರಲು ನಿರ್ಧರಿಸಿದರು.

ಮಹಾರಾಣಿ ಈ ನಿರ್ಧಾರವನ್ನು ಏಕೆ ತೆಗೆದುಕೊಂಡರು ಎಂಬ ವಿವಾದಕ್ಕೆ ಒಳಗಾಗುವುದು ಅನಗತ್ಯ, ಏಕೆಂದರೆ ಪ್ರಮುಖ ವಿಷಯವೆಂದರೆ ಯುದ್ಧ ಮಾಡುವುದು, ನಿರ್ಧಾರವಲ್ಲ. ನಿರ್ಧಾರ ತೆಗೆದುಕೊಂಡ ನಂತರ, ಮಹಾರಾಣಿ ಯುದ್ಧದ ಸಿದ್ಧತೆಗಳಲ್ಲಿ ನಿರತರಾದರು. ಅವರು ಕೋಟೆಯ ರಕ್ಷಣೆಗೆ ವ್ಯವಸ್ಥೆ ಮಾಡಿದರು. ಈ ಕೋಟೆಯು ಝಾನ್ಸಿಯ ಪಶ್ಚಿಮಕ್ಕೆ ಒಂದು ಸಣ್ಣ ಗುಡ್ಡದ ಮೇಲೆ ಇದೆ. ಅವರು ಕೋಟೆಯ ಕಾರ್ಯತಂತ್ರವನ್ನು ರೂಪಿಸಿದರು. ಎಲ್ಲಾ *ಸರ್ದಾರ್* ಗಳನ್ನು ಅವರ ನಿಯೋಜಿತ ಹುದ್ದೆಗಳಿಗೆ ನೇಮಿಸಲಾಯಿತು. *ಕೋಟೆಯ* ಪ್ರಾಚಿರ್ (ಗೋಡೆ) 16 ರಿಂದ 20 ಅಡಿ ಅಗಲವಾಗಿತ್ತು. ಅದನ್ನು ಸರಿಯಾಗಿ ದುರಸ್ತಿ ಮಾಡಲಾಯಿತು. ಕೋಟೆಯ ಪ್ರತಿ *ಬುರ್ಜ್* (ಏರುತ್ತಿರುವ) ಮೇಲೆ ಫಿರಂಗಿ ಬಂದೂಕುಗಳನ್ನು ಇರಿಸಲಾಗಿತ್ತು. ಅತ್ಯುನ್ನತ *ಬುರ್ಜ್* ನ ಆಯಾಮಗಳು 20'x20' ಉದ್ದ ಮತ್ತು ಅಗಲ ಮತ್ತು ಅದರ ಎತ್ತರ 62 ಗಜಗಳು. ಝಾನ್ಸಿ, ಕರಕ್ ಬಿಜಿ, ಭವಾನಿ ಶಂಕರ್, ಘಾನ್ ಗೈಜಾನ್ ಮತ್ತು ನಲ್ದಾರ್ ನ ಪ್ರಸಿದ್ಧ ಫಿರಂಗಿ ಬಂದೂಕುಗಳನ್ನು ಇಲ್ಲಿ ಇರಿಸಲಾಯಿತು. ಕೋಟೆಯ ಸುತ್ತಲಿನ ಕಂದಕವು ನೀರಿನಿಂದ ತುಂಬಿತ್ತು. ಅದರಲ್ಲಿ ವಿಷ ಭರಿತ ಈಟಿಗಳನ್ನು ಮುಳುಗಿದ ಸ್ಥಾನಗಳಲ್ಲಿ ಸಿಂಪಡಿಸಲಾಗಿತ್ತು. ಕೋಟೆಯಲ್ಲಿ ಉತ್ತಮ ಪ್ರಮಾಣದ ಮದ್ದುಗುಂಡುಗಳು ಮತ್ತು ಆಹಾರವನ್ನು ಸಂಗ್ರಹಿಸಲಾಗಿತ್ತು. ಎಲ್ಲಾ ಚಿನ್ನ ಮತ್ತು ಬೆಳ್ಳಿಯ ಆಭರಣಗಳನ್ನು ಕರಗಿಸಿ ನಾಣ್ಯಗಳಾಗಿ ಬಿತ್ತರಿಸಲಾಯಿತು. ಇದರಿಂದ ಹಣಕಾಸಿನ ಕೊರತೆಯು ಕೆಲಸಕ್ಕೆ ಅಡ್ಡಿಯಾಗಲಿಲ್ಲ. ಲಭ್ಯವಿರುವ ಎಲ್ಲಾ ಕಬ್ಬಿಣ, ಹಿತ್ತಾಳೆ ಇತ್ಯಾದಿಗಳನ್ನು ಯುದ್ಧಕ್ಕಾಗಿ ಬಂದೂಕುಗಳು ಮತ್ತು ಚಿಪ್ಪುಗಳನ್ನು ತಯಾರಿಸಲು ಬಳಸಲಾಗುತ್ತಿತ್ತು. ಝಾನ್ಸಿಯ ಮಹಿಳೆಯರು ಸಹ ಈ ಕೆಲಸದಲ್ಲಿ ಭಾಗವಹಿಸಿದ್ದರು.

ಕದನ ಪ್ರಾರಂಭವಾಗುತ್ತದೆ

1858 ರ ಮಾರ್ಚ್ 21 ರ ಬೆಳಿಗ್ಗೆ ಹ್ಯೂಗ್ರೋಸ್ ಝಾನ್ಸಿಗೆ ಸಮೀಪಿಸಿದನು. ಎತ್ತರದ ಎತ್ತುಗಳ ಮೇಲೆ ದೂರದರ್ಶಕವನ್ನು ಸ್ಥಾಪಿಸಿ, ಕೋಟೆ ಮತ್ತು ಇಡೀ ನಗರವನ್ನು ಅಲ್ಲಿಂದ ಸಮೀಕ್ಷೆ ಮಾಡಿದನು. ಕೋಟೆಯನ್ನು ತಲುಪಲು ಸಹಾಯ ಮಾಡುವ ಎಲ್ಲ ಅಂಶಗಳನ್ನು ನಿರ್ಬಂಧಿಸಲಾಗಿತ್ತು. ಎಲ್ಲಾ ಪ್ರಮುಖ ಸ್ಥಳಗಳಲ್ಲಿ ಫಿರಂಗಿ ಬಂದೂಕುಗಳನ್ನು ಇರಿಸಲಾಗಿತ್ತು. ಆ ಸಮಯದಲ್ಲಿ ಚಾಂದೇರಿಯ ಬ್ರಿಗೇಡಿಯರ್ ಸ್ಟುವರ್ಟ್ ಕೂಡ ಅಲ್ಲಿಗೆ ತಲುಪಿದರು. ಕೋಟೆಯ ಸುತ್ತಮುತ್ತಲಿನ ವಿವಿಧ ಸ್ಥಳಗಳಲ್ಲಿ ಹಗ್ರೋಸ್ ಬಂಕರ್ ಗಳು ಮತ್ತು ಕಂದಕಗಳನ್ನು ಅಗೆದರು. ಸೈನ್ಯವು ಎಲ್ಲಿದ್ದರೂ ತಂತಿಗಳು ಹರಿದಾಡುತ್ತಿದ್ದವು. ಇದರಿಂದ ಯುದ್ಧದ ಸುದ್ದಿ ವಿವಿಧ ಸ್ಥಳಗಳನ್ನು ಶೀಘ್ರವಾಗಿ ತಲುಪುತಿತ್ತು. ಕೋಟೆಯಲ್ಲಿನ ಚಟುವಟಿಕೆಗಳನ್ನು ದೂರದರ್ಶಕದ ಮೂಲಕ ಹಗ್ರೋಸ್ ನಿರಂತರವಾಗಿ ವೀಕ್ಷಿಸುತ್ತಿದ್ದರು. ಅವರು ಬರೆದರು, "ಕೋಟೆಯಲ್ಲಿ ಕೆಲಸ ಮಾಡುವ ಪುರುಷರಂತೆ ಮಹಿಳೆಯರೂ ಕಾರ್ಯನಿರತರಾಗಿದ್ದರು."

ಮುಂಭಾಗವನ್ನು ಸಿದ್ಧಪಡಿಸುವ ಮತ್ತು ವಿವಿಧ ಸ್ಥಳಗಳಿಗೆ ಮದ್ದುಗುಂಡುಗಳನ್ನು ಸಾಗಿಸುವ ಕೆಲಸವನ್ನು ಮಹಿಳೆಯರು ಮಾಡಿದರು. ಕೋಟೆಯಲ್ಲಿನ ಚಟುವಟಿಕೆಗಳನ್ನು ಶ್ಲಾಘಿಸಿ, ಹ್ಯೂಗ್ರೋಸ್ ಜೊತೆಗಿದ್ದ ಡಾ. ಲೋ ಅವರು ಹೀಗೆ ಬರೆದಿದ್ದಾರೆ:

"ಅಲ್ಲಿಗೆ ತಲುಪಿದ ನಂತರ ಅವರು ಕೋಟೆಯ ದಕ್ಷಿಣ ದ್ವಾರದಿಂದ ಸ್ವಲ್ಪ ದೂರದಲ್ಲಿ ಪೂರ್ವ ಗೋಡೆಯ ಮೇಲೆ ಮೂರು ಫಿರಂಗಿ ಬಂದೂಕುಗಳಿಗಾಗಿ ತ್ವರಿತವಾಗಿ ಮುಂಭಾಗಗಳನ್ನು ಸಿದ್ಧಪಡಿಸುತ್ತಿರುವುದನ್ನು ನಾವು ನೋಡಿದ್ದೇವೆ. ಜೇನುನೊಣಗಳಂತೆ ಅವರು ತಮ್ಮ ಕೆಲಸದಲ್ಲಿ ಕಳೆದುಹೋದರು. ಭಾರತೀಯರು ಇಂತಹ ಭಕ್ತಿಯಿಂದ ಕೆಲಸ ಮಾಡುವುದನ್ನು ನಾವು ಹಿಂದೆಂದೂ ನೋಡಿಲ್ಲ. ಎಂಜಿನಿಯರ್ ಗಳು ಮಾಡಿದಂತೆಯೇ ಅವರು ಈ ಮುಂಭಾಗವನ್ನು ಶೀಘ್ರವಾಗಿ ಪೂರ್ಣಗೊಳಿಸಿದರು."

ಎರಡೂ ಪಕ್ಷಗಳು ಅಪೇಕ್ಷಿತ ಏನನ್ನೂ ಬಿಡದೆ ತಮ್ಮ ಪರಿಸ್ಥಿತಿಗೆ ಅನುಗುಣವಾಗಿ ತಮ್ಮ ಸಿದ್ಧತೆಗಳನ್ನು ಮಾಡುತ್ತಿವೆ ಎಂದು ಹೇಳುವುದು ಇದರ ಉದ್ದೇಶ. ಯುದ್ಧವನ್ನು ಪ್ರಾರಂಭಿಸುವುದು ಮಾತ್ರ ವಿಳಂಬವಾಗಿತ್ತು. ಝಾನ್ಸಿ ಬಳಿಯ ಬಯಲು ಪ್ರದೇಶಗಳು ಮತ್ತು ಸಣ್ಣ ಗುಡ್ಡಗಾಡು ಪ್ರದೇಶಗಳಲ್ಲಿನ ಎಲ್ಲಾ ಸ್ಥಳಗಳಲ್ಲಿ ಬ್ರಿಟಿಷ್ ಪಡೆಗಳು ಮುಂಭಾಗದಲ್ಲಿ ಸ್ಥಾನ ಪಡೆದಿವೆ ಮತ್ತು ಕೋಟೆಯೊಳಗೆ ರಾಣಿಯ ಸೈನ್ಯವು ಸಂಪೂರ್ಣವಾಗಿ ಸಿದ್ಧವಾಗಿತ್ತು ಮತ್ತು ಬದ್ಧವಾಗಿತ್ತು. ಮಾರ್ಚ್ 23, 1858 ರಂದು, ಸೂರ್ಯೋದಯದೊಂದಿಗೆ ಬ್ರಿಟಿಷ್ ಸೈನ್ಯದ ದೋಷಗಳನ್ನು ಧ್ವನಿಸಲಾಯಿತು. ಯುದ್ಧದ ಆರಂಭವನ್ನು ವಿವರಿಸುತ್ತಾ, ಶ್ರೀ ಶಾಂತಿ ನಾರಾಯಣ್ ಅವರು ತಮ್ಮ *ಮಹಾರಾಣಿ ಝಾನ್ಸಿ* ಪುಸ್ತಕದಲ್ಲಿ ಹೀಗೆ ಬರೆದಿದ್ದಾರೆ:

"ಮಾರ್ಚ್ 23 ರಂದು ಸೂರ್ಯೋದಯದೊಂದಿಗೆ, ಬಗಲ್ನ ಘೋರ ಶಬ್ದವು ವಾತಾವರಣದಲ್ಲಿ ಪ್ರತಿಧ್ವನಿಸಲು ಪ್ರಾರಂಭಿಸಿತು, ಮತ್ತು ಹ್ಯೂರೋಸ್ನ ಭಾರೀ, ಹೆಚ್ಚಿನ ಸಂಖ್ಯೆಯ, ಉನ್ಮಾದ ಮತ್ತು ಯಶಸ್ಸಿನ-ಕುಡಿತದ ಸೈನ್ಯವು ಎಲ್ಲಾ ಕಡೆಗಳಿಂದ ಯುದ್ಧಭೂಮಿಯಲ್ಲಿ ಹೆಜ್ಜೆ ಹಾಕಿತು. ಯುದ್ಧದ ಬಗಲ್ಗಳ ಗುಡುಗಿನ ಸ್ವರಗಳೊಂದಿಗೆ, ಮತ್ತು ಕೋಟೆಯನ್ನು ಪ್ರಪಂಚದಿಂದ ಎದ್ದು ನಿಲ್ಲುವ ಉದ್ದೇಶದಿಂದ ಝಾನ್ಸಿಯ ಮಹಾರಾಣಿಯ ಕೆಚ್ಚೆದೆಯ, ಧೈರ್ಯಶಾಲಿ ಮತ್ತು ದೇಶಭಕ್ತಿಯ ಸೈನ್ಯವು ಕಡಿಮೆ ಸಂಖ್ಯೆಯಲ್ಲಿದ್ದರೂ ಸಹ. ಕೋಟೆಯ ಸಮೀಪ ತಲುಪಿದ ತಕ್ಷಣ, ಫಿರಂಗಿ ಬಂದೂಕುಗಳು ಶೆಲ್ಗಳ ಮಳೆಯನ್ನು ಪ್ರಾರಂಭಿಸಿದವು, ಮತ್ತು ಅದರ ಹಿಂದೆ ಸೈನಿಕರು ಕಾಲ್ನಡಿಗೆಯಲ್ಲಿ ಮತ್ತು ಕುದುರೆಗಳಲ್ಲಿ ಸುಸಜ್ಜಿತವಾದ ಸಾಲುಗಳಲ್ಲಿ ಕೋಟೆ ಮತ್ತು ನಗರದ ಕಡೆಗೆ ಎಲ್ಲಾ ಕಡೆಯಿಂದ ಮುನ್ನಡೆಯಲು ಪ್ರಾರಂಭಿಸಿದರು."

ಆದೇಶಗಳನ್ನು ಸ್ವೀಕರಿಸಿದ ಮೇಲೆ ಬ್ರಿಟಿಷ್ ಸೈನ್ಯವು ಕೋಟೆಯ ಮೇಲೆ ಆಕ್ರಮಣ ಮಾಡಿತು. ಆದರೆ ಕೋಟೆಯಿಂದ ಬಂದ ಫಿರಂಗಿ ಬಂದೂಕುಗಳ ಹೊಡೆತಗಳು ಅವರನ್ನು ಆಘಾತಕ್ಕೀಡುಮಾಡಿದವು. ಆ ರಾತ್ರಿಯೇ ಬ್ರಿಟೀಷರ ಮೂರನೇ ಯುರೋಪಿಯನ್ ತುಕಡಿಯು ಕೋಟೆಯ ಗೋಡೆಯ ಬಳಿ ಸ್ಥಾನ ಪಡೆದುಕೊಂಡಿತು. ಕೋಟೆಯಲ್ಲಿ ಇರಿಸಲಾಗಿರುವ *ಘನ್ ಗರ್ಜನ್* ಎಂಬ ಫಿರಂಗಿ ಗನ್ ಸ್ವತಃ ಅನನ್ಯವಾಗಿತ್ತು. ಅದನ್ನು ಹಾರಿಸಿದಾಗ ಅದರಿಂದ ಯಾವುದೇ ಹೊಗೆ ಹೊರಬರಲಿಲ್ಲ. ಹೀಗಾಗಿ ಬ್ರಿಟಿಷ್ ಶತ್ರುಗಳಿಗೆ ಜಾಗರೂಕರಾಗಿರಲು ಯಾವುದೇ ಅವಕಾಶ ಸಿಗಲಿಲ್ಲ. ಗುಂಡಿನ ಚಕಮಕಿಯಿಂದ ಅವರಿಗೆ ಭಾರೀ ಹಾನಿಯಾಯಿತು.

ಮಾರ್ಚ್ 24ರಂದು ಬ್ರಿಟಿಷರು ನಾಲ್ಕು ರಂಗಗಳನ್ನು ರಚಿಸುವ ಮೂಲಕ ಮತ್ತೊಂದು ಕಾರ್ಯತಂತ್ರವನ್ನು ರೂಪಿಸಿದರು. 24 ಮತ್ತು 18 ಪೌಂಡ್ ಶೆಲ್ ಗಳ ಬೆಂಕಿಯು ಝಾನ್ಸಿ ಕೋಟೆಯೊಳಗೆ ಅನೇಕ ಫಿರಂಗಿ ಯೋಧರನ್ನು ಕೊಂದಿತು ಮತ್ತು ಫಿರಂಗಿ ಬಂದೂಕುಗಳನ್ನು ನಿರ್ವಹಿಸುವ ವ್ಯಕ್ತಿಗಳ ಕೊರತೆಯಿಂದಾಗಿ ಅವರು

ಕೊರತೆಯನ್ನು ಅನುಭವಿಸಿದರು. ಕೋಟೆಯ ಗೋಡೆಯೂ ಹಾನಿಗೊಳಗಾಯಿತು. ಆಗಲೂ ಫಿರಾಂಗ್ ಗಳು (ಆಂಗ್ಲರು) ತಮ್ಮ ಗುರಿಯಲ್ಲಿ ಯಶಸ್ವಿಯಾಗಲಿಲ್ಲ. ಕೋಟೆಯ ಯಶಸ್ಸಿನ ರಹಸ್ಯವನ್ನು ಕೆಲವು ದೋಷಪೂರಿತರು ಅವರಿಗೆ ತಿಳಿಸಿದರು. ಅವರು ಒದಗಿಸಿದ ಮಾಹಿತಿಯ ಪ್ರಕಾರ, ಅವರು ನಗರದ ಪಶ್ಚಿಮ ಭಾಗದಲ್ಲಿ ಮುಂಭಾಗವನ್ನು ತೆರೆದರು ಮತ್ತು ಅಲ್ಲಿಂದ ನಗರವನ್ನು ಅತಿಕ್ರಮವಾಗಿ ಪ್ರವೇಶಿಸಲು ಪ್ರಾರಂಭಿಸಿದರು. ಇದು ನಗರದಲ್ಲಿ ಮಾರಣಾಂತಿಕ ವರ್ಣ ಮತ್ತು ಕೂಗಿಗೆ ಕಾರಣವಾಯಿತು. ಒಬ್ಬನೇ ಒಬ್ಬ ವ್ಯಕ್ತಿ ಅಲ್ಲಿ ನಡೆಯುವುದನ್ನು ನೀವು ನೋಡಲಾಗಲಿಲ್ಲ. ಮಹಾರಾಣಿ ಇದನ್ನು ತಿಳಿದುಕೊಂಡಾಗ, ಅವಳು ತುಂಬಾ ನೋವಿನಿಂದ ನರಳುತ್ತಿದ್ದಳು. ತನ್ನ ನಾಗರಿಕರ ರಕ್ಷಣೆಯಲ್ಲಿ ಆ ದಿಕ್ಕಿನಲ್ಲಿ ತನ್ನ ಎಲ್ಲ ಗಮನವನ್ನು ಕೇಂದ್ರೀಕರಿಸಿದಳು. ಸರ್ದಾರ್ ಗುಲಾಮ್ ಗೌಸ್ ಖಾನ್ ಜೊತೆಗೆ ಒಂದು ನಿರ್ದಿಷ್ಟ ಫಿರಂಗಿದಳದ ಬಂದೂಕನ್ನು ಆ ಪ್ರದೇಶಕ್ಕೆ ಸ್ಥಳಾಂತರಿಸಲಾಯಿತು. ಅಲ್ಲಿ ಬ್ರಿಟಿಷರ ಗಿರ್ನಾಲಿ ಫಿರಂಗಿದಳದ ಬಂದೂಕು ಭಾರೀ ಪ್ರಾಣಹಾನಿಯನ್ನು ಉಂಟುಮಾಡಿತು. ಈ ಬಂದೂಕಿನ ಶೆಲ್ ಯಾವುದೇ ಮನೆಯ ಛಾವಣಿಯ ಮೇಲೆ ಹೊಡೆದರೂ, ಅದು ತನ್ನ ಎಲ್ಲ ಮಹಡಿಗಳ ಮೂಲಕ ನುಜ್ಜುಗುಜ್ಜುಗೊಂಡಿತು. ಈ ಬಂದೂಕಿನ ಚಿಪ್ಪುಗಳು ತೀಕ್ಷ್ಣವಾದ ಚಾಕುಗಳು ಮತ್ತು ಪಿಂಸರ್ ಗಳಿಂದ ತುಂಬಿದ್ದವು. ಅದು ಜನರನ್ನು ಚದುರಿಸಿ ಕೊಂದಿತು. ಮಹಾರಾಣಿ ಅಲ್ಲಿಗೆ ತಲುಪಿದರು ಮತ್ತು ಅವರಿಗಾಗಿ ಉಚಿತ ಸಮುದಾಯ ಅಡುಗೆಮನೆಯನ್ನು ಆಯೋಜಿಸಿದರು ಮತ್ತು ಅವರಿಗೆ ಇತರ ಸುರಕ್ಷತಾ ವ್ಯವಸ್ಥೆಗಳನ್ನು ಮಾಡಿದರು. ಮಾರ್ಚ್ 25ರಂದು ಹಗ್ರೋಸ್ ತನ್ನ ಎಲ್ಲಾ ಶಕ್ತಿಯನ್ನು ಕೋಟೆಯ ದಕ್ಷಿಣದ ಕಡೆಗೆ ಹರಿಸಿದನು. ಚಂದೇರಿಯಲ್ಲಿ ಯಶಸ್ವಿಯಾದ ಮೊದಲ ಬ್ರಿಗೇಡ್ ಅನ್ನು ಸಹ ಅಲ್ಲಿ ಪೋಸ್ಟ್ ಮಾಡಲಾಯಿತು. ತಮ್ಮೆಲ್ಲ ಶಕ್ತಿಯನ್ನು ಪ್ರಯೋಗಿಸಿದರೂ ಫಿರಾಂಗ್ ಗಳು ಯಶಸ್ವಿಯಾಗಲಿಲ್ಲ.

ಮಾರ್ಚ್ 26ರಂದು, ಹಗ್ರೋಸ್ ಹೆಚ್ಚಿನ ಸೈನ್ಯದೊಂದಿಗೆ ಪ್ರದೇಶವನ್ನು ಬಲಪಡಿಸಿದನು. ಎರಡೂ ಕಡೆಯಿಂದ ಭಾರಿ ಗುಂಡಿನ ಚಕಮಕಿ ನಡೆಯಿತು. ಬ್ರಿಟಿಷರು ಸದರ್ನ್ ಬುರ್ಜ್ ಮೇಲೆ ಗುಂಡು ಹಾರಿಸಿ, ಅದರ ಫಿರಂಗಿ ಗನ್ ಆಪರೇಟರ್ ಅನ್ನು ಕೊಂದರು ಮತ್ತು ಗನ್ ಮೌನವಾಯಿತು. ಇದು ಝಾನ್ಸಿಯ ಸೈನ್ಯದ ಮುಂದೆ ಮತ್ತೊಂದು ಸಮಸ್ಯೆಯನ್ನು ಸೃಷ್ಟಿಸಿತು. ಬ್ರಿಟಿಷ್ ಸೈನ್ಯವು ನಿರಂತರವಾಗಿ ಚಿಪ್ಪುಗಳನ್ನು ಸುರಿಯುತ್ತಿತ್ತು. ದಕ್ಷಿಣ ಬುರ್ಜ್ ತಲುಪಲು ಧೈರ್ಯ ತೋರಿದವರು ಪ್ರಾಣ ಕಳೆದುಕೊಂಡರು. ಆದ್ದರಿಂದ, ಜನರು ಅಲ್ಲಿಗೆ ಹೋಗಲು ಹೆದರುತ್ತಿದ್ದರು. ನಂತರ ಮಹಾರಾಣಿಯವರ ಆದೇಶದ ಮೇರೆಗೆ, ಪಶ್ಚಿಮ ಬ್ಯೂಜ್ ನಲ್ಲಿ ಇರಿಸಲಾದ ಫಿರಂಗಿ ಗನ್ *ಕಾರಕ್* ಬಿಜ್ಲಿಯನ್ನು ಅಲ್ಲಿಗೆ ತರಲಾಯಿತು. ಗುಲಾಮ್ ಗೌಸ್ ಖಾನ್ ಅದನ್ನು ಸರಿಯಾದ ಸ್ಥಳದಲ್ಲಿ ಇರಿಸಿದರು ಮತ್ತು ನಂತರ ಈ ದೂರದರ್ಶಕದೊಂದಿಗೆ ಫಿರಂಗ್ ಗಳ ಮುಂಭಾಗಗಳನ್ನು ಸಮೀಕ್ಷೆ ಮಾಡಿದರು. ನಂತರ ಅವುಗಳ ಮೇಲೆ ಚಿಪ್ಪುಗಳು ನಿರಂತರವಾಗಿ ಸುರಿಯುತ್ತಿದ್ದವು. ಇದು ಫಿರಂಗ್ ಗಳ ಮುಂಭಾಗವನ್ನು ನಾಶಪಡಿಸಿತು ಮತ್ತು *ಚದುರಿಸಿತು*. ಹೆಚ್ಚುವರಿಯಾಗಿ, ಅವರು ಮೊದಲ ಫಿರಂಗಿ ಬಂದೂಕಿನ ನಿಯಂತ್ರಣವನ್ನು ಸಹ ಮರಳಿ ಪಡೆದರು.

ಮಾರ್ಚ್ 29ರ ರಾತ್ರಿ ಫಿರಂಗಿ ಬಂದೂಕುಗಳು ಈ ರೀತಿಯ ದಾಳಿಯಿಂದಾಗಿ ತಮ್ಮ ಕೆಲಸವನ್ನು ನಿಲ್ಲಿಸಬೇಕಾಯಿತು. ಮಾರ್ಚ್ 29ರಂದು, ಕೋಟೆಯ ಒಳಗಿನಿಂದ ಮಧ್ಯಾಹ್ನದವರೆಗೆ ಯಾವುದೇ ಶೆಲ್ ಅನ್ನು ಹಾರಿಸಲಾಗಿಲ್ಲ, ಆದರೆ ಮಧ್ಯಾಹ್ನ 3.30 ರಿಂದ ಸಂಜೆವರೆಗೆ ಭಾರಿ ಮತ್ತು ಸ್ಥಿರವಾದ ಗುಂಡಿನ ದಾಳಿಯನ್ನು

ಆಶ್ರಯಿಸಲಾಯಿತು. ಆ ರಾತ್ರಿ *ಫಿರಂಗ್ಸ್* ಕೋಟೆಯ ಮೇಲೆ 50 ಕೆಜಿ ಚಿಪ್ಪುಗಳನ್ನು ಸುರಿದು ಭಾರಿ ವಿನಾಶ ಮತ್ತು ಹಾನಿಯನ್ನುಂಟುಮಾಡಿತು. ಆದರೂ, ಮಹಾರಾಣಿ ಹೆಚ್ಚು ತಲೆಕೆಡಿಸಿಕೊಳ್ಳಲಿಲ್ಲ. ಅವರ ಅನುಭವಿ ಮತ್ತು ಹಿರಿಯ ಯೋಧರಲ್ಲಿ ಹೆಚ್ಚಿನವರು ಕೊಲ್ಲಲ್ಪಟ್ಟರು. ಆದರೆ ಅವರು ಧೈರ್ಯದಿಂದ ತನ್ನ ಸೈನಿಕರನ್ನು ಉತ್ಸಾಹದಿಂದ ಮುಂದುವರಿಸಿದರು. ಮಾರ್ಚ್ 31ರವರೆಗೆ ಯುದ್ಧ ಮುಂದುವರೆಯಿತು. ಎರಡೂ ಕಡೆಯ ಪಡೆಗಳು ಧೈರ್ಯದಿಂದ ಹೋರಾಡಿದವು. ಫಿರಾಂಗ್ ಗಳ ಸೈನ್ಯವು ಉತ್ತಮವಾಗಿ ತರಬೇತಿ ಪಡೆಯಿತು ಮತ್ತು ಅದರ ಕಮಾಂಡರ್ ಗಳು ಯುದ್ಧದಲ್ಲಿ ಪರಿಣತರಾಗಿದ್ದರು. ಮಹಾರಾಣಿ ತುಂಬಾ ಧೈರ್ಯಶಾಲಿ ಮಹಿಳೆಯಾಗಿದ್ದರೂ ಹೋರಾಟದ ಕದನಗಳ ಬಗ್ಗೆ ಅವರಿಗೆ ಕಡಿಮೆ ಅನುಭವವಿತ್ತು. ಆಕೆಯ ಸೈನಿಕರು ಸಹ ಹೆಚ್ಚು ತರಬೇತಿ ಪಡೆದವರಾಗಿರಲಿಲ್ಲ. ಪ್ಯಾರಸ್ನೀಸ್ ಇದರ ಬಗ್ಗೆ ಬರೆಯುತ್ತಾರೆ:

"ಬ್ರಿಟಿಷ್ ಸೈನ್ಯದ ಕಮಾಂಡರ್ ಗಳು ತಮ್ಮ ಕರ್ತವ್ಯವನ್ನು ನಿರ್ವಹಿಸುವಲ್ಲಿ ಪರಿಣತರಾಗಿದ್ದರು ಮತ್ತು ಅವರ ಸೈನಿಕರು ಪಾಶ್ಚಿಮಾತ್ಯ ಯುದ್ಧದಲ್ಲಿ ವಿಧೇಯರಾಗಿದ್ದರು ಮತ್ತು ಪರಿಣತರಾಗಿದ್ದರು. ಬ್ರಿಟಿಷ್ ಸೈನ್ಯದಲ್ಲಿ ಯಾವುದೇ ಅಸ್ವಸ್ಥತೆ ಇರಲಿಲ್ಲ. ರಾಣಿ ಸ್ವತಃ ಅಸಾಧಾರಣ ಧೈರ್ಯಶಾಲಿಯಾಗಿದ್ದರೂ, ಇತರ ಸೈನ್ಯದ ನಿರ್ವಹಣೆಯು ಅಷ್ಟೊಂದು ಉತ್ತಮವಾಗಿರಲಿಲ್ಲ. ಆಕೆಯ ಸೈನ್ಯವು ಹೆಚ್ಚಾಗಿ ಮುಗ್ಧರು, ನವಶಿಷ್ಯರು, ಯುದ್ಧದ ಕಲೆಗೆ ಒಡ್ಡಿಕೊಳ್ಳದ ವ್ಯಕ್ತಿಗಳು ಮತ್ತು ಸಂಪತ್ತನ್ನು ಲೂಟಿ ಮಾಡುವ ಉದ್ದೇಶದಿಂದ ಸೈನ್ಯಕ್ಕೆ ಸೇರಿದ ವ್ಯಕ್ತಿಗಳನ್ನು ಒಳಗೊಂಡಿತ್ತು. ಅವರ ಹಿರಿಯ *ಸರ್ದಾರ್ ಗಳು* ಮತ್ತು ಅಧಿಕಾರಿಗಳು ಬ್ರಿಟಿಷರ ವಿರುದ್ಧ ದಂಗೆಯೆದ್ದವರಲ್ಲಿ ಸೇರಿದ್ದರು. ಅವರು ವ್ಯವಸ್ಥಿತವಾಗಿ ಕೆಲಸ ಮಾಡುವ ಅಭ್ಯಾಸವನ್ನು ಹೊಂದಿರಲಿಲ್ಲ. ಆದ್ದರಿಂದ ಯುದ್ಧವನ್ನು ನಿರ್ವಹಿಸುವ ಸಂಪೂರ್ಣ ಕೆಲಸವನ್ನು ಲಕ್ಷ್ಮೀಬಾಯಿಯ ಧೈರ್ಯ ಮತ್ತು ಶೌರ್ಯಕ್ಕೆ ಮಾತ್ರ ಬಿಡಲಾಯಿತು. ಸೈನ್ಯದಲ್ಲಿ ವ್ಯವಸ್ಥಿತ ನಿರ್ವಹಣೆ ಮತ್ತು ಕರ್ತವ್ಯ ಜಾಗೃತಿಯ ಅನುಪಸ್ಥಿತಿಯಲ್ಲಿ ಮಹಾರಾಣಿಯ ಸಂಪೂರ್ಣ ಶಕ್ತಿಯು ವ್ಯರ್ಥವಾಗಿರುವುದರಲ್ಲಿ ಆಶ್ಚರ್ಯವೇನಿಲ್ಲ. ಆಗಲೂ ಸುಮಾರು ಹತ್ತು ಅಥವಾ ಹನ್ನೊಂದು ದಿನಗಳ ಕಾಲ ಅವಳು ತನ್ನ ದೇಹ ಮತ್ತು ಮನಸ್ಸಿನ ಶಕ್ತಿಯೊಂದಿಗೆ ಬಲವಾದ ಬ್ರಿಟಿಷ್ ಸೈನ್ಯವನ್ನು ತೀವ್ರವಾಗಿ ಎದುರಿಸಿದಳು, ಇದು ಯುದ್ಧದ ಕಲೆಯ ಪಾಶ್ಚಿಮಾತ್ಯ ತಜ್ಞರನ್ನು ತನ್ನ ಅಪರೂಪದ ಧೈರ್ಯ ಮತ್ತು ಅಸಾಧಾರಣ ಶೌರ್ಯವನ್ನು ಮೆಚ್ಚುವಂತೆ ಒತ್ತಾಯಿಸಿತು."

ಮಾರ್ಚ್ 30 ಮತ್ತು 31ರಂದು ನಡೆದ ಯುದ್ಧದಲ್ಲಿ ಮಹಾರಾಣಿಯವರ ಮಿಲಿಟರಿ ನಿರ್ದೇಶನ ಮತ್ತು ಧೈರ್ಯವನ್ನು ವಿವರಿಸುತ್ತಾ, *ಫಿರಂಗಿ* ಸೈನ್ಯದ ಜೊತೆಗಿದ್ದ ಡಾ. ಲೋ ಅವರು ಹೀಗೆ ಬರೆದಿದ್ದಾರೆ:

"ಮಾರ್ಚ್ 30 ಮತ್ತು 31ರಂದು ಗುಂಡುಗಳ ಮಳೆ ಮತ್ತು ಕೋಟೆಯ ಗೋಡೆಗೆ ಹಾನಿಯು ಯಾವುದೇ ಅಡೆತಡೆಯಿಲ್ಲದೆ ಮುಂದುವರೆಯಿತು. ಶತ್ರುವು ನಮ್ಮ ಮೇಲೆ ತೀವ್ರವಾದ ಬೆಂಕಿಯನ್ನು ಸುರಿಸುತ್ತಿದ್ದನು. ನಾವು ಅವಳ ಕೋಟೆಗೆ ಮತ್ತು ಕೋಟೆಯ ಗೋಡೆಗಳ ಮೇಲಿನ ಎಲ್ಲಾ ರಂಗಗಳಿಗೆ ಭಾರಿ ಹಾನಿಯನ್ನುಂಟುಮಾಡಿದರೂ, ಯುದ್ಧವನ್ನು ತೀವ್ರವಾಗಿ ಮತ್ತು ದೈನಂದಿನ ವಾಡಿಕೆಯ ನಿರ್ವಹಣೆ ಮತ್ತು ನಿರ್ವಹಣೆಯನ್ನು ಮುಂದುವರಿಸುವ ಅವರ ಕಠಿಣ ನಿರ್ಣಯದಲ್ಲಿ ಯಾವುದೇ ನಿಧಾನವಾಗಲಿಲ್ಲ. ಅವರೆಲ್ಲರೂ ಎಂದಿನಂತೆ ಸ್ಥಿರವಾಗಿ ಮತ್ತು ದೃಢ ನಿಶ್ಚಯದಿಂದ ಇದ್ದರು. ಇದಕ್ಕೆ ತದ್ವಿರುದ್ಧವಾಗಿ, ನಾವು ಉಂಟುಮಾಡಿದ

ಪ್ರತಿಯೊಂದು ಭಯೋತ್ಪಾದನೆ ಮತ್ತು ನಾವು ಹೊಡೆದ ಪ್ರತಿಯೊಂದು ಹೊಡೆತವು ಅವರ ಧೈರ್ಯ ಮತ್ತು ಪ್ರಯತ್ನವನ್ನು ಹೆಚ್ಚಿಸುತ್ತದೆ ಎಂದು ಸಾಬೀತಾಗಿದೆ."

ಮಾರ್ಚ್ 31 ರವರೆಗೆ, ಮಹಾರಾಣಿ ತನ್ನ ಅದ್ಭುತ ಧೈರ್ಯದಿಂದ, ಬ್ರಿಟಿಷರ ಯಾವುದೇ ತಂತ್ರಗಳು, ಅವರ ಎಲ್ಲ ಪ್ರಯತ್ನಗಳ ಹೊರತಾಗಿಯೂ, ಕೆಲಸ ಮಾಡದಂತೆ ಎಚ್ಚರ ವಹಿಸಿದಳು. ಎಷ್ಟರಮಟ್ಟಿಗೆಂದರೆ, ಕೋಟೆಯ ಬಳಿ ಬರಲು ಅವಳು ಅವರಿಗೆ ಅವಕಾಶ ನೀಡಲಿಲ್ಲ. ಮಾರ್ಚ್ 31ರಂದು ನಡೆದ ಯುದ್ಧವು ಬಹುಶಃ ಎಲ್ಲಕ್ಕಿಂತ ಭೀಕರವಾಗಿತ್ತು. ಮಹಾರಾಣಿಯ ಸೈನಿಕರೊಬ್ಬರು ಇದನ್ನು ಈ ಕೆಳಗಿನ ಪದಗಳಲ್ಲಿ ವಿವರಿಸಿದ್ದಾರೆ:

"8ನೇ ದಿನದ ಯುದ್ಧವು ತುಂಬಾ ತೀವ್ರವಾಗಿತ್ತು. ಎರಡೂ ಕಡೆಯ ಕೆಚ್ಚೆದೆಯ ಸೈನಿಕರು ಅತ್ಯಂತ ಪರಿಣಾಮಕಾರಿಯಾಗಿ ಹೋರಾಡುತ್ತಿದ್ದರು. ಬಂದೂಕುಗಳು, ಕರಬೀನ್ ಮತ್ತು ಫಿರಂಗಿಗಳ ಶಬ್ದದಿಂದ ಆಕಾಶವು ಬೆಚ್ಚಿಬೀಳಿತು. ನಗರದಲ್ಲಿ ಸಾವಿರಾರು ಜನರು ಸಾವನ್ನಪ್ಪಿದರು. ಕೆಲವರು ತಮ್ಮ ಜೀವಗಳನ್ನು ಉಳಿಸಿಕೊಳ್ಳಲು ಅಡಗುತಾಣಗಳಿಗೆ ಓಡುತ್ತಿದ್ದರು. ನಗರದ ಗೋಡೆಗಳ ಮೇಲೆ ನಿಯೋಜಿಸಿದ್ದ ಅನೇಕ ಸೈನಿಕರು ಮತ್ತು ಫಿರಂಗಿ ನಿರ್ವಾಹಕರು ಕೊಲ್ಲಲ್ಪಟ್ಟರು. ಹೊಸ ವ್ಯಕ್ತಿಗಳನ್ನು ಅಲ್ಲಿ ನಿಯೋಜನೆ ಮಾಡಲಾಯಿತು. ಮಹಾರಾಣಿ ಯುದ್ಧವನ್ನು ನಿರ್ವಹಿಸಲು ಕಷ್ಟಪಟ್ಟು ಕೆಲಸ ಮಾಡಬೇಕಾಯಿತು. ಅವಳು ಯಾವುದೇ ಅಸ್ವಸ್ಥತೆ ಅಥವಾ ಏನಾದರೂ ಕೊರತೆಯನ್ನು ನೋಡಿದಲ್ಲೆಲ್ಲಾ ಅವಳು ಸ್ವತಃ ಅಲ್ಲಿಗೆ ತಲುಪಿ ವಿಷಯಗಳನ್ನು ಸಂಘಟಿಸಿದಳು. ಆದ್ದರಿಂದ, ಆಕೆಯ ಸೈನ್ಯದಲ್ಲಿರುವ ವ್ಯಕ್ತಿಗಳು ಹೋರಾಟದಲ್ಲಿ ಉತ್ಸುಕರಾಗಿದ್ದರು ಮತ್ತು ಪ್ರೋತ್ಸಾಹಿಸಿದರು. ಬ್ರಿಟಿಷರು ಧೈರ್ಯದಿಂದ ಹೋರಾಡಿದರೂ, ಮಾರ್ಚ್ 31 ರವರೆಗೆ ಕೋಟೆಯನ್ನು ಪ್ರವೇಶಿಸಲು ಅವರಿಗೆ ಸಾಧ್ಯವಾಗಲಿಲ್ಲ.

ಮಾರ್ಚ್ 31 ಕೋಟೆಗೆ ದುರದೃಷ್ಟಕರ ದಿನವಾಗಿತ್ತು. ಕಹಾರ್ ಗಳು ಕೋಟೆಯ ಕೊಳದಿಂದ ನೀರನ್ನು ತೆಗೆದುಕೊಳ್ಳುತ್ತಿದ್ದರು. ಹಫ್ರೋಸ್ ತನ್ನ ದೂರದರ್ಶಕದಿಂದ ಅವುಗಳನ್ನು ನೋಡಿದನು ಮತ್ತು ಅವುಗಳ ಮೇಲೆ ಚಿಪ್ಪುಗಳನ್ನು ಸುರಿದನು. ಅನೇಕ *ಕಹಾರ್* ಗಳು ಚಿಪ್ಪುಗಳಿಂದ ಗಾಯಗೊಂಡರು ಅಥವಾ ಕೊಲ್ಲಲ್ಪಟ್ಟರು. ಇದನ್ನು ನೋಡಿದ ರಾಣಿ ಕೋಪಗೊಂಡು, ಪಶ್ಚಿಮ ಬುಯಿಜ್ ನಲ್ಲಿ ಇರಿಸಲಾದ ಎಲ್ಲಾ ಫಿರಂಗಿ ಬಂದೂಕುಗಳನ್ನು ಬ್ರಿಟಿಷರ ಮೇಲೆ ಗುಂಡು ಹಾರಿಸುವಂತೆ ಆದೇಶಿಸಿದಳು. ಇದು ಬ್ರಿಟಿಷರ ಕಡೆಯಿಂದ ಫಿರಂಗಿ ಗುಂಡಿನ ದಾಳಿಯನ್ನು ನಿಲ್ಲಿಸಲು ಕಾರಣವಾಯಿತು. ಕೋಟೆಯಲ್ಲಿ ನೀರಿನ ವ್ಯವಸ್ಥೆಯನ್ನು ನೋಡಿಕೊಳ್ಳಲಾಯಿತು. ನಂತರ ಬ್ರಿಟಿಷರು ತಮ್ಮನ್ನು ತಾವು ಸ್ಥಿರಪಡಿಸಿಕೊಂಡರು. ಅವರು ಭಾರಿ ಗುಂಡಿನ ದಾಳಿಯಿಂದ ಪ್ರತೀಕಾರ ತೀರಿಸಿಕೊಂಡರು. ದುರದೃಷ್ಟವಶಾತ್ ಒಂದು ಶೆಲ್ ಶಸ್ತ್ರಾಸ್ತ್ರ ಮತ್ತು ಮದ್ದುಗುಂಡುಗಳ ಅಂಗಡಿಗೆ ಬಹಳ ಹತ್ತಿರದಲ್ಲಿ ಸ್ಫೋಟಗೊಂಡು ಬೆಂಕಿಗೆ ಆಹುತಿಯಾಯಿತು. ಇದು ವಿನಾಶ ಮತ್ತು ಬೃಹತ್ ತಲ್ಲಣವನ್ನು ಸೃಷ್ಟಿಸಿತು. ಆದರೆ ಮಹಾರಾಣಿ ಸುಮ್ಮನಿರಲಿಲ್ಲ.

ತಾತ್ಯ ಟೋಪ್ ಪ್ರಸಂಗ

ದಂಗೆಯ ವೈಫಲ್ಯದಿಂದಾಗಿ ನಾನಾ ಸಬೆಬ್ ಓಡಿಹೋದ. ಅವರು ನಂತರ ಎಲ್ಲಿಗೆ ಹೋದರು ಎಂದು ಹೇಳಲು ಇತಿಹಾಸವು ನಮಗೆ ಸಹಾಯ ಮಾಡುವುದಿಲ್ಲ. ಮೊದಲ ಅಧ್ಯಾಯದಲ್ಲಿ ಪೇಶ್ವಾ ಬಾಜಿ ರಾವ್ ಅವರಿಗೆ ದತ್ತು ಪುತ್ರರಾದ ರಾವ್ ಸಾಹೇಬ್ ಮತ್ತು ನಾನಾ ಸಾಹೇಬ್ ಇದ್ದರು ಎಂದು ಬರೆಯಲಾಗಿದೆ. ಈ ಸಮಯದಲ್ಲಿ ನಾನಾ ಸಾಹೇಬ್ ನ ಯಾವುದೇ ಕುರುಹುಗಳು ಲಭ್ಯವಿರಲಿಲ್ಲ. ಮಹಾರಾಣಿ ಲಕ್ಷ್ಮೀಬಾಯಿ ಅವರು ರಾವ್ ಸಾಹೇಬರಿಗೆ ಪತ್ರ ಬರೆದು, ಬ್ರಿಟಿಷರ ವಿರುದ್ಧ ಹೋರಾಡಲು ನಿರ್ಧರಿಸಿದಾಗ ಸಹಾಯ ಕೇಳಿದ್ದರು. ರಾವ್ ಸಾಹೇಬರ ಕಡೆಯಿಂದ ಧೈರ್ಯಶಾಲಿ ತಾತ್ಯಾ ತೋಪೆ ತನ್ನ ಸಹಾಯಕ್ಕಾಗಿ ಬರುತ್ತಿರುವುದನ್ನು ಮಹಾರಾಣಿ ಈಗ ತಿಳಿದುಕೊಂಡರು. ತಾತ್ಯಾ ತೋಪೆ ಅವರು ನಾನಾ ಸಾಹೇಬ್ ನ ಕಮಾಂಡರ್ ಆಗಿ ಕೆಲಸ ಮಾಡಿದ್ದರು. ಈ 1857ರ ಸ್ವಾತಂತ್ರ್ಯ ಹೋರಾಟದಲ್ಲಿ ಅವರ ಪಾತ್ರ ಅನನ್ಯವಾಗಿದೆ. ನಾನಾ ಸಾಹೇಬ್ ಕಾನ್ಪುರವನ್ನು ತೊರೆಯುವಾಗ, ಶುಲ್ಕವನ್ನು ರಾವ್ ಸಾಹೇಬರಿಗೆ ಹಸ್ತಾಂತರಿಸಿದ್ದರು. ಈಗ ತಾತ್ಯಾ ತೋಪೆ ದಂಗೆಯನ್ನು ನಿರ್ದೇಶಿಸುತ್ತಿದ್ದರು.

ಧೈರ್ಯಶಾಲಿ ತಾತ್ಯಾ ತೋಪೆ ಮಹಾರಾಣಿ ಲಕ್ಷ್ಮೀಬಾಯಿಯ ಸಹಾಯಕ್ಕಾಗಿ ಇಪ್ಪತ್ತು ಸಾವಿರ ಬಲವಾದ ಸೈನ್ಯದೊಂದಿಗೆ ಕಲ್ಪಿಯನ್ನು ತೊರೆದು ಝಾನ್ಸಿ ಬಳಿ ತಲುಪಿದರು. ಹಫ್ರೋಸ್ ಈ ಸುದ್ದಿಯನ್ನು ಪಡೆದರು. ಈ ಸಮಯದಲ್ಲಿ ಅವರ ಇಡೀ ಸೈನ್ಯವು ಕೋಟೆಯ ಮುತ್ತಿಗೆಯಲ್ಲಿ ತೊಡಗಿತ್ತು. ಅವರು ಯುದ್ಧಗಳನ್ನು ನಿರ್ದೇಶಿಸುವಲ್ಲಿ ಬಹಳ ಪರಿಣಾಮಕಾರಿಯಾಗಿದ್ದರು. ಆದ್ದರಿಂದ, ಮಾರ್ಚ್ 31 ರಂದು ರಾತ್ರಿ ಅವರು 1 ನೇ ಬ್ರಿಗೇಡ್ ನ ಕೆಲವು ಸೈನಿಕರನ್ನು ತಾತ್ಯಾ ತೋಪೆ ತೆಗೆದುಕೊಂಡ ಮಾರ್ಗದ ಕಡೆಗೆ ಸದ್ದಿಲ್ಲದೆ ಕಳುಹಿಸಿದರು ಮತ್ತು ಓರ್ಚಾಕ್ಕೆ ಹೋಗುವ ದಾರಿಯಲ್ಲಿ 24 ಪೌಂಡ್ ಗುಂಡುಗಳನ್ನು ಹಾರಿಸುವ ಎರಡು ಫಿರಂಗಿ ಬಂದೂಕುಗಳನ್ನು ಇರಿಸಿದರು. ಇಡೀ ಕಾರ್ಯಾಚರಣೆಯನ್ನು ತುಂಬಾ ಎಚ್ಚರಿಕೆಯಿಂದ ಮತ್ತು ರಹಸ್ಯವಾಗಿ ನಡೆಸಲಾಯಿತು. ಕೋಟೆಯಲ್ಲಿ ಯಾರೂ ಅದನ್ನು ಗ್ರಹಿಸಲು ಸಾಧ್ಯವಾಗಲಿಲ್ಲ. ಹೀಗಾಗಿ, ಹಫ್ರೋಸ್ ಚಾತುರ್ಯದಿಂದ ವರ್ತಿಸುತ್ತಿದ್ದರು. ತಾತ್ಯತೋಪೆ ನ ಶೌರ್ಯವನ್ನು ಅವರು ಚೆನ್ನಾಗಿ ತಿಳಿದಿದ್ದರು. 1857ರ ದಂಗೆಯ ದಂಗೆಕೋರರು ಅವರ ಸಮರ್ಥ ನಾಯಕತ್ವದಲ್ಲಿ ಅಪಾರವಾಗಿ ಯಶಸ್ವಿಯಾದರು. ಪ್ರಸಿದ್ಧ ಬ್ರಿಟಿಷ್ ದಿನಪತ್ರಿಕೆ *ದಿ ಡೈಲಿ ನ್ಯೂಸ್* ಅವರ ಬಗ್ಗೆ ಹೀಗೆ ಬರೆದಿದೆ:

"ತಾತ್ಯತೋಪೆ ಒಬ್ಬ ಮರಾಠ ಬ್ರಾಹ್ಮಣ. ಹೌದು, ಅವರು ಯಾವುದೇ ಉನ್ನತ ಕುಟುಂಬಕ್ಕೆ ಸೇರಿದವರಲ್ಲ. ಅವರಿಗೆ ಸುಮಾರು 25 ವರ್ಷ ವಯಸ್ಸಾಗಿದೆ. ಅವರು ತುಂಬಾ ಧೈರ್ಯಶಾಲಿ, ಉದ್ಯಮಶೀಲ, ಶಾಂತ, ಗಂಭೀರ ಮತ್ತು ಕೆಚ್ಚೆದೆಯ ಹೋರಾಟಗಾರ. ಅವರು ಸುಂದರವಾದ ಮತ್ತು ಉತ್ತಮವಾಗಿ ರೂಪುಗೊಂಡ ಗಟ್ಟಿಮುಟ್ಟಾದ ದೇಹವನ್ನು ಹೊಂದಿದ್ದಾರೆ. ಅವರು ಮಧ್ಯಮ ಎತ್ತರದವರು. ಅವನ ಹಣೆಯು ವಿಶಾಲ ಮತ್ತು ಎತ್ತರವಾಗಿದೆ ಮತ್ತು ಅವನ ಬಣ್ಣವು ನ್ಯಾಯಯುತವಾಗಿದೆ. ಅವರು ಸಾಧಾರಣವಾಗಿ ಉಡುಪುಗಳನ್ನು ಧರಿಸುತ್ತಾರೆ ಮತ್ತು ಅವರ ಆಹಾರವೂ ಸರಳವಾಗಿದೆ. ಜನರನ್ನು ದರೋಡೆ ಮಾಡುವುದು, ಹೋರಾಡುವುದು

ಮತ್ತು ಲೂಟಿ ಮಾಡುವುದು ಅವರ ಮುಖ್ಯ ಕೆಲಸವಾಗಿದೆ. ಅವರು ಅಶಿಕ್ಷಿತರಾಗಿದ್ದರೂ, ಅವರು ತುಂಬಾ ರಾಜತಾಂತ್ರಿಕ ಮತ್ತು ಬುದ್ಧಿವಂತರಾಗಿದ್ದರು. ಅವನು ತನ್ನ ಸಹಚರರನ್ನು ವಿಶೇಷವಾಗಿ ಪ್ರೀತಿಸುತ್ತಾನೆ. ಆದ್ದರಿಂದ, ಸಾವಿರಾರು ಕೆಚ್ಚೆದೆಯ ಹೋರಾಟಗಾರರು ಅವನೊಂದಿಗೆ ವಾಸಿಸುತ್ತಾರೆ. ಅವನು ಎಂದಿಗೂ ಒಬ್ಬಂಟಿಯಾಗಿರುವುದಿಲ್ಲ. 20 ಅಥವಾ 25 ಯೋಧರು ಯಾವಾಗಲೂ ಅವನ ಅಂಗರಕ್ಷಕರಾಗಿ ಅವನೊಂದಿಗೆ ಇರುತ್ತಾರೆ. ಅವರ ಮಾತಿನ ಉತ್ತಮ ಕಲೆಯಿಂದ, ಅವರು ಯಾರನ್ನಾದರೂ, ಎಲ್ಲಿಯಾದರೂ, ಯಾವುದೇ ಸಮಯದಲ್ಲಿ ಪ್ರಭಾವಿಸಬಹುದು ಮತ್ತು ಅವರ ಪ್ರಭಾವಕ್ಕೆ ಒಳಗಾಗಬಹುದು. ಬಡವರು ಮತ್ತು ನಿರ್ಗತಿಕರ ನಡುವೆ ಹಣವನ್ನು ವಿತರಿಸಲು ಅವರು ವಿಶೇಷವಾಗಿ ಇಷ್ಟಪಡುತ್ತಿದ್ದರು ಮತ್ತು ಶ್ರೀಮಂತರನ್ನು ಲೂಟಿ ಮಾಡಲು ಸಮಾನವಾಗಿ ಇಷ್ಟಪಡುತ್ತಿದ್ದರು. ಹಗಲು ರಾತ್ರಿ ಒಟ್ಟಿಗೆ ಕುದುರೆ ಸವಾರಿ ಮಾಡಿದ ನಂತರವೂ ಅವರು ದಣಿಯುತ್ತಿರಲಿಲ್ಲ. ಕುದುರೆಯ ಮೇಲೆ ಒಂದೇ ದಿನದಲ್ಲಿ ನೂರ ಇಪ್ಪತ್ತೈದು ಮೈಲುಗಳಷ್ಟು ಓಡುವುದು ಅವನಿಗೆ ತುಂಬಾ ಸಾಮಾನ್ಯವಾಗಿತ್ತು. ಅವರು ತಮ್ಮನ್ನು ನಾನಾ ಸಾಹೇಬರ ಪ್ರತಿನಿಧಿ ಎಂದು ಪರಿಗಣಿಸುತ್ತಾರೆ.

1857ರ ಡಿಸೆಂಬರ್ 4ರಂದು ಲಂಡನ್ ನ ಮತ್ತೊಂದು ವೃತ್ತಪತ್ರಿಕೆಯಾದ *ದಿ ಟೈಮ್ಸ್* ನ ಭಾರತೀಯ ವರದಿಗಾರ ರಸೆಲ್ ಅವರ ಪತ್ರವನ್ನು ಪ್ರಕಟಿಸಲಾಯಿತು. ಇದು ಭಾರತದಲ್ಲಿ ಇಂಗ್ಲಿಷ್ ಜನರಲ್ಲಿ ತತ್ಯಾ ಟೋಪ್ ಹರಡಿದೆ ಎಂದು ಸ್ಪಷ್ಟವಾಗಿ ಹೇಳುತ್ತದೆ:

"ನಮ್ಮ ವಿಚಿತ್ರ ಸ್ನೇಹಿತ ತಾತ್ಯಾ ತೋಪೆ ತುಂಬಾ ಕಠಿಣ ಮತ್ತು ಬುದ್ಧಿವಂತನಾಗಿದ್ದು ಅವರನ್ನು ಮೆಚ್ಚಿಸಲು ನನಗೆ ಸಹಾಯ ಮಾಡಲು ಸಾಧ್ಯವಿಲ್ಲ. ಅವರು ನಮ್ಮ ಅನೇಕ ಪಟ್ಟಣಗಳನ್ನು ಧ್ವಂಸಗೊಳಿಸಿದ್ದಾರೆ, ಖಜಾನೆಗಳನ್ನು ಲೂಟಿ ಮಾಡಿದ್ದಾರೆ, ಯುದ್ಧ ಸಾಮಗ್ರಿಗಳನ್ನು ಹೊಂದಿರುವ ಮಳಿಗೆಗಳನ್ನು ಖಾಲಿ ಮಾಡಿದ್ದಾರೆ, ಸೇನೆಗಳನ್ನು ಸಂಗ್ರಹಿಸಿದ್ದಾರೆ ಮತ್ತು ಅವುಗಳನ್ನು ಹತ್ಯೆ ಮಾಡಿದ್ದಾರೆ. ಅವನು ರಾಜರಿಂದ ಫಿರಂಗಿ ಬಂದೂಕುಗಳನ್ನು ಕಸಿದುಕೊಂಡು ಅವುಗಳನ್ನು ನಾಶಪಡಿಸಿದನು ಮತ್ತೆ ವಶಪಡಿಸಿಕೊಂಡನು ಮತ್ತು ಅವುಗಳನ್ನು ಕಳೆದುಕೊಂಡನು. ತನ್ನ ಹೆಚ್ಚಿನ ವೇಗದಲ್ಲಿ ಅವನು ವಿದ್ಯುತ್ ಗಿಂತ ವೇಗವಾಗಿರುತ್ತಾನೆ. ಅನೇಕ ವಾರಗಳವರೆಗೆ ಅವನು ದಿನಕ್ಕೆ 30 ಅಥವಾ 40 ಮೈಲುಗಳ ವೇಗದಲ್ಲಿ ನಡೆಯುತ್ತಾನೆ. ಎದುರಾಳಿ ಸೈನ್ಯದೊಂದಿಗೆ ಮುಂಭಾಗದಲ್ಲಿ ಹೋರಾಡುತ್ತಿದ್ದರೂ, ಅವನು ಇದ್ದಕ್ಕಿದ್ದಂತೆ ಮಿಂಚಿನ ವೇಗದಲ್ಲಿ ಅದರ ಹಿಂಭಾಗವನ್ನು ತಲುಪುತ್ತಾನೆ. ಅತ್ಯುತ್ತಮ ವಿಮಾನಗಳು ಸಹ ತನ್ನ ಯಂತ್ರೋಪಕರಣಗಳ ಮೂಲಕ ಅಂತಹ ವೇಗದ ವೇಗವನ್ನು ಪ್ರದರ್ಶಿಸಲು ಸಾಧ್ಯವಿಲ್ಲ. ಪರ್ವತಗಳನ್ನು ಏರುವಲ್ಲಿ ಅಥವಾ ನದಿಗಳು ಅಥವಾ ನುಲ್ಲಾಗಳ ಹರಿವಿನಲ್ಲಿ, ಗುಡ್ಡಗಳು, ಕಣಿವೆಗಳು, ಜವುಗು ಪ್ರದೇಶಗಳಲ್ಲಿ, ಎಲ್ಲಿಯಾದರೂ, ಮೇಲಕ್ಕೆ ಅಥವಾ ಕೆಳಕ್ಕೆ,

ಮುಂಭಾಗ ಅಥವಾ ಹಿಂದಕ್ಕೆ, ಬರುವ ಅಥವಾ ಹೋಗುವಲ್ಲಿ ಅವನನ್ನು ಯಾರೂ ತಡೆಯಲು ಸಾಧ್ಯವಿಲ್ಲ. ಅತ್ಯಂತ ಸಂಕೀರ್ಣವಾದ ಸರ್ಕ್ಯೂಟಸ್ ರಸ್ತೆಗಳಲ್ಲಿಯೂ ಸಹ ಅವರು ನಮ್ಮ ವಾಹನಗಳ ಮೇಲೆ ಫಾಲ್ಕನ್

ನಂತೆ ಹಾರಿಸುತ್ತಾರೆ ಮತ್ತು ನಮ್ಮ ಬಾಂಬೆ ಪೋಸ್ಟ್ ನೊಂದಿಗೆ ಹಾರಿಹೋಗುತ್ತಾರೆ. ಕೆಲವೊಮ್ಮೆ ಅವನು ಹಳ್ಳಿಯನ್ನು ಲೂಟಿ ಮಾಡಿ ಬೆಂಕಿ ಹಚ್ಚುತ್ತಾನೆ. ಅವನ ವಂಚನೆಯನ್ನು ಯಾರೂ ಹಿಡಿಯಲು ಅಥವಾ ದೋಷಪೂರಿತಗೊಳಿಸಲು ಸಾಧ್ಯವಿಲ್ಲ."

ನಾನು ಹೇಳಬಯಸುವುದೇನೆಂದರೆ, ತಾತ್ಯ ಟೋಪ್ ನಂತಹ ಅಪಾಯವನ್ನು ಎದುರಿಸುವುದು ಹಫ್ರೋಸ್ ಅವರ ಮೊದಲ ಮತ್ತು ಅಗ್ರಗಣ್ಯ ಕೆಲಸವೆಂದು ಪರಿಗಣಿಸಲಾಗಿದೆ.

ತಾತ್ಯ ತೋಪೆ ಮತ್ತು ಬ್ರಿಟಿಷರ ನಡುವಿನ ಯುದ್ಧ

ಹ್ಯೂಗ್ರೋಸ್ ಸೈನ್ಯವನ್ನು ಕಳುಹಿಸಿದರು. ಇನ್ನೊಂದು ಬದಿಯಲ್ಲಿ ಗ್ವಾಲಿಯರ್ ನ ಸೈನ್ಯವೂ ಇತ್ತು. ಬ್ರಿಟಿಷರು ಬಹಳ ಕಡಿಮೆ ಸೈನ್ಯವನ್ನು ಹೊಂದಿದ್ದರು ಎಂದು ತಾತ್ಯರಿಗೆ ತಿಳಿಸಲಾಯಿತು. ಅವರು (ತಾತ್ಯ) ಕಾನ್ಪುರದಲ್ಲಿ ಬ್ರಿಟಿಷ್ ಸೈನ್ಯವನ್ನು ಬುದ್ಧಿವಂತ ಕಮಾಂಡರ್ ಜನರಲ್ ಬಿಂಧಮ್ ಅವರ ಅಡಿಯಲ್ಲಿ ಕೆಟ್ಟದಾಗಿ ಸೋಲಿಸಿದ್ದರು. ಆದ್ದರಿಂದ, ಝಾನ್ಸಿಯಲ್ಲಿಯೂ ಬ್ರಿಟಿಷರನ್ನು ಸೋಲಿಸುವುದಾಗಿ ಅವರು ನಂಬಿದ್ದರು. ಈ ಸಮಯದಲ್ಲಿ ಅವರ ವೈಯಕ್ತಿಕ ಸೈನ್ಯವು ಬೆಟ್ವಾ ದಡದಲ್ಲಿತ್ತು. ಚಾರ್ಖರಿಯಲ್ಲಿನ ಯಶಸ್ಸಿನಿಂದಾಗಿ ಅದು ತನ್ನ ಸಾಮರ್ಥ್ಯದ ಬಗ್ಗೆ ಪಡೀತಿದ್ದರು. ಆದ್ದರಿಂದ, ಧೈರ್ಯಶಾಲಿ ತಾತ್ಯಾ ತೋಪೆ ಅವರ ಒಟ್ಟು ಸೈನ್ಯವು ಸಂಪೂರ್ಣವಾಗಿ ಯಶಸ್ಸಿನ ಕುಡಿತದಲ್ಲಿತ್ತು ಎಂದು ನಾವು ಹೇಳಬಹುದು. ಯುದ್ಧದಲ್ಲಿ ಶತ್ರುಗಳನ್ನು ದುರ್ಬಲರು ಎಂದು ಪರಿಗಣಿಸುವುದು ಆತ್ಮಹತ್ಯೆಯಾಗಿದೆ.

ಏಪ್ರಿಲ್ 1, 1858 ರಂದು ತಾತ್ಯಾ ತೋಪೆ ಅವರ ಸೈನ್ಯದ ಒಂದು ಭಾಗವು ಪೂರ್ಣ ಬಲದಿಂದ ಝಾನ್ಸಿ ಕಡೆಗೆ ಹೊರಟಿತು. ಈ ಭಾಗದಲ್ಲಿ *ಫಿರಾಂಗ್* ಸೈನ್ಯವೂ ಎಲ್ಲ ವ್ಯವಸ್ಥೆಗಳೊಂದಿಗೆ ಸಿದ್ಧವಾಗಿತ್ತು. ಬ್ರಿಟಿಷ್ ಸೈನ್ಯದ ಫಿರಂಗಿದಳದ ವ್ಯಾಪ್ತಿಯಲ್ಲಿ ತಾತ್ಯಾ ತೋಪ್ ನ ಸೈನ್ಯವು ತಲುಪಿದ ಕೂಡಲೇ, ಅದರ ಎಡಭಾಗದಲ್ಲಿ ಹಗ್ರೋಸ್ ನ ಫಿರಂಗಿದಳವು ಮತ್ತು ಬಲಭಾಗದಲ್ಲಿ ಕ್ಯಾಪ್ಟನ್ ಲೈಟ್ ಫೂಟ್ ಮತ್ತು ಕ್ಯಾಪ್ಟನ್ ಪ್ರೆಟಿ ಜಾನ್ ದಾಳಿಗೊಳಗಾದರು. ತಾತ್ಯಾ ತೋಪೆ ಅವರ ಸೈನ್ಯದ ಮೇಲಿನ ಈ ದ್ವಿಪಕ್ಷೀಯ ದಾಳಿಯು ಆತಂಕ ಮತ್ತು ಗೊಂದಲವನ್ನುಂಟು ಮಾಡಿತು ಮತ್ತು ಅದು ಇಲ್ಲಿ ಮತ್ತು ಅಲ್ಲಿಗೆ ಓಡಿಹೋಯಿತು. ಈ ಪರಿಸ್ಥಿತಿಯ ಲಾಭವನ್ನು ಪಡೆದು ಬ್ರಿಟಿಷರು ಅದನ್ನು ಮುಂದುವರಿಸಿದರು. ತಾತ್ಯಾ ತೋಪೆ ಅವರ ಸೈನ್ಯವು ತನ್ನನ್ನು ತಾನು ಸ್ಥಿರವಾಗಿಟ್ಟುಕೊಳ್ಳುವ ಅವಕಾಶವನ್ನೂ ಪಡೆಯಲಿಲ್ಲ ಮತ್ತು ತನ್ನ ಜೀವವನ್ನು ಉಳಿಸಿಕೊಳ್ಳಲು ಓಡಿಹೋಯಿತು. ತಾತ್ಯ ತೋಪೆಗಾಗಿ ಕೆಲವು ಸೈನ್ಯವು ಬೆಟ್ವಾ ದಡದ ಬಳಿಯ ಕಾಡಿನಲ್ಲಿ ಅಡಗಿಕೊಂಡಿತ್ತು. ದುರದೃಷ್ಟವಶಾತ್, ಕೆಲವು ದೋಷಪೂರಿತಗಳ ಮೂಲಕವೂ ಹಫ್ರೋಸ್ ಇದನ್ನು ತಿಳಿದುಕೊಂಡರು.

ತಾತ್ಯ ಟೋಪ್ ನ ಸೋಲು

ನಾಲ್ಕು ಇಂಗ್ಲೆಟಪ್ ಫಿರಂಗಿ ಬಂದೂಕುಗಳು ಮತ್ತು ಫೀಲ್ಡ್ ಬ್ಯಾಟರಿಯೊಂದಿಗೆ ಹ್ಯೂಗ್ರೋಸ್ ಕ್ಯಾಪ್ಟನ್ ಲೈಟ್ ಫೂಟ್ ಅನ್ನು ಬೆಟ್ವಾ ದಡದ ಬಳಿಯ ಕಾಡುಗಳ ಕಡೆಗೆ ರವಾನಿಸಿದರು. ಫಿರಂಗ್ ಸೈನ್ಯವು ತನ್ನ ಕಡೆಗೆ

ಬರುತ್ತಿರುವುದನ್ನು ನೋಡಿದ ತಾತ್ಯ ತೋಪೆ ಸೈನ್ಯವು ತನ್ನ ಮುಂಗಡವನ್ನು ನಿಲ್ಲಿಸಲು ಕಾಡಿನಲ್ಲಿ ಬೆಂಕಿ ಹಚ್ಚಿತು. ಇದಕ್ಕೆ ಉತ್ತರವಾಗಿ ಫಿರಾಂಗ್ ಸೈನ್ಯವು ಬೆಟ್ವಾ ದಡದ ಉದ್ದಕ್ಕೂ ಸುರಕ್ಷಿತ ಸ್ಥಳಗಳಲ್ಲಿ ಫ್ರಂಟ್ ಗಳನ್ನು ಸ್ಥಾಪಿಸಿತು. ಇಬ್ಬರ ನಡುವೆ ತೀವ್ರ ಜಗಳ ನಡೆಯಿತು. ಎರಡೂ ಕಡೆಯಿಂದ ಫಿರಂಗಿ ಸಿಡಿತಲೆಗಳು ಸುರಿಯುತ್ತಿದ್ದವು. ಬ್ರಿಟಿಷ್ ಸೈನ್ಯವು ಸುರಕ್ಷಿತ ಸ್ಥಳದಲ್ಲಿದ್ದ ಕಾರಣ, ಅದು ಕಡಿಮೆ ಹಾನಿಯನ್ನು ಅನುಭವಿಸಿತು. ಬ್ರಿಟಿಷ್ ಸೈನ್ಯವು ಬಹಳ ಧೈರ್ಯದಿಂದ ನದಿಯನ್ನು ದಾಟಿತು ಮತ್ತು ಮುಂದುವರಿಯುತ್ತಾ ದಾಳಿಯನ್ನು ಪ್ರಾರಂಭಿಸಿತು. ತಾತ್ಯ ತೋಪೆ ಅವರ ಸೈನ್ಯವು ತನ್ನ ಸ್ಥಾನಕ್ಕೆ ಅಂಟಿಕೊಳ್ಳುವುದು ಬಹಳ ಕಷ್ಟಕರವಾಯಿತು. ಆದ್ದರಿಂದ, ಈ ಯುದ್ಧದಲ್ಲಿ ಅವರು ತಮ್ಮ ಫಿರಂಗಿ ಬಂದೂಕುಗಳನ್ನು ಸಹ ಕಳೆದುಕೊಂಡರು. ಫಿರಂಗಿ ಬಂದೂಕುಗಳು ತುಂಬಾ ಭಾರವಾಗಿದ್ದರಿಂದ ಅವುಗಳನ್ನು ಅವಸರದಲ್ಲಿ ಸಾಗಿಸಲು ಸಾಧ್ಯವಾಗಲಿಲ್ಲ. ಫಿರಂಗಿ ಬಂದೂಕುಗಳ ಚಕ್ರಗಳು ನದಿಯ ಮರಳಿನಲ್ಲಿ ಆಳವಾಗಿ ಮುಳುಗಿದವು. ಬ್ರಿಟಿಷರು ಸುಮಾರು ಹದಿನಾರು ಮೈಲುಗಳ ಕಾಲ ತಾತ್ಯ ಟೋಪ್ ನ ಪಲಾಯನ ಸೈನ್ಯವನ್ನು ಹಿಂಬಾಲಿಸಿದರು ಮತ್ತು ಅದರ ಯುದ್ಧ ಸಾಮಗ್ರಿಗಳನ್ನು ಸೆರೆಹಿಡಿದರು ಮಾಡಿದರು.

ಈ ರೀತಿಯಾಗಿ, ಝಾನ್ಸಿಯ ಕೋಟೆಯನ್ನು ಸೆರೆಹಿಡಿಯುವಲ್ಲಿ ಹುಗ್ರೋಸೋ ಯಶಸ್ವಿಯಾಗದಿದ್ದರೂ, ಧೈರ್ಯಶಾಲಿ ತಾತ್ಯಾ ತೋಪೆ ಅವರನ್ನು ಸೋಲಿಸಿದ್ದಕ್ಕೆ ಅವರು ತುಂಬಾ ಸಂತೋಷಪಟ್ಟರು.

ಬ್ರಿಟಿಷ್ ಪಡೆಗಳು ತಾತ್ಯ ಟೋಪೆಯೊಂದಿಗೆ ಹೆಣಗಾಡುತ್ತಿದ್ದಾಗ, ಮಹಾರಾಣಿಗೂ ಅದು ತಿಳಿಯಿತು. ಈ ಸಮಯದಲ್ಲಿ ಅವರು ಬ್ರಿಟಿಷರ ಮೇಲೆ ಫಿರಂಗಿ ಚಿಪ್ಪುಗಳನ್ನು ಏಕೆ ಭೋರ್ಗರೆಯಲಿಲ್ಲ ಎಂಬುದು ಆಶ್ಚರ್ಯಕರವಾಗಿದೆ. ಹಾಗೆ ಮಾಡುವುದರಿಂದ ಝಾನ್ಸಿಗೆ ಬಹಳ ಉಪಯುಕ್ತವಾಗುತಿತ್ತು. ಈ ನಿಟ್ಟಿನಲ್ಲಿ ಗಿಲ್ಲಿಯನ್ ತಮ್ಮ ಪುಸ್ತಕ *ದಿ ರಾಣಿ* ಯಲ್ಲಿ ತಾತ್ಯಾ ತೋಪೆ ಮತ್ತು ಮಹಾರಾಣಿ ಲಕ್ಷ್ಮೀಬಾಯಿ ನಡುವಿನ ಸಂಭಾಷಣೆಯನ್ನು ಉಲ್ಲೇಖಿಸಿದ್ದಾರೆ. ಈ ಸಂಭಾಷಣೆ, ಬಹುಶಃ, ಕಲ್ಪಿಯಲ್ಲಿ ಅಥವಾ ನಂತರ ಬೇರೆ ಸ್ಥಳದಲ್ಲಿ ನಡೆಯಿತು. ಇದು ಹೀಗಿದೆ;

ತಾತ್ಯ ತೋಪೆ: ಮಹಾರಾಣಿ! ನಾವು ಬ್ರಿಟಿಷರ ವಿರುದ್ಧ ಹೋರಾಡುತ್ತಿರುವಾಗ ನಿಮ್ಮ ಕೋಟೆಯ ಫಿರಂಗಿ ಬಂದೂಕುಗಳು ಏಕೆ ಮೌನವಾಗಿದ್ದವು? ಈ ರೀತಿ ಆಗದಿದ್ದರೆ ನಾವು ಸೋಲುತ್ತಿರಲಿಲ್ಲ.

ಮಹಾರಾಣಿ: ಬ್ರೇವ್ ಕಮಾಂಡರ್! ಆ ಸಮಯದಲ್ಲಿ ಲಲಿತವಾಡಿ ಎಂಬ ಬ್ರಾಹ್ಮಣರು ನಮ್ಮ ಬಂದೂಕುಗಳಿಂದ ಸುರಿದ ಬೆಂಕಿಯ ಮಳೆಯನ್ನು ನಿಲ್ಲಿಸಿ, ನಮ್ಮ ಮುಂದೆ ಇರುವ ಸೈನ್ಯವು ಪೇಶ್ವೆಗಳ ಸೈನ್ಯವಾಗಿದೆ ಎಂದು ಹೇಳಿದರು. ಅವರು ನಮ್ಮ ಮೇಲೆ ದಾಳಿ ಮಾಡಲು ಬಂದಿಲ್ಲ ಎಂದು ಅವರು ಕೊನೆಯವರೆಗೂ ನಮಗೆ ಹೇಳುತ್ತಲೇ ಇದ್ದರು. ಅವರು ಗುಂಡು ಹಾರಿಸುತ್ತಿದ್ದರೆ, ಕೋಟೆಯಿಂದ ನಮ್ಮ ನಿರ್ಗಮನಕ್ಕೆ ಅನುಕೂಲವಾಗುತ್ತಿತ್ತು.

ಈ ಲಲಿತವಾಡಿಯನ್ನು ಕೋಟೆಯ *ಬುರ್ಜ್* ನಲ್ಲಿ ಇರಿಸಲಾಗಿತ್ತು. ಆ ವ್ಯಕ್ತಿಯು ಮಹಾರಾಣಿಯೊಂದಿಗೆ ನಂಬಿಕೆಯ ಉಲ್ಲಂಘನೆಯನ್ನು ಮಾಡಿದನು ಅಥವಾ ಪೇಶ್ವಾ ಸೈನ್ಯವನ್ನು ಬ್ರಿಟಿಷರ ಸಹಾಯಕರಾಗಿ ಮೂರ್ಖವಾಗಿ ಪರಿಗಣಿಸಿದನು. ಕೋಟೆಯಿಂದ ಫಿರಂಗಿ ಬಂದೂಕುಗಳಿಂದ ಗುಂಡು ಹಾರಿಸುವುದನ್ನು

ನಿಲ್ಲಿಸಲಾಗಿದೆ ಎಂದು ಅವರು ಹೇಳಿದ್ದರು. ಇಲ್ಲದಿದ್ದರೆ, ಮೊದಲ ಬಾರಿಗೆ ತಾತ್ಯಾ ಟೋಪ್ ಅವರೊಂದಿಗಿನ ಭೇಟಿಯ ಸಮಯದಲ್ಲಿ ಕೋಟೆಯಿಂದ ಬ್ರಿಟಿಷ್ ಸೈನ್ಯದ ಮೇಲೆ ಫಿರಂಗಿ ಚಿಪ್ಪುಗಳನ್ನು ಹಾರಿಸಿದರೆ ಬ್ರಿಟಿಷ್ ಸೈನ್ಯವು ಎರಡು ಕಡೆಗಳಿಂದ ಗುಂಡಿನ ದಾಳಿ ನಡೆಸುವುದು ತುಂಬಾ ಕಷ್ಟಕರವಾಗುತ್ತಿತ್ತು. ಕೋಟೆಯಿಂದ ಗುಂಡು ಹಾರಿಸುವುದನ್ನು ನಿಲ್ಲಿಸಿದ್ದರಿಂದ ತಾತ್ಯ ತೋಪೆ ಸೈನ್ಯವನ್ನು ಸೋಲಿಸಲು ಅವರಿಗೆ ಉತ್ತಮ ಅವಕಾಶ ಸಿಕ್ಕಿತು. ಹ್ಯೂಗ್ರೋಸ್ ಜೊತೆಗಿದ್ದ ಡಾ. ಸಿಲ್ವೆಸ್ಟರ್, ಈ ಕ್ರಮದಿಂದ ಆಶ್ಚರ್ಯಚಕಿತರಾದರು. ಅವರು ಹೀಗೆ ಬರೆದಿದ್ದಾರೆ:

"ಕೋಟೆಯಲ್ಲಿ ಸಿಲುಕಿರುವ ಜನರ ಹೊರಗಿನಿಂದ ಪೇಶ್ವರ ಸೈನ್ಯವು ರಕ್ಷಣೆಯನ್ನು ನೀಡುತ್ತಿರುವಾಗ ಕೋಟೆಯೊಳಗಿನ ಜನರು ಇದ್ದಕ್ಕಿದ್ದಂತೆ ನಮ್ಮ ಮೇಲೆ ಏಕೆ ದಾಳಿ ಮಾಡಲಿಲ್ಲ ಎಂದು ಊಹಿಸಿಕೊಳ್ಳುವುದು ನಮಗೆ ಕಷ್ಟಕರವಾಗಿದೆ. ಅವರು ಗೆಲ್ಲುವಷ್ಟು ಸಂಖ್ಯೆಯಲ್ಲಿ ಇದ್ದರು."

ಝಾನ್ಸಿ ಪಟ್ಟಣದಲ್ಲಿ ಪ್ರವೇಶ

ತಾತ್ಯಾ ತೋಪೆ ಅವರನ್ನು ಸೋಲಿಸಿದ ನಂತರ ಹಘ್ರೋಸ್ ಮತ್ತೆ ಝಾನ್ಸಿ ಕೋಟೆಯತ್ತ ಗಮನ ಹರಿಸಿದರು. ಝಾನ್ಸಿ ಕೋಟೆಯನ್ನು ಅತ್ಯುತ್ತಮ ಪ್ರಯತ್ನಗಳ ಹೊರತಾಗಿಯೂ ಫಿರಂಗ್ ಗಳು ವಶಪಡಿಸಿಕೊಳ್ಳಲು ಸಾಧ್ಯವಾಗಲಿಲ್ಲ. ಆದ್ದರಿಂದ ಅವರು ಕೋಟೆಯನ್ನು ಮೂರು ಬದಿಗಳಿಂದ ಆಕ್ರಮಿಸುವ ತಂತ್ರವನ್ನು ರೂಪಿಸಿದರು. ಪಶ್ಚಿಮ ಭಾಗದಿಂದ ಮೇಜರ್ ಗಾಲ್, ದಕ್ಷಿಣದಿಂದ ಲೆಫ್ಟಿನೆಂಟ್ ಕರ್ನಲ್ ಲಿಡ್ಡೆಲ್, ಬ್ರಿಗೇಡಿಯರ್ ಸ್ಟುವರ್ಟ್ ಮತ್ತು ಕ್ಯಾಪ್ಟನ್ ರಾಬಿನ್ಸನ್ ಮತ್ತು ಎಡಭಾಗದಿಂದ ಲೆಫ್ಟಿನೆಂಟ್ ಕರ್ನಲ್ ಲೋಥ್ ಮತ್ತು ಮೇಜರ್ ಸ್ಟುವರ್ಟ್ ಗೆ ದಾಳಿ ಮಾಡುವ ನಾಯಕತ್ವವನ್ನು ಅವರು ವಹಿಸಿಕೊಂಡರು. ಪ್ರತಿಯೊಬ್ಬರೂ ತಮ್ಮ ಸೈನ್ಯದೊಂದಿಗೆ ತಮ್ಮ ನಿಯೋಜಿತ ಹುದ್ದೆಯನ್ನು ತಲುಪಿದರು. ಏಪ್ರಿಲ್ 3 ರಂದು ಮಧ್ಯಾಹ್ನ 3.00 ರ ಸುಮಾರಿಗೆ ಕೋಟೆಯನ್ನು ಏಕಕಾಲದಲ್ಲಿ ಮೂರು ಕಡೆಗಳಿಂದ ಆಕ್ರಮಣ ಮಾಡಲಾಯಿತು. ಅವರಲ್ಲಿ ಮೊದಲ ಸೈನ್ಯವು ಹೇಗಾದರೂ ಕೋಟೆಯ ಬಳಿ ತಲುಪಿತು ಮತ್ತು ಅದು ಕೋಟೆಯ ಗೋಡೆಗೆ ಏರಲು ಮೆಟ್ಟಿಲುಗಳನ್ನು ನಿಗದಿಪಡಿಸಿತು ಮತ್ತು ಏರಲು ಪ್ರಾರಂಭಿಸಿತು. ಕತ್ತಿಗಳು ಮತ್ತು ಬಂದೂಕುಗಳಿಂದ ಹೋರಾಡಿದ ಎರಡನೇ ಮತ್ತು ಮೂರನೇ ಸೈನ್ಯವು ನಗರವನ್ನು ಪ್ರವೇಶಿಸಲು ಪ್ರಯತ್ನಿಸಿತು. ಕೋಟೆಯ ಗೋಡೆಯ ಮೇಲೆ ಗಸ್ತು ತಿರುಗುತ್ತಿದ್ದ ಕೆಚ್ಚೆದೆಯ ಸೈನಿಕರು ಶತ್ರುಗಳು ಕೋಟೆಯ ಗೋಡೆಯನ್ನು ಏರಲು ಪ್ರಯತ್ನಿಸುತ್ತಿರುವುದನ್ನು ನೋಡಿದಾಗ, ಅವರು ಅಪಾಯದ ಸದ್ದು ಕೇಳಿಸಿತು. ಇದು ಕೋಟೆಯೊಳಗಿನ ಸೈನ್ಯವನ್ನು ಎಚ್ಚರಿಸಿತು. ಈ ಸಮಯದಲ್ಲಿ ಕೋಟೆಯ ಸ್ಥಿತಿ ನಿಜವಾಗಿಯೂ ಗಂಭೀರವಾಗಿತ್ತು. ಎಲ್ಲವನ್ನೂ ಚಿಪ್ಪುಗಳು ಹೊಡೆಯುವುದರಿಂದ ಕಳೆದ ಹನ್ನೊಂದು ದಿನಗಳಲ್ಲಿ ಲೆಕ್ಕಹಾಕಲಾಗದ ಜೀವ ಮತ್ತು ಹಣದ ನಷ್ಟ ಸಂಭವಿಸಿತು. ಕೋಟೆಯ ಗೋಡೆಯೂ ಹಲವಾರು ಸ್ಥಳಗಳಲ್ಲಿ ಹಾನಿಗೊಳಗಾಯಿತು. ಧೈರ್ಯಶಾಲಿ ತಾತ್ಯಾ ತೋಪೆ ಅವರ ಸೋಲಿನ ಸುದ್ದಿಯೂ ಕತ್ತಲೆ ಮತ್ತು ನಿರಾಶೆಯನ್ನು ತಂದಿತು. ಇದು ಮಾನಸಿಕ ಪರಿಣಾಮವನ್ನೂ ಬೀರಿತು. ಏಕೆಂದರೆ,

ತಾತ್ಯಾ ಟೋಪೆಯಂತಹ ಧೈರ್ಯಶಾಲಿ ವ್ಯಕ್ತಿಯನ್ನು ಯಾವುದೇ ಸಾಮಾನ್ಯ ಸೈನ್ಯವು ಸೋಲಿಸಲು ಸಾಧ್ಯವಿಲ್ಲ. ಆದ್ದರಿಂದ ಸೋಲು ಈಗ ಅನಿವಾರ್ಯವಾಗಿದೆ ಎಂದು ಅವರು ತೀರ್ಮಾನಿಸಿದರು. ಮಹಾರಾಣಿ ಲಕ್ಷ್ಮೀಬಾಯಿಗೆ ತನ್ನ ಸೈನಿಕರ ಈ ಮನಸ್ಥಿತಿಯ ಬಗ್ಗೆ ತಿಳಿದಿರಲಿಲ್ಲ. ಆಗಲೂ ಅವಳು ಹೃದಯ ಕಳೆದುಕೊಳ್ಳಲಿಲ್ಲ. ಅಪಾಯದ ಸದ್ದು ಕೇಳಿದ ಕೂಡಲೇ, ಎಲ್ಲರೂ ಕೋಟೆಯೊಳಗೆ ಜಮಾಯಿಸಿದರು. ಭಯ ಮತ್ತು ನಿರಾಶೆಯು ಎಲ್ಲ ಮುಖಗಳಲ್ಲಿ ಸ್ಪಷ್ಟವಾಗಿ ಗೋಚರಿಸುತ್ತಿತ್ತು. ಧೈರ್ಯಶಾಲಿ ಮಹಿಳೆಯ ಧರ್ಮ (ಕರ್ತವ್ಯ) ವನ್ನು ನಿರ್ವಹಿಸುತ್ತಾ, ಮಹಾರಾಣಿ ಅವರಿಗೆ ಹೀಗೆ ಹೇಳಿದರು:

"ಕೆಚ್ಚೆದೆಯ ಯೋಧರೇ! ಪೇಶ್ವೆಗಳು ಅಥವಾ ಇನ್ನಾವುದೇ ವ್ಯಕ್ತಿಯ ಸಹಾಯದ ಭರವಸೆಯಿಂದ ನಾವು ಈ ಯುದ್ಧವನ್ನು ಪ್ರಾರಂಭಿಸಿಲ್ಲ ಎಂಬುದು ನಿಮಗೆ ಚೆನ್ನಾಗಿ ತಿಳಿದಿದೆ. ಪೇಶ್ವೆಗಳ ಸಹಾಯದಿಂದ ನೀವು ವಿವಿಧ ಕದನಗಳಲ್ಲಿ ಸಾಧಿಸಿದ ಯಶಸ್ಸೇನು ಅಲ್ಲ. ನಿಮ್ಮ ಶಕ್ತಿ ಮತ್ತು ಶೌರ್ಯದ ಆಧಾರದ ಮೇಲೆ ನೀವು ಯಶಸ್ವಿಯಾಗಿದ್ದೀರಿ. ನಮ್ಮ ಕರ್ತವ್ಯದ ನಿರ್ವಹಣೆಗಾಗಿ, ಸ್ವಾತಂತ್ರ್ಯಕ್ಕಾಗಿ ಮತ್ತು ನಮ್ಮ ಸ್ವಾಭಿಮಾನದ ರಕ್ಷಣೆಗಾಗಿ ನಾವು ಈ ಯುದ್ಧದ ಬೆಂಕಿಗೆ ಹಾರಿದ್ದೇವೆ. ನೀವು ಇಲ್ಲಿಯವರೆಗೆ ಹೋರಾಡಿದ ಮತ್ತು ನಿಮಗಾಗಿ ಹೆಸರು ಗಳಿಸಿದ ಅದೇ ತಾಳ್ಮೆ ಮತ್ತು ಧೈರ್ಯದಿಂದ ಈಗ ಹೋರಾಡಿ. ಝಾನ್ಸಿಯ ರಕ್ಷಣೆ ನಿಮ್ಮ ಹೆಗಲ ಮೇಲೆ ಇದೆ. ಈಗ ನಮ್ಮ ಪವಿತ್ರ ಉದ್ದೇಶವನ್ನು ಸಾಧಿಸಲು ಅಂತಿಮ ತ್ಯಾಗಕ್ಕೆ ನಾವು ನಮ್ಮನ್ನು ಸಿದ್ಧಪಡಿಸಿಕೊಳ್ಳಬೇಕಾದ ಸಮಯ ಬಂದಿದೆ."

ಇದರ ನಂತರ ಮಹಾರಾಣಿ ತನ್ನ ಮುಖ್ಯ ಕಮಾಂಡರ್ ಗಳಿಗೆ ಬಟ್ಟೆ ಮತ್ತು ಆಭರಣಗಳನ್ನು ಬಹುಮಾನಗಳಾಗಿ ವಿತರಿಸಿದರು. ಮಹಾರಾಣಿಯ ಈ ಮಾತುಗಳು ಸೈನಿಕರ ಹೃದಯಗಳನ್ನು ಹೊಸ ಭರವಸೆ ಮತ್ತು ಧೈರ್ಯದಿಂದ ತುಂಬಿದವು. ಮಹಾರಾಣಿ ತನ್ನ ಸೈನ್ಯವನ್ನು ಮೂರು ಭಾಗಗಳಾಗಿ ವಿಂಗಡಿಸಿದರು. ಪ್ರತಿಯೊಬ್ಬರೂ ತಮ್ಮ ನಿಯೋಜಿತ ಹುದ್ದೆಯನ್ನು ತಲುಪಿದರು ಮತ್ತು ಶತ್ರುವನ್ನು ಎದುರಿಸಿದರು. ಗುಲಾಮ್ ಗೌಸ್ ಖಾನ್ ತಮ್ಮ ಫಿರಂಗಿ ಬಂದೂಕಿನಿಂದ ಬ್ರಿಟಿಷರ ಮೇಲೆ ಗುಂಡು ಹಾರಿಸಲು ಪ್ರಾರಂಭಿಸಿದರು. ಮಹಾರಾಣಿ ತನ್ನ ಅಂಗರಕ್ಷಕರೊಂದಿಗೆ ಕೋಟೆಯ ಪ್ರತಿಯೊಂದು ಮುಂಭಾಗದಲ್ಲೂ ಯುದ್ಧವನ್ನು ಪರಿಶೀಲಿಸಲು ಪ್ರಾರಂಭಿಸಿದರು ಮತ್ತು ಅಗತ್ಯವಾದ ಯುದ್ಧ ಸಾಮಗ್ರಿಗಳನ್ನು ಸಾಗಿಸಿದರು. ಶತ್ರುವಿನ ಸೈನ್ಯವು ಕೋಟೆಯ ಒಂದು ಭಾಗದಲ್ಲಿ ನಿರಂತರವಾಗಿ ಚಿಪ್ಪುಗಳನ್ನು ಸುರಿಯುತ್ತಿತ್ತು. ಆ ದಿಕ್ಕಿನಲ್ಲಿ ಚಿಪ್ಪುಗಳನ್ನು ಸುರಿಯುವಂತೆ ಮಹಾರಾಣಿ ಗೌಸ್ ಖಾನ್ ಗೆ ಸೂಚಿಸಿದರು. ಫಿರಂಗಿ ಚಿಪ್ಪುಗಳಿಂದಾಗಿ ಕೋಟೆಯ ಗೋಡೆಯಲ್ಲಿ ಅನೇಕ ರಂಧ್ರಗಳು ರೂಪುಗೊಂಡವು. ಎರಡೂ ಕಡೆಯಿಂದ ಪರಸ್ಪರ ತೀವ್ರ ಶೆಲ್ ದಾಳಿ ನಡೆಸಲಾಯಿತು. ಆ ಸಮಯದಲ್ಲಿ ಯಾರು ವಿಜೇತರಾಗುತ್ತಾರೆ ಎಂದು ಯಾರೂ ಹೇಳಲಾರರು.

ಫಿರಾಂಗ್ ಗಳು ನಗರದಲ್ಲಿಯೂ ಭಾರಿ ಶೆಲ್ ಗಳನ್ನು ಸುರಿದವು. ಅರ್ಸಿ ಮಹಲ್ ಎಂದು ಕರೆಯಲ್ಪಡುವ ಪುರಾತನ ಗಣೇಶ ದೇವಾಲಯವೊಂದಿತ್ತು. ಅಲ್ಲಿ ಗಣೇಶ ಚತುರಥಿಯ ದಿನದಂದು ಭಾದ್ರಪದ ತಿಂಗಳಲ್ಲಿ

ಜಾತ್ರೆಯನ್ನು ಆಯೋಜಿಸಲಾಗಿತ್ತು. ಎಲ್ಲಾ ಜಾತಿಗಳ ಈ ನ್ಯಾಯಯುತ ಜನಸಮೂಹದಲ್ಲಿ ಉನ್ನತ ಅಥವಾ ಕೆಳವರ್ಗದ ಯಾವುದೇ ಭಾವನೆಯಿಲ್ಲದೆ ಭಾಗವಹಿಸಿದರು. ಫಿರಂಗಿ ಚಿಪ್ಪುಗಳ ಹೊಡೆತವು ಅದನ್ನು ನೆಲಕ್ಕೆ ಉರುಳಿಸಿತು. ನಾಲ್ವರು ಅಲ್ಲಿಯೇ ಸಾವನ್ನಪ್ಪಿದ್ದಾರೆ. ಇದು ನಗರದಲ್ಲಿ ಕೋಲಾಹಲ ಎಬ್ಬಿಸಿತು. ಈ ಸುದ್ದಿಯನ್ನು ಕೇಳಿ ಮಹಾರಾಣಿ ಕೋಪಗೊಂಡರು. ಅವಳು ತನ್ನ ಸೈನಿಕರಿಗೆ, "*ಘಾನ್ ಗರ್ಜನ್, ಕರಕ್ ಬಿಜ್ಲಿ, ಮಹಾಕಾಳಿ, ಭವಾನಿ ಶಂಕರ್* ಮುಂತಾದ ಎಲ್ಲಾ ಫಿರಂಗಿ ಬಂದೂಕುಗಳನ್ನು ಮುಖ್ಯ ದ್ವಾರದ ಕಡೆಗೆ ತೋರಿಸಿ ಶತ್ರುವನ್ನು ಜೀವಂತವಾಗಿ ಹುರಿಯಿರಿ" ಎಂದು ಆದೇಶಿಸಿದಳು.

ಆದೇಶದ ಅನುಸಾರವಾಗಿ ಎಲ್ಲಾ ಬಂದೂಕುಗಳು ಏಕಕಾಲದಲ್ಲಿ ಗುಡುಗಿದವು. ಪುನರುತ್ಥಾನವಾಗಿ, ಶತ್ರುವು ಹಿಮ್ಮೆಟ್ಟುವಿಕೆಯನ್ನು ಸೋಲಿಸಬೇಕಾಯಿತು. ನಂತರ ಬ್ರಿಟಿಷರು ಮುಖ್ಯ ದ್ವಾರದ ಮೇಲೆ ಭಾರಿ ದಾಳಿ ನಡೆಸಿದರು. ಅವರು ಅದರ ಗೋಡೆಗಳ ಜೊತೆಗೆ ಕೋಟೆಯ *ಬುರ್ಜ್* ಮೇಲೆ ಚಿಪ್ಪುಗಳನ್ನು ಹೊಡೆಯುತ್ತಿದ್ದರು ಮತ್ತು ಮಳೆ ಸುರಿಸುತ್ತಿದ್ದರು. ಲೆಫ್ಟಿನೆಂಟ್ ಬಾಕ್ಸ್ ಮತ್ತು ಲೆಫ್ಟಿನೆಂಟ್ ಬೋನಸ್ ನಿಜವಾದ ಶೌರ್ಯವನ್ನು ಪ್ರದರ್ಶಿಸಿದರು. ಭಾರೀ ಶೆಲ್ ದಾಳಿಯ ಅಡಿಯಲ್ಲಿ ಮತ್ತು ಅವರ ಯಕೃತ್ತನ್ನು ನೋಡಿಕೊಳ್ಳದೆ ಅವರು ನಗರದ ಗೋಡೆಯ ಉದ್ದಕ್ಕೂ ಇರಿಸಲಾದ ಮೆಟ್ಟಿಲುಗಳ ಮೇಲೆ ಏರಲು ಪ್ರಯತ್ನಿಸಿದರು. ಝಾನ್ಸಿಯ ಕೆಚ್ಚೆದೆಯ ಸೈನಿಕರು ಗುಂಡು ಹಾರಿಸಿದ ಶೆಲ್ ಗಳು ಅವುಗಳನ್ನು ಕೊನೆಗೊಳಿಸಿದವು. ಅದರ ನಂತರ ಲೆಫ್ಟಿನೆಂಟ್ ಡಿಕ್ ಮತ್ತು ಲೆಫ್ಟಿನೆಂಟ್ ಮಿಕ್ ಎಫ್. ಜಾನ್, ಅಭೂತಪೂರ್ವ ಧೈರ್ಯವನ್ನು ಪ್ರದರ್ಶಿಸಿ, ಗೋಡೆಯ ಮೇಲೆ ಹತ್ತಿದರು ಮತ್ತು ಸೈನ್ಯಕ್ಕೆ ಕರೆ ನೀಡಲು ಪ್ರಾರಂಭಿಸಿದರು. ಝಾನ್ಸಿಯ ಸೈನ್ಯವೂ ಅವರನ್ನು ಮುಗಿಸಿತು. ಇದರ ನಂತರ ಲೆಫ್ಟಿನೆಂಟ್ ಬೋನಸ್ ಮತ್ತು ಫಾಕ್ಸ್ ಸಹ ಧೈರ್ಯದಿಂದ ಪ್ರಯತ್ನಿಸಿದರು. ಅವರೂ ಕೊಲ್ಲಲ್ಪಟ್ಟರು.

ಕೋಟೆಯ ದಕ್ಷಿಣ ಭಾಗದಲ್ಲಿ ಲೆಫ್ಟಿನೆಂಟ್ ಡಿಕ್ ಭಾರೀ ಹಿನ್ನಡೆ ಅನುಭವಿಸಿದರು. ನಂತರ ಬ್ರಾಕ್ ಮನ್ ತನ್ನ ಕೈಯಲ್ಲಿ ಆಜ್ಞೆಯನ್ನು ತೆಗೆದುಕೊಂಡನು. ಬ್ರಿಗೇಡಿಯರ್ ಸ್ಟುವರ್ಟ್ ಮತ್ತು ಕರ್ನಲ್ ಲೋತ್ ಅವರು 25 ಮತ್ತು 26ನೇ ಪದಾತಿಸೈನ್ಯದ ವಿಭಾಗದ ಸಹಾಯದಿಂದ ನಗರದ ಓರ್ಛಾ ಗೇಟ್ ನಿಯಂತ್ರಣವನ್ನು ಪಡೆದರು. ಇದನ್ನು ನೋಡಿದ ನಂತರ, ಝಾನ್ಸಿಯ ಉಳಿದ ಸೈನ್ಯವು ಮಾಡಬೇಕಾದ ಅಥವಾ ಸಾಯುವ ಮನೋಭಾವದಿಂದ ಹೋರಾಡಿತು ಮತ್ತು ಶತ್ರುಗಳ ಮೇಲೆ ಭಾರಿ ಸಾವುನೋವುಗಳನ್ನು ಉಂಟುಮಾಡಿತು. ಆದರೆ ಅವರು ಬಹಳ ಕಡಿಮೆ ಸಂಖ್ಯೆಯಲ್ಲಿದ್ದರು ಮತ್ತು ಈ ಕೆಚ್ಚೆದೆಯ ಪುತ್ರರು ಎಷ್ಟು ಸಮಯದವರೆಗೆ ಹೆಚ್ಚು ಸಂಖ್ಯೆಯ ಶತ್ರುಗಳನ್ನು ಎದುರಿಸಬಲ್ಲರು? ಕೊನೆಗೆ ಶತ್ರುಗಳು ಈ ದ್ವಾರದ ಮೇಲೆ ಹಿಡಿತ ಸಾಧಿಸಿದರು. ಇದರ ನಂತರ ಶತ್ರುವು ತನ್ನ ಮುಂದಿನ ಮುಂಗಡದಲ್ಲಿ ರಾಜಮನೆತನವನ್ನು ಸ್ವಾಧೀನಪಡಿಸಿಕೊಳ್ಳಲು ಯೋಜಿಸಿತು. ಈ ಯಶಸ್ಸಿನಲ್ಲಿ ಇಲಾಜಿ ಬುಂಡೇಲಾ ಅವರು ಬ್ರಿಟಿಷರಿಗೆ ಸಹಾಯ ಮಾಡಿದರು, ಝಾನ್ಸಿಯಲ್ಲಿ ಅವರ ನಂಬಿಕೆಯನ್ನು ಉಲ್ಲಂಘಿಸಿದರು. ಅವರ ಸಹಾಯದಿಂದವೇ ಶತ್ರುಗಳು ಗೋಡೆಯ ಬಳಿ ಮೆಟ್ಟಿಲುಗಳನ್ನು

ಏರುವಲ್ಲಿ ಯಶಸ್ವಿಯಾದರು. ನಂತರ ಬ್ರಿಟಿಷ್ ಸರ್ಕಾರವು ಈ ಸಹಾಯಕ್ಕಾಗಿ ಅವರಿಗೆ ಎರಡು ಗ್ರಾಮಗಳ *ಜಾಗೀರ್* ಅನ್ನು ಬಹುಮಾನವಾಗಿ ನೀಡಿತು. *ದಿ ಸೆಂಟ್ರಲ್ ಇಂಡಿಯಾ (The Central India)* ಎಂಬ ತನ್ನ ಪುಸ್ತಕದಲ್ಲಿ ಈ ಯುದ್ಧದ ಕಣ್ಣಿನ ಸಾಕ್ಷಿಯನ್ನು ನೀಡಿದ ಡಾ. ಲೋ (Dr. Low) ಹೀಗೆ ಬರೆದಿದ್ದಾರೆ:

"ಮುಖ್ಯ ದ್ವಾರಕ್ಕೆ ಕಾರಣವಾದ ರಸ್ತೆಯಲ್ಲಿ ನಮ್ಮ ಸೈನ್ಯವು ಮುಂದುವರಿದ ತಕ್ಷಣ, ಇಡೀ ವಾತಾವರಣವು ಶತ್ರು ಸೈನಿಕರ ನೊಣಗಳ ಶಬ್ದದಿಂದ ಪ್ರತಿಧ್ವನಿಸಿತು ಮತ್ತು ಅದರೊಂದಿಗೆ ಕೋಟೆಯ ಗೋಡೆಯಿಂದ ಚಿಪ್ಪುಗಳು, ಗುಂಡುಗಳು, ಲ್ಯಾನ್ ಗಳು, ಬಾಣಗಳು ಮತ್ತು ಇತರ ವೈಮಾನಿಕ ಯುದ್ಧದ ಹೊಡೆತಗಳ ತೀವ್ರವಾದ ಮಳೆ ನಮ್ಮನ್ನು ಸ್ವಾಗತಿಸಿತು, ಇದರ ಫಲಿತಾಂಶವು ನಮ್ಮ ಸೈನ್ಯದ ಸಂಪೂರ್ಣ ವಿನಾಶವನ್ನು ಹೊರತುಪಡಿಸಿ ಬೇರೇನೂ ಆಗಿರಲಿಲ್ಲ. ಈ ಸಾವಿನ ಮಳೆಯಲ್ಲಿ ನಾವು ಸುಮಾರು ಎರಡು ನೂರು ಗಜಗಳಷ್ಟು ಮುಂದಕ್ಕೆ ಹೋಗಬೇಕಾಗಿತ್ತು. ಅವರು ಬಿದ್ದು ಸತ್ತರೂ ನಮ್ಮ ಕೆಚ್ಚೆದೆಯ ಆಕ್ರಮಣಕಾರಿ ಸೈನಿಕರು ತಮ್ಮ ಮುಂಗಡವನ್ನು ಉಳಿಸಿಕೊಂಡರು ಮತ್ತು ಅಂತಿಮವಾಗಿ ಗೋಡೆಯನ್ನು ತಲುಪಿದ ಅವರು ಮೂರು ವಿಭಿನ್ನ ಸ್ಥಳಗಳಲ್ಲಿ ಮೂರು ಮೆಟ್ಟಿಲುಗಳನ್ನು ಸ್ಥಾಪಿಸಿದರು, ಆದರೆ ಹೃದಯ ಬಡಿತದ ಕೂಗು ಮತ್ತು ಇತರ ಕಿವುಡ ಶಬ್ದಗಳ ನಡುವೆ ನಮ್ಮ ಸತ್ತ ಮತ್ತು ಗಾಯಗೊಂಡ ಕೆಚ್ಚೆದೆಯ ಸೈನಿಕರ ತಲೆಯ ಮೇಲೆ ಚಿಪ್ಪುಗಳು ಮತ್ತು ಗುಂಡುಗಳ ಭಾರಿ ಮಳೆಯಿಂದ ಆಶ್ರಯವನ್ನು ಪಡೆಯಲು ಮತ್ತು ಅವರ ಜೀವನಕ್ಕಾಗಿ ಅಲ್ಲಿಂದ ಓಡಿಹೋಗಲು ಒತ್ತಾಯಿಸಿತು, ಕ್ಷಣಕ್ಕೆ ಧೈರ್ಯವನ್ನು ತ್ಯಜಿಸಿತು. ಆಗಲೂ ನಮ್ಮ ಸೇನೆಯ ಕೆಲವು ಕೆಚ್ಚೆದೆಯ ಸೈನಿಕರು ಏರುವಲ್ಲಿ ಯಶಸ್ವಿಯಾದರು. ಅವರನ್ನು ನೋಡಿ, ಇತರರು ಸಹ ಏರಲು ಪ್ರಯತ್ನಿಸಿದರು, ಅವರಲ್ಲಿ ಅನೇಕರು ಒಟ್ಟಿಗೆ ಸೇರಿದರು. ಈ ಹೆಚ್ಚುವರಿ ಹೊರೆ ಮೆಟ್ಟಿಲಸಾಲುಗಳನ್ನು ಅಸಮತೋಲನಗೊಳಿಸಿತು ಮತ್ತು ಅದು ಒಡೆದುಹೋಯಿತು ಮತ್ತು ಅವರೆಲ್ಲರೂ ಪರಸ್ಪರರ ಮೇಲೆ ಆಶ್ಚರ್ಯ ರೀತಿಯಲ್ಲಿ ಕೆಳಗೆ ಬಿದ್ದರು. ಆ ಸಮಯದಲ್ಲಿ ಯಾರೋ ಮರಳಿ ಬರುವಂತೆ ಕೂಗಿಕೊಂಡರು. ಆದ್ದರಿಂದ ನಮ್ಮ ಕೆಚ್ಚೆದೆಯ ಸೈನಿಕರು ಯುದ್ಧಭೂಮಿಯನ್ನು ತೊರೆಯಬೇಕಾಯಿತು."

"ನಮ್ಮ ಸೈನಿಕರು ಹಿಮ್ಮೆಟ್ಟುತ್ತಿರುವುದನ್ನು ಮತ್ತು ಓಡಿಹೋಗುತ್ತಿರುವುದನ್ನು ನೋಡುತ್ತಾ, ಮೇಜರ್ ಬ್ರಾಕ್ ಹ್ಯಾಮ್ ಮಹಾರಾಣಿಯ ಸೈನ್ಯದ ಮೂಲಕ ಧೈರ್ಯದಿಂದ ಚುಚ್ಚಿದರು ಮತ್ತು ಬಲ ಮತ್ತು ಎಡವನ್ನು ಹೊಡೆಯಲು ಮತ್ತು ಕೊಲ್ಲಲು ಯತ್ನಿಸಿದರು. ಇನ್ನೊಂದು ಬದಿಯಲ್ಲಿ, ಬ್ರಿಗೇಡಿಯರ್ ಸ್ಟುವರ್ಟ್ ಮತ್ತು ಕರ್ನಲ್ ಲೋತ್ ತಮ್ಮ 25 ಮತ್ತು 26ನೇ ಪ್ಲೇಟೂನ್ ಗಳೊಂದಿಗೆ ಓರ್ಚಾ ಗೇಟ್ ಕಡೆಗೆ ಸಾಗಿದರು. ಕೆಲವೇ ಝಾನ್ಸಿ ಸೈನಿಕರು ಮಾತ್ರ ಉಳಿದಿದ್ದರು, ಆದರೆ ಅವರು ಹೋರಾಟವನ್ನು ಮುಂದುವರೆಸಿದರು. ಆದರೆ ಬಡವರು ಎಷ್ಟು ಕಾಲ ಹೋರಾಡಬಹುದು? ಅಂತಿಮವಾಗಿ, ಅವರು ಬೃಹತ್ ಸೈನ್ಯದ ಮುಂದೆ ಹಿಮ್ಮೆಟ್ಟಬೇಕಾಯಿತು. ಏತನ್ಮಧ್ಯೆ, ದಕ್ಷಿಣದ ಯುದ್ಧಭೂಮಿಯಲ್ಲಿ ಕೆಚ್ಚೆದೆಯ ಸೈನಿಕರು ಬಹಳ ಧೈರ್ಯದಿಂದ ವರ್ತಿಸಿದರು, ಅಲ್ಲಿ ಮೆಟ್ಟಿಲುಗಳನ್ನು ಸರಿಪಡಿಸಿದರು ಮತ್ತು ಏರಲು ಪ್ರಯತ್ನಿಸಿದರು. ಈ ಬಾರಿಯೂ ಬುಂದೇಲಾ ಕೆಚ್ಚೆದೆಯ ಪುರುಷರು ಕತ್ತಿಗಳ ಬಳಕೆಯ ಬಗ್ಗೆ ಉತ್ತಮ ಪ್ರದರ್ಶನವನ್ನು ನೀಡಿದರು. ಆದರೆ ಆ ಕೈಬೆರಳೆಣಿಕೆಯ ಸೈನಿಕರು ಅಸಂಖ್ಯಾತ

ಬ್ರಿಟಿಷ್ ಪಡೆಗಳನ್ನು ಎದುರಿಸಲು ಸಾಧ್ಯವಾಗಲಿಲ್ಲ. ಬಿಳಿಯರು ಮತ್ತು ಸ್ಥಳೀಯ ಸೈನಿಕರು ಗೋಡೆಯ ಮೇಲೆ ಹಾರಿ ನಗರವನ್ನು ಪ್ರವೇಶಿಸಿದರು.

ಆದ್ದರಿಂದ, ಈ ರೀತಿಯಾಗಿ, 12ನೇ ದಿನದಂದು ಶತ್ರು ಸೈನ್ಯವು ನಗರವನ್ನು ಪ್ರವೇಶಿಸುವಲ್ಲಿ ಯಶಸ್ವಿಯಾಯಿತು. ಇದು ಮಹಾರಾಣಿಗೆ ದೊಡ್ಡ ಹೊಡೆತವಾಗಿತ್ತು. ಬ್ರಿಟಿಷರು ನಗರವನ್ನು ಪ್ರವೇಶಿಸಿದ ಕ್ಷಣದಿಂದ ಅರ್ಧದಷ್ಟು ಯಶಸ್ವಿಯಾದರು. ಈಗ ಅವರು ಕೋಟೆಯನ್ನು ಸ್ವಾಧೀನಪಡಿಸಿಕೊಳ್ಳಲು ಯೋಜಿಸಿದರು.

ಝಾನ್ಸಿಯ ಸೋಲು

ನಗರವನ್ನು ಪ್ರವೇಶಿಸಿದ ನಂತರ ಮಹಾರಾಣಿಯ ಅರಮನೆಯನ್ನು ಸ್ವಾಧೀನಪಡಿಸಿಕೊಳ್ಳಲು ಹಗ್ರೋಸ್ ತೆರಳಿದರು. ಗೋಡೆಯ ಗಸ್ತು ಕಾವಲುಗಾರರು ನಗರವನ್ನು ನೋಡಿದಾಗ, ಅಲ್ಲಿ ಸಾವಿರಾರು ಬಿಳಿಯರು ಸಂಚರಿಸುತ್ತಿರುವುದನ್ನು ಅವರು ಕಂಡುಕೊಂಡರು. ಇದನ್ನು ನೋಡಿದ ಮಹಾರಾಣಿ ಒಂದು ಕ್ಷಣ ದಿಗ್ಭ್ರಮೆಗೊಂಡಳು, ಆದರೆ ಮುಂದಿನ ಕ್ಷಣವೇ ಅವಳು ತನ್ನನ್ನು ತಾನೇ ನಿಯಂತ್ರಿಸಿಕೊಂಡಳು. ತನ್ನ ಮನಸ್ಸಿನ ಸ್ಥಿತಿಯ ಬಗ್ಗೆ ಒಂದು ಪದ-ಚಿತ್ರವನ್ನು ನೀಡಿ, ಪ್ಯಾರಾಸ್ನೀಸ್ ಹೀಗೆ ಬರೆದರು:

"ಅವಳು ನಗರದ ದಕ್ಷಿಣ ಭಾಗವನ್ನು ನೋಡಿದಾಗ, ಅಲ್ಲಿ ಸಾವಿರಾರು ಬಿಳಿಯರು ಮಲಗಿರುವುದನ್ನು ಮತ್ತು ನಾಗರಿಕರು ಅಳುತ್ತಿರುವುದನ್ನು ಮತ್ತು ರೋದನೆಗೊಳಗಾಗಿರುವುದನ್ನು ನೋಡಿದಾಗ ಅವಳು ಒಂದು ಕ್ಷಣ ತಾಳ್ಮೆಯನ್ನು ಕಳೆದುಕೊಂಡಳು. ನಿರಾಶೆ ಮತ್ತು ಭಯದ ಕುರುಹುಗಳು ಅವಳ ಮುಖದಲ್ಲಿ ಗೋಚರಿಸುತ್ತಿದ್ದವು. ನಂತರ ಈ ನಿರ್ಣಾಯಕ ಸಮಯದಲ್ಲಿ ತನ್ನನ್ನು ಬಲಪಡಿಸಿಕೊಳ್ಳುವ ಪ್ರಯತ್ನದಲ್ಲಿ ಮಾನವ ದೇಹವು ಅಲ್ಪಕಾಲಿಕವಾಗಿದೆ ಮತ್ತು ಒಂದು ದಿನ ಅಥವಾ ಇನ್ನೊಂದನ್ನು ಬಿಡಬೇಕಾಯಿತು ಎಂದು ಅವಳು ಭಾವಿಸಿದಳು. ಆಗ ಹೇಡಿತನದ ಪ್ರದರ್ಶನವು ಬಹಳ ನಾಚಿಕೆಗೇಡಿನ ವಿಷಯವಾಗಿರುತ್ತದೆ. ಯುದ್ಧಭೂಮಿಯಲ್ಲಿ ತಮ್ಮ ಬೆನ್ನನ್ನು ತೋರಿಸುವವರು ತೃಪ್ತಿಕರವಾಗಿ ಸಾಯುವುದಿಲ್ಲ "ಎಂದು ಹೇಳಿದರು.

ಆದ್ದರಿಂದ ಮಹಾರಾಣಿ ತನ್ನ ಅಂಗರಕ್ಷಕರಿಗೆ, "*ರಣವೀರ!* (ಯುದ್ಧಭೂಮಿಯಲ್ಲಿ ಕೆಚ್ಚೆದೆಯವರು), ಈಗ ಯೋಚಿಸಲು ಹೆಚ್ಚು ಸಮಯವಿಲ್ಲ. ಕೆಚ್ಚೆದೆಯ ವ್ಯಕ್ತಿಗಳ ಕೆಚ್ಚೆದೆಯ ಕೆಲಸ ಅಥವಾ ಸಾಯುವ ಮನೋಭಾವವನ್ನು ಅಂತಿಮವಾಗಿ ಪ್ರದರ್ಶಿಸುವ ಸಮಯ ಬಂದಿದೆ. ಕ್ರೂರ ಶತ್ರುವಿನ ಕೈಯಲ್ಲಿ ಸಾಯುವ ಬದಲು, ಕೈದಿಯನ್ನು ಗಲ್ಲಿಗೇರಿಸಿದಂತೆ ಸ್ವತಃ ಹುತಾತ್ಮರಾಗುವುದು ಮತ್ತು ಸಿಂಹದಂತೆ ಶತ್ರುಗಳ ಮೇಲೆ ದಾಳಿ ಮಾಡುವುದು ಹೆಚ್ಚು ಸೂಕ್ತ ಮತ್ತು ಅಪೇಕ್ಷಣೀಯವಾಗಿದೆ. ಆದ್ದರಿಂದ, ಬನ್ನಿ, ಮುಂದುವರಿಯಿರಿ ಮತ್ತು ಶತ್ರುಗಳನ್ನು ನಾಶಮಾಡುವ ಪ್ರಕ್ರಿಯೆಯಲ್ಲಿ ನಿಮ್ಮನ್ನು ಅಮರರರನ್ನಾಗಿ ಮಾಡಿಕೊಳ್ಳಿ, ಇದರಿಂದ ನಿಮ್ಮ ಕವಿಗಳು ನಿಮ್ಮ ಯೋಧರಂತಹ ಕಾರ್ಯಗಳನ್ನು ಹಾಡುವಲ್ಲಿ ಹೆಮ್ಮೆ ಮತ್ತು ಸಂತೋಷವನ್ನು ಅನುಭವಿಸುತ್ತಾರೆ."

ಅದರ ನಂತರ ಅವಳು ಶಸ್ತ್ರಾಸ್ತ್ರಗಳಿಂದ ಶಸ್ತ್ರಸಜ್ಜಿತಳಾದಳು ಮತ್ತು ಬೇಗನೆ ಕೋಟೆಯಿಂದ ಕೆಳಗಿಳಿದಳು. ಸುಮಾರು ಒಂದೂವರೆ ಸಾವಿರ ಅಫ್ಘಾನ್ ಸೈನಿಕರು ಅವಳನ್ನು ಹಿಂಬಾಲಿಸಿದರು. ಕೋಟೆಯ ಬಾಗಿಲಿನಿಂದ

ಹೊರಬಂದ ಕೂಡಲೇ, ದಕ್ಷಿಣ ಭಾಗದಿಂದ ನಗರವನ್ನು ಪ್ರವೇಶಿಸಿದ ಬ್ರಿಟಿಷ್ ಸೈನಿಕರ ಮೇಲೆ ಹಲ್ಲೆ ನಡೆಸಿದರು. ಮಹಾರಾಣಿ ತನ್ನ ಕೈಯಲ್ಲಿ ಪೊರೆಯಿಲ್ಲದ ಕತ್ತಿಯೊಂದಿಗೆ ಕುದುರೆಯ ಮೇಲೆ ಸಾಗುತ್ತಿದ್ದಳು. ಅಫಘಾನ್ ಸೈನಿಕರು ಅವಳನ್ನು ಹಿಂಬಾಲಿಸಿದರು. ಅಫ್ಘಾನ್ ಸೈನಿಕರು ಬಿಳಿಯರನ್ನು ಕೊಲ್ಲಲು ಪ್ರಾರಂಭಿಸಿದರು ಮತ್ತು ಅವುಗಳನ್ನು ನೆಲದ ಮೇಲೆ ಹರಡಿದರು. ಬಿಳಿಯರು ತಮ್ಮ ಸಾವನ್ನು ಅಫ್ಘಾನ್ ಸೈನಿಕರ ಆಕಾರದಲ್ಲಿ ನೋಡಿದರು, ಇಲ್ಲಿ ಮತ್ತು ಅಲ್ಲಿ ಓಡಿ ತಮ್ಮನ್ನು ಲೇನ್ ಗಳು ಮತ್ತು ಬೈಲೇನ್ ಗಳಲ್ಲಿ ಅಡಗಿಸಿಕೊಂಡರು ಮತ್ತು ಮಹಾರಾಣಿ ಮತ್ತು ಅವರ ಸೈನಿಕರ ಮೇಲೆ ಬಂದೂಕುಗಳಿಂದ ಗುಂಡು ಹಾರಿಸಿದರು. ಏತನ್ಮಧ್ಯೆ, ಹೆಚ್ಚಿನ ಬ್ರಿಟಿಷ್ ಸೈನ್ಯವು ಅಲ್ಲಿಗೆ ಬಂದಿತು. ಈ ಸೇನೆ ಕೂಡ ವಸ್ತುಗಳನ್ನು ಮರೆಮಾಚಲು ಹಿಂಬದಿಯಲ್ಲಿ ನಿಂತು ಗುಂಡು ಹಾರಿಸಲು ಪ್ರಾರಂಭಿಸಿತು. ಈ ಪ್ರತಿಕೂಲ ಪರಿಸ್ಥಿತಿಯನ್ನು ನೋಡಿದ ಮಹಾರಾಣಿಯ 75 ವರ್ಷದ *ಸರ್ದಾರ್*, "ತೆರೆದ ಮೈದಾನದಲ್ಲಿ ಈ ರೀತಿಯ ಜೀವನದೊಂದಿಗೆ ಆಟವಾಡುವುದು ಅಪೇಕ್ಷಣೀಯವಲ್ಲ. ಕವರ್ ಗಳ ಹಿಂದೆ ಬಿಳಿಯರು ಗುಂಡು ಹಾರಿಸುತ್ತಿದ್ದಾರೆ. ಸಾವಿರಾರು ಫಿರಂಗ್ ಗಳು ಪಟ್ಟಣವನ್ನು ಪ್ರವೇಶಿಸಿದ್ದಾರೆ. ಆದ್ದರಿಂದ, ನೀವು ಕೋಟೆಗೆ ಹಿಂತಿರುಗುವುದು ಮತ್ತು ಭವಿಷ್ಯದ ಕಾರ್ಯತಂತ್ರವನ್ನು ರೂಪಿಸುವುದು ಉತ್ತಮ."

ಮಹಾರಾಣಿ ವೃದ್ಧನ ಸಲಹೆಯನ್ನು ಸೂಕ್ತವೆಂದು ಪರಿಗಣಿಸಿದರು. ಆದ್ದರಿಂದ, ಶತ್ರುಗಳನ್ನು ಕೊಂದು, ಅವಳು ತಿರುಗಿ, ತನ್ನ ಕೆಲವು ಸೈನಿಕರೊಂದಿಗೆ ಸುರಕ್ಷಿತವಾಗಿ ಕೋಟೆಗೆ ಮರಳಿದಳು ಮತ್ತು ಭವಿಷ್ಯದ ಯೋಜನೆಗಳ ಬಗ್ಗೆ ಯೋಚಿಸಲು ಪ್ರಾರಂಭಿಸಿದಳು.

ಕಲ್ಪಿಗೆ ಹೊರಡುವ ಮಹಾರಾಣಿಯವರ ನಿರ್ಧಾರ

ಕೋಟೆಯ ಒಳಗೆ ಮಹಾರಾಣಿ ನಗರದಲ್ಲಿನ ಎಲ್ಲಾ ಚಟುವಟಿಕೆಗಳ ಬಗ್ಗೆ ಮಾಹಿತಿ ಪಡೆಯುತ್ತಿದ್ದರು. ತನ್ನ ಸೈನ್ಯವು ಸೋತಿದೆ ಎಂದು ಅವಳು ನೋಡಿದಾಗ ಕೋಟೆಯಲ್ಲಿರುವ ತನ್ನ ಅರಮನೆಗೆ ಹೋದಳು. ಆ ಸಮಯದಲ್ಲಿ ಅವಳ ನೋವುಗಳಿಗೆ ಕೊನೆ ಇರಲಿಲ್ಲ. ಅವಳು ತನ್ನ ದೇವಾಂಖಾನಕ್ಕೆ (ಕಾನ್ಫರೆನ್ಸ್ ಕೊಠಡಿ) ಹೋಗಿ, ಅಲ್ಲಿ ಕುಳಿತು ಭವಿಷ್ಯದ ಯೋಜನೆಗಳ ಬಗ್ಗೆ ಯೋಚಿಸಲು ಪ್ರಾರಂಭಿಸಿದಳು. ನಗರದ ಸ್ಥಿತಿಯನ್ನು ನೋಡಿ ಅವಳು ಸಹಾನುಭೂತಿ ಮತ್ತು ಕೋಪದ ಮಿಶ್ರ ಭಾವನೆಗಳಿಂದ ತುಂಬಿದ್ದಳು. ಅವಳು ಸುಮಾರು ಅರ್ಧ ಘಂಟೆಯವರೆಗೆ ಯಾರೊಂದಿಗೂ ಮಾತನಾಡಲಿಲ್ಲ. ಸಂದರ್ಭಗಳು ಅವಳ ವಿರುದ್ಧ ತಿರುಗುತ್ತಿದ್ದವು. ಈ ಸಮಯದಲ್ಲಿ ಅವರು ಮುಖ್ಯ ಫಿರಂಗಿ ಆಪರೇಟರ್ ಗುಲಾಮ್ ಗೌಸ್ ಖಾನ್ ಮತ್ತು ಕೋಟೆಯ ಮುಖ್ಯ ದ್ವಾರದ ಕಾವಲುಗಾರ ಕುನ್ವರ್ ಖುಡಾಬಕ್ಷ್ ಅವರ ಸಾವಿನ ಸುದ್ದಿಯನ್ನು ಸ್ವೀಕರಿಸಿದರು. ಇದು ಅವಳನ್ನು ಇನ್ನಷ್ಟು ನೋಯಿಸಿತು. ಕಣ್ಣೀರು ಅವಳ ಕಣ್ಣುಗಳನ್ನು ಉರುಳಿಸಿತು. ಅವಳ ಮುಂದೆ ಒಂದು ಅನುಮಾನ ಹುಟ್ಟಿಕೊಂಡಿತು- ಏನು ಮಾಡಬೇಕು ಮತ್ತು ಏನು ಮಾಡಬಾರದು? ಆದರೆ ಈ ರೀತಿಯ ಅನುಮಾನವು ಯಾವುದೇ ಸಮಸ್ಯೆಯನ್ನು ಪರಿಹರಿಸುವುದಿಲ್ಲ. ಅವಳು ತಕ್ಷಣವೇ ಏನನ್ನಾದರೂ ನಿರ್ಧರಿಸಬೇಕಿತ್ತು ಅವಳು ಇನ್ನೂ ಉಳಿದಿರುವ ತನ್ನ ಎಲ್ಲ ಸಲಹೆಗಾರರು ಮತ್ತು ಸಹವರ್ತಿಗಳಿಗೆ ಕರೆ ನೀಡಿದಳು ಮತ್ತು ಅವರಿಗೆ ತನ್ನ ಕೊನೆಯ ಸಂದೇಶವನ್ನು ನೀಡಿದಳು:

"ನೀವು ಇಂದಿನವರೆಗೂ ಝಾನ್ಸಿಯನ್ನು ಸಮರ್ಥಿಸಿಕೊಂಡಿದ್ದೀರಿ, ಶತ್ರುಗಳ ವಿರುದ್ಧ ಉಗ್ರವಾಗಿ ಹೋರಾಡಿದ್ದೀರಿ, ಆದರೆ ಈಗ ನಾವು ಗೆಲ್ಲುತ್ತೇವೆ ಎಂದು ಸೂಚಿಸುವ ಯಾವುದೇ ಲಕ್ಷಣಗಳು ನನಗೆ ಕಾಣುತ್ತಿಲ್ಲ. ನಮ್ಮ ಅತಿದೊಡ್ಡ ಹೋರಾಟಗಾರರು, ಸೈನಿಕರು ಮತ್ತು ಫಿರಂಗಿ ನಿರ್ವಾಹಕರು ಹೋರಾಟದಲ್ಲಿ ತಮ್ಮ ಪ್ರಾಣವನ್ನೇ ಅರ್ಪಿಸಿದ್ದಾರೆ. ಕೋಟೆಯ ದ್ವಾರಗಳು ಮತ್ತು ಗೋಡೆಗಳ ಮೇಲಿನ ಎಲ್ಲ ಕಾವಲುಗಾರರು ಕೊಲ್ಲಲ್ಪಟ್ಟಿದ್ದಾರೆ. ಬ್ರಿಟಿಷರು ನಗರವನ್ನು ತಮ್ಮ ನಿಯಂತ್ರಣಕ್ಕೆ ತೆಗೆದುಕೊಂಡಿದ್ದಾರೆ ಮತ್ತು ಅವರು ಎಲ್ಲಾ ಸ್ಥಳಗಳಲ್ಲಿ ಕಾವಲುಗಳನ್ನು ಸ್ಥಾಪಿಸಿದ್ದಾರೆ. ಈಗ ಕೋಟೆಯ ಮೇಲೆ ದಾಳಿ ಮಾಡುವುದು ಮತ್ತು ಅದನ್ನು ತಮ್ಮ ನಿಯಂತ್ರಣಕ್ಕೆ ತೆಗೆದುಕೊಳ್ಳುವುದು ಅವರಿಗೆ ಸುಲಭವಾಗಿದೆ. ಬೆಳಿಗ್ಗೆ ಅವರು ಕೋಟೆಯವರೆಗೆ ಬಂದು ನಮ್ಮನ್ನು ಬಂಧಿಸುತ್ತಾರೆ ಮತ್ತು ಅವರು ನಮ್ಮನ್ನು ಹೇಗೆ ಕೊಲ್ಲುತ್ತಾರೆ ಎಂದು ನನಗೆ ತಿಳಿದಿಲ್ಲ. ಆದ್ದರಿಂದ ನಾನು ಮದ್ದುಗುಂಡುಗಳನ್ನು ಸಂಗ್ರಹಿಸಿರುವ ಕೋಣೆಗೆ ಹೋಗಿ ನನಗೆ ಬೆಂಕಿ ಹಚ್ಚಿಕೊಂಡು ಆತ್ಮಹತ್ಯೆ ಮಾಡಿಕೊಳ್ಳುತ್ತೇನೆ ಎಂದು ನಿರ್ಧರಿಸಿದ್ದೇನೆ. ನಾನು ಬದುಕಿರುವವರೆಗೂ, ಯಾವುದೇ ಬಿಳಿಯ ವ್ಯಕ್ತಿಯು ನನ್ನ ದೇಹವನ್ನು ಸ್ಪರ್ಶಿಸುವ ಮೂಲಕ ಅದನ್ನು ಅಪವಿತ್ರಗೊಳಿಸಲು ನಾನು ಅನುಮತಿಸುವುದಿಲ್ಲ. ಆದ್ದರಿಂದ, ನನ್ನೊಂದಿಗೆ ಇಲ್ಲಿ ತಮ್ಮ ಜೀವನವನ್ನು ಕೊನೆಗೊಳಿಸಲು ಬಯಸುವವರು ಇಲ್ಲಿಯೇ ಇರಬಹುದು. ಉಳಿದವರು ಕೋಟೆಯ ಕೆಳಗೆ ಹೋಗಿ ತಮ್ಮ ಜೀವವನ್ನು ಉಳಿಸಿಕೊಳ್ಳಲು ಪ್ರಯತ್ನಿಸಬಹುದು."

ಮಹಾರಾಣಿ ಲಕ್ಷ್ಮೀಬಾಯಿ ಅವರ ಈ ಮಾತುಗಳನ್ನು ಕೇಳಿ ಜನರು ಆಘಾತಕ್ಕೊಳಗಾಗಿದ್ದರು. ಈ ಬಗ್ಗೆ ಓರ್ವ ವೃದ್ಧ, "ಬಾಯಿ ಸಾಹೇಬ್! ದಯವಿಟ್ಟು ನಿಮ್ಮನ್ನು ಸಂಯೋಜಿಸಿಕೊಳ್ಳಿ. ಝಾನ್ಸಿಗೆ ಕಾದಿರುವ ವಿನಾಶಕ್ಕೆ ನಮ್ಮಲ್ಲಿ ಯಾವುದೇ ಪರಿಹಾರವಿಲ್ಲ. ಈ ಜಗತ್ತಿನಲ್ಲಿನ ಎಲ್ಲಾ ಕ್ರಿಯೆಗಳು ಹಿಂದಿನ ಜೀವನದ ಒಟ್ಟುಗೂಡಿದ ಕ್ರಿಯೆಗಳ ಫಲಿತಾಂಶಗಳಾಗಿವೆ. ಹಿಂದೂ ಧಾರ್ಮಿಕ ಗ್ರಂಥಗಳ ಶ್ರೇಯಾಂಕಗಳ ಪ್ರಕಾರ ಆತ್ಮಹತ್ಯೆ ಅತ್ಯಂತ ಘೋರ ಪಾಪಗಳಲ್ಲಿ ಒಂದಾಗಿದೆ. ಈ ಎಲ್ಲ ವಿಷಯಗಳನ್ನು ಗಣನೆಗೆ ತೆಗೆದುಕೊಂಡು, ನಿಮ್ಮಂತಹ ಧೈರ್ಯಶಾಲಿ ಮಹಿಳೆ ಮತ್ತು *ರಾಜಮಾತೆ* ಆತ್ಮಹತ್ಯೆ ಮಾಡಿಕೊಳ್ಳುವ ಬಗ್ಗೆ ಯೋಚಿಸುವುದು ಸೂಕ್ತವಲ್ಲ. ಹಿಂದಿನ ಜೀವನದಲ್ಲಿ ಮಾಡಿದ ಎಲ್ಲಾ ದುಷ್ಕೃತ್ಯಗಳಿಗೆ ನಾವು ಈ ಜೀವನದಲ್ಲಿ ಬಳಲುತ್ತಿದ್ದೇವೆ. ಈ ಜೀವನದಲ್ಲಿ ಪಾಪಗಳನ್ನು ಮಾಡುವ ಮೂಲಕ ನಾವು ಭವಿಷ್ಯದ ಜೀವನಕ್ಕಾಗಿ ಹೆಚ್ಚಿನ ಪಾಪಗಳನ್ನು ಸಂಗ್ರಹಿಸಬಾರದು. ಈ ನೋವನ್ನು ನಾವು ತಾಳ್ಮೆಯಿಂದ ಸಹಿಸಿಕೊಳ್ಳಬೇಕು. ನೀವು ಧೈರ್ಯಶಾಲಿ ಮಹಿಳೆ. ನೀವು ಆತ್ಮಹತ್ಯೆಯ ಕಲ್ಪನೆಯನ್ನು ಪ್ರೋತ್ಸಾಹಿಸಬಾರದು, ಆದರೆ ಈ ಬಿಕ್ಕಟ್ಟನ್ನು ತೊಡೆದುಹಾಕಲು ಬೇರೆ ಪರ್ಯಾಯ ಕ್ರಮವನ್ನು ಕಂಡುಹಿಡಿಯಬೇಕು. ಕೋಟೆಯಲ್ಲಿ ಉಳಿಯುವುದು ಸೂಕ್ತವೆಂದು ನೀವು ಭಾವಿಸದಿದ್ದರೆ ನೀವು ಇಂದು ರಾತ್ರಿ ಕೋಟೆಯನ್ನು ತೊರೆದು ಶತ್ರುಗಳ ಮುತ್ತಿಗೆಯಿಂದ ಹೊರಬರಬೇಕು. ಪೇಶ್ವರ ಸೈನ್ಯವು ಕಲ್ಪಿಯಲ್ಲಿ ಶಿಬಿರ ನಡೆಸುತ್ತಿದೆ. ನೀವು ಅಲ್ಲಿಗೆ ಹೋಗಿ ಅವರನ್ನು ಭೇಟಿ ಮಾಡಿ. ದುರದೃಷ್ಟವಶಾತ್ ನಿಮ್ಮ ದಾರಿಯಲ್ಲಿ ನೀವು ಕೊಲ್ಲಲ್ಪಟ್ಟರೆ ಆತ್ಮಹತ್ಯೆ ಮಾಡಿಕೊಳ್ಳುವುದಕ್ಕಿಂತ ಯುದ್ಧಭೂಮಿಯಲ್ಲಿ ಜೀವನವನ್ನು ತ್ಯಜಿಸುವ ಮೂಲಕ ಸ್ವರ್ಗವನ್ನು ತಲುಪುವುದು ಹೆಚ್ಚು ಅಪೇಕ್ಷಣೀಯವಾಗಿದೆ."

ಹಳೆಯ ಸಲಹೆಗಾರರ ಈ ಮಾತುಗಳಲ್ಲಿ *ಮಹಾರಾಣಿ* ಬುದ್ಧಿವಂತಿಕೆಯನ್ನು ಕಂಡುಕೊಂಡರು. ಆದ್ದರಿಂದ ಅವಳು ಹಾಗೆ ಮಾಡಲು ನಿರ್ಧರಿಸಿದಳು. ಸಂಜೆ ಮಹಾರಾಣಿ ತನ್ನ ಎಲ್ಲ ಸಹಚರರು ಮತ್ತು ಸೇವಕರನ್ನು ತನ್ನ

ಬಳಿಗೆ ಕರೆದು, ಅವರಿಗೆ ಉಡುಗೊರೆಗಳನ್ನು ನೀಡಿ, ರಹಸ್ಯ ಮಾರ್ಗದ ಮೂಲಕ ಕೋಟೆಯಿಂದ ಹೊರಬರಲು ಸಲಹೆ ನೀಡಿದರು. ಮಹಾರಾಣಿ ಕೂಡ ಆ ಸ್ಥಳವನ್ನು ಬಿಡಲು ನಿರ್ಧರಿಸಿದರು.

ಸ್ಪರ್ಶಿಸುವ ವಿದಾಯ

ತನ್ನ ಹತ್ತಿರದ ಮತ್ತು ಆತ್ಮೀಯರಿಗೆ ಪ್ರಶಸ್ತಿ ನೀಡಿದ ನಂತರ, ಮಹಾರಾಣಿ, ಅಲ್ಲಿಂದ ಹೊರಡುವ ಮೊದಲು, "ನೀವು ಹಿಂಜರಿಕೆಯಿಲ್ಲದೆ ನಿಮ್ಮ ಜೇಬಿನಲ್ಲಿ ತುಂಬಿಸಬೇಕು ಅಥವಾ ಹಿಂಭಾಗದಲ್ಲಿ ಕಟ್ಟಬೇಕು ಅಥವಾ ನಿಮ್ಮ ಬಂಡಲ್ ಗಳಲ್ಲಿ ಅಥವಾ ನಿಮ್ಮ ಕುದುರೆಗಳ ಡಬಲ್ ಬ್ಯಾಗ್ ಗಳಲ್ಲಿ ಮರೆಮಾಡಬೇಕು, ನಿಮ್ಮಲ್ಲಿರುವ ಬೆಳಕು ಅಥವಾ ಅಮೂಲ್ಯವಾದ ಆಭರಣ ಅಥವಾ ಒಡವೆಗಳು ಏನೇ ಇರಲಿ, ನೀವು ಜೀವಂತವಾಗಿ ತಲುಪುವ ಅಪರಿಚಿತ ಭೂಮಿ ಅಥವಾ ದೇಶದಲ್ಲಿ ನೀವು ಹಣದ ಕೊರತೆಯಿಂದ ಬಳಲುಬೇಕಿಲ್ಲ" ಎಂದು ಹೇಳಿದರು.

ಇದರ ನಂತರ, ಮಹಾರಾಣಿ ಹೊರಡಲು ಸಿದ್ಧರಾದಾಗ, ಅಭೂತಪೂರ್ವ ಮತ್ತು ಸ್ಪರ್ಶದ ದೃಶ್ಯವು ಅಲ್ಲಿ ಕಾಣಿಸಿಕೊಂಡಿತು. ನಿರ್ಗಮನದ ಈ ಸಮಯದಲ್ಲಿ ಆಕೆಯ ವೃದ್ಧ ದಾಸಿಯರಿಗೆ ತಮ್ಮ ಭಾವನೆಗಳನ್ನು ನಿಯಂತ್ರಿಸಲು ಸಾಧ್ಯವಾಗಲಿಲ್ಲ ಮತ್ತು ಅಳಲು ಪ್ರಾರಂಭಿಸಿದರು. ನಂತರ ಅವರೆಲ್ಲರೂ ಅವಳ ಪಾದಗಳನ್ನು ಮುಟ್ಟಿದರು. ನಂತರ ಅವರೆಲ್ಲರಿಗೂ ವಿದಾಯ ಹೇಳಿ, ಝಾನ್ಸಿಯ ಮಹಾರಾಣಿಯಾದ ತನ್ನ ಪ್ರಿಯ ಝಾನ್ಸಿಗೆ ವಿದಾಯ ಹೇಳಿ, ತನ್ನ ಮುಂದೆ ಅನಿರ್ದಿಷ್ಟ ಭವಿಷ್ಯವನ್ನು ತೆಗೆದುಕೊಂಡು, ಕೋಟೆಯನ್ನು ಶಾಶ್ವತವಾಗಿ ತೊರೆದಳು. ಅವಳ ಅನುಮತಿಯೊಂದಿಗೆ, ಅವಳ ಕೆಲವು ಸೇವಕರು ಸಹ ಅವಳೊಂದಿಗೆ ಹೊರಟುಹೋದರು. ತಂದೆ ಮೊರೊಪಾಂಟ್ ಕೂಡ ಅವಳೊಂದಿಗೆ ಹೊರಟರು. ಅವರೆಲ್ಲರೂ ಶಸ್ತ್ರಸಜ್ಜಿತರಾಗಿ ಕುದುರೆ ಸವಾರಿ ಮಾಡುತ್ತಿದ್ದರು. ಹೊರಡುವ ಮೊದಲು, ಎಲ್ಲರೂ ಖಜಾನೆಯಿಂದ ರೂಪಾಯಿ ಚೀಲಗಳನ್ನು ತೆಗೆದುಕೊಂಡು ತಮ್ಮ ಬೆನ್ನಿಗೆ ಕಟ್ಟಿಕೊಂಡರು. ಬಾಕಿ ಮೊತ್ತವನ್ನು (ಖಜಾನೆಯ) ಆನೆಯ *ಗೌಡನ* ಮೇಲೆ ಇರಿಸಲಾಯಿತು. ಸೈನ್ಯದ ಒಂದು ಸಣ್ಣ ತಂಡವು ಆನೆಯೊಂದಿಗೆ ಹೋಯಿತು. ಮಹಾರಾಣಿಯ ತಂದೆ ಮೊರೊಪಾಂತ್ ಕೂಡ ಖಜಾನೆಯೊಂದಿಗೆ ಇದ್ದರು.

ಕೋಟೆಯಿಂದ ಮಹಾರಾಣಿಯೊಂದಿಗೆ ಸುಮಾರು ಇನ್ನೂರು ಜನರು ಹೊರಟರು. ಈ ಸಮಯದಲ್ಲಿ ಮಹಾರಾಣಿ ಒಬ್ಬ ಮನುಷ್ಯನ ಸೋಗಿನಲ್ಲಿದ್ದರು. ಅವಳು ತನ್ನ ದೇಹ, ತಲೆಬುರುಡೆ ಅಥವಾ ತಲೆಯ ಮೇಲೆ ಅಂಗಾರ್ಕವನ್ನು ಹೊಂದಿದ್ದಳು ಮತ್ತು ಅವಳ ಬೆನ್ನಿನಿಂದ ಒಂದು ಕತ್ತಿ ನೇತಾಡುತ್ತಿತ್ತು. ಅವಳು ಬಿಳಿ ಬಣ್ಣದ ಕುದುರೆಯ ಮೇಲೆ ಕುಳಿತಳು. ಮಹಾರಾಣಿ ತನ್ನ ಬಳಿ ಯಾವುದೇ ಹಣವನ್ನು ಇಟ್ಟುಕೊಳ್ಳುವುದು ಸೂಕ್ತವೆಂದು ಭಾವಿಸಲಿಲ್ಲ. ಅವಳ ದತ್ತುಪುತ್ರ, ದಾಮೋದರ್ ರಾವ್, ಏಳು ಅಥವಾ ಎಂಟು ವರ್ಷ ವಯಸ್ಸಿನವನಾಗಿದ್ದು, ಅವಳ ಬೆನ್ನಿಗೆ ಬಟ್ಟೆಯಿಂದ ಕಟ್ಟಲಾಗಿತ್ತು. ಅವರು ಕೋಟೆಯಿಂದ ಹೊರಬಂದ ಕೂಡಲೇ, ಎಲ್ಲರೂ *'ಹರ್-ಹರ್ ಮಹಾದೇವ್,' 'ಜೈ ಶಂಕರ್'* ಎಂದು ಕೂಗಿದರು ಮತ್ತು ಮುಂದೆ ಸಾಗಿದರು. ಮಹಾರಾಣಿಯ ನಿರ್ಗಮನದ ಸುದ್ದಿಯನ್ನು ಪಡೆದವರು ತಮ್ಮ ಕೊನೆಯ *ದರ್ಶನಕ್ಕಾಗಿ* ಕಣ್ಣೀರಿನೊಂದಿಗೆ ದಾರಿಯಲ್ಲಿ ಕಾಯುತ್ತಿದ್ದರು (ನೋಟ).

ಈ ಜನರನ್ನು ನೋಡುತ್ತಿದ್ದಂತೆ ಅವಳ ಹೃದಯ ಕರಗಿತು, ಆದರೆ ಇಲ್ಲಿ ಯಾವುದೇ ರೀತಿಯ ವಿಳಂಬವು ಅತ್ಯಂತ ಅಪಾಯಕಾರಿಯಾಗಿತ್ತು. ಆದ್ದರಿಂದ, ಮಹಾರಾಣಿ ಸುಮ್ಮನಿದ್ದರು ಮತ್ತು ಕುದುರೆಯನ್ನು ಮುಂದೆ ಸಾಗುವಂತೆ ಪ್ರೇರೇಪಿಸಿದರು.

ಇದರ ನಂತರ, ಒಬ್ಬ ಸೇವಕಿ, ಒಂದು ಸೈಸ್ ಮತ್ತು ಹತ್ತು-ಹನ್ನೆರಡು ಕುದುರೆ ಸವಾರರೊಂದಿಗೆ ಮಹಾರಾಣಿ ಒಂದು ದಾರಿಯುದ್ದಕ್ಕೂ ಮುಂದುವರೆದರು. ಬಹುಶಃ ಎಲ್ಲಾ ವ್ಯಕ್ತಿಗಳು ಏಕಕಾಲದಲ್ಲಿ ಹೊರಟುಹೋಗುವುದು ಅಪೇಕ್ಷಣೀಯವೆಂದು ಪರಿಗಣಿಸಲಾಗಲಿಲ್ಲ. ನಗರದ ಉತ್ತರ ದ್ವಾರದಲ್ಲಿರುವ ಕಾವಲುಗಾರರು ಅವರನ್ನು ತಡೆದಾಗ, "ಇದು ತೆಹ್ರಿಯ ಸೈನ್ಯ ಮತ್ತು ಹಘ್ರೋಸ್ ಗೆ ಸಹಾಯ ಮಾಡಲು ಹೋಗುತ್ತಿದೆ" ಎಂದು ಅವರು ಹೇಳಿದರು. ಇದನ್ನು ಹೇಳುತ್ತಾ, ರಾಣಿ ತನ್ನ ಕುದುರೆಯನ್ನು ಪ್ರಚೋದಿಸಿ ಮುಂದೆ ಓಡಿಹೋದಳು. ಬ್ರಿಟಿಷರಿಗೆ ಸಹಾಯ ಮಾಡಲು ತೆಹ್ರಿಯ ಸೈನ್ಯವೂ ಬಂದಿತ್ತು. ಕೆಲವು ಸೈನಿಕರು ಅವರನ್ನು ಹಿಂಬಾಲಿಸಿದರು. ಆದರೆ ಅವರು ಕೊಲ್ಲಲ್ಪಟ್ಟರು.

ಮಹಾರಾಣಿಯ ತಪ್ಪಿಸಿಕೊಳ್ಳುವಿಕೆಯ ಬಗ್ಗೆ ಹಘ್ರೋಸ್ ತಿಳಿದಾಗ, ಅವರು ದಿಗ್ಭ್ರಮೆಗೊಂಡರು. ಮಹಾರಾಣಿಯ ಧೈರ್ಯ ಮತ್ತು ಬುದ್ಧಿವಂತಿಕೆಗಾಗಿ ಅವರನ್ನು ಮೆಚ್ಚಿಸಲು ಅವನಿಗೆ ಸಾಧ್ಯವಾಗಲಿಲ್ಲ. ಅವರು ತಕ್ಷಣವೇ ಲೆಫ್ಟಿನೆಂಟ್ ವಾಕರ್ ಅವರಿಗೆ ಮಹಾರಾಣಿಯನ್ನು ಬೆನ್ನಟ್ಟುವಂತೆ ಆದೇಶಿಸಿದರು. ವಾಕರ್ ಎಡಕ್ಕೆ, ಮಹಾರಾಣಿಯನ್ನು ಹಿಡಿಯಲು ನಿಜಾಮ್ ಶಾಹಿ ಸೈನ್ಯದ ಒಂದು ತುಕಡಿಯೊಂದಿಗೆ ಹೋದರು. ಅವನು ರಾತ್ರಿಯ ಸಮಯದಲ್ಲಿ ಸುಮಾರು 20-25 ಮೈಲುಗಳಷ್ಟು ಓಡಿರಬೇಕು ಆದರೆ ಅವಳನ್ನು ಪಡೆಯಲು ವಿಫಲನಾದನು.

ಆದ್ದರಿಂದ, ಶತ್ರುಗಳ ಮುತ್ತಿಗೆಯಿಂದ ಮಹಾರಾಣಿಯ ಈ ತಪ್ಪಿಸಿಕೊಳ್ಳುವಿಕೆಯು ನಿಜವಾಗಿಯೂ ಆಶ್ಚರ್ಯಕರವಾಗಿತ್ತು. ಈ ನಿಟ್ಟಿನಲ್ಲಿ ಪ್ರಖ್ಯಾತ ಬ್ರಿಟಿಷ್ ಇತಿಹಾಸಕಾರ ಮೆಡೋಸ್ ಟೇಲರ್ ಹೀಗೆ ಬರೆದಿದ್ದಾರೆ:

"ಆ ರಾತ್ರಿಯ ಈ ಪ್ರಯಾಣವು ಎಲ್ಲರ ಜೀವಕ್ಕೆ ಅಪಾಯವನ್ನು ತಂದೊಡ್ಡುವಂತಿತ್ತು, ಏಕೆಂದರೆ 14 ಡ್ರಾಗನ್ ಬ್ರಿಟಿಷ್ ತಂಡ ಮತ್ತು ಹೈದರಾಬಾದ್ ತಂಡಗಳು ನಗರವನ್ನು ಎಚ್ಚರಿಕೆಯಿಂದ ಮತ್ತು ಗಮನದಿಂದ ಕಾಪಾಡುತ್ತಿದ್ದವು. ಎಲ್ಲಿಯಾದರೂ ಅವರೊಂದಿಗೆ ಮುಖಾಮುಖಿಯಾಗುವುದು ಖಚಿತ ಸಾವು ಎಂದರ್ಥ. ಆದರೆ ಈ ಕೆಚ್ಚೆದೆಯ ವ್ಯಕ್ತಿಗಳ ಗುಂಪು ತಮ್ಮ ಸುರಕ್ಷಿತ ಪಾರುಗಾಣಿಕಾವನ್ನು ಹೇಗೆ ಉತ್ತಮಗೊಳಿಸಿತು ಎಂಬುದು ಎಲ್ಲರಿಗೂ ರಹಸ್ಯವಾಗಿದೆ, ಅದು ಇಲ್ಲಿಯವರೆಗೆ ಬಹಿರಂಗಗೊಂಡಿಲ್ಲ. ರಾಣಿಯ ಸಲಹೆಗಾರರು ಕಠಿಣ ನಿಯೋಜನೆಗಳಲ್ಲಿ ಬಹಳ ಬುದ್ಧಿವಂತರಾಗಿದ್ದರು ಮತ್ತು ಬುದ್ಧಿವಂತರಾಗಿದ್ದರು ಎಂಬುದರಲ್ಲಿ ಸಂದೇಹವಿಲ್ಲ. ಇದಲ್ಲದೆ, ರಾಣಿ ಸ್ವತಃ ಅತ್ಯಂತ ನಿರ್ಭೀತರಾಗಿದ್ದರು ಮತ್ತು ಅದ್ಭುತ ಕುದುರೆ ಸವಾರರಾಗಿದ್ದರು. ಆದ್ದರಿಂದ,

ಅವರು ವಿದ್ಯುತ್ ನ ವೇಗದಿಂದ ಆ ವಿಸ್ತಾರವಾದ ನೆಲದ ಕಡೆಗೆ ಮುನ್ನಡೆದರು, ಅದನ್ನು ಮೀರಿ ತನಗಾಗಿ ಸ್ವಲ್ಪ ಸುರಕ್ಷತೆಯನ್ನು ನಿರೀಕ್ಷಿಸಬಹುದು."

ಬ್ರಿಟಿಷರು ಕೋಟೆಯನ್ನು ವಶಪಡಿಸಿಕೊಂಡರು

ಮರುದಿನ ಬೆಳಿಗ್ಗೆ, ಅಂದರೆ ಏಪ್ರಿಲ್ 5ರಂದು, ಲೆಫ್ಟಿನೆಂಟ್ ಬ್ರಾಗಿ ಕೋಟೆಯ ಮೇಲೆ ದಾಳಿ ಮಾಡಲು ಪ್ರಾರಂಭಿಸಿದರು. ಆದರೆ ಅವನು ಯಾರ ಮೇಲೆ ದಾಳಿ ಮಾಡಲು ಹೊರಟಿದ್ದನು? ಎಲ್ಲರೂ ಹಿಂದಿನ ರಾತ್ರಿ ಕೋಟೆಯನ್ನು ತೊರೆದಿದ್ದರು. ಕೋಟೆಗೆ ಪ್ರವೇಶಿಸಿದಾಗ ಸೈನ್ಯವು ಎಲ್ಲೆಡೆಯೂ ವಿಪರೀತ ಮೌನವನ್ನು ಕಂಡಿತು. ಅಲ್ಲಿ ಒಬ್ಬನೇ ಒಬ್ಬ ಮನುಷ್ಯನೂ ಇರಲಿಲ್ಲ. 1858 ರ ಏಪ್ರಿಲ್ 5 ರಂದು ಬ್ರಿಟಿಷರು ಝಾನ್ಸಿಯ ಕೋಟೆಯನ್ನು ತಮ್ಮ ನಿಯಂತ್ರಣಕ್ಕೆ ತೆಗೆದುಕೊಂಡರು. ಆದರೆ, ಅವರ ನಿರಂತರ ಹೋರಾಟದ ಹೊರತಾಗಿಯೂ ಕಳೆದ ಹದಿಮೂರು ದಿನಗಳಲ್ಲಿ, ಕೋಟೆಯ ಬಳಿ ಎಲ್ಲಿಯೂ ತಲುಪಲು ಮಹಾರಾಣಿ ಅವರಿಗೆ ಅವಕಾಶ ನೀಡಲಿಲ್ಲ.

ಮೊರೊಪಂಟ್ ನ ನೋವಿನ ಅಂತ್ಯ

ಮಹಾರಾಣಿ ಝಾನ್ಸಿಯಿಂದ ಸುರಕ್ಷಿತವಾಗಿ ಹೊರಬಂದರು, ಆದರೆ ಅವಳೊಂದಿಗೆ ಕೋಟೆಯಿಂದ ಹೊರಬಂದ ಸೈನಿಕರು ಬ್ರಿಟಿಷ್ ಸೈನ್ಯದಿಂದ ಸುತ್ತುವರಿದಿದ್ದರು. ಅವರಲ್ಲಿ ಅಫಘಾನ್ ಮತ್ತು ಬುಂದೇಲಾ ಸೈನಿಕರೂ ಸೇರಿದ್ದರು. ಈ ಕೆಚ್ಚೆದೆಯ ಪುರುಷರು ತಮ್ಮ ಜೀವವನ್ನು ಕಾಳಜಿ ವಹಿಸದೆ ಶತ್ರುಗಳ ವಿರುದ್ಧ ಹೋರಾಡಿದರು, ಆದರೆ ಅವರು ಬಹಳ ಕಡಿಮೆ ಇದ್ದರು. ಬ್ರಿಟಿಷರು, ಸಂಕ್ಷಿಪ್ತ ಹೋರಾಟದ ನಂತರ, ಅವರೆಲ್ಲರನ್ನೂ ನಿರ್ದಯವಾಗಿ ಕೊಂದರು.

ಮಹಾರಾಣಿಯ ತಂದೆ ಮೊರೊಪಾಂತ್ ಆನೆಯ ಮೇಲೆ ಸಂಪತ್ತು ಮತ್ತು ಖಜಾನೆಯೊಂದಿಗೆ ಆಕೆಯ ಹಿಂದೆ ಓಡುತ್ತಿದ್ದರು. ದಾರಿಯಲ್ಲಿ ಅವರು ಹಲವಾರು ಸ್ಥಳಗಳಲ್ಲಿ ಶತ್ರುಗಳನ್ನು ಎದುರಿಸಿದರು. ಆನೆಯೊಂದಿಗೆ ಓಡುವುದು ಕಷ್ಟಕರವಾಗಿತ್ತು. ಅವನ ಅನೇಕ ಸ್ನೇಹಿತರು ಶತ್ರುವಿನೊಂದಿಗೆ ಹೋರಾಡುತ್ತಾ ಸಾವನ್ನಪ್ಪಿದರು. ಮೊರೊಪಾಂಟ್ ಅವರ ಕಾಲಿಗೆ ಕತ್ತಿಯಿಂದ ಗಾಯವಾಯಿತು. ಆಗಲೂ ಅವರು ಕೂರಾ-ಘೋರವಾಗಿ ತೆರಳಿದರು ಮತ್ತು ಮರುದಿನ ಡೇಟಿಯಾವನ್ನು ತಲುಪಿದರು. ಅಲ್ಲಿ ಅವರು ಪನ್ವಾಡಿ (ಬೆಟೆಲ್ ಎಲೆ ಮಾರಾಟಗಾರ) ಅವರ ಮನೆಯಲ್ಲಿ ಆಶ್ರಯ ಪಡೆದರು. ದತ್ತಿಯಾದ ರಾಜನಿಗೆ ಇದು ತಿಳಿದಾಗ, ಅವನು ಅವನನ್ನು ಬಂಧಿಸಿ ಝಾನ್ಸಿಯ ಬ್ರಿಟಿಷರ ಬಳಿಗೆ ಕಳುಹಿಸಿದನು ಮತ್ತು ಅವನ ಎಲ್ಲ ಸಂಪತ್ತನ್ನು ವಶಪಡಿಸಿಕೊಂಡನು. ಝಾನ್ಸಿಯನ್ನು ತಲುಪಿದಾಗ, ಬುಂದೇಲ್ ಖಂಡ್ ನ ರಾಜಕೀಯ ಏಜೆಂಟ್ ರಾಬರ್ಟ್

ಹ್ಯಾಮಿಲ್ಟನ್ ಮತ್ತು ಹಗ್ರೋಸ್ ಅವರನ್ನು ಅದೇ ದಿನ ಮಧ್ಯಾಹ್ನ 2.00 ರ ಸುಮಾರಿಗೆ ರಾಜಮನೆತನದ ಅರಮನೆಯ ಮುಂದೆ ಗಲ್ಲಿಗೇರಿಸಲಾಯಿತು.

ಆಂಗ್ಲರು ಝಾನ್ಸಿಯನ್ನು ಲೂಟಿ ಮಾಡಿದರು

ಅವರು ನಗರವನ್ನು ಪ್ರವೇಶಿಸಿದ ಕೂಡಲೇ, ಬ್ರಿಟಿಷರು ಹಿಂಸೆ ಮತ್ತು ಲೂಟಿಯ ಹುಚ್ಚು ಕೃತ್ಯದಲ್ಲಿ ತೊಡಗಿದರು. ಝಾನ್ಸಿಯಿಂದ ಮಹಾರಾಣಿ ಲಕ್ಷ್ಮೀಬಾಯಿ ತಪ್ಪಿಸಿಕೊಂಡ ಕಾರಣ ಅವರ ಕೋಪವು ಝಾನ್ಸಿಯ ನೆರೆಹೊರೆಯವರಂತೆ ಹೊರಹೊಮ್ಮಿತು. ಈ ಸಮಯದಲ್ಲಿ ಝಾನ್ಸಿ ಕರುಣಾಮಯಿಯಾಗಿದ್ದರು, ಅಧೀನರಾಗಿದ್ದರು ಮತ್ತು ಕೆಚ್ಚೆದೆಯ ವ್ಯಕ್ತಿಗಳಿಲ್ಲದವರಾಗಿದ್ದರು. ಪುರುಷ-ರಾಕ್ಷಸ ಫಿರಾಂಗ್ ಗಳನ್ನು ಎದುರಿಸಲು ಯಾರೂ *ಇರಲಿಲ್ಲ*. ಆದ್ದರಿಂದ ಅವರು 1857ರಲ್ಲಿ ಝಾನ್ಸಿಯ ಅದೃಷ್ಟಹೀನ, ಬಡ ನಾಗರಿಕರ ಮೇಲೆ ಬ್ರಿಟಿಷರ ಹತ್ಯಾಕಾಂಡಕ್ಕೆ ಪ್ರತೀಕಾರ ತೀರಿಸಿಕೊಂಡರು. ಝಾನ್ಸಿಯ ನಿವಾಸಿ ಎಂದು ಅವರು ಶಂಕಿಸಿದವರನ್ನು ಅವರು ಅಲ್ಲಿಯೇ ಗುಂಡಿಕ್ಕಿ ಕೊಂದರು. ಅವರು ಝಾನ್ಸಿಯ ಅನೇಕ ಭಾಗಗಳಿಗೆ ಬೆಂಕಿ ಹಚ್ಚಿದರು.

ನಾನು ಹೇಳುವುದೇನೆಂದರೆ, ಝಾನ್ಸಿಯಲ್ಲಿ ತಾವು ಎದುರಿಸಿದ ಪುರುಷರನ್ನು ಬಿಳಿಯರು ಕೊಂದರು. ಬೆಂಕಿ ಹಚ್ಚಲಾಯಿತು ಮತ್ತು ಅಸಹಾಯಕ ಜನರು ಎಲ್ಲಿ ಸಾಧ್ಯವೋ ಅಲ್ಲಿ ಸುರಕ್ಷತೆಗಾಗಿ ಅಡಗಿಕೊಂಡರು. ಬಿಳಿಯ ಸೈನಿಕರು ನಗರವನ್ನು ಲೂಟಿ ಮಾಡಲು ಪ್ರಾರಂಭಿಸಿದರು. ಒಬ್ಬ ಸೈನಿಕನು ತೋರಿಸಿದ ಎಲ್ಲ ಸಂಪತ್ತಿನೊಂದಿಗೆ ಭಾಗವಾಗಲು ಮನೆಯವನು ಒತ್ತಾಯಿಸಲ್ಪಟ್ಟನು. ಅವನು ಪ್ರತಿರೋಧಿಸಿದರೆ, ಬಿಳಿ ಸೈನಿಕರು ಅವನ ತಲೆಯನ್ನು ಕತ್ತರಿಸಿದರು, ಅಥವಾ ನೆರೆಹೊರೆಯ ಮರದ ಬಳಿ ಅವನನ್ನು ಗಲ್ಲಿಗೇರಿಸಿದರು ಮತ್ತು ಮನೆಯನ್ನು ಲೂಟಿ ಮಾಡಿದ ನಂತರ ಅದಕ್ಕೆ ಬೆಂಕಿ ಹಚ್ಚಿದರು. ಅವರು ಒಬ್ಬ ವ್ಯಕ್ತಿಯನ್ನು ಭೇಟಿಯಾದರೆ, ಆಗಲೇ ದರೋಡೆಗೆ ಒಳಗಾಗಿದ್ದ, ಅವರು ಅವನನ್ನು ಗುಂಡಿಕ್ಕಿ ಕೊಂದರು. ಆದರೆ ಬಿಳಿಯರು ಯಾವುದೇ ಮಹಿಳೆ ಅಥವಾ ಮಗುವನ್ನು ಕೊಲೆ ಮಾಡಲಿಲ್ಲ. ಸಹಜವಾಗಿ, ಬಿಳಿಯರ ಕೈಯಲ್ಲಿ ಅವಮಾನದ ಭಯದಿಂದ ಅನೇಕ ಮಹಿಳೆಯರು ಆತ್ಮಹತ್ಯೆ ಮಾಡಿಕೊಂಡರು. ಬಿಳಿಯರು ಒಬ್ಬ ವ್ಯಕ್ತಿಯನ್ನು ಗುಂಡಿಕ್ಕಿ ಕೊಲ್ಲಲು ನಿರ್ಧರಿಸಿದಾಗ ಮತ್ತು ಅವನ ಹೆಂಡತಿ ಅವನನ್ನು ರಕ್ಷಿಸಲು ಅವನ ಮುಂದೆ ಬಂದಾಗ, ಆಕೆಯನ್ನು ಗುಂಡಿಕ್ಕಿ ಕೊಲ್ಲಲಾಯಿತು. ಅದರ ನಂತರ ಅವರು ಸಂಬಂಧಪಟ್ಟ ವ್ಯಕ್ತಿಯನ್ನು ಗುಂಡಿಕ್ಕಿ ಕೊಂದರು. ಶತ್ರು ಅಥವಾ ಸ್ನೇಹಿತನಾಗಿರಲಿ, ಕ್ರಿಯೆಯಲ್ಲಿ ಸದ್ಗುಣಗಳನ್ನು ಪ್ರದರ್ಶಿಸಿದರೆ ಮನುಷ್ಯನನ್ನು ಮೆಚ್ಚಬೇಕು. ಕೆಲವು ವ್ಯಕ್ತಿಗಳ ರಕ್ಷಣೆಯಲ್ಲಿ ತನ್ನ ಮಾನವ ಗುಣಗಳನ್ನು ಪ್ರದರ್ಶಿಸಿದ ಅಪರಿಚಿತ ಬಿಳಿ ಅಧಿಕಾರಿಯನ್ನು ಮೆಚ್ಚಿಸಲು ನಾವು ಬದ್ಧರಾಗಿದ್ದೇವೆ. ಇದು ಹೀಗಾಯಿತು: ಕೆಲವು ಪುರುಷರು ತಮ್ಮ ಜೀವವನ್ನು ಉಳಿಸಿಕೊಳ್ಳಲು ಉದ್ಯಾನವನಕ್ಕೆ ಹೋದರು. ಬಿಳಿಯ ಸೈನಿಕರು ಅಲ್ಲಿಗೆ ತಲುಪಿದಾಗ, ಭಯಭೀತರಾದ ವ್ಯಕ್ತಿಗಳು ಅವರಿಗೆ, "ನಾವು ಈ ನಗರದ ನಿವಾಸಿಗಳು. ದಂಗೆಗೂ ನಮಗೂ ಯಾವುದೇ ಸಂಬಂಧವಿಲ್ಲ. ನಾವು ಸಂಪೂರ್ಣವಾಗಿ ನಿರಪರಾಧಿ. ದಯವಿಟ್ಟು ನಮ್ಮ ಜೀವಗಳನ್ನು ಉಳಿಸಿ." ಎಂದರು .

ಈ ಪುರುಷರ ಮಾತುಗಳು ಬ್ರಿಟಿಷ್ ಸೇನಾಧಿಕಾರಿಯ ಹೃದಯವನ್ನು ಕರುಣೆಯಿಂದ ತುಂಬಿದವು. ಅವರು ತಮ್ಮ ರಕ್ಷಣೆಗಾಗಿ ಉದ್ಯಾನದ ದ್ವಾರವನ್ನು ಲಾಕ್ ಮಾಡಿದರು ಮತ್ತು ಅಲ್ಲಿ ಕಾವಲು ಕಾಯುತ್ತಿದ್ದರು. ನಿಸ್ಸಂಶಯವಾಗಿ, ಇತಿಹಾಸದಲ್ಲಿ ಅಂತಹ ಅನುಗ್ರಹದ ನಿದರ್ಶನಗಳು ಅಪರೂಪ. ಬಿಳಿಯರಿಗೆ ಲೂಟಿ ಮತ್ತು ಅಗ್ನಿಸ್ಪರ್ಶದಲ್ಲಿ ಮುಕ್ತ ಹಸ್ತವನ್ನು ನೀಡಲಾಗಿದ್ದರೂ, ಯಾವುದೇ ಮಹಿಳೆಯೊಂದಿಗೆ ಕೆಟ್ಟದಾಗಿ ವರ್ತಿಸದಂತೆ ಉನ್ನತ ಅಧಿಕಾರಿಗಳು ಕಟ್ಟುನಿಟ್ಟಿನ ಆದೇಶಗಳನ್ನು ನೀಡಿದ್ದರು ಎಂದು ಹೇಳಲಾಗುತ್ತದೆ. ಬಿಳಿಯ ಸೈನಿಕರ ಪ್ರತಿ ಬ್ಯಾಚ್ ನೊಂದಿಗೆ ಇಬ್ಬರು ಭಾರತೀಯ ಸೈನಿಕರನ್ನು ಸಹ ಲಗತ್ತಿಸಲಾಗಿತ್ತು. ಬಿಳಿಯ ಸೈನಿಕನು ಯಾವುದೇ ಮಹಿಳೆಯ ಮೇಲೆ ಅತ್ಯಾಚಾರಕ್ಕೆ ಯತ್ನಿಸಿದರೆ, ಅವನನ್ನು ತಕ್ಷಣವೇ ಗುಂಡಿಕ್ಕಿ ಕೊಲ್ಲಬೇಕು ಎಂಬ ಸ್ಪಷ್ಟ ಸೂಚನೆಗಳಿದ್ದವು. ಮೇಲೆ ತಿಳಿಸಿದಂತೆ ಸತ್ತ ಬಿಳಿಯ ವ್ಯಕ್ತಿಯನ್ನು ಗುಂಡಿಕ್ಕಿ ಕೊಂದ ಭಾರತೀಯ ಸೈನಿಕನ ವಿರುದ್ಧ ಯಾವುದೇ ಕ್ರಮ ಕೈಗೊಳ್ಳಲಾಗುವುದಿಲ್ಲ.

ಬ್ರಿಟೀಷರು ಈ ಲೂಟಿಯಲ್ಲಿ ಚಿನ್ನ, ಬೆಳ್ಳಿ, ವಜ್ರಗಳು ಮತ್ತು ಆಭರಣಗಳನ್ನು ಒಳಗೊಂಡಂತೆ ಕೋಟ್ಯಂತರ ರೂಪಾಯಿ ಮೌಲ್ಯದ ಸಂಪತ್ತನ್ನು ಸಂಗ್ರಹಿಸಿದರು. ದೇವಾಲಯಗಳು ಮತ್ತು ಮಸೀದಿಗಳನ್ನು ಸಹ ಉಳಿಸಲಾಗಿಲ್ಲ. ಇದನ್ನು ವಿವರಿಸುತ್ತಾ ಹೆನ್ರಿ ಸಿಲ್ವೆಸ್ಟರ್ನ್ ವಿಡಂಬನೆಯನ್ನು ಹೊಡೆದರು:

"ಯುದ್ಧ ಮುಗಿದ ಕೂಡಲೇ, ನಮ್ಮ ಅಧಿಕಾರಿಗಳು ಮತ್ತು ಸೈನಿಕರು ತಮ್ಮ ಕುತೂಹಲವನ್ನು ಪೂರೈಸಲು ಸುತ್ತಲೂ ನೋಡಲಾರಂಭಿಸಿದರು. ಶೋಧದ ಈ ಉತ್ಸಾಹದಲ್ಲಿ, ಅವರು ಪ್ರತಿ ಮನೆಯೊಳಗೆ ಪ್ರವೇಶಿಸಿದರು ಮತ್ತು ಎಲ್ಲ ಮೂಲೆಗಳನ್ನು ಸಹ ನೋಡಿದರು, ಲೂಟಿ ಮಾಡುವುದಕ್ಕಾಗಿ ಅಲ್ಲ, ಆದರೆ ಸಂಶೋಧನೆಗೆ ತಮ್ಮ ಬಾಯಾರಿಕೆಯನ್ನು ತಣಿಸಲು. ಅವರು ಶಂಕಿಸಿದಲ್ಲೆಲ್ಲಾ ಅವರು ನೆಲ ಮತ್ತು ಗೋಡೆಗಳನ್ನು ಅಗೆದರು. ವಿವಿಧ ವಸ್ತುಗಳ ಈ ಲೂಟಿಯಲ್ಲಿ ನನ್ನ ಅಭಿಪ್ರಾಯದಲ್ಲಿ, ಒಂದು ವೈವಿಧ್ಯಮಯ ವಸ್ತುಗಳ ಲೂಟಿಯನ್ನು ಸಂಪೂರ್ಣವಾಗಿ ಸಮಂಜಸವಾದ ಮತ್ತು ಸ್ವಾಭಾವಿಕವೆಂದು ಪರಿಗಣಿಸಲಾಗುತ್ತದೆ ಮತ್ತು ವಸ್ತುಗಳು – ದೇವಾಲಯಗಳ ಅವಶೇಷಗಳಲ್ಲಿ ಬಿದ್ದಿರುವ ದೇವರುಗಳ ವಿಗ್ರಹಗಳಾಗಿದ್ದವು."

ನಗರವನ್ನು ಮೂರು ದಿನಗಳ ಕಾಲ ಲೂಟಿ ಮಾಡುವ ಅವಕಾಶವನ್ನು ಬಿಳಿಯರಿಗೆ ನೀಡಲಾಯಿತು ಮತ್ತು ನಾಲ್ಕನೇ ದಿನ ಇದು ಮದ್ರಾಸ್ ಪ್ರಸ್ಥಭೂಮಿಗೆ ಒಂದು ಅವಕಾಶವಾಗಿತ್ತು. ಈಗ ಜನರಿಗೆ ಹಣವಿಲ್ಲದೆ ಉಳಿದಿದ್ದರು, ಆದ್ದರಿಂದ ಮದ್ರಾಸ್ ಪ್ಲಾಟೂನ್ ತಾಮ್ರ, ಹಿತ್ತಾಳೆ ಇತ್ಯಾದಿಗಳನ್ನು ಲೂಟಿ ಮಾಡಿತು. ಇಡೀ ಝಾನ್ಸಿ ನಗರದಲ್ಲಿ ಸಾಮೂಹಿಕ ವಿನಾಶದ ಈ ನೃತ್ಯವು ಅಭೂತಪೂರ್ವ ಕೋಲಾಹಲಕ್ಕೆ ಕಾರಣವಾಯಿತು. ಪಟ್ಟಣದ ಶ್ರೀಮಂತರು ವಾಸಿಸುತ್ತಿದ್ದ ಅತಿದೊಡ್ಡ ಮೊಹಲ್ಲಾ, ಹಲ್ವೈಪುರವು ಅಗ್ನಿಸ್ಪರ್ಶದಲ್ಲಿ ಚಿತಾಭಸ್ಮವಾಗಿ ಕಡಿಮೆಯಾಯಿತು. ನಗರವನ್ನು ವಶಪಡಿಸಿಕೊಂಡ ನಂತರ ಇನ್ನೊಂದು ಬದಿಯಲ್ಲಿ ಹಗ್ರೋಸ್ ಮತ್ತು ಕರ್ನಲ್ ಲೋತ್ 86ನೇ ಪ್ಲೇಟೂನ್ ನೊಂದಿಗೆ ರಾಜಮನೆತನದ ಅರಮನೆಯ ನಿಯಂತ್ರಣವನ್ನು ತೆಗೆದುಕೊಳ್ಳಲು ಮುಂದಾದರು. ಮಹಾರಾಣಿಯ ಕೆಲವು ವಿಶ್ವಾಸಾರ್ಹ ಕೆಚ್ಚೆದೆಯ ಸೈನಿಕರನ್ನು ಅಲ್ಲಿ ನೇಮಿಸಲಾಯಿತು. ಅವರು ಶತ್ರು ಪಡೆಗಳನ್ನು ಅಭೂತಪೂರ್ವ ಶೌರ್ಯದಿಂದ ಎದುರಿಸಿದರು, ಆದರೆ ಅವರು ಸದಸ್ಯರಲ್ಲಿ ಬಹಳ ಕಡಿಮೆ. ಬ್ರಿಟಿಷರು ಕವರ್ ತೆಗೆದುಕೊಂಡು ದೂರದಿಂದ ಅವರ ಮೇಲೆ ಗುಂಡು ಹಾರಿಸಿದರು ಮತ್ತು ರಾಜಮನೆತನದ

ಅರಮನೆಯ ಬಳಿ ಮನೆಗಳನ್ನು ಸ್ಥಾಪಿಸಿದರು. ಬೆಂಕಿಯು ರಾಜಮನೆತನದ ಅರಮನೆಗೂ ಹರಡಿತು. ಆದ್ದರಿಂದ, ಮಹಾರಾಣಿಯ ಸೇವಕರು ಶತ್ರುಗಳ ಮುಂದೆ ಹೆಚ್ಚು ಕಾಲ ನಿಲ್ಲಲು ಸಾಧ್ಯವಾಗಲಿಲ್ಲ. ಮಹಾರಾಣಿಯ ಅರಮನೆಯು ಉರಿಯುತ್ತಿರುವ ಜ್ವಾಲೆಯಿಂದ ನುಂಗಲ್ಪಟ್ಟಿತು. ಬ್ರಿಟಿಷರು ತಮ್ಮ ಪ್ರವೇಶದ್ವಾರದಲ್ಲಿ ಭೇಟಿಯಾದ ಎಲ್ಲರನ್ನೂ ಕೊಂದರು. ಅರಮನೆಯ ಸ್ಥಿರತೆಯಲ್ಲಿ ಐವತ್ತು ಸೈನಿಕರು ಅಡಗಿಕೊಂಡಿದ್ದರು. ಒಂದು ಅವಕಾಶವನ್ನು ಗಮನಿಸಿದ ಕೂಡಲೇ ಅವರು ಫಿರಂಗ್ ಗಳ ಮೇಲೆ *ಧಾವಿಸಿದರು.* ಒಮ್ಮೆ, ಬ್ರಿಟಿಷರು ತಮ್ಮ ಉಪಸ್ಥಿತಿಯಲ್ಲಿ ತುಂಬಾ ಆತಂಕಗೊಂಡರು. ಆದರೆ ಅವರು ಎಷ್ಟು ಸಮಯದವರೆಗೆ ಭಾರವಾದ ಪ್ಲಾಟೂನ್ ಅನ್ನು ಎದುರಿಸಬಹುದು? ಬ್ರಿಟಿಷರು ಅವರೆಲ್ಲರನ್ನೂ ಕೊಂದರು. ಸಂತೋಷದಿಂದ ನೃತ್ಯ ಮಾಡುತ್ತಾ, *ಫಿರಾಂಗ್* ಗಳು ರಾಜಮನೆತನದ ಅರಮನೆಯಲ್ಲಿ ಯೂನಿಯನ್ ಜ್ಯಾಕ್ ಅನ್ನು ಸುಮಾರು ಸಂಪೂರ್ಣ ಅವಶೇಷಗಳಲ್ಲಿ ಹಾರಿಸಿದರು.

ರಾಜಮನೆತನದ ಅರಮನೆಯ ಮೇಲಿನ ಈ ಆಕ್ರಮಣವನ್ನು ಲೂಟಿಯ ಎರಡನೇ ದಿನದಂದು ಮಾಡಲಾಯಿತು. ಅದನ್ನು ವಶಪಡಿಸಿಕೊಂಡ ನಂತರ, ಅರಮನೆಯನ್ನೂ ಲೂಟಿ ಮಾಡಲಾಯಿತು. ಝಾನ್ಸಿ ರಾಜಮನೆತನವು ಅನೇಕ ತಲೆಮಾರುಗಳಿಂದ ಅಮೂಲ್ಯವಾದ ಅನೇಕ ಅಮೂಲ್ಯ ಆಭರಣಗಳನ್ನು ಖಜಾನೆಯಲ್ಲಿ ಇರಿಸಲಾಗಿತ್ತು. ಪನ್ನಾ ಗಣಿಗಳ ಅನೇಕ ಅಮೂಲ್ಯ ವಜ್ರಗಳನ್ನು ಅಲ್ಲಿ ಸಾಕಷ್ಟು ಕಾಳಜಿಯಿಂದ ಸಂಗ್ರಹಿಸಲಾಗಿತ್ತು. ಬ್ರಿಟಿಷರು ಲೂಟಿ ಮಾಡಬಹುದಾದ ವಸ್ತುಗಳನ್ನು ಲೂಟಿ ಮಾಡಿದರು, ಉಳಿದವು ನಾಶವಾದವು. ಹಣ ಮತ್ತು ಸಂಪತ್ತನ್ನು ಮಾತ್ರ ಲೂಟಿ ಮಾಡಲಾಗಿದ್ದು, ಅದನ್ನು ಮತ್ತೆ ಗಳಿಸಬಹುದು. ಆದರೆ ಅನೇಕ ಅಮೂಲ್ಯವಾದ ಕೈಬರಹದ ಹಸ್ತಪ್ರತಿಗಳನ್ನು ಸಂಗ್ರಹಿಸಿರುವ ಗ್ರಂಥಾಲಯವನ್ನು ಬೂದಿಯಾಗಿ ಸುಡಲಾಯಿತು. ಇದು ಮೊದಲ ಮರಾಠಾ ಆಡಳಿತಗಾರ ರಘುನಾಥ ರಾವ್ ರಿಂದ ಗಂಗಾಧರ ರಾವ್ ವರೆಗೆ ರಾಜರು ಸಂಗ್ರಹಿಸಿದ ಪುಸ್ತಕಗಳ ತುಣುಕುಗಳನ್ನು ಒಳಗೊಂಡಿತ್ತು. ಅನಿಯಮಿತ ಹಣವನ್ನು ಖರ್ಚು ಮಾಡಿದ ನಂತರ ಮತ್ತು ಹಾಕುವ ಮೂಲಕ ಈ ಆಡಳಿತಗಾರರು ಇಲ್ಲಿಂದ ಮತ್ತು ಅಲ್ಲಿಂದ ಸಂಗ್ರಹಿಸಿದ ಪುಸ್ತಕಗಳು ನಿರಂತರ ಪ್ರಯತ್ನಗಳಾಗಿವೆ.

ಎಂಟು ದಿನಗಳ ಹೇಳಲಾಗದ ಹತ್ಯಾಕಾಂಡ ಮತ್ತು ದೆವ್ವದಂಥ ಲೂಟಿಯ ನಂತರ, ಬ್ರಿಟಿಷರು ಡ್ರಮ್ ಬೀಟ್ ನಲ್ಲಿ ಕ್ಷಮೆಯನ್ನು ಘೋಷಿಸಿದರು. ಆಗ ಮಾತ್ರ ರಸ್ತೆಗಳಲ್ಲಿ ಬಿದ್ದಿರುವ ಮೃತದೇಹಗಳನ್ನು ಅಂತ್ಯಸಂಸ್ಕಾರ ಮಾಡುವುದನ್ನು ತಪ್ಪಿಸಬಹುದು. ನಂತರ ಸಾವಿರಾರು ನಾಗರಿಕರು ರಸ್ತೆಗಳನ್ನು ತೆರವುಗೊಳಿಸಿದರು. *ಮೊಹಲ್ಲಾಗಳಲ್ಲಿ* ಉರಿಯುತ್ತಿರುವ ಬೆಂಕಿಯನ್ನು ನಂದಿಸಲಾಯಿತು. ಇಲ್ಲಿ ಮತ್ತು ಅಲ್ಲಿ ಮಲಗಿರುವ ಪ್ರಾಣಿಗಳನ್ನು ಹೊಂಡಗಳಲ್ಲಿ ಹೂಳಲು ಹೊರತೆಗೆಯಲಾಯಿತು. ಡ್ರಮ್ ಬೀಟ್ ಘೋಷಣೆಯ ಮರುದಿನ ಕ್ಷಮಾದಾನ ಘೋಷಣೆಯ ನಂತರ ರಾಜಮನೆತನದ ಅರಮನೆಯ ಮುಂದೆ ಬಜಾರ್ ಅನ್ನು ವ್ಯವಸ್ಥೆಗೊಳಿಸಲಾಯಿತು. ನಂತರ ಜನರು ಅಗತ್ಯ ವಸ್ತುಗಳನ್ನು ಖರೀದಿಸಿದರು. ನಗರದ ಎಲ್ಲಾ ಲೂಟಿಗಳನ್ನು ಸೇನೆಯ ಆದೇಶದ ಮೇರೆಗೆ ನಡೆಸಲಾಯಿತು. ಆದ್ದರಿಂದ ಲೂಟಿ ಮಾಡಿದ ಎಲ್ಲ ಸರಕುಗಳನ್ನು ಬ್ರಿಟಿಷ್ ಕಂಟೋನ್ಮೆಂಟ್ ನಲ್ಲಿ ಪ್ರತಿದಿನ ಹರಾಜು ಹಾಕಲಾಗುತ್ತಿತ್ತು. ಆನೆಗಳು, ಕುದುರೆಗಳು ಮತ್ತು ಯುದ್ಧ ಸಾಮಗ್ರಿಗಳನ್ನು ಸಿಂಧಿಯರ

ಸರ್ಕಾರವು ಖರೀದಿಸಿತು. ಇತರ ವಸ್ತುಗಳನ್ನು ಇತರ ಸೇಥ್ ಗಳು ಮತ್ತು ಜಾಗೀರ್ ದಾರ್ ಗಳು ತೆಗೆದುಕೊಂಡರು.

ಝಾನ್ಸಿಯ ಮೇಲೆ ಬ್ರಿಟಿಷ್ ಅಧಿಕಾರವನ್ನು ಪುನಃ ಸ್ಥಾಪಿಸಿದ ನಂತರ, ಹ್ಯೂಗ್ರೋಸ್ ಕೋಟೆಯನ್ನು ಮೇಜರ್ ರಾಬರ್ಟ್ಸನ್ ಅವರ ಉಸ್ತುವಾರಿಯಲ್ಲಿ ಇರಿಸಿದರು. ಯುದ್ಧದಲ್ಲಿ ಗಾಯಗೊಂಡ ತಮ್ಮ ಸೈನಿಕರ ಚಿಕಿತ್ಸೆಗಾಗಿ ಬ್ರಿಟಿಷರು ಆಸ್ಪತ್ರೆಯನ್ನು ಪ್ರಾರಂಭಿಸಿದರು ಮತ್ತು ಮೃತ ದೇಹಗಳನ್ನು ಸಂಪೂರ್ಣ ಧಾರ್ಮಿಕ ಸಂಪ್ರದಾಯದಲ್ಲಿ ವಿಲೇವಾರಿ ಮಾಡಲಾಯಿತು.

ಈ ಯುದ್ಧದಲ್ಲಿ ಬ್ರಿಟಿಷರು 36 ಅಧಿಕಾರಿಗಳು ಮತ್ತು 307 ಸೈನಿಕರನ್ನು ಕಳೆದುಕೊಂಡರು. ಝಾನ್ಸಿ 500 ಜನರನ್ನು ಕಳೆದುಕೊಂಡರು. ಬಹುಶಃ, ಇದು ಬ್ರಿಟಿಷರ ಲೂಟಿಯ ಸಮಯದಲ್ಲಿ ಕೊಲ್ಲಲ್ಪಟ್ಟ ಪುರುಷರ ಸಂಖ್ಯೆಯನ್ನು ಒಳಗೊಂಡಿತ್ತು.

6

ಕಲ್ಪಿ ಬ್ಯಾಟಲ್

ಮಹಾರಾಣಿ ಲಕ್ಷ್ಮೀಬಾಯಿ ಝಾನ್ಸಿಯಿಂದ ಪಲಾಯನ ಮಾಡಿದ ನಂತರ 1858 ರ ಏಪ್ರಿಲ್ 5 ರ ಬೆಳಿಗ್ಗೆ 'ಭಂದರ್' ಗ್ರಾಮವನ್ನು ತಲುಪಿದರು. ಸ್ನಾನ ಮಾಡಿದ ನಂತರ, ಅವರು ಕಿರಿಯ ದಾಮೋದರ್ ರಾವ್ ಅವರಿಗೆ ಏನನ್ನಾದರೂ ನೀಡಿದರು. ಅವಳು ಕಲ್ಪಿಗೆ ಹೋಗಲು ತಯಾರಿ ನಡೆಸುತ್ತಿದ್ದಳು. ಈ ಸಮಯದಲ್ಲಿ ಅವಳು ಕತ್ತಿಯನ್ನು ಹೊರತುಪಡಿಸಿ ಯಾವುದೇ ಸೈನ್ಯ ಅಥವಾ ಯಾವುದೇ ಆಯುಧವನ್ನು ಹೊಂದಿರಲಿಲ್ಲ. ನಂತರ ತನ್ನನ್ನು ಬೆನ್ನಟ್ಟುತ್ತಿದ್ದ ಲೆಫ್ಟಿನೆಂಟ್ ಬಾಕರ್ 'ಭಂದರ್' ಹತ್ತಿರ ತಲುಪಿದ್ದಾರೆ ಎಂದು ಅವಳು ತಿಳಿದುಕೊಂಡಳು. ಆದ್ದರಿಂದ, ಮಹಾರಾಣಿ ಮತ್ತೆ ದಾಮೋದರ ರಾವ್ ಅವರನ್ನು ಅವಳ ಬೆನ್ನಿಗೆ ಕಟ್ಟಿ, ಮುಂದುವರಿಯಲು ಸಿದ್ಧರಾದರು. ಈ ಬದಿಯಲ್ಲಿ ಶತ್ರುಗಳು ಅವಳನ್ನು ಹೆಚ್ಚು ವೇಗವಾಗಿ ಬೆನ್ನಟ್ಟಿದರು. ಮಹಾರಾಣಿ ಅಲ್ಲಿ ಇನ್ನು ಮುಂದೆ ತಂಗುವುದು ಆತ್ಮಹತ್ಯೆ ಎಂದು ಪರಿಗಣಿಸಿ, ಆ ಸ್ಥಳವನ್ನು ಅವಸರದಲ್ಲಿ ಬಿಟ್ಟರು. ಬ್ರಿಟಿಷರು ಅವಳ ಗುಡಾರವನ್ನು ತಲುಪಿದಾಗ, ಅದು ಖಾಲಿಯಾಗಿರುವುದನ್ನು ಅವರು ಕಂಡುಕೊಂಡರು. ಬೆನ್ನಟ್ಟುತ್ತ ಬಾಕರ್ ಸ್ವತಃ ಗಾಯಗೊಂಡರು. ಆದ್ದರಿಂದ ಬಲವಂತವಾಗಿ ಅವನು ಹಿಂತಿರುಗಬೇಕಾಯಿತು. ಮಾರ್ಟಿನ್ *'ದಿ ಬ್ರಿಟಿಷ್ ಇಂಡಿಯಾ' ದಲ್ಲಿ ಹೀಗೆ ಬರೆಯುತ್ತಾರೆ:*

"ಲೆಫ್ಟಿನೆಂಟ್ ಬೊಕರ್ ತನ್ನ ಸೈನ್ಯದೊಂದಿಗೆ ಮಹಾರಾಣಿಯನ್ನು ಹಿಂಬಾಲಿಸಿದರು ಮತ್ತು ಝಾನ್ಸಿಯಿಂದ ಸುಮಾರು 21 ಕಿಲೋಮೀಟರ್ ದೂರದಲ್ಲಿ ಅವಳನ್ನು ಸುತ್ತುವರೆದರು. ದೂರದಿಂದ ಅವರು ಗುಡಾರವನ್ನು ನೋಡಿದರು, ಆದರೆ ಅವರು ಅಲ್ಲಿಗೆ ತಲುಪಿದಾಗ, ಗುಡಾರವು ಖಾಲಿಯಾಗಿರುವುದನ್ನು ಕಂಡುಕೊಂಡರು. ಅವರು ಉಪಾಹಾರದ ಉಳಿದ ಭಾಗವನ್ನು ನೋಡಿದರು, ಅದು ಮಹಾರಾಣಿ ಉಪಾಹಾರ ಸೇವಿಸುತ್ತಿದ್ದಂತೆ ಅಲ್ಲಿಂದ ಕಣ್ಮರೆಯಾಗಿರಬೇಕೆಂದು ಸೂಚಿಸಿತು. ಲೆಫ್ಟಿನೆಂಟ್ ಬಾಕರ್ ಮತ್ತೆ ಅವಳನ್ನು ಬೆನ್ನಟ್ಟಲು ಪ್ರಾರಂಭಿಸಿದರು ಮತ್ತು ಸ್ವಲ್ಪ ದೂರದಲ್ಲಿ ರಾಣಿ ತನ್ನ ನಾಲ್ಕು ಸಹಚರರೊಂದಿಗೆ ತನ್ನ ಕುದುರೆಯ ಮೇಲೆ ಓಡುವುದನ್ನು ನೋಡಿದರು, ಆದರೆ ಈ ಬೆನ್ನಟ್ಟುವಿಕೆಯಲ್ಲಿ ಅವನು ಗಂಭೀರವಾಗಿ ಗಾಯಗೊಂಡನು. ಆದ್ದರಿಂದ, ತನ್ನ ಅನ್ವೇಷಣೆಯನ್ನು ತ್ಯಜಿಸಿ ಅವನು ಹಿಂತಿರುಗಿದನು."

ನಿಸ್ಸಂದೇಹವಾಗಿ ಮಹಾರಾಣಿಯ ಈ ಸಾಧನೆಯು ಅವಳ ಅಸಾಧಾರಣ ತೀಕ್ಷ್ಣವಾದ ಬುದ್ಧಿವಂತಿಕೆಯನ್ನು ಪ್ರದರ್ಶಿಸುತ್ತದೆ. ಪ್ಯಾರಸ್ನೀಸ್ ತನ್ನ ಶ್ಲಾಘನೆಯಲ್ಲಿ ಹೀಗೆ ಬರೆದಿದ್ದಾರೆ:

"ವಾಸ್ತವವಾಗಿ ಇದು ಯುದ್ಧದ ಕೌಶಲ್ಯಗಳಲ್ಲಿ ಮಹಾರಾಣಿಯವರ ಪರೀಕ್ಷೆಯ ಸಮಯವಾಗಿತ್ತು. ಒಂದು ಕಡೆ ಬಾಕರ್ ಅವರಂತಹ ಕೆಚ್ಚೆದೆಯ ಮತ್ತು ಅನುಭವಿ ಆಂಗ್ಲ ವ್ಯಕ್ತಿ ಅವರ ಆಯ್ದ ಸವಾರರೊಂದಿಗೆ ಗಾಳಿಯ ವೇಗದಿಂದ ಓಡುತ್ತಿದ್ದರು. ಮತ್ತೊಂದೆಡೆ, ಅವರನ್ನು ಎದುರಿಸಿದ ನಂತರ ದುರ್ಬಲ ಬ್ರಾಹ್ಮಣ ಮಹಿಳೆ ಅಲ್ಲಿಂದ ಸುರಕ್ಷಿತವಾಗಿ ಓಡಿಹೋಗಲು ಪ್ರಯತ್ನಿಸುತ್ತಿದ್ದರು. ಇದು ಬಹಳ ಆಶ್ಚರ್ಯಕರ ದೃಶ್ಯವಾಗಿತ್ತು. ಈ ಸಂದರ್ಭದಲ್ಲಿ

ವಿಜಯದ ಆಶಯವು ಮಹಾರಾಣಿಗೆ ಅಸಾಧ್ಯವಾದ ಪ್ರಯತ್ನದಂತಿದ್ದರೂ, ಆಕೆಯ ಅಲೌಕಿಕ ಧೈರ್ಯ, ಕಠೋರ ನಿರ್ಣಯ, ಅಪರೂಪದ ಶೌರ್ಯ ಮತ್ತು ಸಾಟಿಯಿಲ್ಲದ ಯುದ್ಧದ ಕೌಶಲ್ಯದಿಂದ ಅವರು ಯುದ್ಧದ ಅನುಭವಿ ಬ್ರಿಟಿಷ್ ಯೋಧನನ್ನು ಹೊಡೆದರು. ಬಾಕರ್ ತನ್ನ ಕುದುರೆಯನ್ನು ಓಡಿಸಿದ ಕೂಡಲೇ, ಲಕ್ಷ್ಮೀಬಾಯಿಯನ್ನು ಇನ್ನೂ ವೇಗವಾಗಿ ಓಡಲು ಒತ್ತಾಯಿಸಿ, ಮುಂದೆ ಹೋದರು.

ಮಹಾರಾಣಿ ಕಲ್ಪಿಯನ್ನು ತಲುಪುತ್ತಾರೆ

ಹೀಗಾಗಿ, ಹೋರಾಟಗಳನ್ನು ಎದುರಿಸುವುದು, ನದಿಗಳು ಮತ್ತು ನುಲ್ಲಾಗಳು, ಕಾಡುಗಳು ಮತ್ತು ಕಮರಿಗಳನ್ನು ದಾಟುವುದು, ಪ್ರವೇಶಿಸಬಹುದಾದ ಮತ್ತು ಪ್ರವೇಶಿಸಲಾಗದ ಮಾರ್ಗಗಳ ಅನ್ವೇಷಣೆ ಮತ್ತು 24 ಗಂಟೆಗಳ ಕಾಲ ನಿರಂತರವಾಗಿ ತನ್ನ ಕುದುರೆಯನ್ನು ಚಲಾಯಿಸಿ, ಮಹಾರಾಣಿ ರಾತ್ರಿ ಸುಮಾರು 12.00 ಗಂಟೆಗೆ ಕಲ್ಪಿಯನ್ನು ತಲುಪಿದರು. ಝಾನ್ಸಿಯ ಮಹಾರಾಣಿ, ಕೆಚ್ಚೆದೆಯ ಲಕ್ಷ್ಮೀಬಾಯಿ, ಕೆಲವು ದಿನಗಳ ಹಿಂದೆ, ರಾಜಮನೆತನದ ಐಷಾರಾಮಿಗಳ ಪ್ರೇಯಸಿಯಾಗಿದ್ದು, ತನ್ನ ಚಿಕ್ಕ ದತ್ತುಪುತ್ರನನ್ನು ಬೆನ್ನಿಗೆ ಕಟ್ಟಿ ಆಶ್ರಯಕ್ಕಾಗಿ ಇಲ್ಲಿ ಮತ್ತು ಅಲ್ಲಿ ಓಡುತ್ತಿರುವುದು ಎಂತಹ ವಿಪರ್ಯಾಸ! ಕಳೆದ ಇಪ್ಪತ್ನಾಲ್ಕು ಗಂಟೆಗಳಲ್ಲಿ ಅವರು ನೂರ ಎಪ್ಪತ್ತೈದು ಕಿಲೋಮೀಟರ್ ಪ್ರಯಾಣವನ್ನು ಮಾಡಿದ್ದರು.

ಕಲ್ಪಿ ಎಂದು ಕರೆಯಲ್ಪಡುವ ಈ ಸಣ್ಣ, ಐತಿಹಾಸಿಕ ನಗರವು ಯಮುನಾ ನದಿಯ ದಡದಲ್ಲಿದೆ. ಈ ಹಿಂದೆ ನಗರವು ಗೋವಿಂದ ಪಂತ್ ಬುಂಡೇಲಾ ಅವರ ಆಡಳಿತದಲ್ಲಿತ್ತು. ನಂತರ ಅದು ಅವರ ವಂಶಸ್ಥ ನಾನಾ ಗೋವಿಂದ ರಾವ್ ಅವರ *ಜಾಗೀರ್* ಆಯಿತು. ಗೋವಿಂದ ರಾವ್ ಅವರು ಜಲೌನ್ ಆಡಳಿತಗಾರರಾಗಿದ್ದರು. 1806 ರಲ್ಲಿ, ಅವರೊಂದಿಗಿನ ಒಪ್ಪಂದದ ಅಡಿಯಲ್ಲಿ ಬ್ರಿಟಿಷ್ ಸರ್ಕಾರವು ಅದನ್ನು ಅವರ ನಿಯಂತ್ರಣಕ್ಕೆ ತೆಗೆದುಕೊಂಡಿತು ಮತ್ತು ಅಂದಿನಿಂದ ಅದು ಅವರೊಂದಿಗೆ ಮುಂದುವರಿಯಿತು. ನಡುವೆ, 1825ರಲ್ಲಿ ದಂಗೆಯ ಮೂಲಕ ನಾನಾ ಪಂಡಿತ್ ಅದನ್ನು ಸ್ವಾಧೀನಪಡಿಸಿಕೊಂಡರು. ಆದರೆ ಅಂದಿನ ಝಾನ್ಸಿಯ ಆಡಳಿತಗಾರ ರಾಮ್ ಚಂದ್ರ ರಾವ್ ಅವರ ಸಹಾಯದಿಂದ ಬ್ರಿಟಿಷರು ಅದನ್ನು ತಮ್ಮ ನಿಯಂತ್ರಣಕ್ಕೆ ತೆಗೆದುಕೊಂಡರು. ಇದನ್ನು ಎರಡನೇ ಅಧ್ಯಾಯದಲ್ಲಿ ಚರ್ಚಿಸಲಾಗಿದೆ. 1857ರಲ್ಲಿ ಜೂನ್ ತಿಂಗಳಲ್ಲಿ ಝಾನ್ಸಿ ಮತ್ತು ಕಾನ್ಪುರದಲ್ಲಿ ಬಂಡಾಯದ ಧ್ವಜವನ್ನು ಹಾರಿಸಿದ ನಂತರ ಬಂಡಾಯದ ಸೈನಿಕರು ಕಲ್ಪಿಗೆ ಬಂದಾಗ, ಕಲ್ಪಿಯ ಸೈನ್ಯವೂ ದಂಗೆಯೆದ್ದಿತು. ಬಂಡಾಯ ಆರಂಭವಾದಾಗ ಪ್ರದೇಶದ ಉಪ ಕಲೆಕ್ಟರ್ ಮುನ್ಶಿ ಶಿವ ಪ್ರಸಾದ್ ಅವರನ್ನು ಅಲ್ಲಿಂದ ಹೊರಹಾಕಲಾಯಿತು. ಅಂದಿನಿಂದ ಮತ್ತು ಈ ಸಮಯದವರೆಗೆ ಈ ಪ್ರದೇಶವು ಬಂಡುಕೋರರ ನಿಯಂತ್ರಣದಲ್ಲಿತ್ತು. ಇಲ್ಲಿನ ಕೋಟೆ ಸಾಕಷ್ಟು ಸುರಕ್ಷಿತವಾಗಿದೆ. ಆದ್ದರಿಂದ, ನಾನಾ ಸಾಹೇಬ್ ಅವರ ಸಹೋದರ ರಾವ್ ಸಾಹೇಬ್ ಕೂಡ ಇಲ್ಲಿ ವಾಸಿಸುತ್ತಿದ್ದರು. ಆ ಸಮಯದಲ್ಲಿ ಕಲ್ಪಿಯು ಬಂಡುಕೋರರನ್ನು ಆರಾಧಿಸುವ ಮಾತೃಭೂಮಿಯ ಸ್ವಾತಂತ್ರ್ಯದ ಕೇಂದ್ರವಾಗಿತ್ತು. ಅವರು ಉತ್ತಮ ಭದ್ರತಾ ವ್ಯವಸ್ಥೆಯನ್ನು ಮಾಡಿದ್ದರು ಮತ್ತು ಸಾಕಷ್ಟು ಯುದ್ಧ ಸಾಮಗ್ರಿಗಳನ್ನು ಸಂಗ್ರಹಿಸಿದ್ದರು. ಅದಕ್ಕಾಗಿಯೇ ಮಹಾರಾಣಿಯು ಭವಿಷ್ಯದ ಹೋರಾಟವನ್ನು ಸರಿಯಾಗಿ ನಿರ್ದೇಶಿಸಲು ಅಲ್ಲಿಗೆ ಹೋದಳು.

ಕಲ್ಪಿಯನ್ನು ತಲುಪಿದ ನಂತರ ಪೇಶ್ವರ ರಾವ್ ಸಾಹೇಬ್ ಮಹಾರಾಣಿ ಅವರಿಗೆ ಸರಿಯಾದ ಗೌರವವನ್ನು ನೀಡಿದರು. ಆಕೆಯ ವಾಸ್ತವ್ಯದ ಸರಿಯಾದ ವ್ಯವಸ್ಥೆಯನ್ನು ಮಾಡಲಾಯಿತು. ಇಲ್ಲಿಗೆ ತಲುಪಿದ ಎರಡನೇ ದಿನ ಮಹಾರಾಣಿ ಪೇಶ್ವೆ

ಸಾಹೇಬರನ್ನು ಭೇಟಿಯಾದರು. ಆ ಸಮಯದಲ್ಲಿ ಅವಳ ಕಣ್ಣುಗಳಲ್ಲಿ ಕಣ್ಣೀರು ಜಿನುಗುತಿತ್ತು. ತನ್ನ ಶತ್ರು-ಕೊಲೆಯ ಖಡ್ಗವನ್ನು ಅವನ ಮುಂದೆ ಇಟ್ಟುಕೊಂಡು, "ನಿಮ್ಮ ಪೂರ್ವಜರು ಈ ಖಡ್ಗವನ್ನು ನಮಗೆ ನೀಡಿದರು. ನನ್ನ ಪೂರ್ವಜರು ಮತ್ತು ನಾನು ಯಾವಾಗಲೂ ಅವರ ಅನುಗ್ರಹ ಮತ್ತು ಒಳ್ಳೆಯ ಕಾರ್ಯಗಳಿಂದಾಗಿ ಅದನ್ನು ಸರಿಯಾಗಿ ಬಳಸಿದ್ದೇವೆ. ಆದರೆ ಈಗ ನಾನು ನಿಮ್ಮ ಅನುಗ್ರಹ ಮತ್ತು ಸಹಾಯವನ್ನು ಆನಂದಿಸುವುದಿಲ್ಲ, ಆದ್ದರಿಂದ ದಯವಿಟ್ಟು ಈ ಕತ್ತಿಯನ್ನು ಹಿಂದಕ್ಕೆ ತೆಗೆದುಕೊಳ್ಳಿ." ರಾಣಿಯ ಈ ಹೇಳಿಕೆಯು ಝಾನ್ಸಿ ಯುದ್ಧವನ್ನು ಉಲ್ಲೇಖಿಸುತ್ತದೆ, ಇದಕ್ಕಾಗಿ ರಾವ್ ಸಾಹೇಬ್ ತನ್ನ ಸಹಾಯಕ್ಕಾಗಿ ತಾತ್ಯಾ ತೋಪೆಯನ್ನು ಕಳುಹಿಸಿದ್ದರು. ಝಾನ್ಸಿಯ ದುರದೃಷ್ಟದಿಂದಾಗಿ ತಾತ್ಯಾ ತೋಪೆ ಅವರಿಗೆ ಅಲ್ಲಿಗೆ ತಲುಪಲು ಸಹ ಸಾಧ್ಯವಾಗಲಿಲ್ಲ. ಮಹಾರಾಣಿಯ ಈ ಹೇಳಿಕೆಯ ಕುರಿತು, ರಾವ್ ಸಾಹೇಬ್ ಹೀಗೆ ಹೇಳಿದರು:

"ಝಾನ್ಸಿಯ ಆಡಳಿತಗಾರರ ಸಂಪ್ರದಾಯಕ್ಕೆ ಅನುಗುಣವಾಗಿ ಮತ್ತು ಅವರ ಖ್ಯಾತಿಗೆ ಅನುಗುಣವಾಗಿ ನೀವು ಧೈರ್ಯವನ್ನು ಪ್ರದರ್ಶಿಸಿದ್ದೀರಿ. ಅಸಾಧಾರಣವಾಗಿ ಬಲಿಷ್ಠವಾದ ಬ್ರಿಟಿಷ್ ಸೈನ್ಯವನ್ನು ನಗಣ್ಯವಾಗಿ ಪರಿಗಣಿಸಿ ನೀವು ಉಗ್ರ ಯುದ್ಧದಲ್ಲಿ ಹೋರಾಡಿದ್ದೀರಿ. ಈ ಸಮಯದಲ್ಲಿ ಪ್ರತಿಯೊಬ್ಬರೂ ನಿಮ್ಮ ಶೌರ್ಯ ಮತ್ತು ಅದ್ಭುತ ಯುದ್ಧದ ಹಾಡುಗಳನ್ನು ಹಾಡುತ್ತಿದ್ದಾರೆ. ನಿಮ್ಮಂತಹ ಧೈರ್ಯಶಾಲಿ ಮತ್ತು ಸ್ವಾಭಿಮಾನಿ ವ್ಯಕ್ತಿಗಳು ನಮ್ಮ ಸೈನ್ಯದ ಕಮಾಂಡರ್ ಗಳಾಗಿದ್ದರೆ, ನಮ್ಮ ಉದ್ದೇಶವು ಶೀಘ್ರದಲ್ಲೇ ಸಾಕಾರಗೊಳ್ಳುತ್ತದೆ. ನಮ್ಮ ಪೂರ್ವಜರ ಕಾಲದಲ್ಲಿ, ಸಿಂಧಿಯಾ, ಹೋಲ್ಕರ್, ಗೈಕ್ವಾಡ್ ಮತ್ತು ಬುಂದೇಲರಂತಹ *ಸರ್ದಾರ್* ಗಳು ದೇಶದ ರಕ್ಷಣೆಯಲ್ಲಿ ತಮ್ಮ ಪ್ರಾಣವನ್ನು ತ್ಯಾಗ ಮಾಡಲು ಯಾವಾಗಲೂ ಸಿದ್ಧರಾಗಿದ್ದರು. ಆದ್ದರಿಂದ, ಮರಾಠರ ಧ್ವಜವು ಆಕಾಶದಲ್ಲಿ ಎತ್ತರಕ್ಕೆ ಹಾರಿತು. ನಿಮ್ಮಂತಹ ಕೆಚ್ಚೆದೆಯ ವ್ಯಕ್ತಿಗಳ ಸಹಾಯವನ್ನು ನಾವು ಪಡೆದರೆ, ಹಳೆಯ ಸಮಯ ಮತ್ತೆ ಮರಳಿ ಬರಬಹುದು ಎಂಬುದರಲ್ಲಿ ಸಂದೇಹವಿಲ್ಲ. ಆದ್ದರಿಂದ, ನೀವು ಈ ಖಡ್ಗವನ್ನು ಮತ್ತೆ ಸ್ವೀಕರಿಸುತ್ತೀರಿ ಮತ್ತು ನೀವು ಹಿಂದೆ ಮಾಡಿದಂತೆ ನಮಗೆ ಸಹಾಯ ಮಾಡುತ್ತೀರಿ."

ರಾವ್ ಸಾಹೇಬ್ ಅವರ ಕೋರಿಕೆಯ ಮೇರೆಗೆ, ಮಹಾರಾಣಿ ಮತ್ತೆ ಕತ್ತಿಯನ್ನು ತೆಗೆದುಕೊಂಡು ಅದರ ಕೋಶದಲ್ಲಿ ಇಟ್ಟರು. ನಾನಾ ಸಾಹೇಬ್ ಅವರೊಂದಿಗೆ, ರಾವ್ ಸಾಹೇಬ್ ಅವರು ರಾಣಿಯ ಬಾಲ್ಯದ ಸ್ನೇಹಿತರಾಗಿದ್ದರು ಮತ್ತು ಅವರ ಮಾತನಾಡುವ ಸಹೋದರರಾಗಿದ್ದರು. ಆದ್ದರಿಂದ, ಸಹೋದರಿ ತನ್ನ ಸಹೋದರನಿಗೆ ಎಲ್ಲಾ ರೀತಿಯ ಸಹಾಯವನ್ನು ಭರವಸೆ ನೀಡಿದರು ಮತ್ತು ಭವಿಷ್ಯದಲ್ಲಿ ಎರಡೂ ಕಡೆಯಿಂದ ಯಾವುದೇ ರೀತಿಯ ತಪ್ಪು ತಿಳುವಳಿಕೆ ಇರುವುದಿಲ್ಲ ಎಂದು ದೃಢಪಡಿಸಿದರು. ಆಕೆಯ ಉಲ್ಲೇಖವನ್ನು ತಪ್ಪಾಗಿ

ಅರ್ಥೈಸಿಕೊಳ್ಳುವ ಮೂಲಕ, ಝಾನ್ಸಿ ಕೋಟೆಯನ್ನು ತಲುಪಿದಾಗ ಬ್ರಿಟಿಷರ ಸ್ನೇಹಿತ ಎಂದು ತಪ್ಪಾಗಿ ಅರ್ಥೈಸಿಕೊಳ್ಳಲಾಗಿದೆ.

ಕಲ್ಪಿಯಲ್ಲಿ ಸಿದ್ಧತೆಗಳು

ತನ್ನ ಸಹೋದರನಿಂದ ಸಹಾಯದ ಬದ್ಧತೆಯನ್ನು ಪಡೆದ ನಂತರ, ಮಹಾರಾಣಿ ಬ್ರಿಟಿಷರ ವಿರುದ್ಧ ಹೋರಾಡಲು ಮತ್ತೆ ತನ್ನನ್ನು ತಾನು ಸಿದ್ಧಪಡಿಸಿಕೊಂಡಳು. ಪ್ಯಾರಸ್ನೀಸ್ ಈ ಸಂದರ್ಭದಲ್ಲಿ ಹೀಗೆ ಬರೆಯುತ್ತಾರೆ:

"ಮಹಾರಾಣಿ ಖಡ್ಗವನ್ನು ತೆಗೆದುಕೊಂಡು ರಾವ್ ಸಾಹೇಬರ ಸಂದರ್ಭದಲ್ಲಿ ಅದರ ಕವಚದಲ್ಲಿ ಇಟ್ಟರು. ಪರಾಕ್ರಮಶಾಲಿ ಮತ್ತು ಬಲಿಷ್ಠ ಬ್ರಿಟಿಷ್ ಸೈನ್ಯದೊಂದಿಗೆ ಹೋರಾಡುವುದರ ಪರಿಣಾಮಗಳು ಏನೆಂದು ಆಕೆಗೆ ತಿಳಿದಿದ್ದರೂ, *"ಹತೋ ವಾ ಪ್ರಶ್ಯಸಿ ಸ್ವರ್ಗ, ಜಿತ್ವಾ ವಾ ಮೋಕ್ಷಸೇ ಮಹೀಮ್"* (ನೀವು ಸತ್ತರೆ ನೀವು ಸ್ವರ್ಗವನ್ನು ತಲುಪುತ್ತೀರಿ, ಜಯ ಸಾಧಿಸಿದರೆ ನೀವು ಭೂಮಿಯ ಮೇಲೆ ಆನಂದಿಸಿದರೆ) ಎಂಬ ಮಾತನ್ನು ನೆನಪಿಸಿಕೊಳ್ಳುತ್ತಾರೆ. ಮಹಾರಾಣಿ ಪೇಶ್ವೆಯ ಆದೇಶಗಳನ್ನು ಒಪ್ಪಿಕೊಂಡರು ಮತ್ತು ಯುದ್ಧದಲ್ಲಿ ಹೋರಾಡಲು ನಿರ್ಧರಿಸಿದರು.

ಬ್ರಿಟಿಷರ ವಿರುದ್ಧದ ದಂಗೆಯ ಬೆಂಕಿಯು ತಣ್ಣಗಾಗಲಿಲ್ಲ ಅಥವಾ ನಂದಿಸಲಿಲ್ಲ. ಸ್ವಾತಂತ್ರ್ಯ ಪ್ರೀತಿಸುವ ಭಾರತೀಯರು ಮಹಾರಾಣಿಯ ಈ ನಿರ್ಣಯವನ್ನು ತಿಳಿದುಕೊಂಡಾಗ, ಅನೇಕ ರಾಜರು ಮತ್ತು ಮಹಾರಾಜರು ಈ ಪವಿತ್ರ ಕೆಲಸದಲ್ಲಿ ಅವರಿಗೆ ಸಹಾಯ ಮಾಡಲು ಮುಂದೆ ಬಂದರು. ಬಾನ್ಪುರದ ಆಡಳಿತಗಾರ, ಬಂಡಾದ ನವಾಬ ಮತ್ತು ಅನೇಕ ಜಾಗೀರ್ ದಾರ್ ಗಳು ಆಕೆಗೆ ಸಹಾಯ ಮಾಡಲು ತಮ್ಮ ಸೈನ್ಯವನ್ನು ಕಳುಹಿಸಲು ಪ್ರಾರಂಭಿಸಿದರು. ಕೆಲವೇ ದಿನಗಳಲ್ಲಿ ಅವರೆಲ್ಲರ ಸೈನ್ಯವು ಕಲ್ಪಿಯನ್ನು ತಲುಪಿತು. ಅವರ ತರಬೇತಿ ಪ್ರಾರಂಭವಾಯಿತು. ಮಹಾರಾಣಿ ತಾತ್ಯ ತೋಪೆ ಅವರನ್ನು ಭವಿಷ್ಯದ ಯುದ್ಧದ ಕಮಾಂಡರ್ ಆಗಿ ನೇಮಿಸಿದರು.

ಲೋಹಾರಿ ಮತ್ತು ಕೊಂಚ್ ನಲ್ಲಿ ಬ್ರಿಟೀಷರ ಗೆಲುವು

ಮಹಾರಾಣಿ ಮಾಡುತ್ತಿರುವ ಸಿದ್ಧತೆಗಳ ಬಗ್ಗೆ ಹಘ್ರೋಸ್ ಗೆ ತಿಳಿದಾಗ, ಅವರು ಕಲ್ಪಿಯ ಮೇಲೆ ದಾಳಿ ಮಾಡಲು ನಿರ್ಧರಿಸಿದರು. ಇದಕ್ಕಾಗಿ ಅವರು ತಮ್ಮ ಸೈನ್ಯವನ್ನು ಅನೇಕ ಭಾಗಗಳಾಗಿ ವಿಂಗಡಿಸಿದರು ಮತ್ತು ವಿವಿಧ ಭಾಗಗಳ ನಿಯಂತ್ರಣವನ್ನು ಮೇಜರ್ ಗಾಲ್, ಮೇಜರ್ ಅರ್ ಮುಂತಾದ ವಿವಿಧ ಅಧಿಕಾರಿಗಳಿಗೆ ಹಸ್ತಾಂತರಿಸಿದರು. ನಂತರ ಅವರು 1858 ರ ಏಪ್ರಿಲ್ 25 ರಂದು ಕಲ್ಪಿಯ ಮೇಲೆ ದಾಳಿ ಮಾಡಲು ಆದೇಶಿಸಿದರು. ವಿಶಾಲ ಸೈನ್ಯದೊಂದಿಗೆ ಲಕ್ಷ್ಮೀಬಾಯಿ ಝಾನ್ಸಿಯ ನಿಯಂತ್ರಣವನ್ನು ಹಿಂತೆಗೆದುಕೊಳ್ಳಲು ಹೊರಟಿದ್ದಾರೆ ಮತ್ತು ಬಾನ್ಪುರ್ ರಾಜನ ಸಹಾಯದಿಂದ ಮತ್ತು ಬಂಡಾ ಸೈನ್ಯದ ನವಾಬ್ ಕೊಂಚ್ ಎಂಬ ಹಳ್ಳಿಯನ್ನು ತಲುಪಿದ್ದಾರೆ ಎಂದು ಅವರು ತಿಳಿದುಕೊಂಡರು. ಆದ್ದರಿಂದ 1858ರ ಮೇ 5 ರಂದು ಬ್ರಿಟಿಷ್

ಸೇನೆಗಳು ಕೊಂಚ್ ಕಡೆಗೆ ಮೆರವಣಿಗೆ ನಡೆಸಿದವು. ಲೋಹಾರಿ ಕೋಟೆಯು ಕೊಂಚ್ ನಿಂದ ಸುಮಾರು 15-16 ಕಿಲೋಮೀಟರ್ ದೂರದಲ್ಲಿದೆ. ಮರಾಠರು ನಿರ್ಮಿಸಿದ ಈ ಕೋಟೆ ಬಹಳ ಸುರಕ್ಷಿತವಾಗಿತ್ತು. ಆದ್ದರಿಂದ ಈ ಕೋಟೆಯ ಮೇಲೆ ಹಿಡಿತ ಸಾಧಿಸುವುದು ಉತ್ತಮ ಎಂದು ಬ್ರಿಟಿಷರು ಭಾವಿಸಿದರು. ಈ ಕೋಟೆಯನ್ನು ವಶಪಡಿಸಿಕೊಳ್ಳುವುದರಿಂದ ಕೊಂಚ್ ಅನ್ನು ಸ್ವಾಧೀನಪಡಿಸಿಕೊಳ್ಳುವಲ್ಲಿ ಅವರಿಗೆ ಯಾವುದೇ ಸಮಸ್ಯೆ ಎದುರಾಗಲಿಲ್ಲ. ಆದ್ದರಿಂದ, ಈ ಕೋಟೆಯ ಮೇಲೆ ಆಕ್ರಮಣ ಮಾಡಲು ಹಗ್ರೋಸ್ ಮೇಜರ್ ಗಾಲ್ ಅನ್ನು ಕಳುಹಿಸಿದನು. ಆ ಸಮಯದಲ್ಲಿ ಈ ಕೋಟೆಯು ಬಂಡಾಯ ಸೈನಿಕರ ನಿಯಂತ್ರಣದಲ್ಲಿತ್ತು ಮತ್ತು ಅವರು ಅದರ ರಕ್ಷಣೆಗಾಗಿ ಅಫ್ಘಾನ್ ಸೈನಿಕರನ್ನು ನೇಮಿಸಿದ್ದರು. ಆದೇಶಗಳನ್ನು ಸ್ವೀಕರಿಸಿದ ಮೇಲೆ, ಗಾಲ್ ಸೈನ್ಯವು ಈ ಕೋಟೆಯ ಮೇಲೆ ಆಕ್ರಮಣ ಮಾಡಿತು. ಇದು ಎರಡೂ ಕಡೆಯಿಂದ ತೀವ್ರ ಹೋರಾಟವಾಗಿತ್ತು, ಆದರೆ ಕೊನೆಯಲ್ಲಿ ಬ್ರಿಟಿಷರು ಗೆದ್ದರು. ಈ ಯುದ್ಧದಲ್ಲಿ ಬ್ರಿಟಿಷ್ ಸೈನ್ಯವು ಇಬ್ಬರು ಅಧಿಕಾರಿಗಳು ಮತ್ತು ಅನೇಕ ಸೈನಿಕರನ್ನು ಕಳೆದುಕೊಂಡಿತು.

ಈ ಕೋಟೆಯನ್ನು ವಶಪಡಿಸಿಕೊಂಡ ನಂತರ, ಕೊಂಚ್ ಮೇಲೆ ಆಕ್ರಮಣ ಮಾಡಲು ಹಫ್ರೋಸ್ ತನ್ನ ಸೈನ್ಯಕ್ಕೆ ಆದೇಶಿಸಿದನು. ಶತ್ರುವು ಸಾಮಾನ್ಯವಾಗಿ ತನ್ನ ಸೈನ್ಯದ ಮುಂಭಾಗದ ಭಾಗವನ್ನು ಬಲವಾಗಿ ಸಜ್ಜುಗೊಳಿಸಿರುತ್ತಾನೆ ಎಂಬ ಅಂಶವನ್ನು ಹಫ್ರೋಸ್ ತಿಳಿದಿದ್ದರು. ಉತ್ತಮ ಚಿಂತನೆಯ ಕಾರ್ಯತಂತ್ರವನ್ನು ಅನುಸರಿಸಿ ಅವರು ತಮ್ಮ ಸೈನ್ಯಕ್ಕೆ ಹಿಂಭಾಗದಿಂದ ವಿರೋಧಿಗಳ ಮೇಲೆ ಆಕ್ರಮಣ ಮಾಡಲು ಆದೇಶಿಸಿದರು. ಬ್ರಿಟಿಷರು ಈ ಮಾದರಿಯಲ್ಲಿ ತಮ್ಮ ಕಾರ್ಯತಂತ್ರವನ್ನು ಅಭಿವೃದ್ಧಿಪಡಿಸಿದರು. ಮರುದಿನ 14 ಕಿಲೋಮೀಟರ್ ದೂರದಲ್ಲಿ ಸೈನ್ಯವನ್ನು ಹಿಂತೆಗೆದುಕೊಳ್ಳಲಾಯಿತು. ಮೊದಲ ಬ್ರಿಗೇಡ್ ಅನ್ನು ಎಡಕ್ಕೆ ಸ್ಥಿರ ಬಿಂದುವಾಗಿ ಇರಿಸಲಾಯಿತು ಮತ್ತು ನಂತರ ಉಳಿದ ಸೈನಿಕರನ್ನು ನಾಗ್ಪುರ ಗ್ರಾಮದಲ್ಲಿ ನಿಯೋಜಿಸಲಾಯಿತು. ಎರಡನೇ ಬ್ರಿಗೇಡ್ ಅನ್ನು ಚುನರ್ ಗ್ರಾಮದಲ್ಲಿ ಅವುಗಳ ನಡುವೆ ಇರಿಸಲಾಗಿತ್ತು. ಬಲಭಾಗದಲ್ಲಿ ಮೇಜರ್ ಅರ್ ಅವರ ನೇತೃತ್ವದಲ್ಲಿ ನಿಜಾಮರ ಸೈನ್ಯವಿತ್ತು. ಸಂಕ್ಷಿಪ್ತವಾಗಿ ಹೇಳುವುದಾದರೆ, ಬ್ರಿಟಿಷರು ಕೊಂಚ್ ಗ್ರಾಮವನ್ನು ಎಲ್ಲಾ ಕಡೆಯಿಂದ ತಡೆದರು. ಈ ಭಾಗದಲ್ಲಿ, ಬ್ರಿಟಿಷರು ತಮ್ಮ ಕಾರ್ಯತಂತ್ರವನ್ನು ಚೆನ್ನಾಗಿ ರೂಪಿಸಿದ್ದರು. ಆದರೆ ಪ್ರತಿಪಕ್ಷಗಳು ಅದನ್ನು ಸಂಪೂರ್ಣವಾಗಿ ಅರಿಯಲಿಲ್ಲ. ತಮ್ಮ ಸಹಾಯಕ್ಕಾಗಿ ಸೈನ್ಯವು ಗ್ವಾಲಿಯರ್ ರೂಪಕ್ಕೆ ಬರುವವರೆಗೆ ಅವರು ಕಾಯುತ್ತಿದ್ದರು. ಅವರು ಅವರೊಂದಿಗೆ ಬಹಳ ಕಡಿಮೆ ಸೈನ್ಯವನ್ನು ಹೊಂದಿದ್ದರು. ಅದು ಸಾಕಷ್ಟು ತೃಪ್ತಿ ಹೊಂದಿತ್ತು, ಮರಗಳ ಕೆಳಗೆ ಒಂದು ಸಣ್ಣ ನೆಲದಲ್ಲಿ ಕ್ಯಾಂಪಿಂಗ್ ಮಾಡಲಾಗಿತ್ತು.

ವಿಶ್ರಾಂತಿಯಲ್ಲಿದ್ದ ಸೈನಿಕರು ಬ್ರಿಟಿಷರ ಆಗಮನದ ಬಗ್ಗೆ ತಿಳಿದುಕೊಂಡಾಗ, ಅವರು ಗಮನಹರಿಸಿದರು ಮತ್ತು ತಮ್ಮ ಫಿರಂಗಿ ಬಂದೂಕುಗಳನ್ನು ಹಾರಿಸಲು ಪ್ರಾರಂಭಿಸಿದರು. ಈ ಬಂದೂಕುಗಳು ಮುಂಭಾಗದಲ್ಲಿ ಹೊಡೆಯುತ್ತಿದ್ದವು. ಆದರೆ ಬ್ರಿಟಿಷರು ಎಲ್ಲ ಕಡೆಯಿಂದ ಅವರನ್ನು ಸುತ್ತುವರೆದಿದ್ದರು. ಬ್ರಿಟಿಷ್ ಪಡೆಗಳು ತಮ್ಮ ಫಿರಂಗಿ ಮತ್ತು ಬಂದೂಕುಗಳಿಂದ ಎಲ್ಲ ಕಡೆಯಿಂದ ಅವರ ಮೇಲೆ ದಾಳಿ ಮಾಡಲು ಪ್ರಾರಂಭಿಸಿದವು. ಇದಕ್ಕೆ ತದ್ವಿರುದ್ಧವಾಗಿ ಸೈನ್ಯವು ನಾಲ್ಕು ಕಡೆಗಳಿಂದ ಈ ದಾಳಿಗೆ ಸಿದ್ಧವಾಗಿರಲಿಲ್ಲ. ಇದರ ಪರಿಣಾಮವಾಗಿ, ಪಲಾಯನ ಮಾಡುವುದು ಅವರ ಮುಂದೆ ಉಳಿದಿರುವ ಏಕೈಕ ಆಯ್ಕೆಯಾಗಿತ್ತು.

ಆ ಸಮಯದಲ್ಲಿ ಹವಾಮಾನವು ಅಸಾಧಾರಣವಾಗಿ ಬಿಸಿಯಾಗಿತ್ತು, ಆದರೆ ಬ್ರಿಟಿಷರು ಚಾತುರ್ಯದಿಂದ ವರ್ತಿಸಿದರು ಮತ್ತು ಬಂಡುಕೋರರನ್ನು ಓಡಿಹೋಗುವಂತೆ ಒತ್ತಾಯಿಸಿದರು. ದಂಗೆಕೋರರು ಓಡಿಹೋಗಲು ಮುಖ್ಯ ಕಾರಣವೆಂದರೆ ಉತ್ತಮ ಸಂಘಟನೆಯ ಕೊರತೆಯಾಗಿತ್ತು. ಅವರು ಕೇವಲ 2000 ಸಂಖ್ಯೆಯಲ್ಲಿದ್ದರು. ಬಂಡುಕೋರರು ಓಡಿಹೋದಾಗ, ಬ್ರಿಟಿಷರು ಕೊಂಚ್ ಕೋಟೆಯನ್ನೂ ವಶಪಡಿಸಿಕೊಂಡರು. ಹ್ಯೂಗ್ರೋಸ್, ದಿನದ ಯುದ್ಧಕ್ಕೆ ಸಂಬಂಧಿಸಿದ ತನ್ನ ವರದಿಯಲ್ಲಿ ಈ ಯುದ್ಧದಲ್ಲಿ ಅತಿ ಹೆಚ್ಚು ತಾಪಮಾನದಿಂದಾಗಿ ಅವರು ಎದುರಿಸಬೇಕಾಗಿರುವ ತೊಂದರೆಗಳನ್ನು ವಿವರಿಸಿದ್ದಾರೆ:

"ಅಸಾಧಾರಣ ಉಷ್ಣತೆಯಿಂದಾಗಿ ನಮ್ಮ ಸೈನ್ಯವು ನಷ್ಟವನ್ನು ಅನುಭವಿಸದಿದ್ದರೆ, ನಾವು ಶತ್ರುವನ್ನು ಸಂಪೂರ್ಣವಾಗಿ ಮುಗಿಸಬಹುದಿತ್ತು. ಸೇನೆಯ ಹನ್ನೊಂದು ಸೈನಿಕರು ಬಿಸಿಲಿನಿಂದಾಗಿ ಸಾವಿನ ದವಡೆಗೆ ನಡೆದರು. ಅನೇಕರು ಪ್ರಜ್ಞೆ ತಪ್ಪಿದರು. ಅವರ ಸ್ಥಿತಿಯನ್ನು ವಿವರಿಸಲಾಗುವುದಿಲ್ಲ. ಬಿಸಿಲಿನಿಂದಾಗಿ ನಾನು ನನ್ನ ಕುದುರೆಯನ್ನು ನಾಲ್ಕು ಬಾರಿ ನೆರಳಿನಲ್ಲಿ ತಂಗಬೇಕಾಯಿತು. ವೈದ್ಯರು ನನ್ನ ತಲೆಯ ಮೇಲೆ ತಣ್ಣೀರನ್ನು ಸುರಿದರು ಮತ್ತು ಶಾಖವನ್ನು ತಣಿಸುವ ಔಷಧಿಗಳನ್ನು (ಲೂ) ನೀಡಿದರು, ನಂತರ ನಾನು ಪ್ರಜ್ಞೆಯನ್ನು ಮರಳಿ ಪಡೆದುಕೊಂಡೆ."

ಅವರು ಮತ್ತಷ್ಟು ಬರೆದಿದ್ದಾರೆ:

"ಈ ಉತ್ತಮ ಸೈನಿಕರು ಎಂದಿಗೂ ಯಾವುದರ ಬಗ್ಗೆಯೂ ದೂರು ನೀಡಲಿಲ್ಲ. ಬಿಸಿಲು ಮತ್ತು ದಣಿವಿನಿಂದಾಗಿ ಅವರ ಶಕ್ತಿಯ ಮಟ್ಟ ಕಡಿಮೆಯಾಗುತ್ತಿದ್ದರೂ, ಅವರು ತಮ್ಮ ಅಧಿಕಾರಿಗಳಿಗೆ ದೂರು ನೀಡುವ ಮೂಲಕ ಚಿಂತಿಸಲಿಲ್ಲ. ಅವರು ಎಷ್ಟೇ ದಣಿದಿದ್ದರೂ ಅಥವಾ ನಿದ್ರಾವಸ್ಥೆಯಲ್ಲಿದ್ದರೂ ಬಗಲ್ ಸದ್ದು ಮಾಡಿದ ಕೂಡಲೇ ಅವರು ತಕ್ಷಣ ಮತ್ತು ಸಂತೋಷದಿಂದ ಸಿದ್ಧರಾದರು. ತಮ್ಮ ಬೆನ್ನನ್ನು ಶತ್ರುವಿಗೆ ತೋರಿಸುವುದು ಅಥವಾ ಅವನ ಕೈಯಲ್ಲಿ ಸೋಲುವುದು ತಮ್ಮ ಅವಮಾನವೆಂದು ಅವರು ಪರಿಗಣಿಸಿದರು. ಅವರೆಲ್ಲರೂ ಒಂದು ನಿರ್ಣಯವನ್ನು ಹೊಂದಿದ್ದರು. ಅವರ ದೈಹಿಕ ಶಕ್ತಿಯು ಕಡಿಮೆಯಾಗಬಹುದು, ಆದರೆ ಅವರ ಉತ್ಸಾಹ, ನಿರ್ಣಯ ಮತ್ತು ವಿಧೇಯತೆಯ ಭಾವನೆ ಎಂದಿಗೂ ಶಮನಗೊಳ್ಳುವುದಿಲ್ಲ. ಆಗಾಗ್ಗೆ ಅವರು ತುಂಬಾ ದುರ್ಬಲರಾದರು, ನಡೆಯುವುದು ಸಹ ಅವರಿಗೆ ಕಷ್ಟಕರವಾಗಿತ್ತು. ಆಗಲೂ ಅವರು ಅದರ ಬಗ್ಗೆ ಕಾಳಜಿ ವಹಿಸಲಿಲ್ಲ. ನಮ್ಮ ಸೈನಿಕರು ಕರ್ತವ್ಯನಿರತರಾಗಿದ್ದರು, ಸುಮ್ಮನಿದ್ದರು ಮತ್ತು ಆದೇಶಗಳನ್ನು ಪಾಲಿಸುತ್ತಿದ್ದರು."

ಮಹಾರಾಣಿ ಅದರಲ್ಲಿ ಭಾಗವಹಿಸದ ಕಾರಣ ಅವರು ಈ ಯುದ್ಧವನ್ನು ಕಳೆದುಕೊಂಡಿದ್ದಾರೆ ಎಂದು ಪರಸ್ನಿಗಳು ಅಭಿಪ್ರಾಯಪಟ್ಟಿದ್ದಾರೆ. ಬಂಡಾದ ನವಾಬ ಮತ್ತು ಪೇಶ್ವ ರಾವ್ ಸಾಹೇಬರು ಯುದ್ಧದ ನಿರ್ವಹಣೆಯ ಎಲ್ಲ ಹಕ್ಕನ್ನು ತಮ್ಮಲ್ಲೇ ಉಳಿಸಿಕೊಂಡರು. ಅವರು ಯಾವುದೇ ಉತ್ತಮ ವ್ಯವಸ್ಥೆಯನ್ನು ಮಾಡಲಿಲ್ಲ ಅಥವಾ ಮಹಾರಾಣಿ ಲಕ್ಷ್ಮೀಬಾಯಿಗೆ ಅದನ್ನು ಮಾಡಲು ಅವಕಾಶ ನೀಡಲಿಲ್ಲ. ಪರಿಣಾಮವಾಗಿ, ಅವರ ಪಡೆಗಳು ಕಳೆದುಹೋದವು.

ಕಲ್ಪಿಯ ಮೇಲಿನ ದಾಳಿಗೆ ಸಿದ್ಧತೆಗಳು

ಕಲ್ಪಿಯನ್ನು ಗೆಲ್ಲುವುದು ಹಗ್ರೋಸ್ ನ ಮುಖ್ಯ ಉದ್ದೇಶವಾಗಿತ್ತು. ಕಲ್ಪಿಯ ಮೇಲೆ ಆಕ್ರಮಣ ಮಾಡುವ ಮೊದಲು ಅವರು ಈ ವಿಷಯದ ಬಗ್ಗೆ ಎಚ್ಚರಿಕೆಯಿಂದ ಯೋಚಿಸಿದರು. ಸ್ವಲ್ಪ ಸಮಯದವರೆಗೆ ಅವರು ಯಾವ ಕಡೆಯಿಂದ ದಾಳಿ ಮಾಡಬೇಕೆಂದು ನಿರ್ಧರಿಸುವ ಸ್ಥಿತಿಯಲ್ಲಿರಲಿಲ್ಲ. ಸಾಕಷ್ಟು ಚಿಂತನೆಯ ನಂತರ, ಹಾರ್ಡೋಯ್ ಮತ್ತು ಒರಾಯ್ ಮೂಲಕ ಕಲ್ಪಿಯನ್ನು ತಲುಪುವುದು ಸೂಕ್ತವೆಂದು ಅವರು ಭಾವಿಸಿದರು. ಆದ್ದರಿಂದ ಅವರು ಈ ಮಾರ್ಗದಲ್ಲಿ ಮುಂದುವರಿಯುವಂತೆ ಸೈನ್ಯಕ್ಕೆ ಆದೇಶಿಸಿದರು. ಈ ಮಾರ್ಗದಲ್ಲಿ ಅವರು ಅನೇಕ ಸ್ಥಳಗಳಲ್ಲಿ ಬಂಡಾಯಗಾರರನ್ನು ಎದುರಿಸಬೇಕಾಯಿತು. ಇದೆಲ್ಲವನ್ನು ಎದುರಿಸುತ್ತಾ ಅವರು ತಮ್ಮ ಸೈನ್ಯದೊಂದಿಗೆ ತಮ್ಮ ಪ್ರಗತಿಯನ್ನು ಮುಂದುವರೆಸಿದರು. ಶಾಖದ ಕ್ರೋಧವು ಉತ್ತುಂಗದಲ್ಲಿತ್ತು. ಇಂಗ್ಲೀಷರು ಅದರ ಪರಿಣಾಮಗಳನ್ನು ಅನುಭವಿಸಿದ್ದರು. ಕೊಂಚ್ ನಲ್ಲಿ ಕೂಡ ಆ ಸ್ಥಿತಿ ಎದುರಾಗಿತ್ತು. ದಾರಿಯಲ್ಲಿ ಕರ್ನಲ್ ಮ್ಯಾಕ್ಸ್ ವೆಲ್ ಅವರನ್ನು ಸೈನ್ಯದೊಂದಿಗೆ ಕಳುಹಿಸುವಂತೆ ಕೋರಿ ಅವರು ಕಮಾಂಡರ್-ಇನ್-ಚೀಫ್ ಗೆ ಪತ್ರ ಬರೆದರು. ಆದ್ದರಿಂದ ೮೮ನೇ ಪ್ಲಾಟೂನ್ ನ ಎರಡು ಭಾಗಗಳು, ಸಿಖ್ ರೆಜಿಮೆಂಟ್ ನ ಒಂದು ಪ್ಲಾಟೂನ್ ಮತ್ತು ಒಂಟೆಯಿಂದ ಹರಡುವ ಸೋಲ್-ಡ್ಯೆಯರ್ ಗಳ ಒಂದು ರೆಜಿಮೆಂಟ್ ಅನ್ನು ಹಗ್ರೋಸ್ ಸಹಾಯಕ್ಕಾಗಿ ಕಳುಹಿಸಲಾಯಿತು. ಪೂರ್ಣ ಸಿದ್ಧತೆಗಳನ್ನು ಮಾಡಿದ ಮೇಲೆ ಅವರು ಕಲ್ಪಿಯನ್ನು ಎಲ್ಲಾ ಕಡೆಯಿಂದ ಸುತ್ತುವರಿಯಲು ಯೋಜಿಸಿದರು.

ಮಹಾರಾಣಿಯ ಸಿದ್ಧತೆಗಳು

ಕೊಂಚ್ ನಲ್ಲಿನ ಸೋಲಿನ ನಂತರ, ರಾವ್ ಸಾಹೇಬರ ಎಲ್ಲಾ ಸೈನಿಕರು ಮತ್ತು ಕಮಾಂಡರ್ ಗಳು ಕಲ್ಪಿಯನ್ನು ತಲುಪಿದರು. ಅಲ್ಲಿನ ಹೋರಾಟದಲ್ಲಿ ಮಹಾರಾಣಿಗೆ ಯಾವುದೇ ಅಧಿಕಾರವನ್ನು ನೀಡಲಾಗಿಲ್ಲ, ಆದ್ದರಿಂದ ಅವಳು ಕೋಪಗೊಳ್ಳುವುದು ಸಹಜ. ಭವಿಷ್ಯದ ಯುದ್ಧಗಳು ಸಹ ಅದೇ ಹಣೆಬರಹವನ್ನು ಪೂರೈಸುತ್ತವೆ ಎಂಬುದನ್ನು ಅವಳು ಸಹಿಸಲಾರಳು. ಆದ್ದರಿಂದ ಅವಳು ರಾವ್ ಸಾಹೇಬರಿಗೆ, "ಕೊಂಚ್ ಯುದ್ಧದಲ್ಲಿ ನಿಮ್ಮ ವ್ಯವಸ್ಥೆಗಳು ಉತ್ತಮವಾಗಿರಲಿಲ್ಲ. ಈಗ ನೀವು ಎಚ್ಚರಿಕೆಯಿಂದ ವ್ಯವಸ್ಥೆಗಳನ್ನು ಮಾಡಬೇಕು. ಸಾಕಷ್ಟು ಸಿದ್ಧತೆಗಳಿಲ್ಲದೆ ಸೈನ್ಯವು ಗೆಲ್ಲುವುದು ಅಸಾಧ್ಯ. ಬ್ರಿಟಿಷರು ತಮ್ಮ ಉತ್ತಮ ನಿರ್ವಹಣೆಯಿಂದಾಗಿ ಈ ಯುದ್ಧಗಳನ್ನು ಗೆಲ್ಲುತ್ತಿದ್ದಾರೆ. ಅವರ ಸೈನಿಕರು ಯುದ್ಧದ ಕಲೆಯಲ್ಲಿ ಪರಿಣತರಾಗಿದ್ದಾರೆ ಮತ್ತು ಆದೇಶಗಳನ್ನು ಪಾಲಿಸುತ್ತಾರೆ. ಅವರು ಒಬ್ಬ ಮುಖ್ಯ ಅಧಿಕಾರಿಯನ್ನು ಹೊಂದಿದ್ದಾರೆ. ಪ್ರತಿಯೊಬ್ಬರೂ ತಮ್ಮ ಆರ್ಡರ್ ಗಳ ಪ್ರಕಾರ ವಿಷಯಗಳನ್ನು ನಿರ್ವಹಿಸುತ್ತಾರೆ. ಆದ್ದರಿಂದ, ನೀವು ಉತ್ತಮ ವ್ಯವಸ್ಥೆಗಳನ್ನು ಮಾಡದಿರುವವರೆಗೆ, ವಿಜಯಶಾಲಿಯಾಗುವುದು ಅಸಾಧ್ಯ. ಮೊದಲನೆಯದಾಗಿ ನೀವು ಸರಿಯಾದ ಸ್ಥಳಗಳಲ್ಲಿ ರಂಗಗಳನ್ನು ಸ್ಥಾಪಿಸಬೇಕು ಮತ್ತು ಅತ್ಯಂತ ಪರಿಣಾಮಕಾರಿ ವ್ಯಕ್ತಿಗಳನ್ನು ಅಲ್ಲಿ ನಿಯೋಜನೆ ಮಾಡಬೇಕು."

ಮಹಾರಾಣಿಯವರ ಸಲಹೆಯನ್ನು ಪೇಶ್ವ ರಾವ್ ಸಾಹೇಬ್ ಸರಿಯಾಗಿ ಪರಿಗಣಿಸಿದರು. ಆದ್ದರಿಂದ, ಅವರು ಸರಿಯಾದ ಸ್ಥಳಗಳಲ್ಲಿ ರಂಗಗಳನ್ನು ಪರಿಶೀಲಿಸಿದರು. ಒಂದು ಮುಂಭಾಗದಲ್ಲಿ ಬಂಡಾದ ನವಾಬನನ್ನು ಅವನ

ಸೈನ್ಯದೊಂದಿಗೆ ನೇಮಿಸಲಾಯಿತು. ಎರಡನೇ ಮುಂಭಾಗದಲ್ಲಿ ರುಹೆಲ್ ಖಂಡ್ ನಿಂದ ಬಂದಿದ್ದ ದಂಗೆಕೋರ ರುಹೇಲರು ಮತ್ತು ಬಂಗಾಳ ಸ್ಥಳೀಯ ಪದಾತಿಸೈನ್ಯದ ದಂಗೆಕೋರ ಸೈನಿಕರನ್ನು ನಿಯೋಜಿಸಲಾಯಿತು. ಫಿರಂಗಿ ಬಂದೂಕುಗಳನ್ನು ಮುಂಭಾಗದಲ್ಲಿ ಇರಿಸಲಾಗಿತ್ತು. ಬ್ರಿಟಿಷರನ್ನು ದಾರಿಯಲ್ಲಿ ನಿಲ್ಲಿಸುವ ಕೆಲಸವನ್ನು ಬುಂಡೇಲರ ಸೈನ್ಯಕ್ಕೆ ವಹಿಸಲಾಯಿತು.

ರಾವ್ ಸಾಹೇಬ್ ಸಂಪೂರ್ಣ ವ್ಯವಸ್ಥೆಗಳನ್ನು ಮಾಡಿದ್ದರೂ, ಮಹಾರಾಣಿ ಬಯಸಿದ ರೀತಿಯದ್ದಲ್ಲ. ಆ ಸಮಯದಲ್ಲಿ ಮಹಾರಾಣಿ ಅತ್ಯಂತ ಸಮರ್ಥ ಮತ್ತು ಅನುಭವಿ ಕಮಾಂಡರ್ ಎಂದು ಸಾಬೀತುಪಡಿಸಬಹುದೆಂಬುದರಲ್ಲಿ ಸಂದೇಹವಿಲ್ಲ. ಆದರೆ ಅದು ರಾವ್ ಸಾಹೇಬ್ ಆಗಿರಲಿ ಅಥವಾ ಬಂಡಾದ ನವಾಬ್ ಆಗಿರಲಿ ಅಥವಾ ಇನ್ನಾವುದೇ ಆಗಿರಲಿ, ಅವರೆಲ್ಲರೂ ಪುರುಷ ಪ್ರಾಬಲ್ಯದ ಸಮಾಜದ ಸದಸ್ಯರಾಗಿದ್ದರು. ಮಹಿಳೆಗೆ ಯುದ್ಧವನ್ನು ನಿರ್ದೇಶಿಸುವ ಜವಾಬ್ದಾರಿಯನ್ನು ಅವರು ಹೇಗೆ ವಹಿಸಿಕೊಡಬಹುದು? ರಾವ್ ಸಾಹೇಬ್ ಈ ಕೆಲಸವನ್ನು ತಮ್ಮ ಕೈಯಲ್ಲಿ ಇಟ್ಟುಕೊಂಡಿದ್ದರು. ಮಹಾರಾಣಿಯನ್ನು ತೃಪ್ತಿಪಡಿಸಲು ಕೇವಲ 250 ಕೆಂಪು ಸಮವಸ್ತ್ರಧಾರಿ ಕುದುರೆ ಸವಾರಿ ಸೈನಿಕರ ಅತ್ಯಲ್ಪ ಸೈನ್ಯವನ್ನು ಅವರ ಉಸ್ತುವಾರಿಯಲ್ಲಿ ಇರಿಸಲಾಯಿತು. ನಂತರ ಯಮುನಾ ನದಿಯ ಕಡೆಗೆ ತನ್ನನ್ನು ತಾನೇ ಇಟ್ಟುಕೊಳ್ಳುವಂತೆ ಆದೇಶಿಸಲಾಯಿತು. ಮಹಾರಾಣಿ ಅದನ್ನು ತೃಪ್ತಿಪಡಿಸಲಿಲ್ಲ, ಆದರೆ ಹೆಚ್ಚಿನ ಒತ್ತಾಯದಿಂದ ಅವಳು ಅದನ್ನು ಒಪ್ಪಿಕೊಂಡಳು. ಆ ಸಮಯದಲ್ಲಿ ತಾತ್ಯಾ ತೋಪೆ ಇರಲಿಲ್ಲ. ಅವರು ತಮ್ಮ ಅನಾರೋಗ್ಯ ಪೀಡಿತ ತಂದೆಯನ್ನು ನೋಡಲು ಚಾರ್ಖಾರಿಗೆ ಹೋಗಿದ್ದರು.

ಮುಖ್ಯ ಯುದ್ಧ

1858 ರ ಮೇ 15 ರಂದು ಬೆಳಿಗ್ಗೆ ಕಲ್ಪಿಯಿಂದ 9-10 ಕಿ.ಮೀ ದೂರದಲ್ಲಿರುವ ಗುಲಾವಲಿ ಗ್ರಾಮವನ್ನು ಬ್ರಿಟಿಷ್ ಸೈನ್ಯದ ಒಂದು ಸಣ್ಣ ಭಾಗವು ಕಲ್ಪಿಯ ಮೇಲೆ ದಾಳಿ ಮಾಡಲು ತಲುಪಿತು. ಪೇಶ್ವೆಯ *ಸರ್ದಾರ್ ಆಗಿದ್ದ ಚಾಬಿನಿಗೆ* ಈ ಮಾಹಿತಿ ದೊರೆತ ಕೂಡಲೇ ಅವರನ್ನು ಎದುರಿಸಲು ನಿರ್ಧರಿಸಿದರು. ಅವರು ಬಹಳ ಬುದ್ಧಿವಂತಿಕೆಯಿಂದ ವರ್ತಿಸಿದರು. ಶತ್ರು ಸೈನ್ಯವು ಯುದ್ಧಭೂಮಿಗೆ ಪ್ರವೇಶಿಸಿದ ಕೂಡಲೇ, ಚಾಬಿನಿ ಹಿಂಭಾಗದಲ್ಲಿ ತನ್ನ ಮಾರ್ಗವನ್ನು ನಿರ್ಬಂಧಿಸಿತು. ಇದು ಯುದ್ಧ ಸಾಮಗ್ರಿಗಳ ಸ್ವೀಕೃತಿಯನ್ನು ನಿಲ್ಲಿಸಿತು. ಈ ಹೋರಾಟದಲ್ಲಿ ಬ್ರಿಟಿಷ್ ಸೈನ್ಯದ 25ನೇ ಪದಾತಿಸೈನ್ಯದ ಅನೇಕ ಸೈನಿಕರು ಸಾವನ್ನಪ್ಪಿದರು, ಅನೇಕರು ಗಾಯಗೊಂಡರು ಮತ್ತು ಉಳಿದವರು ಪಲಾಯನ ಮಾಡಿದರು. ವಿಶಾಲವಾದ ಬ್ರಿಟಿಷ್ ಸೈನ್ಯವನ್ನು ನೋಡಿದಾಗ, ಈ ನಷ್ಟವು ಅವರಿಗೆ ಯಾವುದೇ ರೀತಿಯಲ್ಲಿ ಮಹತ್ವದ್ದಾಗಿರಲಿಲ್ಲ. ಚಬಿನಿಯ ಈ ಕಾರ್ಯವು ಶ್ಲಾಘನೀಯವಾಗಿದ್ದರೂ, ಅದು ದೊಡ್ಡ ಸಾಧನೆಯಾಗಿರಲಿಲ್ಲ. ಇದು ಪಡೆಗಳ ವೈಯಕ್ತಿಕ ದಿಕ್ಕಿನಲ್ಲಿ ಅವರ ಮೊದಲ ಯಶಸ್ಸಾಗಿರಬಹುದು, ಆದರೆ ಈ ಯಶಸ್ಸು ಅವರನ್ನು ಉಬ್ಬಿಸಿತು. ಕೆಲವೊಮ್ಮೆ, ತನ್ನ ಅಹಂಕಾರದಿಂದ ಪ್ರಚೋದಿಸಲ್ಪಟ್ಟ ಮನುಷ್ಯನು ತನ್ನ ಕ್ರಿಯೆಗಳಿಗೆ ಹೆಚ್ಚು ಪ್ರಾಮುಖ್ಯತೆಯನ್ನು ನೀಡುತ್ತಾನೆ. ಇದು ಚಾಬಿನಿಯೊಂದಿಗೆ ಸಂಭವಿಸಿತು. ಈ ಯಶಸ್ಸನ್ನು ಅವರು ಇಡೀ ಬ್ರಿಟಿಷ್ ಸೈನ್ಯವನ್ನು ಮುಗಿಸಿದಂತೆ ವ್ಯಾಖ್ಯಾನಿಸಿದರು. ಈ ಯಶಸ್ಸಿನ ಸಂಭ್ರಮಾಚರಣೆಯಲ್ಲಿ ಕಳಪೆ ಚಾಪ್ ತನ್ನನ್ನು ತಾನು ಉತ್ತಮ ಪ್ರಮಾಣದ

ಗಾಂಜಾಕ್ಕೆ ಸಹಾಯ ಮಾಡಿಕೊಂಡರು ಮತ್ತು ಅವರ ಸ್ವಂತ ರಾಗವನ್ನು ಹಾಡಲು ಪ್ರಾರಂಭಿಸಿದರು, "ನೀವು ಝಾನ್ಸಿಯನ್ನು ಲೂಟಿ ಮಾಡಿದ್ದೀರಿ ಮತ್ತು ಈಗ ನೀವು ಕಲ್ಪಿಗೆ ಬರುತ್ತಿದ್ದೀರಿ. ಸರಿ, ಬನ್ನಿ, ನಾವು ನಿಮಗೆ ಪಾಠ ಕಲಿಸಲು ಕಾಯುತ್ತಿದ್ದೇವೆ."

ಇನ್ನೊಂದು ಕಡೆ, ಹಘ್ರೋಸ್ ತನ್ನ ಸೈನಿಕರ ಸೋಲಿನಿಂದ ಅಸಮಾಧಾನಗೊಂಡನು ಮತ್ತು ಕೋಪಗೊಂಡನು. ಮರುದಿನವೇ, 16ರಂದು ಅವರು ಯುದ್ಧಗಳ ವಿರುದ್ಧ ಹೋರಾಡಲು ಹೊಸ ನೀತಿಯನ್ನು ರೂಪಿಸಿದರು. ಅವರು ಸ್ವತಃ ಸೈನ್ಯದ ಭಾರಿ ಸ್ಥಾನದೊಂದಿಗೆ ದಯಾಪುರ ಗ್ರಾಮದ ಬಳಿ ತಲುಪಿದರು. ಇದು ತನ್ನ ಸೈನ್ಯಕ್ಕೆ ಉತ್ತಮ ಸ್ಥಳವೆಂದು ಅವನು ಭಾವಿಸಿದನು. ಆದ್ದರಿಂದ ಅವನು ಅದನ್ನು ತನ್ನ ಸೈನ್ಯದ ಶಿಬಿರವಾಗಿ ಬಳಸಿದನು. ನಂತರ ಅವರು ದಂಗೆಕೋರರನ್ನು ಎದುರಿಸಲು ಮೇಜರ್ ಅರ್ ಅವರ ನೇತೃತ್ವದಲ್ಲಿ ಎರಡನೇ ಬ್ರಿಗೇಡ್ ಅನ್ನು ಕಳುಹಿಸಿದರು. ಬಂಡುಕೋರರನ್ನು ಸೋಲಿಸಲು ಮೇಜರ್ ಅರ್ ದಾಳಿ ನಡೆಸಿದರು. ಇದು ಎರಡೂ ಕಡೆಯಿಂದ ತೀವ್ರ ಹೋರಾಟವಾಗಿತ್ತು. ಆದರೆ ಮಾಪಕಗಳು ಬ್ರಿಟಿಷರ ಪರವಾಗಿ ಓರೆಯಾದವು. ಕಲ್ಪಿ ಕಡೆಯ ಅನೇಕ ಸೈನಿಕರು ಸಾವನ್ನಪ್ಪಿದರು ಮತ್ತು ಉಳಿದವರು ಯುದ್ಧಭೂಮಿಯನ್ನು ತ್ಯಜಿಸಬೇಕಾಯಿತು. ಆಗಲೂ ಈ ಯುದ್ಧದ ಅಂತ್ಯವನ್ನು ಗೆಲುವು ಅಥವಾ ಸೋಲು ಎಂದು ಘೋಷಿಸುವುದು ಅಸಮಂಜಸವಾಗಿತ್ತು, ಏಕೆಂದರೆ ನಿಜವಾದ ಸೋಲು ಅಥವಾ ಯಶಸ್ಸನ್ನು ಕಲ್ಪಿಯಲ್ಲಿ ಬ್ರಿಟಿಷರ ಸೋಲು ಅಥವಾ ಯಶಸ್ಸಿನಿಂದ ವ್ಯಾಖ್ಯಾನಿಸಲಾಗುವುದು.

ಝಾನ್ಸಿ, ಕೊಂಚ್ ಇತ್ಯಾದಿಗಳಲ್ಲಿ ಬ್ರಿಟಿಷರು ಗೆದ್ದರು. ಇದು ಅವರ ನೈತಿಕ ಸ್ಥೈರ್ಯವನ್ನು ಹೆಚ್ಚಿಸಿತು. ಕಲ್ಪಿಗೆ ಹೋಗುವ ಮಾರ್ಗವು ಕಷ್ಟಕರ ಮತ್ತು ಪ್ರವೇಶಿಸಲಾಗುವುದಿಲ್ಲ ಎಂದು ಹಘ್ರೋಸ್ ನೋಡಿದರು. ಆದ್ದರಿಂದ ಅವರು ಕಲ್ಪಿಯ ಮೇಲೆ ತಕ್ಷಣ ದಾಳಿ ಮಾಡದಿರಲು ನಿರ್ಧರಿಸಿದರು. ಬದಲಿಗೆ ಅವರು ಗುಲಾವಲಿಯಲ್ಲಿ ಶಿಬಿರ ನಡೆಸಲು ಆದ್ಯತೆ ನೀಡಿದರು. ಕಲ್ಪಿಯು ಅಲ್ಲಿಂದ ಬಹಳ ದೂರದಲ್ಲಿತ್ತು, ನಡುವೆ ಯಮುನಾ ನದಿಯು ಹರಿಯುತ್ತಿತ್ತು. ಇದಲ್ಲದೆ, ಕೆಲವು ಪ್ಯಾಚ್ ಅಸಾಮಾನ್ಯವಾಗಿ ಅಸಮವಾಗಿತ್ತು ಮತ್ತು ಫಿರಂಗಿ ಬಂದೂಕುಗಳನ್ನು ಆ ರೀತಿಯಲ್ಲಿ ಸಾಗಿಸಲು ಸಾಧ್ಯವಾಗಲಿಲ್ಲ. ಆ ಪ್ರದೇಶವು ಬ್ರಿಟಿಷರ ಮೇಲೆ ದಾಳಿ ಮಾಡಲು ಬಂಡುಕೋರರಿಗೆ ಸೂಕ್ತವಾಗಿತ್ತು.

ಮತ್ತೊಂದೆಡೆ, ಪುನರಾವರ್ತಿತ ಸೋಲುಗಳ ಹೊರತಾಗಿಯೂ ಕಲ್ಪಿಯ ಸೈನಿಕರು ಹೃದಯ ಕಳೆದುಕೊಳ್ಳಲಿಲ್ಲ. ಬದಲಿಗೆ, ಇದು ಬ್ರಿಟಿಷರ ವಿರುದ್ಧ ಸೇಡು ತೀರಿಸಿಕೊಳ್ಳಲು ಅವರ ಭಾವನೆ ಮತ್ತು ಸಂಕಲ್ಪವನ್ನು ಮತ್ತಷ್ಟು ತೀವ್ರಗೊಳಿಸಿತು. ಆದ್ದರಿಂದ, ಅವರು ಆಂಗ್ಲರನ್ನು ಸಂಪೂರ್ಣವಾಗಿ ನಾಶಮಾಡಲು ನಿರ್ಧರಿಸಿದರು. ಈ ಭಾವನೆಯನ್ನು ವಿವರಿಸುತ್ತಾ, ಶ್ರೀ ಶಾಂತಿ ನಾರಾಯಣ್ ಹೀಗೆ ಬರೆಯುತ್ತಾರೆ:

'ಬ್ರಿಟಿಷರಿಂದ ಪದೇ ಪದೇ ಸೋಲಿಸಲ್ಪಟ್ಟರೂ ಬಂಡಾಯ ಶಿಬಿರದ ಕ್ರೋಧ ಮತ್ತು ಉದ್ವೇಗ ಕೊನೆಗೊಳ್ಳಲಿಲ್ಲ. ಅವರು ಕಲ್ಪಿಯನ್ನು ತಲುಪಿದ ಕೂಡಲೇ, ಯಾವುದೇ ಪರಿಣಾಮಗಳಿದ್ದರೂ, ಈ ಬಾರಿ ಅವರು ಬ್ರಿಟಿಷರಿಂದ ತಮ್ಮ ಸೋಲಿಗೆ ಪ್ರತೀಕಾರ ತೀರಿಸಿಕೊಳ್ಳುತ್ತಾರೆ ಮತ್ತು ಅವರನ್ನು (ಬ್ರಿಟಿಷರನ್ನು) ಸಂಪೂರ್ಣವಾಗಿ ನಾಶಮಾಡುವವರೆಗೆ ವಿಶ್ರಾಂತಿ ಪಡೆಯುವುದಿಲ್ಲ ಎಂಬ ದೃಢ ನಿರ್ಧಾರವನ್ನು ಮಾಡಿದರು.

ಅಂತೆಯೇ, ಪ್ಯಾರಾಸ್ನೀಸ್ ಹೀಗೆ ಬರೆಯುತ್ತಾರೆ:

"ಕೊಂಚ್ ನಲ್ಲಿ ಬಂಡುಕೋರರು ಪಡೆದ ಹೊಡೆತವು ಅವರಲ್ಲಿ ಅವಮಾನ ಮತ್ತು ಕೋಪದ ಹೆಚ್ಚಿನ ಪ್ರಜ್ಞೆಯನ್ನು ಹುಟ್ಟುಹಾಕಿತು. ಕಲ್ಪಿಯ ಸೈನ್ಯವು ತನ್ನ ಅತ್ಯುನ್ನತ ಉತ್ಸಾಹದಲ್ಲಿತ್ತು ಮತ್ತು ಯಮುನಾ ನದಿಯ ಹೆಸರಿನಲ್ಲಿ ಪ್ರಮಾಣವಚನ ಸ್ವೀಕರಿಸಿತು. ಅವರು ಬ್ರಿಟಿಷರನ್ನು ಸೋಲಿಸುತ್ತಾರೆ ಅಥವಾ ಯುದ್ಧಭೂಮಿಯಲ್ಲಿ ತಮ್ಮ ಪ್ರಾಣವನ್ನು ಅರ್ಪಿಸುತ್ತಾರೆ ಎಂದು ನಿರ್ಧರಿಸಿದರು. ಈ ಕಡೆಯಿಂದ, ಕೋಪ ಮತ್ತು ಸ್ವಾಭಿಮಾನದಿಂದ ಹುಚ್ಚರಾದ ಈ ಸೈನ್ಯವು ಬ್ರಿಟಿಷರನ್ನು ಸೋಲಿಸಲು ಮತ್ತು ಅವರನ್ನು ಭಾರತದಿಂದ ಹೊರಹಾಕಲು ನಿರ್ಧರಿಸಿತು. ಆದರೆ ಮತ್ತೊಂದೆಡೆ ಸರ್ಕಾರಿ ಅಧಿಕಾರಿಗಳು ಮತ್ತು ಬ್ರಿಗೇಡಿಯರ್ ಸ್ಟುವರ್ಟ್, ಲೆಫ್ಟಿನೆಂಟ್ ಕರ್ನಲ್ ರಾಬರ್ಟ್ಸನ್ ಮತ್ತು ಲೆಫ್ಟಿನೆಂಟ್ ಗಾರ್ಡನ್ ನಂತಹ ಯುದ್ಧ ಪರಿಣತರು ಸೈನ್ಯದೊಂದಿಗೆ ಕಲ್ಪಿ ಕಡೆಗೆ ಮೆರವಣಿಗೆ ನಡೆಸುತ್ತಿದ್ದರು."

ಎರಡೂ ಕಡೆಯವರು ಸಂಪೂರ್ಣವಾಗಿ ಸಿದ್ಧರಾಗಿದ್ದರು ಮತ್ತು ಎದುರಾಳಿ ಪಕ್ಷದ ಹೆಮ್ಮೆ ಮತ್ತು ಹೆಸರನ್ನು ಕೊನೆಗೊಳಿಸಲು ಬದ್ಧರಾಗಿದ್ದರು. ಹ್ಯೂಗ್ರೋಸ್ ಗುಲಾವಲಿಯಲ್ಲಿದ್ದರು. ಬ್ರಿಗೇಡಿಯರ್ ಸ್ಟುವರ್ಟ್, ಲೆಫ್ಟಿನೆಂಟ್ ಕರ್ನಲ್ ರಾಬರ್ಟ್ಸನ್ ಮತ್ತು ಲೆಫ್ಟಿನೆಂಟ್ ಗಾರ್ಡನ್ ನಂತಹ ಬ್ರಿಟಿಷ್ ಅಧಿಕಾರಿಗಳು ತಮ್ಮ ಸೈನ್ಯವನ್ನು ಸೆರೆಹಿಡಿಯುವ ಉದ್ದೇಶದಿಂದ ಕಲ್ಪಿಗೆ ತೆರಳಿದರು. ಕಲ್ಪಿಯ ಸೈನ್ಯವು ಇದನ್ನು ತಿಳಿದುಕೊಂಡಾಗ, ಒಂದು ಕ್ಷಣ ಕೂಡ ವಿಳಂಬ ಮಾಡದೆ ಅದನ್ನು ಮುಗಿಸಲು ಶತ್ರುಗಳ ಮೇಲೆ ಎರಗಿತು. ಉತ್ಸಾಹದ ಕೊರತೆ ಅವರಿಗಿರಲಿಲ್ಲ. ಆದರೆ ಉತ್ಸಾಹವು ಒಂದು ಭಾವನೆ ಮತ್ತು ಅದು ಬುದ್ಧಿವಂತಿಕೆಯ ಬೆಂಬಲದಿಂದ ಮಾತ್ರ ಫಲಪ್ರದವಾಗುತ್ತದೆ. ಕಲ್ಪಿಯ ಸೈನ್ಯವು ಬುದ್ಧಿವಂತಿಕೆಯಿಂದ ವರ್ತಿಸಲಿಲ್ಲ. ಅದು ಮುಂದೆ ಸಾಗಿತು, ಅದು ಮುಂದೆ ಸಾಗಿತು, ಅವರ ಹಿಂದೆ ಮುಂಭಾಗವನ್ನು ಖಾಲಿ ಬಿಟ್ಟಿತು. ಮುಂಚೂಣಿಯಲ್ಲಿರುವ ಸೈನಿಕರು ಇದನ್ನು ನಿರ್ಲಕ್ಷಿಸಿದರು. ಇಂತಹ ಹೆಜ್ಜೆಯು ಆತ್ಮಹತ್ಯೆಗೆ ಕಾರಣವಾಗಬಹುದು. ಸಂಪೂರ್ಣವಾಗಿ ಸಜ್ಜಾಗಿರುವ ಬ್ರಿಟಿಷ್ ಸೈನ್ಯವು ಅದಕ್ಕಾಗಿ ಕಾಯುತ್ತಿತ್ತು. ಎದುರಾಳಿ ಸೈನ್ಯವು ತಮ್ಮ ಫಿರಂಗಿ ಬಂದೂಕುಗಳ ವ್ಯಾಪ್ತಿಯೊಳಗೆ ಬಂದಿರುವುದನ್ನು ಅವರು ಗಮನಿಸಿದಾ, ಈ ಬಂದೂಕುಗಳು ಗುಂಡು ಹಾರಿಸಲು ಪ್ರಾರಂಭಿಸಿದವು. ಕಲ್ಪಿಯ ಸೈನಿಕರು ಬಂದೂಕುಗಳಿಂದ ಮಾತ್ರ ಹೋರಾಡುತ್ತಿದ್ದರು. ಪರಿಣಾಮಗಳು ಏನೆಂದು ನೀವು ಅನುಕೂಲಕರವಾಗಿ ಊಹಿಸಬಹುದು. ಕಲ್ಪಿಯ ಸೈನ್ಯವು ಅಸಾಧಾರಣ ಶೌರ್ಯದಿಂದ ಹೋರಾಡಿದರೂ ಫಿರಂಗಿ ಗುಂಡಿನ ದಾಳಿಗೆ ಬಹಳ ಹಿಂದೆಯೇ ಅದು ನಿಲ್ಲಲು ಸಾಧ್ಯವಾಗಲಿಲ್ಲ.

ರಾಂಚಂಡಿ ರೂಪ್(ಯುದ್ಧ ದೇವತೆಯ ವೇಷದಲ್ಲಿ)

ಈ ಯುದ್ಧದ ಮೊದಲ ಹಂತದಲ್ಲಿಯೇ ಕಲ್ಪಿಗೆ ಭಾರಿ ಸಾವುನೋವುಗಳು ಸಂಭವಿಸಿದವು. ಉಳಿದ ಸೈನ್ಯವು ಮುಂಚೂಣಿಯಲ್ಲಿರುವ ಸೈನ್ಯದ ಸುದ್ದಿಯನ್ನು ಕೇಳಿದಾಗ, ಅದು ಧೈರ್ಯವನ್ನು ಕಳೆದುಕೊಂಡಿತು. ಎಷ್ಟರಮಟ್ಟಿಗೆಂದರೆ, ಪೇಶ್ವರ ರಾವ್ ಸಾಹೇಬ್ ಮತ್ತು ಬಂಡಾದ ನವಾಬರು ಯುದ್ಧಭೂಮಿಯಿಂದ

ಓಡಿಹೋಗಲು ಯೋಜಿಸಿದರು. ಮಹಾರಾಣಿ ಲಕ್ಷ್ಮೀಬಾಯಿ ತನ್ನ ದೊಡ್ಡ ಮತ್ತು ಹಿರಿಯ ಸಹಚರರಿಂದ ಈ ರೀತಿಯ ನಡವಳಿಕೆಯನ್ನು ನಿರೀಕ್ಷಿಸಿರಲಿಲ್ಲ. ಇದೆಲ್ಲವನ್ನೂ ನೋಡಿ ಅವಳು ತುಂಬಾ ದುಃಖಿತಳಾದಳು. ಆಗಲೂ ಅವರು ತಮ್ಮ ಕರ್ತವ್ಯವನ್ನು ಬುದ್ಧಿವಂತಿಕೆಯಿಂದ ನೆನಪಿಸಿದರು ಮತ್ತು ಅವರನ್ನು ಪ್ರೋತ್ಸಾಹಿಸಿದರು. ಇದು ಅವರಲ್ಲಿ ಧೈರ್ಯವನ್ನು ಪುನರ್ಭರ್ತಿ ಮಾಡಿತು ಮತ್ತು ಯುದ್ಧಭೂಮಿಯಿಂದ ಹಿಮ್ಮೆಟ್ಟಲು ಸಿದ್ಧವಾದ ಅವರ ಪಾದಗಳು ನಿಂತುಹೋದವು. ಆದ್ದರಿಂದ ಅವರನ್ನು ಉತ್ತೇಜಿಸಿದ ನಂತರ, ರಾಂಚಂಡಿ ಬ್ರಿಟಿಷ್ ಸೈನ್ಯದ ಬಲಭಾಗವನ್ನು ತಲುಪುವಂತಹ ಯುದ್ಧಭೂಮಿಯಲ್ಲಿ ತನ್ನ ಕುದುರೆ ಸವಾರಿ ಸೈನಿಕರೊಂದಿಗೆ ಕುದುರೆಯ ಮೇಲೆ ಸವಾರಿ ಮಾಡುತ್ತಿದ್ದಳು. ಅವಳು ಮಿಂಚಿನ ವೇಗದಿಂದ ಅದರ ಮೇಲೆ ಹಾರಿದಳು. ಆಕೆಯ ದಾಳಿಯು ಎಷ್ಟು ಚುರುಕಾಗಿ ಮತ್ತು ಹಠಾತ್ತಾಗಿತ್ತೆಂದರೆ, ಅದು ಬ್ರಿಟಿಷರಿಗೆ ಯಾವುದೇ ಪ್ರತಿಕ್ರಿಯೆ ಸಮಯವನ್ನು ಅನುಮತಿಸಲಿಲ್ಲ. ಆದ್ದರಿಂದ, ಅವರು ಹಿಮ್ಮೆಟ್ಟುವಿಕೆಯನ್ನು ಸೋಲಿಸಿದರು. ಮಹಾರಾಣಿ ವೇಗದಿಂದ ಮಾತ್ರವಲ್ಲದೆ ಹೆಚ್ಚು ಸಂಘಟಿತ ರೀತಿಯಲ್ಲಿ ದಾಳಿ ಮಾಡಿದರು. ಯುದ್ಧದಲ್ಲಿ ಅವರ ಈ ಪರಿಣತಿಯು ಬ್ರಿಟಿಷ್ ಫಿರಂಗಿದಳವನ್ನು ಮಂಕುಗೊಳಿಸಿತು.

ಮಹಾರಾಣಿ ತನ್ನನ್ನು ತಾನು ಧೈರ್ಯದ ಜೀವಂತ ಪ್ರತಿಮೆಯೆಂದು ಸಾಬೀತುಪಡಿಸುತ್ತಿದ್ದಳು. ಅವಳು ಮುಂದಕ್ಕೆ ಸಾಗಿದಳು. ಒಮ್ಮೆ ಅವಳು ಫಿರಂಗಿ ಬಂದೂಕುಗಳಿಗೆ 20 ಅಡಿಗಳಷ್ಟು ಹತ್ತಿರದಲ್ಲಿದ್ದಳು. ಆಕೆಯನ್ನು ಈ ರೂಪದಲ್ಲಿ ನೋಡಿದಾಗ ಕಲ್ಪಿಯ ಸೈನಿಕರು ನಿದ್ರೆಯಿಂದ ಎಚ್ಚರಗೊಂಡಂತೆ ಕಾಣಿಸಿತು. ಅವರು ತಮ್ಮ ಬಗ್ಗೆ ನಾಚಿಕೆಪಡುತ್ತಿದ್ದರು. ಈ ವೀರಂಗಾ *ರೂಪ್* ನಲ್ಲಿ (ಅಸಾಧಾರಣವಾದ ಕೆಚ್ಚೆದೆಯ ಮಹಿಳೆಯ ರೂಪ) ಮಹಾರಾಣಿಯನ್ನು ನೋಡಿದಾಗ, ಅವರೊಳಗಿನ ವ್ಯಕ್ತಿ ಎಚ್ಚರಗೊಂಡಂತಾಯಿತು. ಆದ್ದರಿಂದ, ಅವರು ಶತ್ರುಗಳ ಮೇಲೂ ದಾಳಿ ನಡೆಸಿದರು. ಎರಡೂ ಕಡೆಯಿಂದ ತೀವ್ರ ಹೋರಾಟ ನಡೆಯಿತು. ಮಹಾರಾಣಿ ಶತ್ರು ಪಡೆಗಳನ್ನು ಮಿಂಚಿನ ವೇಗದಲ್ಲಿ ಕೊಲ್ಲುತ್ತಿದ್ದಳು. ಅವಳು ತನ್ನ ಕುದುರೆಯ ಹಿಂಭಾಗವನ್ನು ತನ್ನ ಹಲ್ಲುಗಳ ನಡುವೆ ಇಟ್ಟುಕೊಂಡಿದ್ದಳು ಮತ್ತು ಶತ್ರುವಿನ ರಕ್ತದಿಂದ ಬಾಯಾರಿದ ಕತ್ತಿಗಳು ಎರಡೂ ಕೈಗಳಲ್ಲಿ ಹೊಳೆಯುತ್ತಿದ್ದವು ಮತ್ತು ಈ ಕತ್ತಿಗಳು ಫಿರಾಂಗ್ ಗಳನ್ನು ಸಂಪೂರ್ಣವಾಗಿ ನಾಶ ಮಾಡುತ್ತಿದ್ದವು. ಮಹಾರಾಣಿಯ ಈ *ರೂಪ* (ರೂಪ) ದಲ್ಲಿ ಬ್ರಿಟಿಷರು ತಮ್ಮ ಅಂತ್ಯವನ್ನು (ಸಾವು) ನೋಡಿದರು. ಅವರ ಫಿರಂಗಿದಳದ ಬಂದೂಕುಧಾರಿಗಳು ಯುದ್ಧಭೂಮಿಯನ್ನು ತ್ಯಜಿಸಲು ಪ್ರಾರಂಭಿಸಿದರು. ಕುದುರೆಯ ಮೇಲೆ ಲೋಡ್ ಮಾಡಿದ ಫಿರಂಗಿ ನೆಲದ ಮೇಲೆ ಬಿದ್ದಿತು.

ತನ್ನ ಬಂದೂಕುಧಾರಿಗಳು ಓಡಿಹೋಗುವುದನ್ನು ನೋಡಿದ ಬ್ರಿಗೇಡಿಯರ್ ಸ್ಟುವರ್ಟ್ ತನ್ನ ಫಿರಂಗಿದಳದ ಬಳಿ ತಲುಪಿದರು. ಅವರು ವಿವಿಧ ರೀತಿಯಲ್ಲಿ ಅವರನ್ನು ಪ್ರೋತ್ಸಾಹಿಸಿದರು. ನಂತರ ಬಂದೂಕುಧಾರಿಗಳು ಮತ್ತೆ ಬಂದೂಕುಗಳನ್ನು ನಿರ್ವಹಿಸಲು ಪ್ರಾರಂಭಿಸಿದರು. ಬ್ರಿಟಿಷರು ಖಂಡಿತವಾಗಿಯೂ ಯುದ್ಧವನ್ನು ಕಳೆದುಕೊಳ್ಳುತ್ತಾರೆ ಎಂದು ತೋರುತ್ತಿತ್ತು. ಶ್ರೀ ಪಾರಸ್ನೀಸ್ ಹೀಗೆ ಬರೆದರು:

"ಆಕೆಯ ಉಗ್ರ ದಾಳಿಯು ಬ್ರಿಟಿಷ್ ಸೈನ್ಯವನ್ನು ತಕ್ಷಣವೇ ಹಿಮ್ಮೆಟ್ಟಿಸಲು ಒತ್ತಾಯಿಸಿತು. ಅನೇಕ ಎತ್ತರದ ಮತ್ತು ಕೆಚ್ಚೆದೆಯ ಬ್ರಿಟಿಷ್ ಅಧಿಕಾರಿಗಳು ನೆಲದ ಮೇಲೆ ಕೊಲ್ಲಲ್ಪಟ್ಟರು. ಒಮ್ಮೆ ಮಹಾರಾಣಿ ಎಷ್ಟು ಬುದ್ಧಿವಂತಿಕೆಯಿಂದ ಮತ್ತು ಸಂಘಟಿತ ರೀತಿಯಲ್ಲಿ ಹೋರಾಡಿದರು ಎಂದರೆ, ಅವರ ಶೌರ್ಯ 'ಲೈಟ್ ಫೀಲ್ಡ್' ಫಿರಂಗಿ ಬಂದೂಕುಗಳು ಸ್ವಲ್ಪ ಸಮಯದವರೆಗೆ ಸಂಪೂರ್ಣವಾಗಿ ಗುಂಡು ಹಾರಿಸುವುದನ್ನು ನಿಲ್ಲಿಸಿದವು ಮತ್ತು ಅವರ ಗನ್ನರ್ ಗಳು ತಮ್ಮ ಸ್ಥಳಗಳಲ್ಲಿ ದಿಗ್ಭ್ರಮೆಗೊಂಡರು. ಅಷ್ಟೇ ಅಲ್ಲ, ಮಹಾರಾಣಿ 20 ಅಡಿಗಳಷ್ಟು ಫಿರಂಗಿ ಬಂದೂಕುಗಳನ್ನು ತಲುಪಿದರು, ಬಲ ಮತ್ತು ಎಡಕ್ಕೆ ಹೊಡೆಯುತ್ತಾ ನಾಶಪಡಿಸುತಿದ್ದಳು. ಈ ಅಸಾಧಾರಣ ಶೌರ್ಯವನ್ನು ನೋಡಿ ಕಲ್ಪಿಯ ಇತರ ಸೈನ್ಯಗಳನ್ನೂ ಪ್ರೋತ್ಸಾಹಿಸಲಾಯಿತು. ಅವರು ಬ್ರಿಟಿಷರ ವಿರುದ್ಧ ಹೊಸ ಹುರುಪು ಮತ್ತು ವೇಗದಿಂದ ಹೋರಾಡಿದರು. ಇದು ಎರಡೂ ಕಡೆಯಿಂದ ಭೀಕರ ಹೋರಾಟವಾಗಿತ್ತು. ಮಹಾರಾಣಿ ತನ್ನ ಚುರುಕಾದ ಕುದುರೆಯನ್ನು ಮುಂದಕ್ಕೆ ಚಾಚಿದಾಗ ಮತ್ತು ಅಸಾಧಾರಣವಾಗಿ ತನ್ನ ಕೈಗಳನ್ನು ಕತ್ತಿಗಳಿಂದ ಕುಶಲತೆಯಿಂದ ನಿರ್ವಹಿಸಿದಾಗ, ಬ್ರಿಟಿಷ್ ಫಿರಂಗಿ ಬಂದೂಕುಗಳ ಮೇಲೆ ಹತ್ತಿ, ನಂತರ ಅವಳ ಭವ್ಯವಾದ ಶೌರ್ಯ, ಅವಳ ಉನ್ಮಾದ, ಅವಳ ಪುರುಷತ್ವ ಮತ್ತು ಅವಳ ವಿಶಿಷ್ಟ ಶೌರ್ಯವನ್ನು ನೋಡಿದಾಗ, ಪೇಶ್ವಾ ಸೈನ್ಯದ ಇತರ ಕಮಾಂಡರ್ ಗಳು ಎಷ್ಟು ಉದ್ರೇಕಗೊಂಡರು ಮತ್ತು ಚಲಿಸಿದರು ಎಂದರೆ ಅವರು ಬ್ರಿಟಿಷ್ ಸೈನ್ಯದ ಮೇಲೆ ಮಿಡತೆಗಳ ಸಮೂಹವು ಬಾರ್ಲಿ ಮೈದಾನದ ಮೇಲೆ ಬೀಸಿದಂತೆ.

"ಗಲಭೆಕೋರರ ವಿಜಯವು ಕಾರ್ಯರೂಪಕ್ಕೆ ಬರಲು ಹೆಚ್ಚು ಸಮಯ ತೆಗೆದುಕೊಳ್ಳುವುದಿಲ್ಲ ಎಂಬ ತೀವ್ರ ಯುದ್ಧದಿಂದ ಇದು ಕಾಣಿಸಿಕೊಂಡಿತು. ತನ್ನ ಹಲ್ಲುಗಳ ನಡುವೆ ಕುದುರೆಯ ಹಿಡಿತವನ್ನು ಹಿಡಿದಿದ್ದ ಮಹಾರಾಣಿ ತನ್ನ ಕತ್ತಿಗಳನ್ನು ಎರಡೂ ಕೈಗಳಲ್ಲಿ ಸತತವಾಗಿ ಮತ್ತು ಮಾಸ್ಟರಿಂಗ್ ಮಾಡುತ್ತಿದ್ದಳು.

ಹಫ್ರೋಸ್ ಯುದ್ಧದಲ್ಲಿ ಧುಮುಕುತ್ತಾನೆ

ಮಹಾರಾಣಿ ಮತ್ತು ಕಲ್ಪಿಯ ಸೈನ್ಯವು ಯುದ್ಧಭೂಮಿಯಲ್ಲಿ ಬ್ರಿಟಿಷರ ಸಾವು ಎಂದು ಸಾಬೀತಾಗಿದೆ ಮತ್ತು ಆಕೆಯ ಕಾರಣ ಬ್ರಿಟಿಷ್ ಫಿರಂಗಿದಳವು ಗುಂಡಿನ ದಾಳಿಯನ್ನು ನಿಲ್ಲಿಸಿದೆ ಎಂದು ಹ್ಯೂಗ್ರೋಸ್ ತಿಳಿದುಕೊಂಡಾಗ, ಸ್ವತಃ ಯುದ್ಧಭೂಮಿಗೆ ಹೋಗಲು ಸಿದ್ಧರಾದರು. ಅವನು ತನ್ನ ಒಂಟೆ ಹೊರುವ ಸೈನ್ಯವನ್ನು ತೆಗೆದುಕೊಂಡು ತಕ್ಷಣವೇ ಯುದ್ಧಭೂಮಿಗೆ ಪ್ರವೇಶಿಸಿದನು. ಅವರ ಆಗಮನದಿಂದಲೇ ಬ್ರಿಟಿಷರ ಸ್ಥಾನವು ಸುಧಾರಿಸಿತು. ಒಂಟೆ ಸವಾರಿ ಸೈನಿಕರು ಕಲ್ಪಿಯ ಸೈನ್ಯದ ಮೇಲೆ ಗುಂಡು ಹಾರಿಸಲು ಪ್ರಾರಂಭಿಸಿದರು. ಇದು ಕಲ್ಪಿ ಸೈನ್ಯವನ್ನು ದುರ್ಬಲಗೊಳಿಸಿತು ಮತ್ತು ಅದು ಚದುರಿಹೋಯಿತು. ಕಲ್ಪಿ ಕಡೆಯಿಂದ ಗೆದ್ದ ಯುದ್ಧವು ಸೋಲಾಗಿ ಪರಿವರ್ತನೆಯಾಗಲು ಪ್ರಾರಂಭಿಸಿತು. ಕಲ್ಪಿಯ ಸೈನ್ಯವು ಯುದ್ಧಭೂಮಿಯನ್ನು ತೊರೆಯುವ

ಸಾಧ್ಯತೆಯಿರುವುದನ್ನು ನೋಡಿ ಮಹಾರಾಣಿ ತುಂಬಾ ದುಃಖಿತರಾದರು. ಆಗಲೂ ಅವರು ಹೋರಾಡಲು ಅವರನ್ನು ಪ್ರೋತ್ಸಾಹಿಸಿದರು ಮತ್ತು ಯುದ್ಧಭೂಮಿಗೆ ಅಂಟಿಕೊಳ್ಳುವಂತೆ ಪ್ರೋತ್ಸಾಹಿಸಿದರು. ಆದರೆ ಅವಳು ಯಶಸ್ವಿಯಾಗಲಿಲ್ಲ. ಮಹಾರಾಣಿಯವರ ಕಾರ್ಯತಂತ್ರವು ಗೆರಿಲ್ಲಾ ಯುದ್ಧವನ್ನು ಆಶ್ರಯಿಸುವುದು ಮತ್ತು ನಂತರ ಬ್ರಿಟಿಷ್ ಸೈನ್ಯದ ತಪ್ಪಿಸಿಕೊಳ್ಳುವ ಮಾರ್ಗವನ್ನು ಮುನ್ನಡೆಸುವುದು ಮತ್ತು ನಂತರ ಅದನ್ನು ಸಂಪೂರ್ಣವಾಗಿ ಮುಗಿಸಲು ತಡೆಯುವುದು. ಆದರೆ ಪೇಶ್ವಾ ಸೈನಿಕರಿಗೆ ಈಗ ಧೈರ್ಯ ಅಥವಾ ಶಕ್ತಿ ಇರಲಿಲ್ಲ. ಅವರು ಮುಂದೆ ಹೋಗಲು ನಿರಾಕರಿಸಿದರು. ಆದ್ದರಿಂದ, ಬಲವಂತವಾಗಿ ಮಹಾರಾಣಿ ಕೂಡ ಹಿಮ್ಮೆಟ್ಟಬೇಕಾಯಿತು. ಅವರು ಮುಂದುವರಿದಿದ್ದರೆ, ಅಲ್ಲಿದ್ದ ಸೈನ್ಯವು ಸಂಪೂರ್ಣವಾಗಿ ನಾಶವಾಯಿತು ಎಂಬುದು ಭಯಾನಕವಾಗಿತ್ತು. ಈ ಸಂಗತಿಯನ್ನು ಒಪ್ಪಿಕೊಂಡ ಒಬ್ಬ ಇಂಗ್ಲಿಷ್ ಪ್ರಜೆಯೊಬ್ಬರು, "ಕೇವಲ ಹದಿನೈದು ನಿಮಿಷಗಳು ಮಾತ್ರ ಲಭ್ಯವಿದ್ದಿದ್ದರೆ, ಬಂಡುಕೋರರು ನಮ್ಮೆಲ್ಲರನ್ನೂ ಕೊಲ್ಲುತ್ತಿದ್ದರು. ಆ ದಿನ ಕೇವಲ ನೂರ ಐವತ್ತು ಆರೋಗ್ಯಕರ ಮತ್ತು ಬಲವಾದ ಒಂಟೆಗಳು ನಮ್ಮನ್ನು ಉಳಿಸಿದವು."

ಈ ಯುದ್ಧದಲ್ಲಿ ಮಹಾರಾಣಿ ತನ್ನ *ರಣಚಂಡಿ ರೂಪ*ದಲ್ಲಿ ಕಾಣಿಸಿಕೊಂಡಳು. ಅವರ ಸಾಟಿಯಿಲ್ಲದ ಶೌರ್ಯವನ್ನು ವಿವರಿಸಿದ ವೀರ ವಿನಾಯಕ ದಾಮೋದರ್ ಸಾವರ್ಕರ್ ಅವರು ತಮ್ಮ ಪುಸ್ತಕ *1857 ಕಾ ಸ್ವಾತಂತ್ರ್ಯ ಯುಧ್*‌ನಲ್ಲಿ ಹೀಗೆ ಬರೆದಿದ್ದಾರೆ:

"ತನ್ನ ಕೈಯಲ್ಲಿ ಕತ್ತಿಯೊಂದಿಗೆ ಮಹಾರಾಣಿ ಮಿಂಚಿನ ವೇಗದಿಂದ ಮುಂದಕ್ಕೆ ಚುಚ್ಚಿದಳು ಮತ್ತು ತನ್ನ ಕೆಂಪು ಸಮವಸ್ತ್ರಧಾರಿ ಕುದುರೆ ಸವಾರಿ ಸೈನಿಕರು ಬ್ರಿಟಿಷ್ ಸೈನ್ಯದ ಬಲಭಾಗದಲ್ಲಿ ಸ್ಫೋಟಿಸಿದರು. ಇಲ್ಲಿಯವರೆಗೆ ಮುಂದುವರಿಯುತ್ತಿದ್ದ ಮತ್ತು ಯಶಸ್ವಿಯಾಗುತ್ತಿದ್ದ ಬ್ರಿಟಿಷ್ ಸೈನ್ಯದ ಬಲಭಾಗವು ತಕ್ಷಣವೇ ದಿಗ್ಭ್ರಮೆಗೊಂಡಿತು. ಮಹಾರಾಣಿಯವರ ದಾಳಿಯು ಎಷ್ಟು ಬಲಶಾಲಿಯಾಗಿತ್ತೆಂದರೆ, ಬ್ರಿಟಿಷರಿಗೆ ಹಿಮ್ಮೆಟ್ಟುವುದನ್ನು ಬಿಟ್ಟು ಬೇರೆ ದಾರಿಯಿರಲಿಲ್ಲ. ಇಪ್ಪತ್ತೊಂದು ವರ್ಷ ವಯಸ್ಸಿನ, ಯುವ ಕೆಚ್ಚೆದೆಯ ಹುಡುಗಿಯ ಮಿಂಚಿನ ಚಾರ್ಜ್, ಅವಳ ಹಾರುವ ವೇಗದ ಕುದುರೆ ಮತ್ತು ಶತ್ರುವನ್ನು ಬಲಕ್ಕೆ ಮತ್ತು ಎಡಕ್ಕೆ ಹೊಡೆದ ಅವಳ ಕತ್ತರಿಸುವ ಕತ್ತಿ - ಅವುಗಳನ್ನು ಮತ್ತು ಅವಳನ್ನು ನೋಡಿದ ಮೇಲೆ, ತನ್ನ ದೇಹದಲ್ಲಿ ಸ್ಫೋಟವನ್ನು ಯಾರು ಅನುಭವಿಸುವುದಿಲ್ಲ? ತಿರುಗುತ್ತಿರುವ ಬ್ರಿಟಿಷ್ ಫಿರಂಗಿದಳದ ಬಂದೂಕುಧಾರಿಗಳು ಒಂದೊಂದಾಗಿ ಕೊಲ್ಲಲ್ಪಡುತ್ತಿದ್ದರು.

ಮಹಾರಾಣಿ ಪೇಶ್ವೆಯ ಸೈನಿಕರ ವರ್ತನೆಯಿಂದ ತೀವ್ರ ಅಸಮಾಧಾನಗೊಂಡರು. ಇದರ ಪರಿಣಾಮವಾಗಿ, ಅವಳು ಹಿಮ್ಮೆಟ್ಟಬೇಕಾಯಿತು ಮತ್ತು ಅವಳು ಮತ್ತೆ ಪೇಶ್ವಾ ರಾವ್ ಸಾಹೇಬ್ ನ ಕಂಟೋನ್ಮೆಂಟ್ಗೆ ಬಂದಳು. ಅವಳು ಹಿಂದಿರುಗಿದ ಕೂಡಲೇ ಕಲ್ಪಿಯ ಸೈನ್ಯವು ನರವನ್ನು ಕಳೆದುಕೊಂಡಿತು. ಶತ್ರುಗಳು ಅವರನ್ನು ಕೊಲ್ಲಲು ಪ್ರಾರಂಭಿಸಿದರು. ಅವರು ಯಾರ ಮೇಲೆ ಕೈ ಹಾಕಬಹುದೋ ಅವರು ಕೊಲ್ಲಲ್ಪಟ್ಟರು. ಸಾವಿರಾರು ಸೈನಿಕರು ತಮ್ಮ ಜೀವವನ್ನು ಉಳಿಸಿಕೊಳ್ಳಲು ಯಮುನಾ ನದಿಯ ದಡದ ದಟ್ಟ ಕಾಡುಗಳಿಗೆ ಧಾವಿಸಿದರು.

ಬ್ರಿಟಿಷರು ಕಲ್ಪಿ ಕೋಟೆಯನ್ನು ವಶಪಡಿಸಿಕೊಂಡರು

ಯುದ್ಧಭೂಮಿಯಲ್ಲಿ ವಿರೋಧದ ಕೆಚ್ಚೆದೆಯ ಜನರನ್ನು ಸೋಲಿಸಿದ ನಂತರ, ಬ್ರಿಟಿಷರಿಗೆ ಉಳಿದಿರುವ ಏಕೈಕ ಕೆಲಸವೆಂದರೆ ಕಲ್ಪಿ ಕೋಟೆಯನ್ನು ವಶಪಡಿಸಿಕೊಳ್ಳುವುದು. ಇದಕ್ಕಾಗಿ ಹ್ಯೂಗ್ರೋಸ್ ಒಂದು ಕಾರ್ಯ ಯೋಜನೆಯನ್ನು ರೂಪಿಸಿದರು. ಯೋಜನೆಯ ಪ್ರಕಾರ, ಸೋಲಿಸಲ್ಪಟ್ಟ ಬಂಡುಕೋರರು ಆಶ್ರಯ ಪಡೆದಿದ್ದ ಯಮುನಾ ತೀರದ ಕಡೆಯಿಂದ ಮುಂದುವರಿಯುವಂತೆ ಅವರು ಬ್ರಿಗೇಡಿಯರ್ ಸ್ಟುವರ್ಟ್ ಅವರಿಗೆ ನಿರ್ದೇಶನ ನೀಡಿದರು ಮತ್ತು ಅವರು ಸ್ವತಃ ಕಲ್ಪಿಯ ಕಡೆಗೆ ತೆರಳಿದರು.

ಈ ಸಮಯದಲ್ಲಿ ಕಲ್ಪಿಯ ಕೋಟೆಯು ಪೇಶ್ವೆಯ ನಿಯಂತ್ರಣದಲ್ಲಿತ್ತು. ಯುದ್ಧ ಸಾಮಗ್ರಿಗಳನ್ನು ಸಾಕಷ್ಟು ಪ್ರಮಾಣದಲ್ಲಿ ಅಲ್ಲಿ ಸಂಗ್ರಹಿಸಲಾಯಿತು. ಮೇಲೆ ವಿವರಿಸಿದ ಯುದ್ಧದಿಂದ ಓಡಿಹೋದ ಸೈನಿಕರನ್ನು ಒಳಗೊಂಡಂತೆ ಪೇಶ್ವೆಗಳು ಅಲ್ಲಿ ವಿಶಾಲ ಸೈನ್ಯವನ್ನು ಹೊಂದಿದ್ದರು. 1858ರ ಮೇ 24ರಂದು ಬ್ರಿಟಿಷರ ಸೈನ್ಯವು ಕಲ್ಪಿಯನ್ನು ಪ್ರವೇಶಿಸಿತು. ಪ್ರವೇಶಿಸಿದಾಗ, ಬ್ರಿಟಿಷ್ ಫಿರಂಗಿದಳದ ಕರ್ನಲ್ ಮ್ಯಾಕ್ಸ್ ವೆಲ್ ತನ್ನ ಫಿರಂಗಿ ಬಂದೂಕುಗಳಿಂದ ಪೇಶ್ವಾ ರಾವ್ ಸಾಹೇಬ್ ನ ಸೈನಿಕರ ಮೇಲೆ ಹಲ್ಲೆ ನಡೆಸಿದರು. ಇದಕ್ಕೆ ಪ್ರತಿಕ್ರಿಯೆಯಾಗಿ, ಪೇಶ್ವಾ ಸೈನ್ಯವು ಫಿರಂಗಿ ಗುಂಡಿನ ದಾಳಿಯನ್ನು ಸಹ ಬಳಸಿತು. ಆದರೆ ಅವರಿಗೆ ತಮ್ಮ ಮಾರ್ಗವನ್ನು ಹೊಂದಲು ಸಾಧ್ಯವಾಗಲಿಲ್ಲ. ಬ್ರಿಟಿಷರು ಮೊದಲು ತಮ್ಮ ಸೈನ್ಯದ ನಾಲ್ಕು ಆನೆಗಳನ್ನು ತಮ್ಮ ನಿಯಂತ್ರಣಕ್ಕೆ ತೆಗೆದುಕೊಂಡರು ಮತ್ತು ನಂತರ ನಗರವನ್ನು ಎದುರಿಸುತ್ತಿರುವ ನೆಲದಲ್ಲಿ ತಮ್ಮ ಶಿಬಿರವನ್ನು ಸ್ಥಾಪಿಸಿದರು. ಇದರ ನಂತರ, ಅವರ ಸೈನ್ಯವು ನಗರವನ್ನು ಪ್ರವೇಶಿಸಿತು. ಇದನ್ನು ನೋಡಿದ ಕಲ್ಪಿ ಸೈನ್ಯವು ಯುದ್ಧಭೂಮಿಯಿಂದ ಓಡಿಹೋಗಲು ಪ್ರಾರಂಭಿಸಿತು. ಕೊಲೊನೆಲ್ ಗಾಲ್ ಅವರ ಹೈದರಾಬಾದ್ ತಂಡವು ಅವರಿಗೆ ಸಹಾಯ ಮಾಡಿ ಅವರನ್ನು ಬೆನ್ನಟ್ಟಿತು. ಕಲ್ಪಿಯ ಸೈನ್ಯವು ಓಡಿಹೋಗುವಲ್ಲಿ ಯಶಸ್ವಿಯಾಯಿತು, ಆದರೆ ಅದರ ಅನೇಕ ಆನೆಗಳು, ಕುದುರೆಗಳು, ಒಂಟೆಗಳು ಮತ್ತು ಯುದ್ಧ ಸಾಮಗ್ರಿಗಳನ್ನು ಬ್ರಿಟಿಷರು ವಶಪಡಿಸಿಕೊಂಡರು. ಮೇ 24ರಂದು ಇಂಗ್ಲೆಂಡ್ ರಾಣಿಯ ಜನ್ಮದಿನವೂ ಆಗಿತ್ತು. ಬ್ರಿಟೀಷರು ತಮ್ಮ ಫಿರಂಗಿ ಬಂದೂಕುಗಳನ್ನು ಶಿಬಿರದ ಮೈದಾನದಿಂದ ಗುಂಡು ಹಾರಿಸುವ ಮೂಲಕ ಸಂತೋಷದ ಈ ಎರಡು ಸಂದರ್ಭಗಳನ್ನು ಆಚರಿಸಿದರು.

ಬ್ರಿಟಿಷರು ಕಲ್ಪಿಯಲ್ಲಿ ಯಶಸ್ಸನ್ನು ಕಂಡಿದ್ದಷ್ಟೇ ಅಲ್ಲ, ಕೋಟೆಯಲ್ಲಿ ಯುದ್ಧ ಸಾಮಗ್ರಿಗಳ ದೊಡ್ಡ ಸಂಗ್ರಹವನ್ನೂ ಕಂಡುಕೊಂಡರು. ಬ್ರಿಟಿಷರು ನಗರವನ್ನು ಪ್ರವೇಶಿಸಿದ ಕೂಡಲೇ, ರಾವ್ ಸಾಹೇಬ್, ಮಹಾರಾಣಿ ಲಕ್ಷ್ಮೀಬಾಯಿ, ಬಂಡಾದ ನವಾಬ್ ಮತ್ತು ಇತರ ಅನೇಕ ಕಮಾಂಡರ್ ಗಳು ಆ ಸ್ಥಳದಿಂದ ನುಸುಳಿದರು. ಆದ್ದರಿಂದ, ಬ್ರಿಟಿಷರು ಕಲ್ಪಿ ನಗರ ಮತ್ತು ಅದರ ಕೋಟೆಯನ್ನು ವಶಪಡಿಸಿಕೊಂಡರು.

ದೆಹಲಿ, ಮೀರತ್, ಝಾನ್ಸಿ ಇತ್ಯಾದಿಗಳಲ್ಲಿ ದಂಗೆಯನ್ನು ನಿಗ್ರಹಿಸಲಾಯಿತು. ಆದ್ದರಿಂದ, ಕಲ್ಪಿಯಲ್ಲಿ ಉಳಿದಿರುವ ಪೇಶ್ವೆಗಳ ಸೈನ್ಯವು ಯಾವುದೇ ರೀತಿಯ ಎನ್ಕೌಂಟರ್ ಮಾಡದಿರುವುದು ಉತ್ತಮ ಎಂದು ಭಾವಿಸಿತು. ನಿಜವಾದ ಅರ್ಥದಲ್ಲಿ ಈ ಎಂಜಲುಗಳನ್ನು ಸೇನೆ ಎಂದು ಕರೆಯುವುದು ಸರಿಯಲ್ಲ. ದಂಗೆಯ ಸಂದರ್ಭದಲ್ಲಿ ಹಿರಿಯ ಮತ್ತು ಕೆಚ್ಚೆದೆಯ ಹೋರಾಟಗಾರರು ಒಂದೋ ಕೊಲ್ಲಲ್ಪಟ್ಟರು ಅಥವಾ

ಸೆರೆಹಿಡಿಯಲ್ಪಡುತ್ತಾರೆ ಮತ್ತು ಬಂಧಿಸಲ್ಪಡುತ್ತಾರೆ ಎಂಬ ಭಯದಿಂದ ಒಂದು ಸ್ಥಳದಿಂದ ಇನ್ನೊಂದಕ್ಕೆ ಹೆದರುತ್ತಿದ್ದರು. ಕೆಲವರು ವೇಷದಲ್ಲಿ ಅಲೆದಾಡುತ್ತಿದ್ದರು. ಇತರರು ಬದಲಾದ ಹೆಸರುಗಳು ಮತ್ತು ವೇಷಗಳಲ್ಲಿ ಜೀವನೋಪಾಯದ ಇತರ ವೃತ್ತಿಯನ್ನು ಅಳವಡಿಸಿಕೊಂಡಿದ್ದರು. ಆದ್ದರಿಂದ, ಈಗ ರಾವ್ ಸಾಹೇಬ್ ಪೇಶ್ವಾ ಅವರ ಸೈನ್ಯದಲ್ಲಿನ ಸೈನಿಕರು ಅನನುಭವಿ ಹೊಸಬರುಗಳಾಗಿದ್ದರು. ಅಂತಹ ವ್ಯಕ್ತಿಗಳು, ಅವಕಾಶ ನೀಡಿದರೆ, ಲೂಟಿ ಮತ್ತು ಸುಲಿಗೆ ಇತ್ಯಾದಿಗಳಲ್ಲಿ ಹಿಂದೆ ನಿಲ್ಲಲಿಲ್ಲ.ಪ್ಯಾರಸ್ನೀಸ್ ಈ ಸಂದರ್ಭದಲ್ಲಿ ಹೀಗೆ ಬರೆದಿದ್ದಾರೆ:

"ಹೊಸದಾಗಿ ನೇಮಕಗೊಂಡ ಸೈನಿಕರಿಗೆ ಯುದ್ಧದ ನಿಯಮಗಳು ಮತ್ತು ನಿಬಂಧನೆಗಳು ತಿಳಿದಿರಲಿಲ್ಲ. ಅನನುಭವಿಗಳಾಗಿರುವುದರಿಂದ ಅವರು ಯುದ್ಧದಲ್ಲಿ ತಮ್ಮ ಬಂದೂಕುಗಳಿಗೆ ಅಂಟಿಕೊಳ್ಳಲು ಸಾಧ್ಯವಾಗಲಿಲ್ಲ. ಸತ್ಯವೆಂದರೆ ಕಲ್ಪಿಯ ಸೈನ್ಯವು ಉತ್ತಮ ಮತ್ತು ಸುರಕ್ಷಿತ ಮತ್ತು ಕೆಚ್ಚೆದೆಯ ಸೈನಿಕರನ್ನು ಹೊಂದಿರಲಿಲ್ಲ. ಅವರಲ್ಲಿ ಹೆಚ್ಚಿನವರು ಕಳ್ಳರು ಮತ್ತು ಲೂಟಿಗಾರರಾಗಿದ್ದರು. ಅವರು ಹೋರಾಟದ ಬಗ್ಗೆ ಯಾವುದೇ ಗಮನ ಹರಿಸಲಿಲ್ಲ. ಅವರು ತಮ್ಮ ಲೂಟಿ ಇತ್ಯಾದಿಗಳ ಬಗ್ಗೆ ಹೆಚ್ಚು ಆಸಕ್ತಿ ಹೊಂದಿದ್ದರು. ಬ್ರಿಟಿಷರು ಗೆದ್ದಿದ್ದಾರೆ ಮತ್ತು ಪೇಶ್ವರು ಸೋತಿದ್ದಾರೆ ಎಂದು ತಿಳಿದ ತಕ್ಷಣ ಕಲ್ಪಿಯಲ್ಲಿ ಮೂರು ದಿನಗಳ ಹೋರಾಟದ ನಂತರ, ಸಾವಿರಾರು ಸೈನಿಕರು ಹೋರಾಟವನ್ನು ತ್ಯಜಿಸಿದರು ಮತ್ತು ನಗರದಲ್ಲಿ ಲೂಟಿ ಮತ್ತು ಹತ್ಯೆಗೆ ಆಶ್ರಯಿಸಿದರು. ಅವರು ಸಕ್ಕರೆ ಕಾರ್ಖಾನೆಗಳು ಮತ್ತು ಅವುಗಳ ಉತ್ಪನ್ನಗಳನ್ನು ಅತ್ಯಂತ ಕಳಪೆ ರೀತಿಯಲ್ಲಿ ಲೂಟಿ ಮಾಡಿದರು. ಏತನ್ಮಧ್ಯೆ, ಮೂರನೇ ದಿನ ಬ್ರಿಟಿಷರು ನಗರವನ್ನು ಪ್ರವೇಶಿಸಿದರು ಮತ್ತು ಅಲ್ಪ ಸಮಯದಲ್ಲಿ ಅವರು ಈ ಎಲ್ಲ ಲೂಟಿಗಾರರನ್ನು ಕೊಂದರು. ಬ್ರಿಟಿಷರು ಲೂಟಿ ಮಾಡಿದ ವಸ್ತುಗಳನ್ನು ಸುಲಭವಾಗಿ ಪಡೆದರು."

ಕಳೆದ ಒಂದು ವರ್ಷದಲ್ಲಿ ರಾವ್ ಸಾಹೇಬ್ ಮತ್ತು ತಾತ್ಯಾ ತೋಪೆ ಅವರು ಕೋಟೆಯಲ್ಲಿ ಅಪಾರ ಪ್ರಮಾಣದ ಯುದ್ಧ ಸಾಮಗ್ರಿಗಳನ್ನು ಸಂಗ್ರಹಿಸಿದ್ದರು. ಕೋಟೆಯಲ್ಲಿ ದೊರೆತ ಯುದ್ಧ ಸಾಮಗ್ರಿಗಳ ಅಂದಾಜು ಮೌಲ್ಯವು ಎರಡು ಲಕ್ಷ ರೂಪಾಯಿಗಳಿಗಿಂತ ಹೆಚ್ಚು ಎಂದು ಇಂಗ್ಲಿಷ್ ವ್ಯಕ್ತಿಯೊಬ್ಬರು ಸ್ವತಃ ಬರೆದಿದ್ದಾರೆ. ದೊಡ್ಡ ಗಾತ್ರದ ಎರಡು ಸೇರಿದಂತೆ ಒಟ್ಟು ಹದಿನೈದು ಫಿರಂಗಿ ಬಂದೂಕುಗಳನ್ನು ಅವರು ಕಂಡುಕೊಂಡರು. ಇಂಗ್ಲಿಷ್ ಉಗುರು ತುಂಬಿದ ಕಾರ್ಟ್ರಿಡ್ಜ್ ಗಳ ದೊಡ್ಡ ರಾಶಿಯು ಕಂಡುಬಂದಿತ್ತು. ತಯಾರಿಸಲಾದ ಫಿರಂಗಿ ಚಿಪ್ಪುಗಳಿಗೆ ಅನೇಕ ಕಾರ್ಯಾಗಾರಗಳು ಮತ್ತು ಕಾರ್ಖಾನೆಗಳನ್ನು ಕಲ್ಲಿನ ಛಾವಣಿಗಳ ಅಡಿಯಲ್ಲಿ ಸ್ಥಾಪಿಸಲಾಯಿತು. ಶಸ್ತ್ರಾಸ್ತ್ರಗಳ ತಯಾರಿಕೆಯಲ್ಲಿ ಬಳಸುವ ಕುಲುಮೆಗಳು, ಹೆವಿ ಫೋರ್ಜಿಂಗ್ ಹ್ಯಾಮರ್ ಗಳು, ಬ್ಲವರ್ ಗಳು ಮುಂತಾದ ಎಲ್ಲಾ ಉಪಕರಣಗಳು ಮತ್ತು ವಸ್ತುಗಳು (ಅಲ್ಲಿ ಕಂಡುಬರುತ್ತವೆ) ಇಂಗ್ಲಿಷರಿಂದ ತಯಾರಿಸಲ್ಪಟ್ಟವು. ಮಣ್ಣಿನ ಅಚ್ಚುಗಳ ಎರಕಹೊಯ್ದ ಪ್ರಕ್ರಿಯೆಯ ಮೂಲಕ ಮಾಡಿದ ಕೆಲವು ಹಿತ್ತಾಳೆ ಚೆಂಡುಗಳು ಸಹ ಕಂಡುಬಂದಿತ್ತು. ಇವೆಲ್ಲವೂ ಶಸ್ತ್ರಾಸ್ತ್ರಗಳ ತಯಾರಿಕೆಯು ಅಲ್ಲಿ ಪೂರ್ಣ ವೇಗದಲ್ಲಿ ನಡೆಯುತ್ತಿದೆ ಎಂದು ಸೂಚಿಸಿತು.

ಕಲ್ಪಿಯಲ್ಲಿನ ಯಶಸ್ಸನ್ನು ಅತ್ಯಂತ ಪ್ರಮುಖವಾದುದು ಮತ್ತು ಹಗ್ರೋಸ್ ನ ಕಾರ್ಯಗಳನ್ನು ಶ್ಲಾಘಿಸಿ, ಮೇ 24ರಂದು ಲಾರ್ಡ್ ಕ್ಯಾನಿಂಗ್ ಹೀಗೆ ಬರೆದಿದ್ದಾರೆ: "ಇಲ್ಲಿಯವರೆಗೆ ನೀವು ಯುದ್ಧಗಳಲ್ಲಿ ಸ್ವೀಕರಿಸಿದ ಎಲ್ಲಾ

ಮೆಚ್ಚುಗೆಗಳಲ್ಲಿ ಕಲ್ಪಿಯಲ್ಲಿ ನಿಮ್ಮ ಯಶಸ್ಸು ಅತ್ಯಂತ ಮುಖ್ಯವಾಗಿದೆ. ಈ ಯಶಸ್ಸಿಗಾಗಿ ನಾನು ನಿಮಗೆ ಮತ್ತು ನಿಮ್ಮ ಕೆಚ್ಚೆದೆಯ ಸೈನಿಕರಿಗೆ ನನ್ನ ಕೃತಜ್ಞತೆಯನ್ನು ವ್ಯಕ್ತಪಡಿಸುತ್ತೇನೆ.

ಕಮಾಂಡರ್-ಇನ್-ಚೀಫ್ ಕಾಲಿನ್ ಕ್ಯಾಬೆಲ್ ತನ್ನ ಅಡಿಯಲ್ಲಿ ಸೈನ್ಯವನ್ನು ಎರಡು ಭಾಗಗಳಾಗಿ ವಿಭಜಿಸಿದ ನಂತರ, ನಿರ್ವಹಣೆ ಮತ್ತು ಸುವ್ಯವಸ್ಥೆಗಾಗಿ ಗ್ವಾಲಿಯರ್ ಮತ್ತು ಝಾನ್ಸಿಗೆ ಹಫ್ರೋಸ್ ಅವರನ್ನು ಕಳುಹಿಸಲು ಬಯಸಿದ್ದರು. ನಿರಂತರ ಹೋರಾಟಗಳಿಂದಾಗಿ ಹಫ್ರೋಸ್ ಅಸಾಧಾರಣವಾಗಿ ದಣಿದಿದ್ದರು. ಅವರು ರಜಾದಿನಗಳಿಗಾಗಿ ಬಾಂಬೆಗೆ ಬರಲು ನಿರ್ಧರಿಸಿದರು. ವಿರೋಧ ಪಕ್ಷಗಳ ಸೋಲಿಗೆ ಮುಖ್ಯ ಕಾರಣ ಸಂಘಟನೆಯ ಕೊರತೆ ಮತ್ತು ಶಿಸ್ತಿನ ಅನುಪಸ್ಥಿತಿಯಾಯಲ್ಲಿತ್ತು, ಆದರೆ ಬ್ರಿಟಿಷ್ ಸೈನಿಕರು ಸಂಪೂರ್ಣವಾಗಿ ಶಿಸ್ತುಬದ್ಧರಾಗಿದ್ದರು ಮತ್ತು ಸಂಘಟಿತರಾಗಿದ್ದರು. ಆದ್ದರಿಂದ, 1858 ರ ಜೂನ್ 1 ರಂದು, ತನ್ನ ಸೈನಿಕರ ಈ ಗುಣಗಳನ್ನು ಶ್ಲಾಘಿಸಿ, "ಈ ವಿಜಯಗಳು ಬ್ರಿಟಿಷ್ ಸೈನ್ಯದ ವಿಧೇಯತೆ ಮತ್ತು ಉತ್ತಮ ನಿರ್ವಹಣೆಯಿಂದ ಮಾತ್ರ ಸಾಧ್ಯ" ಎಂದು ಹೇಳಿದರು.

ರಾವ್ ಸಾಹೇಬರ ಸೈನ್ಯವು ಶಿಸ್ತುಬದ್ಧವಾಗಿದ್ದರೆ ಅಥವಾ ಅದರ ಕಮಾಂಡರ್ ಗಳು ಸಮರ್ಥರಾಗಿದ್ದರೆ, ಅವರ ಬಳಿ ಲಭ್ಯವಿರುವ ಎಲ್ಲಾ ಯುದ್ಧ ಸಾಮಗ್ರಿಗಳೊಂದಿಗೆ ಅವರನ್ನು ಸೋಲಿಸುವುದು ಅಸಾಧ್ಯವಾಗಿತ್ತು. ಈ ಗುಣಗಳ ಅನುಪಸ್ಥಿತಿಯಲ್ಲಿ ಅವರನ್ನು ಸೋಲಿಸಲಾಯಿತು ಮತ್ತು ಕಲ್ಪಿಯನ್ನು ತೊರೆಯುವಂತೆ ಒತ್ತಾಯಿಸಲಾಯಿತು. ಈಗ ಈ ರೀತಿಯ ಚರ್ಚೆಗೆ ಒಳಗಾಗುವುದರಿಂದ ಯಾವುದೇ ಪ್ರಯೋಜನವಿಲ್ಲ, ಏಕೆಂದರೆ ಇತಿಹಾಸವು 'ಅದು ಸಂಭವಿಸಿದ್ದರೆ' ಎಂಬಂತಹ ಸದ್ಭಾವನೆಯನ್ನು ಸೂಚಿಸುವ ಪದಗಳನ್ನು ಒಳಗೊಂಡಿಲ್ಲ. ಅವರ ಖಾತೆಯು ಸತ್ಯಗಳ ಖಾತೆಯಾಗಿದೆ. ನಮ್ಮ ನಾಯಕಿ ವೀರಂಗ ಮಹಾರಾಣಿ ಲಕ್ಷ್ಮೀಬಾಯಿ ಕಲ್ಪಿಯಲ್ಲಿನ ಸೋಲಿನಿಂದಲೂ ನಿರಾಶೆಗೊಂಡಿಲ್ಲ. ತನ್ನ ಕೊನೆಯ ಉಸಿರು ಇರುವವರೆಗೂ ಹೋರಾಡಲು ಅವಳು ಸ್ವಾತಂತ್ರ್ಯ ದ ಜ್ವಾಲೆಯನ್ನು ಬೆಳಗಿಸುತ್ತಿದ್ದಳು.

7

ಗ್ವಾಲಿಯರ್ ನಲ್ಲಿ ವೀರಾಂಗನೆಯ ಕೊನೆಯ ಗುಡುಗು

1857ರ ಜೂನ್ ನಲ್ಲಿ ಕಲ್ಪಿ, ಬಂಡಾ, ಸಾಗರ್ ಮುಂತಾದ ಸ್ಥಳಗಳಲ್ಲಿ ಬ್ರಿಟಿಷ್ ಸಾಮ್ರಾಜ್ಯದ ಸೂರ್ಯ ಮುಳುಗಿದ್ದ. ಬ್ರಿಟಿಷರು ತಮ್ಮ ಈ ಸೋಲಿನಿಂದ ಕೋಪಗೊಂಡಿದ್ದರು. ಆದ್ದರಿಂದ, ಈ ಸ್ಥಳಗಳ ನಿಯಂತ್ರಣವನ್ನು ಮರಳಿ ಪಡೆಯಲು ಅವರು ತಮ್ಮೆಲ್ಲ ಬಲವನ್ನು ಪ್ರಯೋಗಿಸಿದರು. ಇದರ ಪರಿಣಾಮವಾಗಿ ಸ್ವಾತಂತ್ರ್ಯ ಪ್ರಿಯ ದಂಗೆಕೋರರ ಆಡಳಿತವು ಈ ಸ್ಥಳಗಳಲ್ಲಿ ಶಾಶ್ವತವಾಗಿರಲು ಸಾಧ್ಯವಿಲ್ಲ. ಅತ್ಯಂತ ಸಮರ್ಥ ಕಮಾಂಡರ್ ಗಳಾದ - ಹಗ್ರೋಸ್ ಮತ್ತು ವಿಟ್ಲಾಕ್ - ಈ ಪ್ರದೇಶಗಳನ್ನು ಬ್ರಿಟಿಷರು ಪುನಃ ಪಡೆದುಕೊಳ್ಳುವಲ್ಲಿ ಪ್ರಮುಖ ಪಾತ್ರ ವಹಿಸಿದರು. ನರ್ಮದಾ ನದಿ ದಂಡೆಯಾದ ಝಾನ್ಸಿ ಮತ್ತು ಕಲ್ಪಿಯ ಪಕ್ಕದಲ್ಲಿರುವ ಇಡೀ ಭೂಪ್ರದೇಶವನ್ನು ಹ್ಯೂಗ್ರೋಸ್ ಪುನಃ ವಶಪಡಿಸಿಕೊಂಡರು. ಆದರೆ, ಬಂಡಾ ಮತ್ತು ಕಾರ್ವಿಯಲ್ಲಿನ ಯಶಸ್ಸಿನ ನಂತರ ವಿಟ್ಲಾಕ್ ಅವರು ಕಲ್ಪಿಯ ವಿಜಯಕ್ಕೂ ಕೊಡುಗೆ ನೀಡಿದರು. ಅವರು ಅವುಗಳನ್ನು ಸ್ವಾಧೀನಪಡಿಸಿಕೊಂಡ ನಂತರ ಪ್ರದೇಶಗಳ ಮೇಲೆ ಸಂಪೂರ್ಣ ನಿಯಂತ್ರಣವನ್ನು ಸ್ಥಾಪಿಸಿದರು. ಕಲ್ಪಿಯಲ್ಲಿ ಬ್ರಿಟಿಷರ ಯಶಸ್ಸಿನ ನಂತರ, ರಾವ್ ಸಾಹೇಬ್, ಲಕ್ಷ್ಮೀಬಾಯಿ, ಬಂಡಾದ ನವಾಬರು ಕಲ್ಪಿಯನ್ನು ತೊರೆದು ತಮ್ಮ ಹೋರಾಟದ ಹಾದಿಯಲ್ಲಿ ಮತ್ತೆ ದಾರಿ ಮಾಡಿಕೊಂಡರು.

ಗೋಪಾಲಪುರದಲ್ಲಿ ಶಿಬಿರ

ಬ್ರಿಟಿಷರು ಕಲ್ಪಿಯನ್ನು ಸೆರೆಹಿಡಿಯುವುದನ್ನು ಅನಗತ್ಯವಾಗಿ ಗ್ರಹಿಸಿದ ರಾವ್ ಸಾಹೇಬ್ ಮತ್ತು ಮಹಾರಾಣಿ ಲಕ್ಷ್ಮೀಬಾಯಿ ಅವರು ಅಲ್ಲಿಂದ ಪಲಾಯನ ಮಾಡುವುದು ಸೂಕ್ತವೆಂದು ಭಾವಿಸಿದರು. ಕಲ್ಪಿಯಿಂದ ಓಡಿಹೋದ ನಂತರ, ಪೇಶ್ವಾ ಮತ್ತು ಮಹಾರಾಣಿ ಲಕ್ಷ್ಮೀಬಾಯಿ ಗ್ವಾಲಿಯರ್ ನಿಂದ 75 ಕಿಲೋಮೀಟರ್ ದೂರದಲ್ಲಿರುವ ಗೋಪಾಲ್ ಪುರದ ಹಳ್ಳಿಯನ್ನು ತಲುಪಿದರು. ಕಲ್ಪಿಯನ್ನು ಸೋಲಿಸುವ ಸಮಯದಲ್ಲಿ ಕೆಚ್ಚೆದೆಯ ತಾತ್ಯ ತೋಪೆ ತನ್ನ ತಂದೆಯನ್ನು ನೋಡಲು ಜಲೌನ್ ಬಳಿಯ ಚಾರ್ಖಾರಿಗೆ ಹೋಗಿದ್ದರು ಎಂದು ಮೊದಲೇ ಉಲ್ಲೇಖಿಸಲಾಗಿದೆ. ಈ ಎಲ್ಲ ವಿವರಗಳನ್ನು ತಿಳಿದುಕೊಂಡಾಗ, ಅವರು ಗೋಪಾಲಪುರಕ್ಕೂ ಬಂದರು. ಕೆಲವೇ ದಿನಗಳಲ್ಲಿ ಬಂಡಾದ ನವಾಬನೂ ಓಡಿ ಅಲ್ಲಿ ಅಡಗಿಕೊಂಡನು. ಕಲ್ಪಿಯಲ್ಲಿನ ಸೋಲು ಅವರೆಲ್ಲರಿಗೂ ಕಹಿ ಅನುಭವವಾಗಿತ್ತು, ಆದರೆ ಅವರು ಇನ್ನೂ ನಿರಾಶೆಗೊಂಡಿಲ್ಲ. ಎಲ್ಲೋ ಅವರೊಳಗೆ ವಿಜಯದ ಭರವಸೆ ಇನ್ನೂ ಉಳಿದಿತ್ತು. ಈ ಸಮಯದಲ್ಲಿ ಪರಿಸ್ಥಿತಿಗಳು ಸಂಪೂರ್ಣವಾಗಿ ಪ್ರತಿಕೂಲವಾಗಿದ್ದವು. ಕೇವಲ ಸಂಪನ್ಮೂಲಗಳು ಬತ್ತಿಹೋಗಿದೆ ಎಂದು ತೋರುತ್ತಿತ್ತು. ಬಲವಾದ ಶತ್ರುಗಳು ಅವರನ್ನು ನರಕದಂತೆ ಬೆನ್ನಟ್ಟುತ್ತಿದ್ದರು. ಅಂತಹ

ಪರಿಸ್ಥಿತಿಯಲ್ಲಿ ಅವರು ಸುಮ್ಮನೆ ಕುಳಿತಿದ್ದರೆ ಅದು ಹಾನಿಕಾರಕವಾಗಿತ್ತು. ಎಲ್ಲವನ್ನೂ ಒಟ್ಟಾಗಿ ತೆಗೆದುಕೊಂಡರೆ, ಅವರಿಗೆ ಅನಿಶ್ಚಿತತೆಯ ಸ್ಥಿತಿ ಉದ್ಭವಿಸಿತು .

ಭವಿಷ್ಯದ ಯೋಜನೆಗಳಿಗೆ ಸಂಬಂಧಿಸಿದ ಚರ್ಚೆಗಳು

ಮಹಾರಾಣಿ ಲಕ್ಷ್ಮೀಬಾಯಿ, ರಾವ್ ಸಾಹೇಬ್, ತಾತ್ಯಾ ತೋಪೆ, ಬಂಡಾದ ನವಾಬ್ ಮತ್ತು ಇತರ ಮುಖ್ಯ ಸಹಚರರು ಎಲ್ಲಾ ಸಂಬಂಧಿತ ಸಮಸ್ಯೆಗಳನ್ನು ಪರಿಹರಿಸಲು ಪರಸ್ಪರ ಚರ್ಚಿಸಿದರು. ಆ ಸಮಯದಲ್ಲಿ ಬ್ರಿಟಿಷರೊಂದಿಗೆ ಯುದ್ಧ ಮಾಡುವುದು ಸುಲಭವಲ್ಲ ಎಂದು ಮಹಾರಾಣಿ ಲಕ್ಷ್ಮೀಬಾಯಿಗೆ ತಿಳಿದಿತ್ತು. ತನ್ನ ಅಭಿಪ್ರಾಯವನ್ನು ಮಂಡಿಸಿದ ಅವರು, "ಇಂದಿನವರೆಗೆ ಇತಿಹಾಸವನ್ನು ರಚಿಸಿದ ಎಲ್ಲ ಕೆಚ್ಚೆದೆಯ ವ್ಯಕ್ತಿಗಳು ಬಲವಾದ ಕೋಟೆಗಳ ಸಹಾಯವನ್ನು ಪಡೆಯಬೇಕಾಗಿತ್ತು. ಶಿವಾಜಿ ಮಹಾರಾಜ್ ಇದಕ್ಕೆ ಒಂದು ಸ್ಪಷ್ಟ ಉದಾಹರಣೆಯಾಗಿದೆ." ದುರದೃಷ್ಟವಶಾತ್ ಆ ಸಮಯದಲ್ಲಿ ಅವರ ನಿಯಂತ್ರಣದಲ್ಲಿ ಯಾವುದೇ ಕೋಟೆ ಇರಲಿಲ್ಲ. ಆದ್ದರಿಂದ, ಮಹಾರಾಣಿ ಅವರು ಮೊದಲು ತಮ್ಮ ನಿಯಂತ್ರಣದಲ್ಲಿ ಕೋಟೆಯನ್ನು ಹೊಂದಿರಬೇಕು ಎಂದು ಪ್ರಸ್ತಾಪಿಸಿದರು.

ಮಹಾರಾಣಿ ಪ್ರಸ್ತಾಪಿಸಿದ ಈ ಪ್ರಸ್ತಾಪಕ್ಕೆ ಎಲ್ಲರೂ ಒಪ್ಪಿದರು. ಕಷ್ಟದ ಸಮಯದಲ್ಲಿ ಅವರು ಹಾಗೆ ಮಾಡುವುದು ಸಂಪೂರ್ಣವಾಗಿ ಅಗತ್ಯವಾಗಿತ್ತು. ಅವರ ಬುದ್ಧಿವಂತಿಕೆಯ ಮೆಚ್ಚುಗೆಯಲ್ಲಿ ಕರ್ನಲ್ ಮೆಲ್ಲಿಸನ್ ಅವರ ಮಾತುಗಳನ್ನು ಉಲ್ಲೇಖಿಸುವುದು ಅವಶ್ಯಕವಾಗಿದೆ:

"ಬಂಡುಕೋರ ನಾಯಕರಿಗೆ ಈ ಬಾರಿ ಅತ್ಯಂತ ನಿರ್ಣಾಯಕವಾಗಿತ್ತು ಮತ್ತು ತೀವ್ರವಾದ ಪರಿಗಣನೆಗೆ ಸಮಯವಾಗಿತ್ತು. ಆದರೆ ಬಿಕ್ಕಟ್ಟಿನ ಸಮಯದಲ್ಲಿ ಪರಿಹಾರಗಳನ್ನು ಸಹ ನೀಡಲಾಗುತ್ತದೆ. ಈ ಪರಿಹಾರವು ಬುದ್ಧಿವಂತ ಮಹಾರಾಣಿಯ ಮನಸ್ಸಿಗೆ ತೋಚಿತು. ರಾಣಿ ಈ ಪರಿಹಾರದೊಂದಿಗೆ ಹೊರಬರದಿದ್ದರೆ, ಬೇರೆ ಯಾರಾದರೂ ಈ ಪರಿಹಾರದೊಂದಿಗೆ ಹೊರಬಂದಿದ್ದಾರೋ ಇಲ್ಲವೋ ಎಂದು ಸೂಚಿಸುವುದು ಅನುಮಾನವೆನಿಸಿತು. ಈ ನಾಲ್ವರ ಹಿಂದಿನ ಚಟುವಟಿಕೆಗಳನ್ನು ಗಮನಿಸಿದರೆ, ಕನಿಷ್ಠ ರಾವ್ ಸಾಹೇಬ್ ಮತ್ತು ಬಂಡಾದ ನವಾಬರು ಈ ಪರಿಹಾರವನ್ನು ಎಂದಿಗೂ ತರಲು ಸಾಧ್ಯವಿಲ್ಲ ಎಂದು ಸೂಚಿಸುತ್ತದೆ. ಈ ಇಬ್ಬರು ವ್ಯಕ್ತಿಗಳ ನಡವಳಿಕೆ ಮತ್ತು ಬುದ್ಧಿವಂತಿಕೆಯಿಂದ ಅವರು ಈ ನಿರ್ಣಾಯಕ ಸಮಸ್ಯೆಯನ್ನು ಪರಿಹರಿಸಬಹುದೆಂದು ತೋರುತ್ತಿಲ್ಲ. ಈಗ ಉಳಿದ ಎರಡರಲ್ಲಿ, ನಾವು ತಾತ್ಯಾ ಟೋಪ್ ಅವರನ್ನು ಸ್ವಲ್ಪ ಸಮಯದವರೆಗೆ ಚಿತ್ರದಿಂದ ಹೊರಗಿಡಬಹುದು. ತಾತ್ಯಾ ಟೋಪೆ ಈ ಪರಿಹಾರವನ್ನು ಕಂಡುಹಿಡಿಯಲು ಅಸಮರ್ಥರಾಗಿದ್ದಾರೆ ಅಥವಾ ಪರಿಹಾರಗಳ ಬಗ್ಗೆ ಯೋಚಿಸುವ ಬುದ್ಧಿವಂತಿಕೆಯನ್ನು ಅವರು ಹೊಂದಿಲ್ಲ ಎಂದು ನಾವು ಹೇಳುತ್ತಿಲ್ಲ. ತಾತ್ಯ ಟೋಪ್ ಅವರ ಆತ್ಮಚರಿತ್ರೆಯಿಂದ ತಿಳಿದುಬಂದಿದೆ, ಆ ಸಮಯದಲ್ಲಿ ಮಹಾರಾಣಿ ಇಲ್ಲದಿದ್ದರೆ, ಈ ಪರಿಹಾರವು ಯಾರೊಬ್ಬರಿಂದಲೂ ಸೂಚಿಸಲು ಅಸಮರ್ಥರು ಎಂದು ಅವರು ಸ್ವತಃ ಒಪ್ಪಿಕೊಂಡಿದ್ದಾರೆ.

ಒಬ್ಬರ ಸ್ವಂತ ಶಿಬಿರದ ವ್ಯಕ್ತಿಗಳ ಮೆಚ್ಚುಗೆಯನ್ನು, ಔಪಚಾರಿಕತೆ ಅಥವಾ ಪಕ್ಷಪಾತದ ಅಭಿಪ್ರಾಯವೆಂದು ಪರಿಗಣಿಸಬಹುದು, ಆದರೆ ಎದುರು ಕಡೆಯ ವ್ಯಕ್ತಿಯು ಮೆಚ್ಚಿದಾಗ, ಅದನ್ನು ನಿರ್ಲಕ್ಷಿಸಲಾಗುವುದಿಲ್ಲ.

ವಾಸ್ತವವಾಗಿ, ನಿರ್ಣಾಯಕ ಸಮಯದಲ್ಲಿ ಹೊಸ ದಿಕ್ಕನ್ನು ತೋರಿಸುವ ಮೂಲಕ ಮಹಾರಾಣಿ ತನ್ನ ಸಿದ್ಧ ಬುದ್ಧಿ ಅಥವಾ ತತ್ಕ್ಷಣದ ಬುದ್ಧಿವಂತಿಕೆಯನ್ನು ಪ್ರದರ್ಶಿಸಿದರು. ಆದ್ದರಿಂದ, ಪ್ರತಿಯೊಬ್ಬರೂ ಅವರ ಸಲಹೆಯನ್ನು ಸಂತೋಷದಿಂದ ಸ್ವೀಕರಿಸಿದ್ದಾರೆ ಎಂಬುದರಲ್ಲಿ ಸಂದೇಹವಿಲ್ಲ. ಗ್ವಾಲಿಯರ್ ಮೇಲೆ ದಾಳಿ ನಡೆಸುವುದು ಖಚಿತವಾಯಿತು.

ಗ್ವಾಲಿಯರ್ ರಾಜ್ಯ

ಈ ಸಂದರ್ಭದಲ್ಲಿ, ಗ್ವಾಲಿಯರ್ ರಾಜ್ಯದ ಸ್ಥಿತಿ ಮತ್ತು 1857 ರ ದಂಗೆಯಲ್ಲಿ ಅದು ವಹಿಸಿದ ಪಾತ್ರವನ್ನು ಗಮನಿಸುವುದು ಅವಶ್ಯಕ. 1844 ರಲ್ಲಿ ಗ್ವಾಲಿಯರ್ ರಾಜ್ಯದ ವಿರುದ್ಧದ ಯುದ್ಧದಲ್ಲಿ ವಿಜಯದ ಪರಿಣಾಮವಾಗಿ ಬ್ರಿಟಿಷರು ಇವುಗಳಲ್ಲೂ ತಮ್ಮ ಹಿಮ್ಮಡಿಗಳಿಂದ ಅಗೆದಿದ್ದರು. ಈ ಯುದ್ಧದ ನಂತರ ಸಹಿ ಹಾಕಿದ ಒಪ್ಪಂದದ ಪ್ರಕಾರ ಬ್ರಿಟಿಷರು ಗ್ವಾಲಿಯರ್ ದರ್ಬಾರ್ ನಲ್ಲಿ ತಮ್ಮ ಅಧಿಕಾರವನ್ನು ಸ್ಥಾಪಿಸಿದ್ದರು ಮತ್ತು ಗ್ವಾಲಿಯರ್ ಕೋಟೆಯೂ ಅವರ ಅಡಿಯಲ್ಲಿ ಸೇರಿಕೊಂಡಿತ್ತು. 1853 ರಲ್ಲಿ ಎಲ್ಲಾ ಹಕ್ಕುಗಳನ್ನು ಜಯಾಜಿ ರಾವ್ ಸಿಂಧಿಯಾ ಅವರಿಗೆ ವರ್ಗಾಯಿಸಲಾಯಿತು, ಆದರೆ ಅವರು ಬ್ರಿಟಿಷ್ ಸರ್ಕಾರದ ನಿವಾಸಿಯೊಂದಿಗೆ ಸಮಾಲೋಚಿಸಿ ಎಲ್ಲಾ ಕಾರ್ಯಗಳನ್ನು ನಿರ್ವಹಿಸಬೇಕಾಯಿತು. 1858ರಲ್ಲಿ ಈ ಸಮಯದಲ್ಲಿ ಜಯಜಿ ರಾವ್ ಕೇವಲ 23 ವರ್ಷದ ಯುವಕನಾಗಿದ್ದ. ದಿನಕರ್ ರಾವ್ ರಾಜ್ವಾಡೆ ಅವರ ಪರವಾಗಿ ಎಲ್ಲಾ ಚಟುವಟಿಕೆಗಳನ್ನು ನಡೆಸಲಾಯಿತು. 1857 ರಲ್ಲಿ ದೆಹಲಿ ಮತ್ತು ಇತರ ಸ್ಥಳಗಳಲ್ಲಿ ಸ್ವಾತಂತ್ರ್ಯಕ್ಕಾಗಿ ಮುಕ್ತ ಹೋರಾಟ ಪ್ರಾರಂಭವಾದಾಗ ಮತ್ತು ಅದರ ಸುದ್ದಿ ಗ್ವಾಲಿಯರ್ ತಲುಪಿದಾಗ, ಗ್ವಾಲಿಯರ್ ತನ್ನದೇ ಆದ ಹತ್ತು ಸಾವಿರ ಬಲವಾದ ಸೈನ್ಯವನ್ನು ಹೊಂದಿದ್ದು ಜೊತೆಗೆ ಗ್ವಾಲಿಯರ್ ಮೂಲದ ಬ್ರಿಟಿಷರ ಅನಿಶ್ಚಿತ ಸೈನ್ಯವನ್ನೂ ಹೊಂದಿತ್ತು. ಆ ಸಮಯದಲ್ಲಿ ಸಿಂಧಿಯಾ ತನ್ನ ಸೈನ್ಯವನ್ನು ಲೆಫ್ಟಿನೆಂಟ್ ರಾಜ್ಯಪಾಲರ ಸಹಾಯಕ್ಕಾಗಿ ಆಗ್ರಾಕ್ಕೆ ಮತ್ತು ಮರಾಠಾ ಸೈನ್ಯದ ಒಂದು ತುಕಡಿಯನ್ನು ಇಟವಾಕ್ಕೆ ಕಳುಹಿಸಿದನು. ಆದರೆ 1857ರ ಜೂನ್ 14ರಂದು ಗ್ವಾಲಿಯರ್ ಮೂಲದ ಸೇನೆ ಕಂಟೋನ್ಮೆಂಟ್ ನಲ್ಲಿ ದಂಗೆಯೆದ್ದಿತು. ಕಂಟೋನ್ಮೆಂಟ್ ನಲ್ಲಿ ಬೆಂಕಿ ಹಚ್ಚಲಾಗಿತ್ತು. ಬ್ರಿಟಿಷ್ ಸೈನಿಕರನ್ನು ಉಳಿಸಲು ಸಿಂಧಿಯಾ ಗಂಭೀರ ಪ್ರಯತ್ನಗಳನ್ನು ಮಾಡಿದರು. ಆಗಲೂ ಅನೇಕ ಇಂಗ್ಲಿಷ್ ಸೈನಿಕರು ಮತ್ತು ಅಧಿಕಾರಿಗಳು ಕೊಲ್ಲಲ್ಪಟ್ಟರು. ಇದರಿಂದ ಗೊಂದಲಕ್ಕೊಳಗಾದ ಕ್ಯಾಪ್ಟನ್ ಮ್ಯಾಕ್ ಫರ್ಸನ್ ಸಿಂಧಿಯಾಕ್ಕೆ ಬಂದು ಇಂಗ್ಲಿಷ್ ಹೆಂಗಸರು ಮತ್ತು ಮಕ್ಕಳನ್ನು ಸೇನಾ ಬೆಂಗಾವಲಿನಲ್ಲಿ ಆಗ್ರಾಕ್ಕೆ ಕಳುಹಿಸಬೇಕೆಂದು ಸಲಹೆ ನೀಡಿದರು. ಆದ್ದರಿಂದ, ಸೂಚಿಸಿದಂತೆ ಇದನ್ನು ಮಾಡಲಾಯಿತು. ಸೈನ್ಯದ ದಂಗೆಯಿಂದಾಗಿ ಜಯಾಜಿ ರಾವ್ ಸಿಂಧಿಯಾ ಕೂಡ ಚಿಂತಿತರಾಗಿದ್ದರು. ಆಗ್ರಾಕ್ಕೆ ಹೋಗಲು ಮ್ಯಾಕ್ ಫರ್ಸನ್ ಗೂ ಅವರು ಅನುಮತಿ ನೀಡಿದರು.

ಬಂಡುಕೋರ ಸೈನಿಕರು ಚಂಬಲ್ ನದಿಯ ಆಚೆಯ ಹಿಂಗೋನಾ ಎಂಬ ಹಳ್ಳಿಯಲ್ಲಿ ತಂಗಿದ್ದರು. ಅವರ ನಾಯಕ ಜಹಾಂಗೀರ್ ಖಾನ್ ಗ್ವಾಲಿಯರ್ ರಾಜ್ಯದ ಸೇವಕರಾಗಿದ್ದರು. ಗ್ವಾಲಿಯರ್ ನಿಂದ ಆಗ್ರಾಕ್ಕೆ ಹೋಗುತ್ತಿದ್ದ ಆಂಗ್ಲರನ್ನು ಚಂಬಲ್ ನ ದಟ್ಟ ಕಾಡುಗಳಿಗೆ ದಾರಿ ತಪ್ಪಿಸಿ ಅಲ್ಲಿ ಕೊಲ್ಲಬೇಕು ಎಂದು ಅವರು ಬಯಸಿದ್ದರು. ಇಂಗ್ಲೀಷರ ಸುರಕ್ಷತೆಗಾಗಿ ಸಿಂಧಿಯಾ ಈಗಾಗಲೇ ಸಾಕಷ್ಟು ವ್ಯವಸ್ಥೆಗಳನ್ನು ಮಾಡಿದ್ದರು.

ಆದ್ದರಿಂದ, ಆಂಗ್ಲರ ಈ ಗುಂಪು ಆಗ್ರಾವನ್ನು ಸುರಕ್ಷಿತವಾಗಿ ತಲುಪಿತು. ನಂತರ ಇನ್ನೂ ಅನೇಕ ಇಂಗ್ಲೀಷರನ್ನು ಆಗ್ರಾಕ್ಕೆ ಕಳುಹಿಸಲಾಯಿತು. ಬಂಡುಕೋರ ಸೈನಿಕರು ಜಯಾಜಿ ರಾವ್ ಸಿಂಧಿಯಾ ಅವರನ್ನು ಇಂಗ್ಲಿಷ್ ಜನರೊಂದಿಗೆ ಕೈಜೋಡಿಸಬಾರದು ಮತ್ತು ಅವರಿಗೆ ಸಹಾಯ ಮಾಡಬಾರದು ಎಂದು ಪದೇ ಪದೇ ವಿನಂತಿಸಿದರು. ಸಿಂಧಿಯರು ಬ್ರಿಟಿಷರಿಗೆ ಬಲವಾಗಿ ನಂಬಿಗಸ್ತರಾಗಿದ್ದರು. ಆದ್ದರಿಂದ, ಅವರು ಬಂಡಾಯಗಾರರಿಗೆ ಯಾವುದೇ ಸಹಕಾರವನ್ನು ನೀಡಲಿಲ್ಲ.ಆಗ್ರಾದಲ್ಲಿಯೂ ಬ್ರಿಟಿಷರ ಸ್ಥಾನವನ್ನು ತುಂಬಾ ಪ್ರಬಲವೆಂದು ಕರೆಯಲಾಗುವುದಿಲ್ಲ. ಅಂತಹ ಪರಿಸ್ಥಿತಿಯಲ್ಲಿ ದಂಗೆಕೋರರು ಅಲ್ಲಿ ದಾಳಿ ಮಾಡಿದರೆ, ಆಂಗ್ಲರನ್ನು ಕೊಲ್ಲುವುದು ನಿಶ್ಚಿತವಾಗಿತ್ತು. ಈ ಪರಿಸ್ಥಿತಿಯನ್ನು ಗಣನೆಗೆ ತೆಗೆದುಕೊಂಡು, ಮ್ಯಾಕ್ ಫರ್ಸನ್ ತನ್ನ ಸೈನ್ಯವನ್ನು ಅಲ್ಲಿಗೆ ಕಳುಹಿಸುವಂತೆ ಸಿಂಧಿಯಾ ಅವರನ್ನು ವಿನಂತಿಸಿದರು ಮತ್ತು ಬಂಡುಕೋರರನ್ನು ಗ್ವಾಲಿಯರ್ ನಲ್ಲಿ ಹಿಡಿದಿಡಲು ಮತ್ತು ಗ್ವಾಲಿಯರ್ ನಿಂದ ಆಗ್ರಾವನ್ನು ತಲುಪಲು ಅವರಿಗೆ ಅವಕಾಶ ನೀಡದಂತೆ ವಿನಂತಿಸಿದರು. ಉತ್ತಮ ಸಮಾಲೋಚನೆ ಮತ್ತು ತಾರ್ಕಿಕತೆಯ ನಂತರ ಸಿಂಧಿಯಾ ಗ್ವಾಲಿಯರ್ ನಲ್ಲಿ ದಂಗೆಕೋರರನ್ನು ಶಾಂತಗೊಳಿಸಿದರು. ಆಗ್ರಾದಲ್ಲಿ ಆಂಗ್ಲರು ಸುರಕ್ಷಿತವಾಗಿ ಉಳಿದರು.

ಸಿಂಧಿಯಾ ಸರ್ಕಾರದ ಸಲಹೆಯ ಮೇರೆಗೆ ಗ್ವಾಲಿಯರ್ ನಲ್ಲಿನ ಅನಿಶ್ಚಿತ ಸೈನ್ಯದಲ್ಲಿನ ಬಂಡುಕೋರರು ಸುಮ್ಮನಿದ್ದರು, ಆದರೆ ನಂತರ ಅವರು ಸಿಂಧಿಯಾ ಅವರನ್ನು ತಮ್ಮ ಕಡೆಯಿಂದ ಕರೆತರುವ ಪ್ರಯತ್ನಗಳನ್ನು ಪ್ರಾರಂಭಿಸಿದರು. ತಮ್ಮೊಂದಿಗೆ ಬಂದು ಆಗ್ರಾದ ಮೇಲೆ ದಾಳಿ ಮಾಡಲು ಅಥವಾ ಆರ್ಥಿಕವಾಗಿ ಅವರಿಗೆ ಸಹಾಯ ಮಾಡಲು ಅವರು ಸಿಂಧಿಯಾ ಅವರಿಗೆ ಹೇಳಿದರು. ಈ ಸಮಯದಲ್ಲಿ ಸಿಂಧಿಯಾ ಅವರ ಪರಿಸ್ಥಿತಿ ಚಿಂತಾಜನಕವಾಗಿತ್ತು. ದಿನಕರ್ ರಾವ್ ಮತ್ತು ಇತರ ಇಬ್ಬರು *ಸರ್ದಾರ್* ಗಳನ್ನು ಹೊರತುಪಡಿಸಿ, ಉಳಿದವರೆಲ್ಲರೂ ಬಂಡಾಯಗಾರರ ಬೆಂಬಲಿಗರಾಗಿ ಮತಾಂತರಗೊಂಡಿದ್ದರು ಮತ್ತು ಅವರೆಲ್ಲರೂ ಸಿಂಧಿಯಾ ಅವರನ್ನು ತಮ್ಮ ಪಕ್ಷಕ್ಕೆ ತರಲು ಪ್ರಯತ್ನಿಸುತ್ತಿದ್ದರು. ಈ ಅವಧಿಯಲ್ಲಿ ದಿವಾನ್ ದಿನಕರ್ ರಾವ್ ಬಹಳ ಬುದ್ಧಿವಂತಿಕೆಯಿಂದ ವರ್ತಿಸಿದರು. ದಂಗೆಕೋರರು ತಮ್ಮ ವಿರುದ್ಧ ಹೋಗಲು ಅವನು ಎಂದಿಗೂ ಅನುಮತಿಸಲಿಲ್ಲ ಮತ್ತು ಅವರನ್ನು ಗೊಂದಲಕ್ಕೀಡುಮಾಡಿದನು ಮತ್ತು ಮಾತನಾಡುವಲ್ಲಿ ತೊಡಗಿದನು. ಅಷ್ಟೇ ಅಲ್ಲ, ಸಿಂಧಿಯಾ ದರ್ಬಾರ್ ನ ಹೆಚ್ಚಿನ *ಸರ್ದಾರ್* ಗಳು ಸಹ ಸಿಂಧಿಯಾ ವಿರುದ್ಧ ತಿರುಗಿದ್ದಾರೆ ಎಂದು ಬಂಡಾಯಗಾರರಿಗೆ ತಿಳಿಸಲು ಅವರು ಅನುಮತಿಸಲಿಲ್ಲ. ಅಂತಹ ಸಮಯದಲ್ಲಿ ಅಂತಹ ಗೌಪ್ಯತೆಯು ಸಂಪೂರ್ಣವಾಗಿ ಅಗತ್ಯವಾಗಿತ್ತು. ದರ್ಬಾರ್ ನ ಸರಿಯಾದ ಸ್ಥಾನವನ್ನು ಬಂಡುಕೋರ ಸೈನಿಕರು ತಿಳಿದಿದ್ದರೆ, ಅವರು ಸಿಂಧಿಯಾ ಸರ್ಕಾರದ ವಿರುದ್ಧವೇ ಬಂಡಾಯವೆದ್ದಿರಬಹುದು. ಕಾನ್ಪುರದಲ್ಲಿ ನಾನಾ ಸಾಹೇಬರ ವಿಜಯದ ನಂತರ ಸಿಂಧಿಯಾದ ಆಸ್ಥಾನಿಕರು ಸ್ವತಂತ್ರವಾಗಿರಲು ಬಯಸಿದರು. ಅವರು ಸದಾ ಬ್ರಿಟಿಷರ ಬಗ್ಗೆ ತಮ್ಮತಮ್ಮಲ್ಲೇ ಚರ್ಚಿಸುತ್ತಿದ್ದರು.

ಅಂತಹ ಪರಿಸ್ಥಿತಿಯಲ್ಲಿ ದಂಗೆ ಎಬ್ಬಿಸಲು ಅವಕಾಶ ನೀಡದ ಸಂಪೂರ್ಣ ಮನ್ನಣೆ ದಿನಕರ್ ರಾವ್ ಅವರಿಗೆ ಸಲ್ಲುತ್ತದೆ. ಏಕೆಂದರೆ ಅವರು ರಾಜ್ಯದ ಸಂಪೂರ್ಣ ಮತ್ತು ಏಕೈಕ ಕಾರ್ಯನಿರ್ವಾಹಕರಾಗಿದ್ದರು. ಜಯಾಜಿ ರಾವ್ ಸಿಂಧಿಯಾ ಅವರ ಕೈಯಲ್ಲಿ ಕೇವಲ ಕೈಗೊಂಬೆಯಾಗಿದ್ದರು. ಆ ಸಮಯದಲ್ಲಿ ಗ್ವಾಲಿಯರ್ ನಲ್ಲಿಯೂ ದಂಗೆಯ ಧ್ವಜವನ್ನು ಹಾರಿಸಿದ್ದರೆ, ಬಹುಶಃ ಬ್ರಿಟಿಷರು ಭಾರತವನ್ನು ತೊರೆಯಬೇಕಾಯಿತು. ಅನೇಕ ಇಂಗ್ಲಿಷ್

ಇತಿಹಾಸಕಾರರು ಈ ಸಂಗತಿಯನ್ನು ಒಪ್ಪಿಕೊಂಡಿದ್ದಾರೆ. ದಿ *ಮೆಮೋರಿಯಲ್ ಆಫ್ ಸರ್ವಿಸ್ ಇನ್ ಇಂಡಿಯಾ* (*The Memorial of Service in India*) ದ ಲೇಖಕರು ಹೀಗೆ ಬರೆಯುತ್ತಾರೆ:

"ಗ್ವಾಲಿಯರ್ ಅನ್ನು ಒಂದು ಅರ್ಥದಲ್ಲಿ ಭಾರತಕ್ಕೆ ಪ್ರಮುಖವೆಂದು ಪರಿಗಣಿಸಬೇಕು ಅಥವಾ ಅದು ಭಾರತದ ಅಂತಹ ಸರಪಳಿ ಎಂದು ನಾವು ಹೇಳಬಹುದು. ಅವರ ಯಾವುದೇ ಸಂಪರ್ಕವು (ನಮ್ಮ) ಖಚಿತವಾದ ವಿಪತ್ತನ್ನು ತರುತ್ತಿತ್ತು. ಗ್ವಾಲಿಯರ್ ಆಡಳಿತಗಾರನು ನಮ್ಮೊಂದಿಗೆ ನಂಬಿಕೆಯನ್ನು ಉಲ್ಲಂಘಿಸಿದರೆ ಅಥವಾ ಬಂಡಾಯಗಾರರಿಂದ ನಿಯಂತ್ರಿಸಲ್ಪಟ್ಟಿದ್ದರೆ ಆ ದಂಗೆಯು ಸ್ಥಳೀಯ ಅಥವಾ ಮಿಲಿಟರಿ ದಂಗೆಯಾಗಿ ಉಳಿಯುತ್ತಿರಲಿಲ್ಲ, ಅದು ಜನಪ್ರಿಯ, ವ್ಯಾಪಕ ಮತ್ತು ರಾಷ್ಟ್ರೀಯ ದಂಗೆಯಾಗಿ ಬದಲಾಗುತ್ತಿತ್ತು. ಅಂತಹ ಸಂದರ್ಭದಲ್ಲಿ ನಾವು ಗಂಗಾ ನದಿಯ ಮೂಲಕ ಸುಲಭವಾಗಿ ದಾಟಿದ ಪ್ರದೇಶದಲ್ಲಿ ಹೋರಾಡಬೇಕಾಗಿರಲಿಲ್ಲ. ಇದಕ್ಕೆ ವಿರುದ್ಧವಾಗಿ, ಉತ್ತರ ಭಾರತದ ಪ್ರವೇಶಿಸಲಾಗದ ಪ್ರಾಂತ್ಯಗಳಲ್ಲಿ ಯುದ್ಧ ಕಲೆಯಲ್ಲಿ ಬುಡಕಟ್ಟು ಜನಾಂಗದ ತಜ್ಞರೊಂದಿಗೆ ಹೋರಾಡಲು ನಾವು ಬಲವಂತವಾಗಿರಬಹುದು. ಒಂದು ವೇಳೆ ಸಿಂಧಿಯಾ ಆ ಸಮಯದಲ್ಲಿ ನಮ್ಮ ವಿರುದ್ಧ ದಂಗೆಯ ಧ್ವಜವನ್ನು ಹಾರಿಸಿದ್ದರೆ ಮತ್ತು ಅವರ ವಿಲೇವಾರಿಯಲ್ಲಿ ಎಲ್ಲಾ ಶಕ್ತಿಯೊಂದಿಗೆ ಹೋರಾಡುತ್ತಿದ್ದರೂ ಅವರನ್ನು ಸೋಲಿಸಿದ್ದರೂ ಸಹ ಈ ದಂಗೆಯು ನಾವು ಊಹಿಸಲೂ ಸಾಧ್ಯವಾಗದಂತಹ ಭಯಾನಕ ಆಯಾಮಗಳನ್ನು ದುರಿಸಬೇಕಾಗಿತ್ತು."

ಗ್ವಾಲಿಯರ್ ನಲ್ಲಿ ಉದ್ವಿಗ್ನತೆ

ದಿನಕರ್ ರಾವ್ ಅವರ ಪ್ರಯತ್ನಗಳಿಂದಾಗಿ ದಂಗೆ ಹೇಗಾದರೂ ಮುಂದೂಡಲ್ಪಟ್ಟರೂ, ಒಳಗೆ ಉದ್ವಿಗ್ನತೆ ಉಂಟಾಯಿತು. ಒಮ್ಮೆ ರಾಜಮನೆತನದ ಅರಮನೆಯ ಬಳಿ ತೀವ್ರವಾದ ಉದ್ವಿಗ್ನತೆ ಮತ್ತು ಮುಖಾಮುಖಿಯ ಪರಿಸ್ಥಿತಿಯು ಗೋಚರಿಸಿತು. ಅದು ಸಿಂಧಿಯಾ ಮತ್ತು ಬ್ರಿಟಿಷ್ ಸರ್ಕಾರವನ್ನು ಅಲುಗಾಡಿಸಿತು ಮತ್ತು ಎಚ್ಚರಿಸಿತು. ದಂಗೆಯ ಬೆಂಕಿಯು ಇಡೀ ಉತ್ತರ ಭಾರತದಾದ್ಯಂತ ಹರಡಿತು. ಮಾವ್ ಮತ್ತು ಇಂದೋರ್ ನ ಬಂಡಾಯ ಸೈನಿಕರು ತಮ್ಮ ಪ್ರಚಾರ ಕಾರ್ಯಾಚರಣೆಯಲ್ಲಿ ಗ್ವಾಲಿಯರ್ ತಲುಪಿದರು. ಅವರು ಗ್ವಾಲಿಯರ್ ನಲ್ಲಿ ಸೈನ್ಯವನ್ನು ದಂಗೆಯನ್ನು ಆಶ್ರಯಿಸಲು ಪ್ರೇರೇಪಿಸಿದರು. ನಾನಾ ಸಾಹೇಬರ ಸೈನಿಕರು ಸಹ ಅವರನ್ನು ತಮ್ಮ ಕಡೆಯಿಂದ ಗೆಲ್ಲಲು ಪ್ರಯತ್ನಿಸುತ್ತಿದ್ದರು. ಇದೆಲ್ಲದರ ಫಲಿತಾಂಶವೆಂದರೆ ಗ್ವಾಲಿಯರ್ ಸೈನ್ಯದ ಬಂಡಾಯ ಸೈನಿಕರು ಸಿಂಧಿಯಾ ಅವರೊಂದಿಗೆ ನೇರವಾಗಿ ಮಾತನಾಡುವುದು ಸೂಕ್ತವೆಂದು ಭಾವಿಸಿದರು. ಅವರ ಆಯ್ಕೆ ಮಾಡಿದ ಪ್ರತಿನಿಧಿಗಳ 300 ಮಂದಿ ಸೆಪ್ಟೆಂಬರ್ 7, 1857 ರಂದು ಸಿಂಧಿಯಾ ಅರಮನೆಯಲ್ಲಿ ತಲುಪಿದರು ಮತ್ತು ಈ ಕೆಳಗಿನ ಪ್ರಸ್ತಾಪವನ್ನು ಅವರ ಮುಂದೆ ಇಟ್ಟರು:

"ಆಗ್ರಾದ ಮೇಲೆ ದಾಳಿ ಮಾಡುವ ಮೂಲಕ ನಾವು ಬಿಳಿಯರನ್ನು ಮುಗಿಸಲು ಬಯಸುತ್ತೇವೆ. ಈ ಕಾರ್ಯದಲ್ಲಿ ನೀವು ದಯೆಯಿಂದ ನಮಗೆ ಸಹಾಯ ಮಾಡಬೇಕು."

ಸರಿ, ಸಿಂಧಿಯಾ ಇದನ್ನು ಹೇಗೆ ಒಪ್ಪಿಕೊಳ್ಳಬಹುದು? ಈ ಬಗ್ಗೆ ತಮ್ಮ ಸ್ಪಷ್ಟ ಭಿನ್ನಾಭಿಪ್ರಾಯವನ್ನು ವ್ಯಕ್ತಪಡಿಸಿದ ಅವರು, "ನಿಮ್ಮ ಈ ನಡವಳಿಕೆಯು ನಮ್ಮ ಆದರ್ಶಗಳಿಗೆ ವಿರುದ್ಧವಾಗಿದೆ. ಮಳೆ ಮುಗಿಯುವವರೆಗೆ ನೀವು ಯಾವುದೇ ಅಡಚಣೆಯನ್ನು ಸೃಷ್ಟಿಸಿದರೆ, ನಮ್ಮ ಕಡೆಯಿಂದ ನೀವು ಯಾವುದೇ ಸಹಾಯವನ್ನು ಪಡೆಯುವುದಿಲ್ಲ. ಇದಲ್ಲದೆ, ನಿಮ್ಮ ಪಾವತಿಯನ್ನು ಸಹ ನಿಲ್ಲಿಸಲಾಗುತ್ತದೆ. ಬ್ರಿಟಿಷರ ಬಗೆಗಿನ ಸಿಂಧಿಯಾ ಅವರ ಭಕ್ತಿಯನ್ನು ಈ ಸಭೆಯಲ್ಲಿ ಬಂಡಾಯಗಾರರ ಮುಂದೆ ಅದರ ಬೆತ್ತಲೆ ರೂಪದಲ್ಲಿ ಬಹಿರಂಗಪಡಿಸಲಾಯಿತು. ಸಿಂಧಿಯಾ ಏಕೆ ಈವರೆಗೆ ಯಾವುದೇ ಸ್ಪಷ್ಟ ಪ್ರತಿಕ್ರಿಯೆಯೊಂದಿಗೆ ಹೊರಬಂದಿಲ್ಲ ಎಂಬ ಬಗ್ಗೆಯೂ ಅವರಿಗೆ ತಿಳಿದಿದೆ. ಬಂಡುಕೋರರ ಪ್ರತಿನಿಧಿಗಳು ಅವರನ್ನು ಬಹಿರಂಗವಾಗಿ ಎಚ್ಚರಿಸಿದರು ಮತ್ತು ಹಿಂತಿರುಗಿದರು. ಮುಂದೆ ಏನು? ಗ್ವಾಲಿಯರ್ ಮೂಲದ ತುಕಡಿ ಸೈನ್ಯವು ಸಿಂಧಿಯಾ ಅರಮನೆ ಮತ್ತು ನಗರದ ಮೇಲೆ ಫಿರಂಗಿ ಬಂದೂಕುಗಳಿಂದ ದಾಳಿ ಮಾಡಲು ನಿರ್ಧರಿಸಿತು. ಪರಿಸ್ಥಿತಿಯು ಸಿಂಧಿಯರಿಗೆ ನಿರ್ಣಾಯಕ ಮತ್ತು ಸಂವೇದನಾಶೀಲವಾಯಿತು. ಸುದ್ದಿ ತಿಳಿದ ಕೂಡಲೇ ಅವರು ಮರಾಠರ ಸೈನ್ಯವನ್ನು ಹೆಚ್ಚಿಸಲು ನಿರ್ಧರಿಸಿದರು ಮತ್ತು 5000 ಮರಾಠರನ್ನು ನೇಮಿಸಲಾಯಿತು. ಸಿಂಧಿಯಾ ಅವರೇ ತಮ್ಮ ಸೈನ್ಯವನ್ನು ಮುನ್ನಡೆಸಿದರು ಮತ್ತು ತಮ್ಮ ನಗರವನ್ನು ಉತ್ತಮ ಸಾಮರ್ಥ್ಯದಿಂದ ರಕ್ಷಿಸುವಲ್ಲಿ ಯಶಸ್ವಿಯಾದರು. ದಂಗೆಕೋರರು ಸಂಘರ್ಷಕ್ಕೆ ಹೋಗದಿರಲು ನಿರ್ಧರಿಸಿದರು ಮತ್ತು ಹಿಮ್ಮೆಟ್ಟಿದರು. ಆಗ್ರಾದ ಆಂಗ್ಲರು ಅದರ ದೊಡ್ಡ ಫಲಾನುಭವಿಗಳಾಗಿದ್ದರು. ಅವರು ಸಂಪೂರ್ಣ ವಿನಾಶದಿಂದ ರಕ್ಷಿಸಲ್ಪಟ್ಟರು. ಜಯಾಜಿ ರಾವ್ ಅವರ ಅಸಹಕಾರದಿಂದ ನಿರಾಶೆಗೊಂಡ ಗ್ವಾಲಿಯರ್ ನ ಬಂಡಾಯದ ಸೈನ್ಯವು ತಾತ್ಯಾ ತೋಪೆ ಅವರೊಂದಿಗೆ ಕಾನ್ಪುರಕ್ಕೆ ಹೋಯಿತು.

ಗ್ವಾಲಿಯರ್ ಮೇಲೆ ದಾಳಿ

ಮೇಲ್ನೋಟಕ್ಕೆ ಬಿಕ್ಕಟ್ಟನ್ನು ತಪ್ಪಿಸಲಾಗಿದ್ದರೂ, ಬೆಂಕಿ ಒಳಗೆ ಹೊಗೆಯಾಡುತ್ತಲೇ ಇತ್ತು. ಸಿಂಧಿಯಾ ಕೂಡ ಈ ಘಟನೆಯಿಂದ ದಿಗ್ಭ್ರಮೆಗೊಂಡರು. ಎಲ್ಲಾ ಕಡೆಗಳಲ್ಲಿ ದಂಗೆಯು ಆವೇಗವನ್ನು ಪಡೆದುಕೊಂಡಿದ್ದರಿಂದ, ಬ್ರಿಟಿಷರ ಮೇಲೆ ದ್ವೇಷದ ಭಾವನೆಯು ಗ್ವಾಲಿಯರ್ ನಲ್ಲಿಯೂ ಹುಟ್ಟಿಕೊಂಡಿತು. ಕಲ್ಪಿ ಮತ್ತು ಝಾನ್ಸಿಯಲ್ಲಿ ಬ್ರಿಟಿಷರ ಯಶಸ್ಸಿನ ಸುದ್ದಿ ಹರಡಿದ ಈ ಘಟನೆಯ ಕೆಲವು ತಿಂಗಳ ನಂತರ, ಗ್ವಾಲಿಯರ್ ನ ಬಹುತೇಕ ಎಲ್ಲ ಸರ್ದಾರ್ ಗಳು ಸಹ ಬ್ರಿಟಿಷ್ ವಿರೋಧಿಗಳಾದರು. ಈ ಸಮಯದಲ್ಲಿಯೇ ಅತ್ಯಂತ ಧೈರ್ಯಶಾಲಿ ತಾತ್ಯಾ ತೋಪೆ ಗ್ವಾಲಿಯರ್ ತಲುಪಿದರು. ಅವರು ಸಿಂಧಿಯಾ ಸೈನ್ಯವನ್ನು ಬಂಡಾಯಕ್ಕೆ ಪ್ರಚೋದಿಸಲು ಸಹ ಬಂದಿದ್ದರು. ದೇಶದ ಸ್ವಾತಂತ್ರ್ಯದ ಕ್ರಾಂತಿ-ಯಜ್ಞ (ಕ್ರಾಂತಿ) ಕ್ಕೆ ಸೇರಲು ಅವರು ಸೈನ್ಯವನ್ನು ಕೋರಿದರು. ತಾತ್ಯಾ ತೋಪೆ ಅವರಿಗೆ ಸಹಾಯ ಮಾಡಲು ಎಲ್ಲರೂ ಒಪ್ಪಿದರು.

ಇದೆಲ್ಲವನ್ನೂ ಹೇಳುವ ಉದ್ದೇಶವೆಂದರೆ, ಆ ಸಮಯದಲ್ಲಿ ಗ್ವಾಲಿಯರ್ ಯಾವುದೇ ನುರಿತ ವ್ಯಕ್ತಿಗೆ ಕಿಡಿಯನ್ನು ಹೊತ್ತಿಸಲು ಕಾಯುತ್ತಿರುವ ಮದ್ದುಗುಂಡುಗಳ ರಾಶಿಯಾಗಿ ಮಾರ್ಪಟ್ಟಿತ್ತು. ಗ್ವಾಲಿಯರ್ ದಂಗೆಯೆದ್ದರೆ ಅದರ ಪರಿಣಾಮಗಳು ಊಹಿಸಲಾಗದಷ್ಟು ಭಯಾನಕವಾಗಬಹುದು ಎಂದು ಬ್ರಿಟಿಷರು ಭಯಪಟ್ಟರು. ಗ್ವಾಲಿಯರ್ ನಿವಾಸಿಗಳು ಕೆಲವು ಬಿಳಿಯರ ಸೈನ್ಯವನ್ನು ಅಲ್ಲಿ ಇರಿಸಿಕೊಳ್ಳಲು ವಸ್ತುಗಳ ಫಿಟ್ನೆಸ್ ನಲ್ಲಿ ಯೋಚಿಸಿದರು ಮತ್ತು ಅದರ ಬಗ್ಗೆ ಲಾರ್ಡ್ ಕ್ಯಾನಿಂಗ್ ಗೆ ಪತ್ರ ಬರೆದರು. ಈ ಘಟನೆಗಳ ಚಕ್ರದಿಂದ ಬ್ರಿಟಿಷರು ಎಷ್ಟು ಭೀತಿಗೊಳಗಾಗಿದ್ದರು ಎಂಬುದನ್ನು ಊಹಿಸಬಹುದಾಗಿದೆ. ಸಿಂಧಿಯಾ ದಂಗೆಗೆ ಸೇರಿಕೊಂಡರೆ ಅವರು ತಮ್ಮ ಚೀಲ ಮತ್ತು ಸಾಮಾನುಗಳನ್ನು ಸಂಗ್ರಹಿಸಿ ಭಾರತವನ್ನು ತೊರೆಯಬೇಕಾಗುತ್ತದೆ ಎಂದು ಗವರ್ನರ್ ಜನರಲ್ ಇಂಗ್ಲೆಂಡ್ ಗೆ ತಂತಿ ಕಳುಹಿಸಿದರು.

ಲಾರ್ಡ್ ಕ್ಯಾನಿಂಗ್ ಅವರ ಸೂಚನೆಯ ಮೇರೆಗೆ ಗವರ್ನರ್ ಜನರಲ್ ಅವರು ಗ್ವಾಲಿಯರ್ ಬಿಳಿ ಸೈನ್ಯವನ್ನು ಕಳುಹಿಸಲು ಆದೇಶಿಸಿದರು. ಈ ಸೈನ್ಯವು ಗ್ವಾಲಿಯರ್ ತಲುಪುವ ಮೊದಲು, ರಾವ್ ಸಾಹೇಬ್, ಲಕ್ಷ್ಮೀಬಾಯಿ ಮುಂತಾದವರು ಗೋಪಾಲಪುರವನ್ನು ತೊರೆದು ಗ್ವಾಲಿಯರ್ ನ ಗಡಿಯನ್ನು ತಲುಪಿದ್ದರು ಎಂಬ ಸುದ್ದಿ ಗ್ವಾಲಿಯರ್ ಗೆ ಬಂದಿತು. ಅಲ್ಲಿನ ಸಾರ್ವಜನಿಕರು ಮತ್ತು ಸರ್ದಾರ್ ಗಳು ಈಗಾಗಲೇ ತಮ್ಮನ್ನು ಕೆಚ್ಚೆದೆಯ ಬಂಡಾಯಗಾರರ ಬೆಂಬಲಿಗರಾಗಿ ಪರಿವರ್ತಿಸಿಕೊಂಡಿದ್ದರು. ಆದ್ದರಿಂದ ರಾವ್ ಸಾಹೇಬರ ಸೈನ್ಯವು ಅಲ್ಲಿಗೆ ತಲುಪಲು ಯಾವುದೇ ವಿರೋಧವನ್ನು ಎದುರಿಸಬೇಕಾಗಿರಲಿಲ್ಲ. ಗ್ವಾಲಿಯರ್ ಕೋಟೆಯನ್ನು ತಮ್ಮ ನಿಯಂತ್ರಣಕ್ಕೆ ತೆಗೆದುಕೊಳ್ಳಲು ಅವರು ಬರುತ್ತಿದ್ದರು ಎಂಬುದು ನಿಜ. ಆದರೆ ಅವರು ತಮ್ಮ ಉದ್ದೇಶವನ್ನು ಬಹಿರಂಗವಾಗಿ ಘೋಷಿಸಿರಲಿಲ್ಲ. ಅವರ ಆಗಮನದಿಂದ ಅವರ ಬೆಂಬಲಿಗರು ಸಂತೋಷಪಟ್ಟರೆ, ಸಿಂಧಿಯಾ, ಅವರ ದಿವಾನ್ ದಿನಕರ್ ರಾವ್ ಮತ್ತು ರಘುನಾಥ್ ರಾವ್ ರಾಜ್ವಾಡೆ ಅವರಂತಹ ಇತರ ಆಸ್ಥಾನಿಕರು ಚಿಂತಿತರಾಗಿದ್ದರು. ರಾವ್ ಸಾಹೇಬರ ಆಗಮನದಿಂದ ರಾಜ್ವಾಡೆ ಸಂತೋಷದಿಂದ ಇದ್ದರು. ಆದರೆ ಅವರ ನಿಷ್ಠೆ ಬ್ರಿಟಿಷರೊಂದಿಗಿತ್ತು. ರಾವ್ ಸಾಹೇಬ್ ಅವರು ಜಯಜಿ ರಾವ್ ಮತ್ತು ರಾಜಮಾತಾ ಜಯಜಿಬಾಯಿ ಅವರಿಗೆ ಪತ್ರವೊಂದನ್ನು ಬರೆದರು. "ನಾವು ಪ್ರೀತಿಯ ಭಾವನೆಗಳೊಂದಿಗೆ ನಿಮ್ಮ ಬಳಿಗೆ ಬರುತ್ತಿದ್ದೇವೆ. ನಿಮ್ಮೊಂದಿಗಿನ ನಮ್ಮ ಹಳೆಯ ಸಂಬಂಧಗಳನ್ನು ಪರಿಗಣಿಸಿ, ಈ ಬಿಕ್ಕಟ್ಟಿನಲ್ಲಿ ನಮಗೆ ದಯೆಯಿಂದ ಸಹಾಯ ಮಾಡಿ. ಇದು ದಕ್ಷಿಣದತ್ತ ಸಾಗಲು ನಮಗೆ ಅನುವು ಮಾಡಿಕೊಡುತ್ತದೆ."

ಸಿಂಧಿಯಾ ಅವರನ್ನು ತಮ್ಮ ಪಕ್ಷಕ್ಕೆ ಕರೆದುಕೊಂಡು ಹೋಗಲು ಅವರು ಬಯಸಿದ್ದರು ಎಂಬುದು ಸ್ಪಷ್ಟವಾಗಿದೆ. ರಾವ್ ಸಾಹೇಬ್ ಪೇಶ್ವೆಯ ವಂಶಸ್ಥರಾಗಿದ್ದರು ಮತ್ತು ಸಿಂಧಿಯಾ ಕುಟುಂಬವು ಪೇಶ್ವರಿಂದ ಗ್ವಾಲಿಯರ್ ರಾಜ್ಯವನ್ನು ಸ್ವೀಕರಿಸಿತು. ಪೇಶ್ವೆಗಳಿಂದ ಸಿಂಧಿಯಾ ಪ್ರಭಾವಿತರಾಗಬಹುದೆಂದು ನಿರೀಕ್ಷಿಸಿದ ದಿನಕರ್ ರಾವ್, ಮೇಲಿನ ಪತ್ರವು ಸಿಂಧಿಯಾವನ್ನು ತಲುಪಲಿಲ್ಲ ಎಂದು ಗಮನಿಸಿದರು. ಬದಲಾಗಿ, ಅವರು ಅದರ ಬಗ್ಗೆ ನಿವಾಸಿಗಳಿಗೆ ಮಾಹಿತಿ ನೀಡಿದರು. ಇನ್ನೊಂದೆಡೆ ರಾವ್ ಸಾಹೇಬ್ ತಮ್ಮ ಪತ್ರಕ್ಕೆ ಉತ್ತರವನ್ನು ಸ್ವೀಕರಿಸದಿದ್ದಾಗ, ಹೆಚ್ಚು ಸಮಯ ಕಾಯುವುದು ಸೂಕ್ತವೆಂದು ಅವರು ಭಾವಿಸಲಿಲ್ಲ ಮತ್ತು 28 ಮೇ 1858 ರಂದು ಅಮನ್ ಗ್ರಾಮದ ಬಳಿ ತಲುಪಿದರು. ಪೇಶ್ವೆಗಳೊಂದಿಗಿನ ಸಿಂಧಿಯಾ ಅವರ ಸಂಬಂಧವನ್ನು ಗಮನದಲ್ಲಿಟ್ಟುಕೊಂಡು ಜಯಾಜಿ ರಾವ್ ಅವರಿಗೆ ಖಂಡಿತವಾಗಿಯೂ ಸಹಾಯ ಮಾಡುತ್ತಾರೆ ಎಂದು ಅವರಿಗೆ

ಸಂಪೂರ್ಣ ವಿಶ್ವಾಸವಿತ್ತು. ಆದರೆ ಏನಾಯಿತು ಎಂಬುದು ಇದಕ್ಕೆ ವಿರುದ್ಧವಾಗಿತ್ತು. ಅವರು ತಮ್ಮ ಮುಂದೆ 400 ಪದಾತಿಸೈನ್ಯದ ಸೈನಿಕರು ಮತ್ತು ಸೇನೆಯ ನೂರ ಐವತ್ತು ಕುದುರೆ ಸವಾರಿ ಸೈನಿಕರು ತಮ್ಮ ದಾರಿಯನ್ನು ನಿರ್ಬಂಧಿಸುತ್ತಿರುವುದನ್ನು ನೋಡಿದರು. ಇದು ಪೇಶ್ವಾ ರಾವ್ ಸಾಹೇಬರಿಗೆ ಕೋಪ ತರಿಸಿತು.

ಅವರು ಆ ಸೈನ್ಯದ *ಸರ್ದಾರ್*‌ಗೆ ಬಹಳ ಬಲವಾದ ಧ್ವನಿಯಲ್ಲಿ ಎಚ್ಚರಿಸಿದರು, "ನಮ್ಮನ್ನು ತಡೆಯಲು ನೀನು ಯಾರು? ಸಿಂಧಿಯಾ ಮತ್ತು ದಿನಕರ್ ರಾವ್ ಅವರ ಬಗ್ಗೆ ನಮ್ಮ ಅಭಿಪ್ರಾಯವೇನು? ಅವರು ಯಾರು? ಆದ್ದರಿಂದ ಅವರು ನಮ್ಮನ್ನು ತಡೆಯುತ್ತಾರೆಯೇ? ನಾವು ರಾವ್ ಪಂತ್ ಪ್ರಧಾನ್ ಪೇಶ್ವಾ ಮತ್ತು ನಮ್ಮ ಧರ್ಮ ಮತ್ತು ನಮ್ಮ ಮುಕ್ತ ರಾಜ್ಯಕ್ಕಾಗಿ ಹೋರಾಡುತ್ತಿದ್ದೇವೆ. ವಿಜ್ಞಾನಿಗಳ ಪೂರ್ವಜರು ನಮ್ಮ ಸೇವಕರಾಗಿ ಬದುಕಿದ್ದಾರೆ ಮತ್ತು ಕಾರ್ಯನಿರ್ವಹಿಸಿದ್ದಾರೆ ಮತ್ತು ನಾವು ಅವರಿಗೆ ರಾಜ್ಯವನ್ನು ನೀಡಿದ್ದೇವೆ. ಅವರು ತಮ್ಮ ಎಲ್ಲಾ ಸೈನ್ಯವನ್ನು ನಮ್ಮಿಂದ ಪಡೆದರು. ಸೇನೆಯ ಅಧಿಕಾರಿಗಳಿಂದ ನಾವು ಪತ್ರಗಳನ್ನು ಸ್ವೀಕರಿಸಿದ್ದೇವೆ. ತಾತ್ಯಾ ತೋಪೆ ಈಗಾಗಲೇ ಗ್ವಾಲಿಯರ್ ಗೆ ಭೇಟಿ ನೀಡಿದ್ದರು ಮತ್ತು ಅದರ ಬಗ್ಗೆ ಎಲ್ಲಾ ವಿವರಗಳನ್ನು ತಿಳಿದಿದ್ದರು. ಈಗ ಎಲ್ಲಾ ಸಿದ್ಧತೆಗಳನ್ನು ಮಾಡಲಾಗಿದೆ. ಆದ್ದರಿಂದ, ನಾವು ನಮ್ಮ ಸೈನ್ಯದೊಂದಿಗೆ ಬರುತ್ತಿದ್ದೇವೆ. ನೀವು ನಮ್ಮೊಂದಿಗೆ ಯುದ್ಧ ಮಾಡಲು ಬಯಸುತ್ತೀರಾ?"

ರಾವ್ ಸಾಹೇಬ್ ಅವರ ವಿದ್ಯುದೀಕರಣದ ಮಾತುಗಳನ್ನು ಕೇಳಿ, ಸುಬೇದಾರ್ ಅವರಿಗೆ ಏನನ್ನೂ ಹೇಳಲು ಧೈರ್ಯವಿರಲಿಲ್ಲ ಮತ್ತು ಅವರ ಮುಂದೆ ವಿಶಾಲ ಸೈನ್ಯವನ್ನು ನೋಡಿದ ಅವರು ಸಂಘರ್ಷದ ಫಲಿತಾಂಶಗಳನ್ನು ನಿರೀಕ್ಷಿಸಿದರು. ಆದ್ದರಿಂದ, ಅವರು ಒಂದು ಕಡೆ ತಟಸ್ಥರಾದರು ಮತ್ತು ರಾವ್ ಸಾಹೇಬ್ ತಮ್ಮ ಸೈನ್ಯದೊಂದಿಗೆ ಮುಂದಕ್ಕೆ ಹೋದರು. ಮೇ ೩೦ರಂದು ಪೇಶ್ವೆಯ ಸೈನ್ಯವು ಬಸಾ ಗಾಂವ್ ತಲುಪಿತು.

ಸಿಂಧಿಯಾ ಸೋಲು

ಪೇಶ್ವಾ ತನ್ನ ಎಲ್ಲಾ ಸೈನ್ಯದೊಂದಿಗೆ ಮಿನಾರ್ ಕಂಟೋನ್ಮೆಂಟ್ ನಲ್ಲಿ ಶಿಬಿರವೊಂದನ್ನು ಆಯೋಜಿಸಿದನು ಮತ್ತು ಸಿಂಧಿಯಾ ಅವರನ್ನು ತನ್ನ ಹಿತೈಷಿಯಾಗಿ ಪರಿಗಣಿಸಿ ಅದಕ್ಕೆ ಅನುಗುಣವಾಗಿ ಅವರಿಗೆ ಮಾಹಿತಿ ನೀಡಿದನು, ಇದರಿಂದಾಗಿ ಅವರು ಪೇಶ್ವಾ ಅವರ ಸಹಾಯಕ್ಕಾಗಿ ತಮ್ಮನ್ನು ತಾವು ಸಿದ್ಧಪಡಿಸಿಕೊಂಡರು. ಅನೇಕ ಕೆಚ್ಚೆದೆಯ ಸೈನಿಕರು ಅವರಿಗೆ ಸಹಾಯ ಮಾಡಲು ಒಲವು ತೋರಿದರೂ, ಅದನ್ನು ಮಾಡಲು ಅವರಿಗೆ ಧೈರ್ಯವನ್ನು ಒಗ್ಗೂಡಿಸಲು ಸಾಧ್ಯವಾಗಲಿಲ್ಲ. ದಿನಕರ್ ರಾವ್ ಅವರಂತಹ ಕೆಲವು *ಸರ್ದಾರ್*‌ಗಳು ಮತ್ತು ಅವರಲ್ಲಿ ಇನ್ನಿಬ್ಬರು ಇದ್ದಕ್ಕಿದ್ದಂತೆ ತಮ್ಮ ರಾಜತಾಂತ್ರಿಕತೆ ಮತ್ತು ಬುದ್ಧಿವಂತಿಕೆಯ ಅನುಸಾರವಾಗಿ ಪೇಶ್ವಾ ಸೈನ್ಯದ ಮೇಲೆ ಧಾವಿಸಿದರು. ಆದರೆ ಲಕ್ಷ್ಮೀಬಾಯಿಯ ಶೌರ್ಯದ ಮುಂದೆ ನಿಲ್ಲಲು ಅವರಿಗೆ ಸಾಧ್ಯವಾಗಲಿಲ್ಲ. ಅವರು ಯುದ್ಧಭೂಮಿಯಿಂದ ಪಲಾಯನ ಮಾಡಬೇಕಾಯಿತು. ಮಹಾರಾಣಿ ಲಕ್ಷ್ಮೀಬಾಯಿ ಅವರು ತಮ್ಮ ಎಲ್ಲಾ ಫಿರಂಗಿ ಬಂದೂಕುಗಳು ಮತ್ತು ಯುದ್ಧ ಸಾಮಗ್ರಿಗಳನ್ನು ವಶಪಡಿಸಿಕೊಂಡರು.

ಸಿಂಧಿಯಾ ಓಡಿಹೋಗುತ್ತಾರೆ ಮತ್ತು ಪೇಶ್ವಾಸ್ ಗ್ವಾಲಿಯರ್ ನಿಯಂತ್ರಣವನ್ನು ತೆಗೆದುಕೊಳ್ಳುತ್ತಾರೆ

ಯುದ್ಧಭೂಮಿಯಲ್ಲಿ ತಮ್ಮ ಬೆನ್ನನ್ನು ತೋರಿಸಿದ ನಂತರ, ಸಿಂಧಿಯಾ ಗ್ವಾಲಿಯರ್ ನಲ್ಲಿ ಉಳಿಯುವುದು ಸುರಕ್ಷಿತವಾಗಿರಲಿಲ್ಲ. ಆದ್ದರಿಂದ, ದಿನಕರ್ ರಾವ್ ಮತ್ತು ಇತರ ಕೆಲವು ವ್ಯಕ್ತಿಗಳೊಂದಿಗೆ ಅವರು ಧೋಲ್ಪುರದ ಮೂಲಕ ಆಗ್ರಾವನ್ನು ತಲುಪಿದರು. ಎಂತಹ ವಿಪರ್ಯಾಸ! ಒಂದು ಹಂತದಲ್ಲಿ ಸಿಂಧಿಯಾ ಬಂಡುಕೋರರನ್ನು ನಿಗ್ರಹಿಸುವ ಮೂಲಕ ತನ್ನ ಯಜಮಾನರಾದ ಬ್ರಿಟಿಷರನ್ನು ಮೆಚ್ಚಿಸಲು ಪ್ರಯತ್ನಿಸುತ್ತಿದ್ದರು, ಮತ್ತೊಂದು ಹಂತದಲ್ಲಿ (ಈಗ) ಮಹಾರಾಣಿ ಲಕ್ಷ್ಮೀಬಾಯಿಯಿಂದ ತನ್ನ ಜೀವವನ್ನು ಉಳಿಸಿಕೊಳ್ಳಲು ಸ್ವತಃ ಓಡಿಹೋಗಬೇಕಾಯಿತು. ಮಹಾರಾಣಿಯವರ ಕೈಯಲ್ಲಿ ಅವರ ಸೋಲಿನ ಬಗ್ಗೆ ಶ್ರೀ ಪರಾಸನೀಸ್ ಹೀಗೆ ಬರೆಯುತ್ತಾರೆ:

'ಆ ಸಮಯದಲ್ಲಿ ಸಿಂಧಿಯಾ ಸರ್ಕಾರವು ಬ್ರಿಟಿಷರಿಗೆ ತನ್ನ ನಿಷ್ಠೆಯನ್ನು ಉತ್ತಮ ರೀತಿಯಲ್ಲಿ ನಿರೂಪಿಸಿತು ಮತ್ತು ಅದರ ಸ್ನೇಹವನ್ನು ಕಾಪಾಡುವ ಸಲುವಾಗಿ ಅದು ತನ್ನ ಜೀವನವನ್ನು ಅಪಾಯಕ್ಕೆ ಸಿಲುಕಿಸಿತು ಮತ್ತು ತನ್ನ ಹಳೆಯ ಸಂಬಂಧಿಕರೊಂದಿಗೆ ಹೋರಾಡಿತು. ಇದು ಸಿಂಧಿಯಾ ಕಡೆಯಿಂದ ಹೆಮ್ಮೆಯ ಕಾರ್ಯವೆಂದು ಸಾಬೀತಾಯಿತು. ಅದೇ ರೀತಿ ಮಹಾರಾಣಿ ಲಕ್ಷ್ಮೀಬಾಯಿ ಸ್ವಾತಂತ್ರ್ಯವನ್ನು ಮರಳಿ ಪಡೆಯುವಲ್ಲಿ ಪ್ರದರ್ಶಿಸಿದ ಶೌರ್ಯದ ಮೂಲಕ ಗಳಿಸಿದ ವೈಭವವು ಶಾಶ್ವತವಾಗಿ ಉಳಿಯುತ್ತದೆ. ಮಹಾರಾಣಿ ಯಾವುದೇ ನಿರ್ದಿಷ್ಟ ಸಹಾಯವಿಲ್ಲದೆ ತನ್ನ ಖಡ್ಗದ ಬಲದಿಂದ ಮಹಾರಾಜ ಜಯಜಿ ರಾವ್ ಸಿಂಧಿಯಾ ಅವರಂತಹ ಮನುಷ್ಯನನ್ನು ಯುದ್ಧಭೂಮಿಯಿಂದ ಓಡಿಸಿದ್ದು ಸಾಮಾನ್ಯ ವಿಷಯವಲ್ಲ. ಅವರ ಶೌರ್ಯವನ್ನು ಯುರೋಪಿನ ಶ್ರೇಷ್ಠ ಪುರುಷರು ಹೆಚ್ಚು ಮೆಚ್ಚಿದ್ದಾರೆ. ಅವರ ಯುದ್ಧದ ಸಿದ್ಧತೆಗಳು ಪ್ರಬಲ ಶತ್ರುಗಳಿಗೆ ಅತ್ಯಂತ ಬೆದರಿಕೆಯಾಗಿತ್ತು ಮತ್ತು ಅವರ ಧೈರ್ಯ ಮತ್ತು ಶೌರ್ಯದ *ಸರ್ದಾರ್*ಗಳ ನೋಟವು ವಿಜಯದ ಖಾತರಿಯಾಗಿದೆ."

ಈಗ ಪೇಶ್ವೆಗಳಿಗೆ ನೆಲವು ಸ್ಪಷ್ಟವಾಗಿತ್ತು. ಆದ್ದರಿಂದ, ಅವರು ವಿಜಯದ ಸಂತೋಷದಿಂದ ನಗರವನ್ನು ಪ್ರವೇಶಿಸಿದರು. ಇದಕ್ಕಾಗಿ ಅವರು ಯಾವುದೇ ರೀತಿಯಲ್ಲಿ ಹೋರಾಡಬೇಕಾಗಿಲ್ಲ. ಅವರ ಬೆಂಬಲಿಗರು ತುಂಬಾ ಸಂತೋಷಪಟ್ಟರು. ಗ್ವಾಲಿಯರ್ ನ ಬಂಡಾಯ-ಬೆಂಬಲಿತ ಸೇನೆಗಳು ಪೇಶ್ವೆಯ ಅಧಿಕಾರವನ್ನು ಸಂತೋಷದಿಂದ ಒಪ್ಪಿಕೊಂಡವು ಮತ್ತು ಫಿರಂಗಿ ಬಂದೂಕುಗಳಿಂದ ಅವರಿಗೆ ವಂದಿಸಿದವು. ರಾವ್ ಸಾಹೇಬ್ ಸಿಂಧಿಯಾದ ರಾಜಮನೆತನದ ಅರಮನೆಯನ್ನು ತಮ್ಮ ವಾಸಸ್ಥಳವನ್ನಾಗಿ ಮಾಡಿಕೊಂಡರು ಮತ್ತು ಅವರ ಧ್ವಜವನ್ನು ಅದರ ಮೇಲೆ ಹಾರಿಸಲಾಯಿತು. ಮಹಾರಾಣಿ ಲಕ್ಷ್ಮೀಬಾಯಿ ತನ್ನ ನಿವಾಸಕ್ಕಾಗಿ, ನೌಲಖಾ ಬಾಗ್ ಪಕ್ಕದಲ್ಲಿರುವ ಅರಮನೆಯನ್ನು ಆರಿಸಿಕೊಂಡರು. ಅಂತೆಯೇ, ಇತರ ಕಮಾಂಡರ್ ಗಳು ಸಹ ವಿವಿಧ ಅರಮನೆಗಳಲ್ಲಿ ವಾಸಿಸಲು ಪ್ರಾರಂಭಿಸಿದರು. ನಗರದ ನಿಯಂತ್ರಣವನ್ನು ಪಡೆದ ನಂತರ ಧೈರ್ಯಶಾಲಿ ತಾತ್ಯಾ ತೋಪೆ ಅವರು ಕೋಟೆಯನ್ನು ವಶಪಡಿಸಿಕೊಳ್ಳಲು ತಮ್ಮ ಕೆಲವು ಸೈನಿಕರನ್ನು ಕಳುಹಿಸಿದರು. ಅಲ್ಲಿ

ಅವರನ್ನು ಅಲ್ಲಿನ ಜನರು ತೆರೆದ ತೋಳುಗಳಿಂದ ಸ್ವಾಗತಿಸಿದರು. ಕೋಟೆಯ ನಿಯಂತ್ರಣವನ್ನು ಅವರಿಗೆ ಹಸ್ತಾಂತರಿಸಿದರು. ಕೋಟೆಯಲ್ಲಿ ಯುದ್ಧ ಸಾಮಗ್ರಿಗಳ ದೊಡ್ಡ ಸಂಗ್ರಹವಿತ್ತು. ವಿಜೇತರು ಅದರ ಮೇಲೆ ನಿಯಂತ್ರಣವನ್ನು ಪಡೆಯಲು ಅಸಾಧಾರಣವಾಗಿ ಸಂತೋಷಪಟ್ಟರು.

ವಿಜಯವನ್ನು ಆಚರಿಸಿದ ನಂತರ, ರೆಸಿಡೆನ್ಸಿಯ ಮೇಲೆ ಆಕ್ರಮಣ ಮಾಡುವ ಸಮಯ ಇದು. ಅದನ್ನು ಲೂಟಿ ಮಾಡಿ, ಬೆಂಕಿ ಹಚ್ಚಲಾಯಿತು. ಇದರ ನಂತರ ಸಿಂಧಿಯಾದ ಹಳೆಯ ಅರಮನೆ ಮತ್ತು ಬ್ರಿಟಿಷ್ ಬೆಂಬಲಿತ *ಸರ್ದಾರ್* ಗಳ ಹವೇಲಿಗಳನ್ನು (ವಿಶಾಲ ಕಟ್ಟಡಗಳು) ಲೂಟಿ ಮಾಡಿ ನೆಲಕ್ಕೆ ಉರುಳಿಸಲಾಯಿತು. ಇದರ ನಂತರ ಸೈನಿಕರು ನಗರವನ್ನೂ ಲೂಟಿ ಮಾಡಲು ಯೋಜಿಸಿದರು. ಆದರೆ ಅವರು ಹಾಗೆ ಮಾಡುವ ಮೊದಲು, ಪೇಶ್ವಾ ಅದನ್ನು ತಿಳಿದುಕೊಂಡರು. ಈ ದುಷ್ಕೃತ್ಯದಲ್ಲಿ ಯಾರೂ ಪಾಲ್ಗೊಳ್ಳಬಾರದು ಮತ್ತು ಯಾವುದೇ ನಾಗರಿಕರಿಗೆ ಯಾವುದೇ ರೀತಿಯಲ್ಲಿ ಕಿರುಕುಳ ನೀಡಬಾರದು ಎಂದು ಅವರು ಕಟ್ಟುನಿಟ್ಟಿನ ಆದೇಶಗಳನ್ನು ಹೊರಡಿಸಿದರು. ಆದ್ದರಿಂದ ನಗರವನ್ನು ಲೂಟಿ ಮಾಡುವುದನ್ನು ತಪ್ಪಿಸಲಾಯಿತು.

ರಾವ್ ಸಾಹೇಬ್ ಅವರ ಪಟ್ಟಾಭಿಷೇಕ

ಜಯಾಜಿ ರಾವ್ ಸಿಂಧಿಯಾ ಅವರು ಸ್ವಾತಂತ್ರ್ಯಕ್ಕಾಗಿ ದಂಗೆಯನ್ನು ಬೆಂಬಲಿಸಿದ ಅವರ ನಾಲ್ಕು *ಸರ್ದಾರ್* ಗಳನ್ನು ಬಂಧಿಸಿದ್ದರು. ಪೇಶ್ವರು ಅವರನ್ನು ಬಿಡುಗಡೆ ಮಾಡಿದರು. ಗ್ವಾಲಿಯರ್ ನ ಆಡಳಿತಾತ್ಮಕ ಅಧಿಕಾರವು ಈಗ ಈ ಕೆಚ್ಚೆದೆಯ ಬಂಡಾಯಗಾರರ ಕೈಯಲ್ಲಿತ್ತು. ಪೇಶ್ವ ರಾವ್ ಸಾಹೇಬ್ ಅವರ ನಾಯಕರಾಗಿದ್ದರು. ಆದ್ದರಿಂದ ಪ್ರಾಧಿಕಾರದ ನಿಜವಾದ ನಾಯಕನಾಗಿ ಮುಂದುವರಿಯಲು ತನ್ನ (ಪೇಶ್ವಾಸ್) ಪಟ್ಟಾಭಿಷೇಕ ಸಮಾರಂಭವನ್ನು ನಡೆಸುವುದು ಅಗತ್ಯವೆಂದು ಅವರು ಭಾವಿಸಿದರು. ಪುರಾತನ ಸಂಪ್ರದಾಯದ ಪ್ರಕಾರ ಒಬ್ಬ ವ್ಯಕ್ತಿಯನ್ನು ಪಟ್ಟಾಭಿಷೇಕ ಮಾಡದ ಹೊರತು, ಅವನನ್ನು ಮಾನ್ಯ ರಾಜನೆಂದು ಪರಿಗಣಿಸಲಾಗುವುದಿಲ್ಲ. ಛತ್ರಪತಿ ಮಹಾರಾಜ್ ಶಿವಾಜಿ ಅವರ ಕೈಯಲ್ಲಿ ಎಲ್ಲಾ ಆಡಳಿತಾತ್ಮಕ ಅಧಿಕಾರವಿದ್ದರೂ, ಜನರು ಅವರನ್ನು ಪಟ್ಟಾಭಿಷೇಕ ಮಾಡುವವರೆಗೆ ಬಿಜಾಪುರ ಆಡಳಿತದ ಬಂಡಾಯ ಸೇವಕ ಎಂದು ಪರಿಗಣಿಸಿದರು. ಅವರು ನೀಡಿದ ಎಲ್ಲಾ ಪೂರ್ವ ಪಟ್ಟಾಭಿಷೇಕದ ಉಡುಗೊರೆ ಮತ್ತು ದೇಣಿಗೆ ಆದೇಶಗಳನ್ನು ಅಮಾನ್ಯವೆಂದು ಪರಿಗಣಿಸಯಿತು. ಬಹುಶಃ, ಈ ಕಾರಣಕ್ಕಾಗಿ, ರಾವ್ ಸಾಹೇಬ್ ತಮ್ಮ ಪಟ್ಟಾಭಿಷೇಕದ ಸಮಾರಂಭವನ್ನು ನಡೆಸುವುದು ಅಗತ್ಯವೆಂದು ಪರಿಗಣಿಸಿದ್ದರು. ಅವರು ಈ ವಿಷಯವನ್ನು ಮೊದಲು ಗೌರವಾನ್ವಿತ ವ್ಯಕ್ತಿಗಳು, ಜಾಗೀರ್ ದಾರ್ ಗಳು, ಗ್ವಾಲಿಯರ್ ರಾಜ್ಯದ ಜಮೀನ್ ದಾರ್ ಗಳೊಂದಿಗೆ ಚರ್ಚಿಸಿದರು. ಅವರ ಒಪ್ಪಿಗೆಯನ್ನು ಪಡೆದ ನಂತರ, ಅವರು ಸ್ವತಃ ತಮ್ಮ ಪಟ್ಟಾಭಿಷೇಕಕ್ಕಾಗಿ ಒಂದು ದಿನವನ್ನು ನಿಗದಿಪಡಿಸಿದರು. ಅದರಲ್ಲಿ ಭಾಗವಹಿಸಲು ಅವರು ತಮ್ಮ ಎಲ್ಲ ಸ್ನೇಹಿತರನ್ನು ಆಹ್ವಾನಿಸಿದರು.

ಜೂನ್ 3, 1858 ರಂದು ಫೂಲ್ ಬಾಗ್ ನಲ್ಲಿ ನ್ಯಾಯಾಲಯವನ್ನು ಆಯೋಜಿಸಲಾಯಿತು, ಅಲ್ಲಿ ಎಲ್ಲಾ ಆಸ್ಥಾನಿಕರು, ಕಮಾಂಡರ್ ಗಳು ಇತ್ಯಾದಿ ತಮ್ಮ ರಾಜಮನೆತನದ ಉಡುಪುಗಳಲ್ಲಿ ಭಾಗವಹಿಸಿದ್ದರು. ರಾವ್ ಸಾಹೇಬ್ ತಮ್ಮ ಸಾಂಪ್ರದಾಯಿಕ ಪೇಶ್ವಾ ಉಡುಪನ್ನು ಧರಿಸಿದ್ದರು. ನಂತರ ಅವರು ಸಂಪೂರ್ಣ ಧಾರ್ಮಿಕ ಆಚರಣೆಗಳು ಮತ್ತು ಕ್ರಮಗಳೊಂದಿಗೆ ಸಿಂಹಾಸನವನ್ನು ಏರಿದರು. ಈ ಘಟನೆಯನ್ನು ವಿವರಿಸುತ್ತಾ, ಶ್ರೀ ಪರಾಸನೀಸ್ ಹೀಗೆ ಬರೆಯುತ್ತಾರೆ:

"ಅವನಿಗೆ (ಪಶ್ವಾ) ಒಲವು ತೋರಿದ ಎಲ್ಲ *ಸರ್ದಾರ್* ಗಳು, ರಾಜಕಾರಣಿಗಳು ಮತ್ತು ಸೈನಿಕರು ತಮ್ಮ ಗೌರವಾನ್ವಿತ ಸ್ಥಾನಗಳನ್ನು ಅಲಂಕರಿಸಿದರು. ತಾತ್ಯಾ ತೋಪೆ ಮತ್ತು ಅವರ ನೇತೃತ್ವದ ಇತರ ಕಮಾಂಡರ್ ಗಳು ತಮ್ಮ ಸಮವಸ್ತ್ರದಲ್ಲಿ ಅಸೆಂಬ್ಲಿಯಲ್ಲಿ ಉಪಸ್ಥಿತರಿದ್ದರು. ರಾವ್ ಸಾಹೇಬ್ ಸ್ವತಃ ಪೇಶ್ವಾ ರಾಜಮನೆತನದ ನಿಲುವಂಗಿಯನ್ನು ಧರಿಸಿದ್ದರು, ಅವರ ತಲೆಯ ಮೇಲೆ ಗಂಟು, ಕಿವಿಗಳಲ್ಲಿ ಮುತ್ತಿನ ಚದರ ಉಂಗುರಗಳು ಮತ್ತು ಎದೆಯ ಮೇಲೆ ಹಾರವು ಪೂರ್ಣ ಆಡಂಬರ ಮತ್ತು ವೈಭವದಿಂದ ದರ್ಬಾರ್ ಗೆ ಆಗಮಿಸಿಸಿದರು, ಚೋಬ್ದಾರ್ ಗಳು ಮತ್ತು ವಂಡಿಗರ ಆಶೀರ್ವಾದದ ಹಾಡುಗಳ ಜೊತೆಯಲ್ಲಿ. ನಂತರ, ತಜೀಮ್ ಗಳು ಮತ್ತು ದರ್ಬಾರಿಗಳ ಮುಜ್ರಾಗಳ ಮೂಲಕ ಪೇಶ್ವಾ ಸಿಂಹಾಸನವನ್ನು ಏರಿದನು."

ಇದರ ನಂತರ, ಜಾಗೀರ್ದಾರರು, ತಾತ್ಯಾ ತೋಪೆ ಮತ್ತು ಇತರರಿಗೆ ಅಮೂಲ್ಯ ಉಡುಗೊರೆಗಳನ್ನು ನೀಡಲಾಯಿತು. ತಾತ್ಯಾ ತೋಪೆಯನ್ನು ಸೇನೆಯ ಸರ್ವೋಚ್ಚ ಕಮಾಂಡರ್ ಎಂದು ಘೋಷಿಸಲಾಯಿತು. ಅವರಿಗೆ ಆಭರಣಗಳಿಂದ ತುಂಬಿದ ಖಡ್ಗವನ್ನು ನೀಡಲಾಯಿತು. ರಾಮ್ ರಾವ್ ಗೋವಿಂದ್ ಅವರನ್ನು ಪ್ರಧಾನಿಯಾಗಿ *(ಅಮತ್ಯ) ನೇಮಿಸಲಾಯಿತು.* ಅವರಿಗೆ ದುಬಾರಿ ಬಟ್ಟೆಗಳನ್ನು ನೀಡಲಾಯಿತು. ಶಿವಾಜಿ ಮಹಾರಾಜರ ಅಭ್ಯಾಸದ ಪ್ರಕಾರ ಅವರು *ಅಷ್ಟ* ಪ್ರಧಾನಿಗಳನ್ನು (ಎಂಟು ಮುಖ್ಯಸ್ಥರು) ನೇಮಿಸಿದರು. ಸೈನಿಕರಿಗೆ ಇಪ್ಪತ್ತು ಲಕ್ಷ ರೂಪಾಯಿಗಳನ್ನು ಬಹುಮಾನವಾಗಿ ವಿತರಿಸಲಾಯಿತು.

ಅಧಿಕಾರದ ಅಮಲು

ರಾವ್ ಸಾಹೇಬ್, ತಾತ್ಯಾ ಟೋಪೆ ಮುಂತಾದವರು ಈ ಸುಲಭ ಯಶಸ್ಸಿನ ನಂತರ ತಮ್ಮ ಕರ್ತವ್ಯವನ್ನು ಮರೆತಿದ್ದಾರೆ ಎಂದು ತೋರುತ್ತದೆ. ಈ ರೀತಿಯಾಗಿ ತನ್ನ ರಾಜ್ಯದಿಂದ ವಂಚಿತರಾದ ಸಿಂಧಿಯಾ ಸುಮ್ಮನೆ ಕುಳಿತುಕೊಳ್ಳುವುದಿಲ್ಲ ಎಂದು ಅವರು ನೆನಪಿಸಿಕೊಳ್ಳಲು ಸಹ ಕಾಳಜಿ ವಹಿಸಲಿಲ್ಲ. ಪಟ್ಟಾಭಿಷೇಕದ ಸಮಯದಲ್ಲಿ ಏನನ್ನೂ ಪಡೆಯದ ಕೆಲವು ಹಳೆಯ ಸೇವಕರು ತಮ್ಮನ್ನು ಅವಮಾನಿಸಿದ್ದಾರೆ ಎಂದು ಪರಿಗಣಿಸುತ್ತಿದ್ದರು. ಆದರೆ ಪೇಶ್ವಾ ಮತ್ತು ಅವನ ಸಹಚರರು ಶಕ್ತಿಯಿಂದ ಮದ್ಯಪಾನ ಮಾಡಿ, ಸುಖ ಮತ್ತು ಐಷಾರಾಮಿಗಳಲ್ಲಿ ಮುಳುಗಿ, ಇವೆಲ್ಲವನ್ನೂ ಹೇಗೆ ಕಾಳಜಿ ವಹಿಸಬಹುದು? ಮಹಾರಾಣಿ ಲಕ್ಷ್ಮೀಬಾಯಿ ಅವರ ಈ ರೀತಿಯ ನಡವಳಿಕೆಯಿಂದ ತುಂಬಾ ಅಸಮಾಧಾನಗೊಂಡರು. ಆದ್ದರಿಂದ, ಅವರು ಪೇಶ್ವಾಕ್ಕೆ ಹೋಗಿ, "ವಿಜಯದ ಅಮಲಿನಲ್ಲಿ ಮುಳುಗುವುದು ನಿಮಗೆ ಸೂಕ್ತವಲ್ಲ. ಸಹಜವಾಗಿ, ನೀವು ಎಲ್ಲಾ ಸಶಸ್ತ್ರ ಪಡೆಗಳು ಮತ್ತು ಸಿಂಧಿಯಾದ ಖಜಾನೆಯ ಮೇಲೆ ನಿಯಂತ್ರಣವನ್ನು ಹೊಂದಿದ್ದೀರಿ, ಆದರೆ ಅವುಗಳನ್ನು ಸರಿಯಾಗಿ ಬಳಸದಿದ್ದರೆ,

ಅದು ನಿಮ್ಮ ಎಲ್ಲಾ ಆಕಾಂಕ್ಷೆಗಳನ್ನು ಕಡಿಮೆ ಮಾಡುತ್ತದೆ. ಬ್ರಿಟಿಷರು ಬಹಳ ಬುದ್ಧಿವಂತರು ಮತ್ತು ಕಠಿಣ ಪರಿಶ್ರಮಿಗಳು. ಅವರು ಯಾವಾಗ ನಮ್ಮ ಮೇಲೆ ದಾಳಿ ಮಾಡುತ್ತಾರೆ ಎಂಬ ಬಗ್ಗೆ ನಾವು ಏನನ್ನೂ ಹೇಳಲು ಸಾಧ್ಯವಿಲ್ಲ. ನೀವು ಈ ರೀತಿ ಅಜಾಗರೂಕರಾಗಿ ಮುಂದುವರಿದರೆ, ನಮ್ಮ ಒಟ್ಟು ವಿನಾಶವು ಹೆಚ್ಚು ಸಮಯ ತೆಗೆದುಕೊಳ್ಳುವುದಿಲ್ಲ. ಆದ್ದರಿಂದ, ಸಂತೋಷಗಳು ಮತ್ತು ಐಷಾರಾಮಿಗಳನ್ನು ತ್ಯಜಿಸಿ ನೀವು ಸೈನ್ಯದತ್ತ ಗಮನ ಹರಿಸಬೇಕು. ಸೈನಿಕರ ಸಂಬಳವನ್ನು ಹೆಚ್ಚಿಸುವ ಮೂಲಕ ಅವರನ್ನು ಪ್ರೋತ್ಸಾಹಿಸಿ ಬದಲಾಗಿ ಈ ಸಮಯ ವ್ಯರ್ಥವಾಗಲು ಅಲ್ಲ. ದೊಡ್ಡ ತೊಂದರೆಗಳ ನಂತರ ಶಿಸ್ತಿನೊಂದಿಗೆ ಕ್ರಮ ತೆಗೆದುಕೊಳ್ಳಲು ನಮಗೆ ಅನುಕೂಲಕರ ಅವಕಾಶ ಸಿಕ್ಕಿದೆ. ಆದ್ದರಿಂದ, ನೀವು ಎಚ್ಚರಿಕೆಯಿಂದ ಯುದ್ಧ ಸಿದ್ಧತೆಗಳಲ್ಲಿ ನಿರತರಾಗಿರಿ",ಎಂದಳು.

ಮಹಾರಾಣಿಯ ಗಂಭೀರ ಮತ್ತು ಅರ್ಥಪೂರ್ಣ ಮಾತುಗಳನ್ನು ಪೇಶ್ವೆಯವರು ಕೇಳಿದರು. ಆದರೆ ಅವರು ಕಾಳಜಿ ವಹಿಸಲಿಲ್ಲ. ಬ್ರಿಟಿಷರು ಇನ್ನು ಮುಂದೆ ತನಗೆ ಹಾನಿ ಮಾಡಲಾರರು ಎಂದು ಅವರು ಭಾವಿಸಿರಬಹುದು. ಶಕ್ತಿಯ ಅಮಲೇರುವುದು ವಾಸ್ತವದಲ್ಲಿ ಬಹಳ ವಿಚಿತ್ರವಾಗಿದೆ. ಇದು ಮೋಡಗಳನ್ನು ಆವರಿಸುತ್ತದೆ ಮತ್ತು ಮನುಷ್ಯನ ಬುದ್ಧಿವಂತಿಕೆಯನ್ನು ಒಳಗೊಳ್ಳುತ್ತದೆ. ಅದನ್ನು ಜಯಿಸುವುದು ತುಂಬಾ ಕಷ್ಟ.

ಗ್ವಾಲಿಯರ್ ಗೆ ಹಂಗ್ರೋಸ್ ಮಾರ್ಚ್

ಮಹಾರಾಣಿಯವರ ಮೇಲಿನ ಹೇಳಿಕೆಯು ಎಷ್ಟು ಸತ್ಯವೆಂದು ಬಹಳ ಬೇಗನೆ ಸಾಬೀತಾಯಿತು. ಕಲ್ಪಿಯಲ್ಲಿನ ಯಶಸ್ಸಿನ ನಂತರ, ಹಘ್ರೋಸ್ ರಜೆಯ ಮೇಲೆ ಬಾಂಬೆಗೆ ಹೋಗಲು ಬಯಸಿದ್ದರು ಎಂದು ಮೇಲೆ ತಿಳಿಸಲಾಗಿದೆ. ಆದರೆ ಜೂನ್ 1 ರಂದು ರಾಬರ್ಟ್ಸನ್ ಅವರು ಬಂಡಾಯಗಾರರು ಗ್ವಾಲಿಯರ್ ತಲುಪಿದ್ದಾರೆ ಎಂದು ತಿಳಿಸಿದರು. ಆದ್ದರಿಂದ, ಅವರನ್ನು ತಕ್ಷಣವೇ ಹಿಂತಿರುಗುವಂತೆ ಕೇಳಲಾಯಿತು ಮತ್ತು ಅವರ ಹಿಂದಿನ ಯಶಸ್ಸಿನ ಬೆಳಕಿನಲ್ಲಿ ಅವರು ಗ್ವಾಲಿಯರ್ ಗೆ ಹೋಗುವುದು ಸೂಕ್ತವೆಂದು ಪರಿಗಣಿಸಲಾಯಿತು. ಅವರು ತಕ್ಷಣವೇ ಗವರ್ನರ್ ಜನರಲ್ ಲಾರ್ಡ್ ಕ್ಯಾನಿಂಗ್ಗೆ ವೈರ್ ಮೂಲಕ ಮಾಹಿತಿ ನೀಡಿದರು, "ಗ್ವಾಲಿಯರ್ ವಶಪಡಿಸಿಕೊಳ್ಳಲು ಸೈನ್ಯವನ್ನು ಮುನ್ನಡೆಸಲು ನಾನು ಸಿದ್ಧ". ಅವರ ಉತ್ಸಾಹಕ್ಕೆ ಕ್ಯಾನಿಂಗ್ ತುಂಬಾ ಸಂತೋಷಪಟ್ಟರು. ಈ ಯುದ್ಧಕ್ಕಾಗಿ ಅವರು ಅವರನ್ನು ಸೈನ್ಯದ ಕಮಾಂಡರ್ ಆಗಿ ನೇಮಿಸಿದರು. ರಜೆಯ ಮೇಲೆ ಹೋದಾಗ, ಜನರಲ್ ನೇಪಿಯರ್ ಅವರನ್ನು ಈ ಹುದ್ದೆಗೆ ನೇಮಿಸಲಾಯಿತು. ಈಗ ನೇಪಿಯರ್ ಅವರನ್ನು ಅವರ ಅತ್ಯುನ್ನತ ಅಧಿಕಾರಿಯನ್ನಾಗಿ ಮಾಡಲಾಯಿತು.

ಕಮಾಂಡರ್ ಹುದ್ದೆಯನ್ನು ವಹಿಸಿಕೊಂಡ ನಂತರ, ಮತ್ತೆ, ಬಿಳಿಯರು ಮತ್ತು ಇಂಡಿಯನ್ನರ ಅಶ್ವದಳ ಮತ್ತು ಫಿರಂಗಿ ಘಟಕದೊಂದಿಗೆ ರಾಬರ್ಟ್ಸನ್ ಗೆ ಸಹಾಯ ಮಾಡಲು ಮೇಜರ್ ಸ್ಟುವರ್ಟ್ ಅವರನ್ನು ಗ್ವಾಲಿಯರ್ ಗೆ ತೆರಳುವಂತೆ ಹ್ಯೂಗ್ರೋಸ್ ಆದೇಶಿಸಿದರು. ಅವರು ಕಳುಹಿಸಿದ ಸೈನ್ಯವು ಗ್ವಾಲಿಯರ್ ತಲುಪುವ ಮೊದಲು, ಜೂನ್ 4ರಂದು ಪೇಶ್ವಾ ಗ್ವಾಲಿಯರ್ ಅನ್ನು ವಶಪಡಿಸಿಕೊಂಡರು ಮತ್ತು ಜಯಜಿ ರಾವ್ ಸಿಂಧಿಯಾ ಓಡಿ ಆಗ್ರಾವನ್ನು ತಲುಪಿದ್ದಾರೆ ಎಂಬ ಸುದ್ದಿ ಅವರಿಗೆ ಸಿಕ್ಕಿತು. ಈ ಸುದ್ದಿಯನ್ನು ಸ್ವೀಕರಿಸಿದ ಹ್ಯೂಗ್ರೋಸ್

ಸಂಪೂರ್ಣವಾಗಿ ಕುಸಿದನು. ತನ್ನ ಎಲ್ಲಾ ಸಾಧನೆಗಳನ್ನು ಶೂನ್ಯಕ್ಕೆ ಇಳಿಸಲಾಗಿದೆ ಎಂದು ಒಂದು ಕ್ಷಣ ಅವರು ಭಾವಿಸಿದರು. ಕೆಲವೇ ದಿನಗಳ ಹಿಂದೆ, ಅವರು ಯಶಸ್ಸಿನ ಸಂತೋಷದಿಂದ ತುಂಬಿ ತುಳುಕುತ್ತಿದ್ದರು. ಈಗ ಅವರ ಮುಖದಲ್ಲಿ ಹೊಸ ಸಮಸ್ಯೆ ಕಾಣಿಸುತ್ತಿತ್ತು. ಅವರು ರಜೆಯ ಮೇಲೆ ಬಾಂಬೆಗೆ ಹೋಗಲು ಯೋಜಿಸುತ್ತಿದ್ದರು. ಆದರೆ ಈಗ ಅವರು ಯುದ್ಧಭೂಮಿಗೆ ಹೋಗಬೇಕಾಯಿತು. ಹಘ್ರೋಸ್ ಮೂಲತಃ ನಿಪುಣ ವ್ಯಕ್ತಿಯಾಗಿದ್ದರು ಮತ್ತು ತೊಂದರೆಗಳನ್ನು ಎದುರಿಸಲು ಅವರು ಬಾಗಲು ಸಿದ್ಧರಿರಲಿಲ್ಲ. ಈಗ ಮಳೆಗಾಲ ಪ್ರಾರಂಭವಾಗಿತ್ತು, ಆದರೆ ಹಘ್ರೋಸ್ ಅದರ ಬಗ್ಗೆ ಕಾಳಜಿ ವಹಿಸಲಿಲ್ಲ. ಅವನ ಮನಸ್ಸಿನಲ್ಲಿ ಗುರಿಯು ಅತ್ಯುನ್ನತವಾಗಿತ್ತು.

1858ರ ಜೂನ್ 5ರಂದು ಹ್ಯೂಗ್ರೋಸ್ ಗ್ವಾಲಿಯರ್ ನಲ್ಲಿ ಯಶಸ್ಸಿಗಾಗಿ ಹೊಸ ಯುದ್ಧ ಯೋಜನೆಯನ್ನು ರೂಪಿಸಿದರು. ತಮ್ಮ ಸೈನ್ಯವನ್ನು ಗ್ವಾಲಿಯರ್ ಗೆ ವಿವಿಧ ಮಾರ್ಗಗಳಿಂದ ಪ್ರತ್ಯೇಕ ಗುಂಪುಗಳಲ್ಲಿ ಕಳುಹಿಸುವುದು ಸೂಕ್ತವೆಂದು ಅವರು ಭಾವಿಸಿದರು. ಅವರು ಬ್ರಿಗೇಡಿಯರ್ ಸ್ಮಿತ್ ಅವರನ್ನು ಗ್ವಾಲಿಯರ್ ನಿಂದ ಪೂರ್ವಕ್ಕೆ 5 ಮೈಲಿ ದೂರದಲ್ಲಿರುವ ಕೋಟೆ ಕಿ ಸರಾಯ್ ನಲ್ಲಿ ರಾಪುಟಾನಾ ಫೀಲ್ಡ್ ಫೋರ್ಸ್ ನ ಹೊಸ ಸೈನ್ಯದೊಂದಿಗೆ ಮುಂಭಾಗವನ್ನು ನಿರ್ಮಿಸುವಂತೆ ಕೇಳಿಕೊಂಡರು. ಹೈದರಾಬಾದ್ ತುಕಡಿ ಸೈನ್ಯವನ್ನು ಮೇಜರ್ ಅರ್ ಅವರ ನೇತೃತ್ವದಲ್ಲಿ ಇರಿಸಲಾಗಿತ್ತು. ಅವರನ್ನು ಗ್ವಾಲಿಯರ್ ನ ದಕ್ಷಿಣ ಭಾಗಕ್ಕೆ ನೇಮಿಸಲಾಯಿತು. ಫಿರಂಗಿ ಘಟಕವನ್ನು ಕರ್ನಲ್ ರಿಡ್ಡೆಲ್ ಬಳಿ ಇರಿಸಲಾಗಿತ್ತು. ಆಗ್ರಾ-ಗ್ವಾಲಿಯರ್ ರಸ್ತೆಯಲ್ಲಿ ಅವರನ್ನು ನಿಲ್ದಾಣಕ್ಕೆ ಕರೆದೊಯ್ಯಲಾಯಿತು. ಜನರಲ್ ನೇಪಿಯರ್ ಅವರನ್ನು ಮುರಾರ್ ಕಂಟೋನ್ಮೆಂಟ್ ಬಳಿ ನೇಮಿಸಲಾಯಿತು. ಮರುದಿನ, ಜೂನ್ 6ರಂದು, ಅವರು ಸ್ವತಃ ಮಧ್ಯ ಭಾರತದ ರಾಜಕೀಯ ಏಜೆಂಟ್ ರಾಬರ್ಟ್ ಹ್ಯಾಮಿಲ್ಟನ್ ಮತ್ತು ಗ್ವಾಲಿಯರ್ ನಿವಾಸಿ ಮ್ಯಾಕ್ ಫರ್ಸನ್ ಅವರೊಂದಿಗೆ ಕಲ್ಪಿ ಕಡೆಯಿಂದ ಗ್ವಾಲಿಯರ್ ಗೆ ತೆರಳಿದರು. ಈ ಇಬ್ಬರೂ ಗ್ವಾಲಿಯರ್ ನ ಭೌಗೋಳಿಕ ಸ್ಥಾನ ಮತ್ತು ಅದರ ಪ್ರಮುಖ ಸ್ಥಳಗಳೊಂದಿಗೆ ಚೆನ್ನಾಗಿ ಸಂವಾದ ನಡೆಸುತ್ತಿದ್ದರು. ದಾರಿಯಲ್ಲಿ, ಹಘ್ರೋಸ್ ಆ ಪ್ರದೇಶಕ್ಕೆ ಸಂಬಂಧಿಸಿದಂತೆ ಈ ವ್ಯಕ್ತಿಗಳಿಂದ ಸಾಕಷ್ಟು ಮಾಹಿತಿಯನ್ನು ಸಂಗ್ರಹಿಸಿದರು. ಅದಕ್ಕಾಗಿಯೇ ಅವನು ಅವರನ್ನು ತನ್ನೊಂದಿಗೆ ಕರೆದೊಯ್ದನು.

ಪೇಶ್ವೆಯ ಅಜಾಗರೂಕತೆ

ಹುಗ್ರೋಸ್ ಜೂನ್ 6ರಂದು ಗ್ವಾಲಿಯರ್ ಗೆ ತೆರಳಿದ್ದರು. ಜೂನ್ 11ರಂದು ಅವರು ಇಂದೂರ್ಕಿ ಗ್ರಾಮದಲ್ಲಿ ತಮ್ಮ ಸೈನ್ಯದೊಂದಿಗೆ ಸ್ಟುವರ್ಟ್ ಅವರನ್ನು ಭೇಟಿಯಾದರು. ನಂತರ ಇಬ್ಬರೂ ಪಹುಜ್ ನದಿಯನ್ನು ದಾಟಿ ಕಠಿಣ ಪರ್ವತ ಮಾರ್ಗಗಳನ್ನು ದಾಟಿ ಗ್ವಾಲಿಯರ್ ಬಳಿಯ ಬಹದ್ದೂರ್ ಪುರ ಗ್ರಾಮವನ್ನು ತಲುಪಿದರು. ಜಯಜಿ ರಾವ್ ಅವರ ಸೋಲಿನ ನಂತರ ಆಗ್ರಾಕ್ಕೆ ಓಡಿಹೋದ ಸ್ಥಳ ಇದು. ಅಲ್ಲಿಗೆ ತಲುಪಿದ ನಂತರ ಭವಿಷ್ಯದ ಯುದ್ಧದ ದೃಷ್ಟಿಯಿಂದ ಹಘ್ರೋಸ್ ನೆಲವನ್ನು ಸೂಕ್ಷ್ಮವಾಗಿ ಪರಿಶೀಲಿಸಿದರು. ಈ ಸ್ಥಳಕ್ಕೆ ಎದುರಾಗಿರುವ

ಮುರಾರ್ ಕಂಟೋನ್ಮೆಂಟ್ ಅನ್ನು ಪೆಸ್ವಾಸ್ ವಶಪಡಿಸಿಕೊಂಡಿದ್ದರು. ಅವರು ಕ್ರಮವಾಗಿ ಮುಂಭಾಗ, ಬಲ ಮತ್ತು ಎಡ, ಕುದುರೆ ಸವಾರಿ ಸೇನೆ, ಫಿರಂಗಿ ಘಟಕ ಮತ್ತು ಪದಾತಿಸೈನ್ಯದ ಸೈನಿಕರನ್ನು ನಿಯೋಜಿಸುವ ಮೂಲಕ ಬುದ್ಧಿವಂತ ರಕ್ಷಣಾ ಕಾರ್ಯತಂತ್ರವನ್ನು ರೂಪಿಸಿದ್ದರು. ಇದೆಲ್ಲವನ್ನೂ ನೋಡಿದ ಹ್ಯೂಗ್ರೋಸ್ (Hughrose) ತನ್ನದೇ ಆದ ಕಾರ್ಯತಂತ್ರವನ್ನು ರೂಪಿಸಿಕೊಂಡರು.

ಮುರಾರ್ ಕಂಟೋನ್ಮೆಂಟ್ ಅನ್ನು ಸಿಂಧಿಯರ ಬಂಡಾಯ ಸೈನ್ಯವು ನಿರ್ವಹಿಸುತ್ತಿತ್ತು, ಅದು ಈಗ ಪೇಶ್ವರರ ನಿಯಂತ್ರಣದಲ್ಲಿತ್ತು. ಪೇಶ್ವೆಗಳು ಸಿಂಧಿಯಾ ಸೈನ್ಯ ಮತ್ತು ಅವರ ಯುದ್ಧ ಸಾಮಗ್ರಿಗಳನ್ನು ತಮ್ಮ ನಿಯಂತ್ರಣದಲ್ಲಿಟ್ಟುಕೊಂಡಿದ್ದರು. ಗ್ವಾಲಿಯರ್ ಅನಿಶ್ಚಿತ ಸೈನ್ಯ, ರುಹೆಲ್ಖಂಡ್ ನ ಬಂಡುಕೋರ ಪಠಾಣ್ ಗಳು ಮುಂತಾದ ಎಲ್ಲಾ ಸೈನ್ಯಗಳು ಇಲ್ಲಿ ಮತ್ತು ಅಲ್ಲಿ ಅಸ್ತವ್ಯಸ್ತವಾಗಿ ಮತ್ತು ಚದುರಿಹೋಗಿದ್ದವು. ಇಲ್ಲಿ ಬ್ರಿಟಿಷ್ ಸೈನ್ಯವು ಮುರಾರ್ ಕಂಟೋನ್ಮೆಂಟ್ ಬಳಿ ತಲುಪಿತು ಮತ್ತು ಹಘ್ರೋಸ್ ಎಲ್ಲಾ ಚಟುವಟಿಕೆಗಳನ್ನು ನೋಡುತ್ತಿದ್ದರು ಮತ್ತು ಮೇಲ್ವಿಚಾರಣೆ ಮಾಡುತ್ತಿದ್ದರು, ಆದರೂ ಪೇಶ್ವೆಗಳಿಗೆ ಅದರ ಬಗ್ಗೆ ಏನೂ ತಿಳಿದಿರಲಿಲ್ಲ. ಪೇಶ್ವಾ ಮತ್ತು ಅವನ ಸಹಚರರು ತಮ್ಮಲ್ಲೇ ಕಳೆದುಹೋದರು. ಅವರ ಈ ಅಜಾಗರೂಕತೆಯನ್ನು ಖಂಡಿಸಿ, ಶ್ರೀ ಪರಸ್ನೀಯರು ಹೀಗೆ ಬರೆದಿದ್ದಾರೆ:

"ರಾವ್ ಸಾಹೇಬ್ ಪೇಶ್ವಾ ಅವರ ಪೂರ್ವಜರು ಮಹಾರಾಷ್ಟ್ರ ರಾಜ್ಯದ ಧ್ವಜವನ್ನು ಭಾರತದ ಉಳಿದ ಭಾಗಗಳಲ್ಲಿ ಹೆಚ್ಚಾಗಿ ತಮ್ಮ ಕೆಚ್ಚೆದೆಯ ಯೋಧರು ಮತ್ತು ಅವರ ಕತ್ತಿಗಳ ಬಲದ ಆಧಾರದ ಮೇಲೆ ಹಾರಿಸಿದ್ದರು. ಆದರೆ ರಾವ್ ಸಾಹೇಬ್ ಆ ಸಮಯದಲ್ಲಿ ಅದನ್ನು ಮನಸ್ಸಿನಲ್ಲಿಟ್ಟುಕೊಳ್ಳಲಿಲ್ಲ. ದಾನ ಮತ್ತು ದೇಣಿಗೆಗಳ ಆಧಾರದ ಮೇಲೆ ಮತ್ತು ಬ್ರಾಹ್ಮಣರಿಗೆ ಆಹಾರ ನೀಡುವ ಮೂಲಕ ಈ ಬಾರಿ ತಮ್ಮ ಮುಕ್ತ ರಾಜ್ಯವನ್ನು ಸ್ಥಾಪಿಸಲಾಗುವುದು ಎಂದು ಅವರು ಭಾವಿಸಿದರು. ಬ್ರಿಟಿಷ್ ಸೈನ್ಯವು ತನ್ನ ಎಲ್ಲಾ ವ್ಯವಸ್ಥೆಗಳನ್ನು ಮಾಡಿದಾಗ ಮಾತ್ರ ಪೇಶ್ವೆಯವರಿಗೆ ಅದು ತಿಳಿಯಿತು."

ಬ್ರಿಟಿಷರು ಮುರಾರ್ ಕಂಟೋನ್ಮೆಂಟ್ ಅನ್ನು ವಶಪಡಿಸಿಕೊಂಡರು

ಬ್ರಿಟಿಷರ ಆಗಮನದ ಬಗ್ಗೆ ಮಾಹಿತಿ ಪಡೆದ ಪೇಶ್ವರ ರಾವ್ ಸಾಹೇಬ್ ತಮ್ಮ ಕಮಾಂಡರ್ ತಾತ್ಯಾ ತೋಪೆ ಅವರಿಗೆ ಸೈನ್ಯವನ್ನು ಯುದ್ಧಕ್ಕೆ ಸಿದ್ಧಪಡಿಸುವಂತೆ ಆದೇಶಿಸಿದರು. ತಾತ್ಯಾ ತೋಪೆ ಕೂಡ ಈ ಸಮಯದಲ್ಲಿ ಅವರ ಹೊಸ ಹುದ್ದೆಯ ಹೆಮ್ಮೆಯಲ್ಲಿ ಕಳೆದುಹೋದರು. ಪೇಶ್ವೆಯ ಶ್ರೇಣಿ ಮತ್ತು ಶೀರ್ಷಿಕೆಯನ್ನು ಪುನಃ ಸ್ಥಾಪಿಸಲಾಗಿದೆ, ಆದ್ದರಿಂದ, ಪ್ರಾಚೀನ ಕಾಲದಂತೆಯೇ, ಎಲ್ಲರೂ ಅವರ ನೆರವಿಗೆ ಧಾವಿಸುತ್ತಾರೆ ಎಂದು ಅವರು ಭಾವಿಸಿದರು, ಆದರೆ ಶೀಘ್ರದಲ್ಲೇ ಅವರ ಭ್ರಮೆ ಛಿದ್ರವಾಯಿತು. ಅವನಿಗೆ ಸಹಾಯ ಮಾಡಲು ಯಾರೂ ಮುಂದೆ ಬರಲಿಲ್ಲ. ಆದ್ದರಿಂದ ಅವನು ತಕ್ಷಣವೇ ತನ್ನ ಸೈನ್ಯದೊಂದಿಗೆ ಹೊರಡಲು ಸಿದ್ಧನಾದನು. ಅವನ ಸೈನ್ಯವು ಮುರಾರ್ ಕಡೆಗೆ ಸಾಗಿತು. ಬ್ರಿಟಿಷರು ಈಗಾಗಲೇ ಎಲ್ಲ ವ್ಯವಸ್ಥೆಗಳನ್ನು ಮಾಡಿದ್ದರು. ಎದುರಾಳಿ ಸೈನ್ಯವು ಆಗಮಿಸಿದ ಕೂಡಲೇ ಅವರು ತಮ್ಮ ಫಿರಂಗಿ ಗುಂಡಿನಿಂದ ಅದರ ಮೇಲೆ ದಾಳಿ ಮಾಡಿದರು. ಬ್ರಿಟಿಷರು ಈಗಾಗಲೇ ಮುಂಭಾಗ ಮತ್ತು ದಿಗ್ಬಂಧನಗಳನ್ನು ಸ್ಥಾಪಿಸಿದ್ದರು (ತಮ್ಮ ಯೋಜನೆಗಳನ್ನು ಜಾರಿಗೆ

ತಂದರು). ಸೈನಿಕರಿಗೆ ತಮ್ಮನ್ನು ತಾವು ಸ್ಥಿರವಾಗಿಟ್ಟುಕೊಳ್ಳಲು ಸಾಕಷ್ಟು ಸಮಯ ಸಿಗಲಿಲ್ಲ. ಆಗಲೂ ಅವರ ಸೈನಿಕರು ಸ್ವಲ್ಪ ಸಮಯದವರೆಗೆ ಧೈರ್ಯದಿಂದ ಹೋರಾಡಿದರು. ಅನೇಕ ಕೆಚ್ಚೆದೆಯ ಸೈನಿಕರು ಹೋರಾಟದಲ್ಲಿ ನಿಜವಾದ ಕೌಶಲ್ಯಗಳನ್ನು ಪ್ರದರ್ಶಿಸಿದರು. ಈ ದಿನ ಅಬಾಟ್ ಹೈದರಾಬಾದ್ ತುಕಡಿ ಸೈನ್ಯದೊಂದಿಗೆ ಮುಂದೆ ಸಾಗಿದರು ಮತ್ತು ತಾತ್ಯಾ ತೋಪೆ ಯೋಧರ ಮೇಲೆ ಹಲ್ಲೆ ನಡೆಸಿದರು. ತಾತ್ಯ ಟೋಪ್ ನ ಸೈನಿಕರು ಹೈಲ್ಯಾಂಡರ್ ನ ಪ್ಲೇಟೂನ್ ನ ಅನೇಕ ಬಿಳಿಯ ಸೈನಿಕರನ್ನು ಕೊಂದರು. ಒಬ್ಬ ಬ್ರಿಟಿಷ್ ಅಧಿಕಾರಿ ಲೆಫ್ಟಿನೆಂಟ್ ನೀನ್ವೆ ಗಾಯಗೊಂಡರು. ಎದುರಾಳಿ ಪಕ್ಷವು ಭಾರಿ ಮತ್ತು ಬಲಿಷ್ಠವಾಗುತ್ತಿರುವುದನ್ನು ನೋಡಿ, ಬಾಂಬೆಯ 25ನೇ ಸ್ಥಳೀಯ ಪದಾತಿಸೈನ್ಯದ ಲೆಫ್ಟಿನೆಂಟ್ ರೋಸ್ ಮುನ್ನುಗ್ಗಿದರು. ಅವರು ಯುದ್ಧಭೂಮಿಯಲ್ಲಿ ಉತ್ತಮ ಶೌರ್ಯವನ್ನು ಪ್ರದರ್ಶಿಸಿದರು. ಕೊನೆಯಲ್ಲಿ ಪೇಶ್ವಾ ಕಡೆಯವರನ್ನು ಸೋಲಿಸಲಾಯಿತು. ಕೇವಲ ಎರಡು ಗಂಟೆಗಳ ಹೋರಾಟದ ನಂತರ ಬ್ರಿಟಿಷರು ಮುರಾರ್ ಕಂಟೋನ್ಮೆಂಟ್ ಅನ್ನು ವಶಪಡಿಸಿಕೊಂಡರು.

ಈ ಯುದ್ಧದಲ್ಲಿ ಮಹಾರಾಣಿ ಲಕ್ಷ್ಮೀಬಾಯಿಯ ಬಗ್ಗೆ ಯಾವುದೇ ಉಲ್ಲೇಖವಿಲ್ಲ. ಬಹುಶಃ, ಅವಳು ಅದರಲ್ಲಿ ಭಾಗವಹಿಸಲಿಲ್ಲ. ಇದು ಪಶ್ವ ರಾವ್ ಸಾಹೇಬ್ ಅವರ ಸಾಮರ್ಥ್ಯಕ್ಕೆ ಇನ್ನೂ ಒಂದು ಪುರಾವೆಯನ್ನು ಒದಗಿಸುತ್ತದೆ. ವಾಸ್ತವವಾಗಿ, ಈ ಸಂಗತಿಗಳನ್ನು ಗಮನಿಸಿದಾಗ ಅವನಿಗೆ ಯಾವುದೇ ಸಾಮರ್ಥ್ಯವಿಲ್ಲ ಎಂದು ತೋರುತ್ತದೆ. ದಂಗೆಕೋರರ ನಾಯಕತ್ವವನ್ನು ಪಡೆಯುವಲ್ಲಿ ಅವರಲ್ಲಿ ಕೇವಲ ಒಂದು ಸಾಮರ್ಥ್ಯವಿತ್ತು, ಅವರು 1857 ರ ಸ್ವಾತಂತ್ರ್ಯಕ್ಕಾಗಿ ಹೋರಾಡಿದ ಅಪ್ರತಿಮ ಹೋರಾಟಗಾರ ನಾನಾ ಸಾಹೇಬರ ಸಹೋದರರಾಗಿದ್ದರು.

ಬ್ರಿಟಿಷರ ರಾಜತಾಂತ್ರಿಕತೆ

ಈ ಯುದ್ಧದಲ್ಲಿ ಪೇಶ್ವೆಯ ಸೈನ್ಯವು ಅನೇಕ ವಿಶ್ವಾಸಘಾತುಕ ಮತ್ತು ಹೇಡಿಗಳನ್ನು ಹೊಂದಿತ್ತು. ಪೇಶ್ವೆಯ ಈ ಸೈನ್ಯದಲ್ಲಿನ ಹೆಚ್ಚಿನ ಸೈನಿಕರು ಜಯಾಜಿ ರಾವ್ ಅವರ ಸೈನ್ಯಕ್ಕೆ ಸೇರಿದವರಾಗಿದ್ದರು. ಬ್ರಿಟಿಷರು ಅಂತಹ ದೈವಭಕ್ತ ಸೈನಿಕರನ್ನು ತಮ್ಮ ಕಡೆಯಿಂದ ಗೆಲ್ಲಲು ಒಂದು ತಂತ್ರವನ್ನು ಹೂಡಿದರು ಎಂದು ಹೇಳಲಾಗುತ್ತದೆ. ಅವರು ಆಗ್ರಾದಿಂದ ಜಯಾಜಿ ರಾವ್ ಅವರನ್ನು ಕರೆದಿದ್ದರು ಮತ್ತು ಅವರು (ಬ್ರಿಟಿಷರು) ಸಿಂಧಿಯಾ ಪರವಾಗಿ ಹೋರಾಡುತ್ತಿದ್ದಾರೆ ಮತ್ತು ಗ್ವಾಲಿಯರ್ ನಿಂದ ಹೊರಬರಲು ಬಯಸುತ್ತಾರೆ ಎಂಬ ಮಾತುಗಳು ಕೇಳಿಬಂದವು. ಅವರ ಈ ತಂತ್ರಗಳು ಯಶಸ್ವಿಯಾಯಿತು. ಅನೇಕ ದೇವಭಯದ ಸೈನಿಕರು ತಮ್ಮ ಯಜಮಾನರ ವಿರುದ್ಧ ಹೋರಾಡುವುದು ಪಾಪವೆಂದು ಪರಿಗಣಿಸಿದರು ಮತ್ತು ಯುದ್ಧದಿಂದ ತಮ್ಮನ್ನು ತಾವು ಹಿಂತೆಗೆದುಕೊಂಡರು. ಇದರ ಫಲಿತಾಂಶವೆಂದರೆ ಉಳಿದ ಪೇಶ್ವಾ ಸೈನಿಕರು ಶೀಘ್ರದಲ್ಲೇ ಬ್ರಿಟಿಷರಿಂದ ಸೋಲಿಸಲ್ಪಟ್ಟರು.

ಈ ಸೋಲು ರಾವ್ ಸಾಹೇಬರನ್ನು ಗೊಂದಲಕ್ಕೀಡುಮಾಡಿತು, ಆದರೆ ಬಂಡಾದ ನವಾಬ್ ಮತ್ತು ತಾತ್ಯಾ ತೋಪೆ ಯಾವುದೇ ಅಸಹನೆಯನ್ನು ಪ್ರದರ್ಶಿಸಲಿಲ್ಲ. ತಾತ್ಯಾ ಟೋಪೆ ಕೂಡಲೇ ಸೈನ್ಯವನ್ನು ಮರು ಸಂಘಟಿಸುವಲ್ಲಿ ನಿರತರಾದರು. ಅವರು ತಮ್ಮ ಕಾರ್ಯತಂತ್ರದ ಪ್ರಕಾರ ವಿವಿಧ ಹಂತಗಳಲ್ಲಿ ಫಿರಂಗಿ ಬಂದೂಕುಗಳನ್ನು ಇರಿಸಿದರು ಮತ್ತು ಸೂಕ್ತ ಸ್ಥಳಗಳಲ್ಲಿ ಸೈನ್ಯವನ್ನು ನಿಯೋಜಿಸಿದರು.

ಮಹಾರಾಣಿ ತಾತ್ಯ ಟೋಪ್ ಅವರ ಕರ್ತವ್ಯವನ್ನು ನೆನಪಿಸುತ್ತಾರೆ

ಮುರಾರ್ ಕಂಟೋನ್ಮೆಂಟ್ ನಲ್ಲಿ ನಡೆದ ಯುದ್ಧದಲ್ಲಿ ಮಹಾರಾಣಿ ಲಕ್ಷ್ಮೀಬಾಯಿ ಭಾಗವಹಿಸಿರಲಿಲ್ಲ. ಬಹುಶಃ ಪೇಶ್ವೆಯ ನಿರ್ವಹಣಾ ವ್ಯವಸ್ಥೆಯೊಂದಿಗಿನ ಅವರ ಭಿನ್ನಾಭಿಪ್ರಾಯವೇ ಇದಕ್ಕೆ ಕಾರಣವಾಗಿರಬಹುದು. ಮೇಲೆ ತಿಳಿಸಿದ ಮಿಲಿಟರಿ ಸಿದ್ಧತೆಯ ನಂತರ ತಾತ್ಯಾ ತೋಪೆ ಮಹಾರಾಣಿ ಲಕ್ಷ್ಮೀಬಾಯಿ ಅವರನ್ನು ನೋಡಲು ಹೋದರು. ಅವರು ವಿನಮ್ರವಾಗಿ ಮಹಾರಾಣಿಯನ್ನು ಮಿಲಿಟರಿ ನಿರ್ದೇಶನಗಳಲ್ಲಿ ಭಾಗವಹಿಸುವಂತೆ ವಿನಂತಿಸಿದರು. ಈ ಕುರಿತು ಮಹಾರಾಣಿ ಹೀಗೆ ಹೇಳಿದರು:

"ನಾವು ಹಾಕಿದ ಎಲ್ಲಾ ಅವಿರತ ಪ್ರಯತ್ನಗಳಿಂದ ಶ್ರಮವು ಫಲ ನೀಡುವುದಿಲ್ಲ ಎಂದು ತೋರುತ್ತದೆ. ವಿಜಯದ ಅಮಲಿನಲ್ಲಿ ಕಳೆದುಹೋದ ಪೇಶ್ವೆಯ ಪೂರ್ವಾಗ್ರಹದಿಂದಾಗಿ ನಾವು ಸೂಕ್ತ ಸಮಯದಲ್ಲಿ ನೀಡಿದ ಸಲಹೆಯು ವ್ಯರ್ಥವಾಗಿದೆ. ಶತ್ರು ಸೈನ್ಯವು ನಮ್ಮ ತಲೆಯ ಮೇಲೆ ನಿಂತಿದೆ, ಆದರೂ ನಾವು ನಮ್ಮ ಸೈನ್ಯವನ್ನು ನಿರ್ವಹಿಸಿಲ್ಲ. ಅಂತಹ ಪರಿಸ್ಥಿತಿಯಲ್ಲಿ ಅದನ್ನು ಎದುರಿಸಿದ ನಂತರ ವೈಭವವನ್ನು ನಿರೀಕ್ಷಿಸುವುದು ಕೇವಲ ಕಲ್ಪನೆಯಾಗಿದೆ. ಅಂತಹ ಸಮಯದಲ್ಲಿಯೂ ನಾವು ತಾಳ್ಮೆಯನ್ನು ಕಳೆದುಕೊಳ್ಳಬಾರದು. ನೀವು ನಿಮ್ಮ ಸೈನ್ಯವನ್ನು ಸಿದ್ಧಪಡಿಸಿರಿ, ನಿಮ್ಮ ಸಮರ್ಥ ಸಮಂತರು ಮತ್ತು *ಸರ್ದಾರ್ ಗಳ ಸಹಕಾರವನ್ನು ಪಡೆದುಕೊಳ್ಳಿ.* ನಿಮ್ಮ ಕರ್ತವ್ಯವನ್ನು ನೀವು ನಿರ್ವಹಿಸಿರಿ, ನನ್ನ ಕರ್ತವ್ಯವನ್ನು ನಿರ್ವಹಿಸಲು ನಾನು ಸಿದ್ಧನಿದ್ದೇನೆ."

ಮಹಾರಾಣಿ ಲಕ್ಷ್ಮೀಬಾಯಿ ತಾತ್ಯಾ ತೋಪೆ ಅವರ ಈ ಮಾತುಗಳಿಂದ ಅವರ ವಾತ್ಸಲ್ಯದ ನಿದ್ರೆಯಿಂದ ಎಚ್ಚರಗೊಂಡರು. ಅವರು ತಮ್ಮ ಕರ್ತವ್ಯಗಳಿಗೆ ಎಚ್ಚರಗೊಂಡರು. ಮೂಲತಃ ತಾತ್ಯಾ ತೋಪೆ ಒಬ್ಬ ಕೆಚ್ಚೆದೆಯ ಕಮಾಂಡರ್ ಆಗಿದ್ದರು, ಆದರೆ ಸ್ವಲ್ಪ ಸಮಯದವರೆಗೆ ತಮ್ಮ ಮೊದಲ ಅಧಿಕಾರದ ರುಚಿಯ ಐಷಾರಾಮಿಗಳನ್ನು ಆನಂದಿಸುವಲ್ಲಿ ಅವರು ತಮ್ಮ ಕರ್ತವ್ಯಗಳನ್ನು ಮರೆತಿದ್ದರು. ಅವರು ತಮ್ಮ ಯಜಮಾನ ರಾವ್ ಸಾಹೇಬರ ಅಸಮರ್ಥತೆಯಿಂದಾಗಿ ಭೋಗ ಮತ್ತು ಸಂತೃಪ್ತಿಯ ಸ್ಥಿತಿಗೆ ಹೋದರು. ಇದರ ನಂತರ ಅವರು ಹೊಸ ಹುರುಪಿನೊಂದಿಗೆ ಸೂಕ್ತ ಸ್ಥಳಗಳಲ್ಲಿ ಸೈನ್ಯವನ್ನು ನಿಯೋಜಿಸಲು ಮತ್ತು ನಿರ್ವಹಿಸಿರಿ ಪ್ರಾರಂಭಿಸಿದರು. ಗ್ವಾಲಿಯರ್ ನ ಪೂರ್ವ ಭಾಗವನ್ನು ರಕ್ಷಿಸುವ ಕೆಲಸವನ್ನು ಮಹಾರಾಣಿ ಅವರಿಗೆ ವಹಿಸಲಾಗಿತ್ತು.

ಗ್ವಾಲಿಯರ್ ಮೇಲೆ ದಾಳಿ

ಬ್ರಿಗೇಡಿಯರ್ ಸ್ಮಿತ್ ಅವರು 1858ರ ಜೂನ್ 14ರಂದು ತಮ್ಮ ಸೈನ್ಯದೊಂದಿಗೆ ಅಂತಾರಿಯನ್ನು ತಲುಪಿದರು. ಅಲ್ಲಿ ಅವರು ಮೇಜರ್ ಅರ್ ಅವರೊಂದಿಗೆ ಸೇರಿಕೊಂಡರು. ನಂತರ ಇಬ್ಬರೂ ತಮ್ಮ ಸೈನ್ಯವನ್ನು ಗ್ವಾಲಿಯರ್ ನಿಂದ ಐದು ಮೈಲಿ ದೂರದಲ್ಲಿರುವ ಕೋಟೆ ಕಿ ಸರಾಯ್ ಗೆ ಕರೆದೊಯ್ಯಲು ಮತ್ತು ಅಲ್ಲಿಂದ ಗ್ವಾಲಿಯರ್ ಮೇಲೆ ದಾಳಿ ಮಾಡಲು ಹಫ್ರೋಸ್ ನಿಂದ ಆದೇಶಗಳನ್ನು ಪಡೆದರು. ಈ ಇಬ್ಬರು ಅಧಿಕಾರಿಗಳು ಗ್ವಾಲಿಯರ್ ಸೈನ್ಯದ ಶಕ್ತಿಯನ್ನು ಸೂಕ್ಷ್ಮವಾಗಿ ಪರಿಶೀಲಿಸಿದರು ಮತ್ತು ಯುದ್ಧದ ಪ್ರಾರಂಭದ ಮೊದಲು ಅದರ ಬಗ್ಗೆ

ಯೋಚಿಸಿದರು. ಈ ಬದಿಯಲ್ಲಿ, ಗ್ವಾಲಿಯರ್ ಅನ್ನು ರಕ್ಷಿಸುವ ಹೊರೆ ಮಹಾರಾಣಿಯ ಹೆಗಲ ಮೇಲೆ ಇತ್ತು. ಈ ಪ್ರದೇಶವು ಅಸಾಧಾರಣವಾಗಿ ಅಸಮಾನವಾಗಿತ್ತು. ಬ್ರಿಟಿಷ್ ಸೇನೆಗಳು ಅದನ್ನು ನಿಭಾಯಿಸಲು ಒಂದು ಕಾರ್ಯತಂತ್ರವನ್ನು ರೂಪಿಸಿದವು.

ತಾತ್ಯಾ ತೋಪೆ ಹೊರಟುಹೋದ ನಂತರ ಮಹಾರಾಣಿ ಒಂದು ಕ್ಷಣ ಕೂಡ ವ್ಯರ್ಥ ಮಾಡಲಿಲ್ಲ. ಈ ಹೊತ್ತಿಗೆ ಪೇಶ್ವೆಗೆ ತನ್ನ ಸಾಮರ್ಥ್ಯಗಳ ಅರಿವಿತ್ತು. ಆದ್ದರಿಂದ, ಈ ಯುದ್ಧಕ್ಕಾಗಿ ಸೈನ್ಯದ ನಿರ್ವಹಣೆಯನ್ನು ಮಹಾರಾಣಿಗೆ ಹಸ್ತಾಂತರಿಸಲಾಯಿತು. ಮಹಾರಾಣಿ ತನ್ನ ಮಿಲಿಟರಿ ಸಮವಸ್ತ್ರವನ್ನು ಧರಿಸಿ, ತನ್ನ ಬುದ್ಧಿವಂತ ಕುದುರೆಯ ಮೇಲೆ ಸವಾರಿ ಮಾಡಿ, ತನ್ನ ಕತ್ತಿಯನ್ನು ಅದರ ಪೊರೆಯಿಂದ ಹೊರಗೆ ತೆಗೆದುಕೊಂಡು, ತನ್ನ ಸೈನ್ಯವನ್ನು ಯುದ್ಧದ ಪೂರ್ವಾಭ್ಯಾಸಕ್ಕೆ ಕರೆದೊಯ್ದಳು. ಈ ರೂಪದಲ್ಲಿ ಮಹಾರಾಣಿಯ ವಿವರಣೆ, ಶ್ರೀ ಪರಾಸನರ ಮಾತುಗಳಲ್ಲಿ:

"ಅವಳ ಭವ್ಯ ರೂಪ, ಅವಳ ಆಳವಾದ ಧ್ವನಿ ಮತ್ತು ಅವಳ ಒರಟಾದ ಸ್ವಾಭಿಮಾನವನ್ನು ನೋಡಿದಾಗ, ಅವಳ ಸೈನಿಕರ ಹೃದಯಗಳು ವೀರ-ಶ್ರೀ (ಅತ್ಯುನ್ನತ ಕ್ರಮದ ಶೌರ್ಯ) ಇಂದ ತುಂಬಿದ್ದವು ಮತ್ತು ಶತ್ರುಗಳ ಮೇಲೆ ತಕ್ಷಣವೇ ದಾಳಿ ಮಾಡಲು ಮತ್ತು ನಾಶಮಾಡಲು ಒಂದು ಉನ್ಮಾದವು ಅವರ ಮೇಲೆ ಬಂದಿತು. ಮಹಾರಾಣಿ ಲಕ್ಷ್ಮೀಬಾಯಿಯ ಹೊಳೆಯುವ ಮತ್ತು ಪ್ರಕಾಶಮಾನವಾದ ರೂಪ ಮತ್ತು ಆಕೆಯ ಕತ್ತಿಯ ಮಿಂಚಿನ ಹೊಳಪನ್ನು ನೋಡಿದ ಪ್ರತಿಯೊಬ್ಬರ ಹೃದಯವೂ ಬೆಚ್ಚಿಬೀಳಿತು.

ಅವಳು ತನ್ನ ಸೈನ್ಯದ ಮುಂಭಾಗದ ಭಾಗಕ್ಕೆ ಚಬಿನಾ ಎಂದು *ಹೆಸರಿಟ್ಟಳು.* ಅವಳು ಫಿರಂಗಿ ಬಂದೂಕುಗಳನ್ನು ಸರಿಯಾದ ರಂಗಗಳಲ್ಲಿ ಇರಿಸಿದಳು, ಕೆಂಪು ಸಮವಸ್ತ್ರ ಧರಿಸಿದ ಕುದುರೆ ಸವಾರರನ್ನು ವಿವಿಧ ಸ್ಥಳಗಳಲ್ಲಿ ಸ್ವಲ್ಪ ಅಂತರದಲ್ಲಿ ಇರಿಸಿದಳು ಮತ್ತು ಕಾಲಾಳುಪಡೆಗಳನ್ನು ರಂಗಗಳಲ್ಲಿ ನಿಯೋಜನೆ ಮಾಡಿದಳು. 1858ರ ಜೂನ್ 17ರಂದು, ಬ್ರಿಗೇಡಿಯರ್ ಸ್ಮಿತ್ ಗುಂಡು ಹಾರಿಸುವುದರೊಂದಿಗೆ, ಯುದ್ಧವು ಪ್ರಾರಂಭವಾಯಿತು. ಬ್ರಿಟಿಷರು ಮುಂದೆ ಸಾಗಿದರು. ಇದರ ಮೇಲೆ ಮಹಾರಾಣಿ ತನ್ನ ಫಿರಂಗಿ ಬಂದೂಕುಗಳನ್ನು ಕಾರ್ಯರೂಪಕ್ಕೆ ತರಲು ಆದೇಶಿಸಿದಳು. ಯುದ್ಧದ ಆರಂಭದಲ್ಲಿಯೇ ಬ್ರಿಟಿಷರು ಶತ್ರುಗಳನ್ನು ಎದುರಿಸಲು ಸಾಧ್ಯವಾಗುವುದಿಲ್ಲ ಎಂದು ತೋರಿತು. ಮಹಾರಾಣಿಯ ಮುಸ್ಲಿಂ ಸೈನಿಕರು ತಮ್ಮ ಸಹವರ್ತಿಗಳ ಮೇಲೆ ಬಲವಾದ ಮತ್ತು ಭಾರವನ್ನು ಸಾಬೀತುಪಡಿಸುತ್ತಿದ್ದರು ಮತ್ತು ಬ್ರಿಟಿಷ್ ಸೈನ್ಯವು ಫಿರಂಗಿ ಶೆಲ್ ವ್ಯಾಪ್ತಿಯಲ್ಲಿತ್ತು. ಇದನ್ನು ನೋಡಿದ ಬ್ರಿಗೇಡಿಯರ್ ಸ್ಮಿತ್ ತಮ್ಮ ಸಂಪೂರ್ಣ ಶಕ್ತಿಯನ್ನು ಮಹಾರಾಣಿಯ ಸೈನ್ಯದ ಮುಂಭಾಗದ ಭಾಗದಲ್ಲಿ ಹರಿಸಿದರು. ಇದು ಅವನಿಗೆ ಸಾಕಷ್ಟು ನೆಲೆಯನ್ನು ನೀಡಿತು ಮತ್ತು ಅವನು ತನ್ನ ಸೈನ್ಯವನ್ನು ಮುಂದೆ ಸಾಗುವಂತೆ ಆದೇಶಿಸಿದನು. ಬ್ರಿಟಿಷ್ ಕುದುರೆ ಸವಾರಿ ಸೈನಿಕರು ಮಹಾರಾಣಿಯ ಕಾರ್ಯತಂತ್ರವನ್ನು ಮುರಿಯಲು ಮುಂದಾದರು. ಇದರ ಮೇಲೆ ಮಹಾರಾಣಿಯ ಮುಂಭಾಗದ ಸೈನ್ಯವು ತೀವ್ರ ಹೋರಾಟದಲ್ಲಿ ತೊಡಗಿತ್ತು. ಎರಡೂ ಕಡೆಯ ಧೈರ್ಯಶಾಲಿಗಳು ತಮ್ಮ ಜೀವವನ್ನು ಕಾಳಜಿ ವಹಿಸದೆ ಹೋರಾಡಿದರು. ಯುದ್ಧಭೂಮಿಯಲ್ಲಿ ಕತ್ತಿಗಳ ಹೊಡೆಯುವುದು, ಗಾಯಗೊಂಡವರ ಜೋರಾಗಿ ಕೂಗುವುದು ಮತ್ತು ಕುದುರೆಗಳ ಗೊರಸು ತಟ್ಟುವುದು ಮತ್ತು ಕೂಗುವುದರೊಂದಿಗೆ ವಿಚಿತ್ರ ದೃಶ್ಯವು ಹೊರಹೊಮ್ಮಿತು.

ಅನೇಕ ಬಿಳಿಯ ಸೈನಿಕರು ಪ್ರಾಣ ಕಳೆದುಕೊಂಡಿರುವುದನ್ನು ನೋಡಿದ ಕರ್ನಲ್ ಪೆಲ್ಲಿ ಅವರು 95ನೇ ತುಕಡಿ ಮತ್ತು 10ನೇ ಸ್ಥಳೀಯ ಪದಾತಿದಳವನ್ನು ಮುಂದೆ ಬಂದು ಎದುರಾಳಿ ಸೈನ್ಯದ ಮೇಲೆ ಒಂದು ಕಡೆಯಿಂದ ದಾಳಿ ಮಾಡುವಂತೆ ಆದೇಶಿಸಿದರು. 95ನೇ ಸೇನಾಪಡೆ ಯೋಧರು ಈಗಾಗಲೇ ತುಂಬಾ ದಣಿದಿದ್ದರು. ಮಹಾರಾಣಿಯವರ ಸೈನ್ಯವು ಎಲ್ಲ ಕಡೆಗಳಲ್ಲಿ ಅವರ ಮೇಲೆ ಆಕ್ರಮಣ ಮಾಡಿದ ಹಿನ್ನೆಲೆಯಲ್ಲಿ ಅವರು ಹಿಮ್ಮೆಟ್ಟಿದರು.

ಕರ್ನಲ್ ರೆಕ್ಸ್ ಮತ್ತು ಬ್ರಿಗೇಡಿಯರ್ ಸ್ಮಿತ್ ಮಹಾರಾಣಿಯ ಸೈನ್ಯದ ಮಧ್ಯದಲ್ಲಿ ಮುಂದುವರಿಯಲು ಪ್ರಯತ್ನಿಸಿದರು. ಬ್ರಿಟಿಷ್ ಪಡೆಗಳು ಮಹಾರಾಣಿಯ ಸೈನ್ಯಕ್ಕಿಂತ ಅನೇಕ ಪಟ್ಟು ದೊಡ್ಡದಾಗಿದ್ದವು. ಆಕೆಯ ಸೈನ್ಯವು ಭಾರಿ ಒತ್ತಡಕ್ಕೆ ಒಳಗಾಯಿತು. ಮಹಾರಾಣಿ ಇದನ್ನು ನೋಡಿದಾಗ, ಅವಳು ಮಿಂಚಿನ ವೇಗದಿಂದ ತನ್ನ ಸೈನ್ಯದ ಮುಂದೆ ಬಂದು, ತನ್ನ ಕತ್ತಿಯನ್ನು ಝಳಪಿಸಿ, ತನ್ನ ಸೈನಿಕರನ್ನು ಪ್ರೋತ್ಸಾಹಿಸಲು ಪ್ರಾರಂಭಿಸಿದಳು. ಮಹಾರಾಣಿಯ ಈ ನಡವಳಿಕೆಯನ್ನು ನೋಡಿದ ಆಕೆಯ ಸೈನಿಕರು ಉತ್ಸಾಹದಿಂದ ಸ್ಫೂರ್ತಿ ಪಡೆದರು. ನಂತರ, ತಮ್ಮ ಜೀವನವನ್ನು ಮರೆತು, ಅವರು ಶತ್ರುಗಳ ಮೇಲೆ ಧಾವಿಸಿದರು.

ಬ್ರಿಟಿಷ್ ಸೈನ್ಯದ ಮತ್ತೊಂದು ಭಾಗವು ಕೋಟೆ ಕಿ ಸರಾಯ್ ನಿಂದ ಲಷ್ಕರ್ ಗೆ ಹೋಗುವ ರಸ್ತೆಯ ಮೇಲೆ ಆಕ್ರಮಣ ಮಾಡಲು ಮುಂದಾಯಿತು. ಇದನ್ನು ನೋಡಿದ ಮಹಾರಾಣಿ ಅವರನ್ನು ತೊಡಗಿಸಿಕೊಳ್ಳಲು ತನ್ನ ಸೈನ್ಯಕ್ಕೆ ಆದೇಶಿಸಿದಳು. ಆದೇಶಗಳನ್ನು ಸ್ವೀಕರಿಸಿದ ಕೂಡಲೇ, ಸೈನಿಕರು ಆ ದಿಕ್ಕಿನಲ್ಲಿ ಧಾವಿಸಿದರು. ಅಲ್ಲಿಯೂ ಭೀಕರ ಯುದ್ಧ ನಡೆಯಿತು. ಈ ಯುದ್ಧವು ಇಡೀ ದಿನ ಕೊನೆಗೊಂಡಿತು. ಮಹಾರಾಣಿಯ ಅಪರೂಪದ ಶೌರ್ಯ ಮತ್ತು ಯುದ್ಧ ತಂತ್ರದ ಹಿನ್ನೆಲೆಯಲ್ಲಿ ಬ್ರಿಟಿಷರು ಹಿಮ್ಮೆಟ್ಟಬೇಕಾಯಿತು.

ಈ ಯುದ್ಧದಲ್ಲಿ ಮಹಾರಾಣಿಯೊಂದಿಗೆ ಇದ್ದ ಸಿಂಧಿಯಾದ ಸೈನಿಕರು ಯಾವುದೇ ಧೈರ್ಯವನ್ನು ಪ್ರದರ್ಶಿಸಲಿಲ್ಲ ಎಂದು ಇಲ್ಲಿ ಉಲ್ಲೇಖಿಸುವುದು ಅಪ್ರಸ್ತುತವಾಗುತ್ತದೆ. ಸ್ಪಷ್ಟವಾಗಿ ಅವರ ಉತ್ಸಾಹವು ಗಮನಾರ್ಹವಾಗಿತ್ತು, ಆದರೆ ಯುದ್ಧಭೂಮಿಯಲ್ಲಿ ಅವರ ಕಾರ್ಯಗಳು ಮತ್ತು ಮಾನವ-ನಿರ್ವಹಣೆ ಅತ್ಯಂತ ಕೆಳಮಟ್ಟದಲ್ಲಿತ್ತು.

ಮಹಾರಾಣಿಯ ಕೊನೆಯ ಯುದ್ಧ

ಬ್ರಿಟಿಷರು ಯುದ್ಧವನ್ನು ನಿಲ್ಲಿಸಿ ಹಿಮ್ಮೆಟ್ಟಬೇಕಾಯಿತು. ಆದ್ದರಿಂದ 1858 ರ ಜೂನ್ 18 ರಂದು, ಮರುದಿನ, ನಿರ್ಣಾಯಕ ಯುದ್ಧದ ವಿರುದ್ಧ ಹೋರಾಡುವ ಸಂಕಲ್ಪದೊಂದಿಗೆ ಅವರು ಹೆಜ್ಜೆ ಹಾಕಿದರು. ಇಂದು ಅವರು ಎದುರಾಳಿ ಸೈನ್ಯದ ಮೇಲೆ ಅನೇಕ ದಿಕ್ಕುಗಳಿಂದ ದಾಳಿ ಮಾಡಲು ಬಯಸಿದ್ದರು. ಈ ಕಾರ್ಯತಂತ್ರವನ್ನು ಕಾರ್ಯಗತಗೊಳಿಸಲು ಅವರು ಹುರ್ಜಸ್ ಪ್ಲಾಟೂನ್ ನ ಕುದುರೆ ಸವಾರಿ ಸೈನಿಕರನ್ನು ಹೊಂದಿದ್ದರು. ಯುದ್ಧ ಪ್ರಾರಂಭವಾಗುವ ಮೊದಲು ಎರಡೂ ಕಡೆಯವರು ತಮ್ಮ ಸೈನ್ಯವನ್ನು ಬೀಹಾಡ್ ನಲ್ಲಿ (ಅಸಮ ಭೂಮಿಯಲ್ಲಿ ದಟ್ಟವಾದ ಪೊದೆಗಳು) ಮರೆಮಾಡಿದರು. ಬ್ರಿಟಿಷರು ಎದುರಾಳಿಯು ತನ್ನನ್ನು ತಾನು ರಕ್ಷಿಸಿಕೊಳ್ಳಲು ಯಾವುದೇ ಅವಕಾಶವನ್ನು ಅನುಮತಿಸದಿರಲು ನಿರ್ಧರಿಸಿದ್ದರು. ಕರ್ನಲ್ ಹಿಕ್ಸ್ ಮತ್ತು ಕ್ಯಾಪ್ಟನ್ ಹೆನ್ನೇಜ್ ಈ

ಯೋಜನೆಯನ್ನು ಕಾರ್ಯಗತಗೊಳಿಸಲು ಯುದ್ಧಭೂಮಿಗೆ ಪ್ರವೇಶಿಸಿದರು. ಯುದ್ಧ ಪೂರ್ವಾಭ್ಯಾಸ ನಡೆಸಿದ ನಂತರ ಮತ್ತು ತಮ್ಮ ಸೈನಿಕರಿಗೆ ಸೂಚನೆಗಳನ್ನು ನೀಡಿದ ನಂತರ, ಬ್ರಿಟಿಷ್ ಸೈನ್ಯದ ಮೂವರು ಅಧಿಕಾರಿಗಳು ಮುಂದೆ ಸಾಗಿದರು.

ಬ್ರಿಟಿಷರು ತಮ್ಮ ಶಕ್ತಿಯ ಮೂಲಗಳ ಮೇಲೆ ಅವಲಂಬಿಸಿದ್ದರು. ಆದರೆ ಮಹಾರಾಣಿ *ಮಹಾರಾಣಿ* ಆಗಿದ್ದರು. ಎರಡೂ ಕಡೆಯಿಂದ ಹೋರಾಟವು ಉತ್ತುಂಗಕ್ಕೇರಿತು, ಆದರೆ ಎದುರಾಳಿಯನ್ನು ಸೋಲಿಸುವಲ್ಲಿ ಯಾರೂ ಯಶಸ್ವಿಯಾಗಲಿಲ್ಲ. ಮತ್ತೊಂದೆಡೆ, ಮುರಾರ್ ನ ದಿಕ್ಕಿನಿಂದ ಹಫ್ರೋಸ್ ಹಲ್ಲೆ ನಡೆಸಿದರು. ಪೇಶ್ವೆಯ ಸೈನ್ಯವು ಅವನನ್ನು ತೊಡಗಿಸಿಕೊಂಡಿತು. ಪೇಶ್ವೆಯ ಸೈನಿಕರು ಬಲಶಾಲಿಗಳು ಮತ್ತು ನಿರೋಧಕರೆಂದು ಸಾಬೀತಾಗಲಿಲ್ಲ. ಶತ್ರುಗಳು ಸ್ವಲ್ಪವೇ ಸಮಯದಲ್ಲಿ ಅವರ ಎರಡು ರಂಗಗಳನ್ನು ವಶಪಡಿಸಿಕೊಂಡರು. ಈ ಸುದ್ದಿಯನ್ನು ಸ್ವೀಕರಿಸಿದ ಪೇಶ್ವಾ ರಾವ್ ಸಾಹೇಬ್ ವಿಸ್ಮಯಗೊಂಡರು. ಆದರೆ ಮಹಾರಾಣಿ ಬ್ರಿಟಿಷರ ಮುಂಗಡವನ್ನು ತಡೆದರು. ಈ ಸಮಯದಲ್ಲಿ ಆಕೆಯ ಅನೇಕ ಸೈನಿಕರು ಗಾಯಗೊಂಡರು ಮತ್ತು ಕೊಲ್ಲಲ್ಪಟ್ಟರು. ಫಿರಂಗಿ ಬಂದೂಕುಗಳು ಬೆಂಕಿಯನ್ನು ನಂದಿಸುತ್ತಿದ್ದವು. ಆದರೆ ಮಹಾರಾಣಿ ಅವರ ಬಗ್ಗೆ ಚಿಂತಿಸಲಿಲ್ಲ. ಅವಳು ತನ್ನದೇ ಆದ ಫಿರಂಗಿ ಬಂದೂಕುಗಳಿಂದ ಭರವಸೆಗಳನ್ನು ಹೊಂದಿದ್ದಳು. ಅವಳು ತನ್ನ ಕತ್ತಿಯ ಶಕ್ತಿಯನ್ನು ಮಾತ್ರ ಹೊಂದಿದ್ದಳು ಮತ್ತು ಆ ಶಕ್ತಿಯೊಂದಿಗೆ ತನ್ನ ಶತ್ರುವನ್ನು ಇತರ ಜಗತ್ತಿಗೆ ರವಾನಿಸುತ್ತಿದ್ದಳು.

ಉರಿಯುತ್ತಿರುವ ಶೌರ್ಯವು ನಿಧಾನವಾಗುತ್ತಿಲ್ಲ ಎಂದು ನೋಡಿದ ಬ್ರಿಗೇಡಿಯರ್ ಸ್ಮಿತ್ ತನ್ನ ಕಾಲಾಳುಪಡೆ ಮತ್ತು ಫಿರಂಗಿ ಬಂದೂಕುಗಳನ್ನು ಗುರಿಯಾಗಿಸಿಕೊಂಡರು. ಬ್ರಿಟಿಷರು ಈ ವಿಷಯದಲ್ಲಿ ಸ್ವಲ್ಪ ಯಶಸ್ಸನ್ನು ಪಡೆದರು. ಅವರು ಮಹಾರಾಣಿಯ ಎರಡು ಫಿರಂಗಿ ಬಂದೂಕುಗಳು ಮತ್ತು ಕೆಲವು ಯುದ್ಧ ಸಾಮಗ್ರಿಗಳನ್ನು ವಶಪಡಿಸಿಕೊಂಡರು. ಇದನ್ನು ನೋಡಿದ ಮಹಾರಾಣಿಯ ಕೋಪವು ಉಕ್ಕಿ ಹರಿಯಿತು ಮತ್ತು ಹೋರಾಡಲು ಮತ್ತು ಕೊಲ್ಲಲು ಅವಳ ಉತ್ಸಾಹವು ದ್ವಿಗುಣಗೊಂಡಿತು. ಅವಳು ತನ್ನ ಮುಂದೆ ಒಂದೇ ಒಂದು ಗುರಿಯನ್ನು ಹೊಂದಿದ್ದಳು, ಶತ್ರುವನ್ನು ಕೊಲ್ಲಿರಿ, ಮತ್ತು ಒಬ್ಬರ ಜೀವನದ ಬಗ್ಗೆ ಚಿಂತಿಸಬೇಡಿ.

ಬ್ರಿಟಿಷ್ ಮುತ್ತಿಗೆಯ ಅಡಿಯಲ್ಲಿ

ಮಹಾರಾಣಿ ತನ್ನ ಅಭೂತಪೂರ್ವ ಶೌರ್ಯವನ್ನು ಪ್ರದರ್ಶಿಸುತ್ತಿದ್ದಳು. ಆಕೆಯ ಫಿರಂಗಿ ಬಂದೂಕುಗಳನ್ನು ಶತ್ರುಗಳು ವಶಪಡಿಸಿಕೊಂಡಿದ್ದರು. ಆಗಲೇ ಹಫ್ರೋಸ್ ತನ್ನ ಒಂಟೆಯಿಂದ ಹರಡಿದ ಸೈನ್ಯದೊಂದಿಗೆ ಅಲ್ಲಿಗೆ ಬಂದನು. ಇದು ಮಹಾರಾಣಿಯ ಸೈನ್ಯವನ್ನು ಎಲ್ಲೆಲ್ಲೂ ಚದುರಿಸಿತು. ಅವಳ ತಂತ್ರವು ನಾಶವಾಯಿತು. ಬ್ರಿಟಿಷರ ಸೈನ್ಯವು ಎಲ್ಲ ಕಡೆಯಿಂದಲೂ ಮುನ್ನಡೆಯುತ್ತಿತ್ತು. ಆಗಲೂ ಕೆಚ್ಚೆದೆಯ ಸೈನಿಕರು ಹೋರಾಡುತ್ತಿದ್ದರು ಮತ್ತು ತಮ್ಮ ಆದರ್ಶಪ್ರಾಯ ಧೈರ್ಯವನ್ನು ಪ್ರದರ್ಶಿಸುತ್ತಿದ್ದರು. ಇನ್ನೊಂದೆಡೆ ಪೇಶ್ವಾ ರಾವ್ ಸಾಹೇಬ್ ಅವರ ಮಿಲಿಟರಿ ನಿರ್ದೇಶನವು ಸಂಪೂರ್ಣವಾಗಿ ಹಾನಿಕಾರಕವೆಂದು ಸಾಬೀತಾಯಿತು. ಬ್ರಿಟಿಷ್ ಫಿರಂಗಿ ಬಂದೂಕುಗಳು ಅವನ ಮೇಲೆ ಯಂತೆ ಸುರಿಯಲಾರಂಭಿಸಿದವು. ಪೇಶ್ವಾ ಹಿಮೆಲ್ಫ್ ನರಭಕ್ಷಕನಾಗಿದ್ದರಿಂದ

ಅವನ ಸೈನ್ಯವು ಹೃದಯವನ್ನು ಕಳೆದುಕೊಂಡು ಯುದ್ಧಭೂಮಿಯಿಂದ ಓಡಿಹೋಗಲು ಪ್ರಾರಂಭಿಸಿತು. ರಾವ್ ಸಾಹೇಬ್ ಅವರ ಈ ಒಟ್ಟು ನಿಷ್ಕ್ರಿಯತೆ/ನಿಷ್ಪ್ರಯೋಜಕತೆಯ ಬಗ್ಗೆ ಶ್ರೀ ಪರಾಸನೀಸ್ ಹೀಗೆ ಬರೆಯುತ್ತಾರೆ:

"ಸೈನ್ಯದ ಅವರ ನಿರ್ವಹಣೆಯಿಂದ ಯಾವುದೇ ಪ್ರಯೋಜನವಾಗಲಿಲ್ಲ. ಅವರಿಗೆ ಯುದ್ಧದ ಕಲೆ ತಿಳಿದಿರಲಿಲ್ಲ. ಬ್ರಿಟಿಷರಿಂದ ಉಂಟಾದ ಭಾರಿ ಹೊಡೆತಗಳ ಮುಂದೆ ಅವನಿಗೆ ನಿಲ್ಲಲು ಸಾಧ್ಯವಾಗಲಿಲ್ಲ, ಹಾಗಾದರೆ ಅಂತಹ ಸೈನ್ಯದ ಆಧಾರದ ಮೇಲೆ ಒಬ್ಬ ವ್ಯಕ್ತಿಯು ತನ್ನ ಧೈರ್ಯವನ್ನು ಹೇಗೆ ತೋರಿಸಬಹುದು? ಬ್ರಿಟಿಷರು ಯುದ್ಧ ಕಲೆಯ ತಜ್ಞರಾಗಿದ್ದರು. ತಮ್ಮ ಬುದ್ಧಿವಂತಿಕೆ, ನೀತಿ ಮತ್ತು ಕರ್ತವ್ಯ ಪ್ರಜ್ಞೆಯಿಂದ ಅವರು ಯಾವಾಗಲೂ ಗೆಲುವು ಸಾಧಿಸಿದರು. ಅವರು ಶೌರ್ಯದ ಮೂಲಕ ಸಾಧಿಸದ ಖ್ಯಾತಿಯನ್ನು ತಂತ್ರಗಳ ಮೂಲಕ ಸಾಧಿಸಿದ್ದಾರೆ "ಎಂದು ಹೇಳಿದರು.

ಎಲ್ಲ ಕಡೆಗಳಲ್ಲಿ ಬ್ರಿಟಿಷರಿಂದ ಸುತ್ತುವರಿದ ಮಹಾರಾಣಿ ಲಕ್ಷ್ಮೀಬಾಯಿ ಹೋರಾಟವನ್ನು ಮುಂದುವರೆಸಿದರು. 1858ರ ಜೂನ್ 19ರಂದು ಎರಡನೇ ದಿನವೂ ಈ ಯುದ್ಧ ಮುಂದುವರೆಯಿತು. ಮಹಾರಾಣಿ, ಪುರುಷನ ಉಡುಪಿನಲ್ಲಿ ಮತ್ತು ತನ್ನ ಕುದುರೆಯ ಮೇಲೆ ಸವಾರಿ ಮಾಡುತ್ತಾ ಹೋರಾಡುತ್ತಿದ್ದಳು. ಆಕೆಯ ದೇಹವು ಧೂಳಿನಿಂದ ಹೊದಿಸಲ್ಪಟ್ಟಿತ್ತು. ಆದ್ದರಿಂದ, ಬ್ರಿಗೇಡಿಯರ್ ಸ್ಮಿತ್, ಕ್ಯಾಪ್ಟನ್ ಹೆನ್ನೇಜ್ ಮತ್ತು ಅವಳನ್ನು ಸುತ್ತುವರೆದಿದ್ದ ಹುರ್ಜಸ್ ಪ್ಲೇಟೂನ್ ನ ಸೈನಿಕರಿಗೆ ಅವಳನ್ನು ಗುರುತಿಸಲು ಸಾಧ್ಯವಾಗಲಿಲ್ಲ. ಮಹಾರಾಣಿಯ ಇಬ್ಬರು ಸೇವಕಿಯರು, ಪುರುಷರ ಉಡುಪಿನಲ್ಲಿ, ಯಾವಾಗಲೂ ಅವಳೊಂದಿಗೆ ಇರುತ್ತಿದ್ದರು. ಆದ್ದರಿಂದ ಮಹಾರಾಣಿಯನ್ನು ಯಾರೂ ಗುರುತಿಸಲಾರರು. ಶತ್ರು ಸೈನ್ಯವು ಅವಳನ್ನು ಸೋಲಿಸಿ ಗ್ವಾಲಿಯರ್ ನ ರಾಜಮನೆತನವನ್ನು ವಶಪಡಿಸಿಕೊಂಡಿತು.

ಮಹಾರಾಣಿ ಮುತ್ತಿಗೆಯನ್ನು ಮುರಿದು ಓಡಿಹೋಗುತ್ತಾಳೆ

ತನ್ನ ಶತ್ರುಗಳೊಂದಿಗೆ ತೀವ್ರವಾಗಿ ಹೋರಾಡುತ್ತಾ, ಜೂನ್ 19ರಂದು ಮಹಾರಾಣಿ ಲಕ್ಷ್ಮೀಬಾಯಿ ಸಂಪೂರ್ಣವಾಗಿ ಶತ್ರುಗಳ ಸೈನ್ಯಗಳು ಅಂತಿಮವಾಗಿ ಸುತ್ತುವರಿಯಲ್ಪಟ್ಟರು. ಅವಳು ತನ್ನೊಂದಿಗೆ, ಆ ಸಮಯದಲ್ಲಿ, ಇಬ್ಬರು ಅಥವಾ ಮೂರು ಸೇವಕಿಯರು, ಇಬ್ಬರು ಹೆಚ್ಚು ಶ್ರದ್ಧೆಯುಳ್ಳ ಸೇವಕರು ಮತ್ತು ಕೆಲವು ಕುದುರೆ ಸವಾರರನ್ನು ಮಾತ್ರ ಹೊಂದಿದ್ದಳು. ಅಂತಹ ಸಮಯದಲ್ಲಿ ಹೋರಾಟವು ಕೇವಲ ಒಂದು ವಿಷಯವನ್ನು ಮಾತ್ರ ಅರ್ಥೈಸಿತು. ಬ್ರಿಟಿಷರಿಂದ ಸಾವು ಅಥವಾ ಬಂಧನ, ಇದರ ಅಂತಿಮ ಫಲಿತಾಂಶವೆಂದರೆ ಸಾವು, ನೇಣು ಬಿಗಿದುಕೊಂಡು ಸಾವು. ಮಹಾರಾಣಿಯ ಸೈನ್ಯವು ಆ ಸಮಯದಲ್ಲಿ ಚದುರಿಹೋಗಿತ್ತು ಅಥವಾ ಬೇರೆಡೆ ಹೋರಾಡುತ್ತಿತ್ತು. ಈ ಪರಿಸ್ಥಿತಿಯಲ್ಲಿ ಮಹಾರಾಣಿ ಈ ಮುತ್ತಿಗೆಯಿಂದ ಹೊರಬರಲು ಮತ್ತು ತನ್ನ ಸೈನ್ಯವನ್ನು ಸೇರಲು ಬಯಸಿದ್ದರು. ಹುಯಿಜಾಸ್ ಪ್ಲೇಟೂನ್ ನ ಸೈನಿಕರು ಮಹಾರಾಣಿಯ ಈ ಉದ್ದೇಶವನ್ನು ಅರ್ಥಮಾಡಿಕೊಂಡರು ಮತ್ತು ಆದ್ದರಿಂದ ಅವರು ಅವಳ ಪ್ರತಿಯೊಂದು ಪ್ರಯತ್ನವನ್ನು ನಿರಾಶೆಗೊಳಿಸುತ್ತಿದ್ದರು. ಆ ಮುತ್ತಿಗೆಯಿಂದ ಹೊರಬರುವುದು ಮಹಾರಾಣಿಗೆ ಬಹಳ ಕಷ್ಟವಾಯಿತು. ತನ್ನ ಜೀವನ ಮತ್ತು ಸುರಕ್ಷತೆಯನ್ನು ಮರೆತು, ಅವಳು ಮತ್ತೆ ಹೋರಾಡಲು ಪ್ರಾರಂಭಿಸಿದಳು. ಬ್ರಿಟಿಷ್ ಸೈನಿಕರ ಬಂದೂಕುಗಳು ನಿರಂತರವಾಗಿ

ಗುಂಡು ಹಾರಿಸುತ್ತಿದ್ದವು. ಮಹಾರಾಣಿಯ ಖಡ್ಗವೂ ಯಾವುದೇ ವಿಶ್ರಾಂತಿಯನ್ನು ತೆಗೆದುಕೊಳ್ಳದಿರಲು ನಿರ್ಧರಿಸಿತ್ತು. ಅದು ಕೊಲ್ಲಲ್ಪಟ್ಟ ಶತ್ರುವಿನ ರಕ್ತದಲ್ಲಿ ಸ್ನಾನ ಮಾಡಿದ ಪ್ರತಿ ಬಾರಿಯೂ ಹೊಸ ಚೈತನ್ಯವನ್ನು ಪಡೆಯುತ್ತಿತ್ತು. ಆಗಲೇ ಆಕೆಗೆ ಎರಡನೇ ಅವಕಾಶ ಸಿಕ್ಕಿತು. ಅವಳು ತನ್ನ ಕುದುರೆಯನ್ನು ಪ್ರಚೋದಿಸಿದಳು ಮತ್ತು ಕುದುರೆಯು ಮಿಂಚಿನ ವೇಗದಿಂದ ಹೊರಬಂದಿತು. ಮಹಾರಾಣಿ ಬ್ರಿಟಿಷರ ಮುತ್ತಿಗೆಯನ್ನು ಮುರಿದು ಅಲ್ಲಿಂದ ಹೊರಬಂದಳು. ಅವಳು ಓಡಿಹೋಗುವುದನ್ನು ನೋಡಿದ ಸ್ಮಿತ್, ಹರ್ಜಾಸ್ ಪ್ಲೇಟೂನ್ ನ ಕೆಲವು ಸೈನಿಕರಿಗೆ ಅವಳನ್ನು ಹಿಂಬಾಲಿಸುವಂತೆ ಆದೇಶಿಸಿದರು.

ಈ ಯುದ್ಧವು ಮಹಾರಾಣಿ ಲಕ್ಷ್ಮೀಬಾಯಿಯ ಜೀವನದ ಕೊನೆಯದು ಎಂದು ಸಾಬೀತಾಯಿತು. ಈ ಯುದ್ಧದಲ್ಲಿ ಅವಳ ಕೊನೆಯ ಗುಡುಗು ಧ್ವನಿಯನ್ನು ಕೇಳಲಾಯಿತು ಮತ್ತು ಯುದ್ಧದಲ್ಲಿ ಅವಳ ಕತ್ತಿಯು ಶತ್ರುವಿನ ರಕ್ತದ ಬಾಯಾರಿಕೆಯನ್ನು ತಣಿಸಿತು.

ಹುತಾತ್ಮ

ಮಹಾರಾಣಿ ಮುತ್ತಿಗೆಯನ್ನು ಮುರಿದು ಓಡಿಹೋದಾಗ, ಹರ್ಜಾಸ್ ಪ್ಲಾಟೂನ್ನ ಬಿಳಿಯರು ತಮ್ಮ ಬಂದೂಕುಗಳನ್ನು ಹಾರಿಸಿ ಅವಳನ್ನು ಬೆನ್ನಟ್ಟಿದರು. ಮಹಾರಾಣಿ ಗುಂಡುಗಳಿಂದ ತನ್ನ ಸುರಕ್ಷತೆಯನ್ನು ಕಾಪಾಡಿಕೊಂಡು ಓಡಾಡುತ್ತಿದ್ದಳು. ಆದರೆ ದುರದೃಷ್ಟವಶಾತ್ ಒಂದು ಗುಂಡು ಅವಳಿಗೆ ತಾಕೀತು. ಅದು ಅವಳನ್ನು ಸಡಿಲಗೊಳಿಸಿತು. ಪರಿಣಾಮವಾಗಿ, ಅವಳು ತನ್ನ ಕುದುರೆಯನ್ನು ವೇಗವಾಗಿ ಓಡಿಸಲು ಸಾಧ್ಯವಾಗಲಿಲ್ಲ. ಅವಳು ಮತ್ತೆ ಬೆನ್ನಟ್ಟುವ ಸೈನಿಕರೊಂದಿಗೆ ಯುದ್ಧದಲ್ಲಿ ತೊಡಗಿದಳು. ಬ್ರಿಟಿಷ್ ಸೈನಿಕರು ಅನೇಕ ಸಂಖ್ಯೆಯಲ್ಲಿದ್ದರು, ಆದರೆ ಆಗಲೂ ಮಹಾರಾಣಿ ಮುಂದೆ ಓಡಿ, ಅವರನ್ನು ಕೊಲ್ಲುತ್ತಾ ಸಂಹರಿಸಿದಳು.

ಸುಂದರ್ ಮತ್ತು ಕಾಶಿ ಎಂಬ ಇಬ್ಬರು ಸೇವಕಿಯರು ಮತ್ತು ರಾಮ್ ಚಂದ್ರ ರಾವ್ ದೇಶಮುಖ್ ಮತ್ತು ರಘುನಾಥ್ ಸಿಂಗ್ ಎಂಬ ಇಬ್ಬರು ಸೇವಕರು ಇಲ್ಲಿ ಅತ್ಯಂತ ನಿಷ್ಠಾವಂತ ಮತ್ತು ವಿಶ್ವಾಸಾರ್ಹ ಸೇವಕರಾಗಿದ್ದರು. ಮಹಾರಾಣಿ ಬ್ರಿಟಿಷರ ಮುತ್ತಿಗೆಯಿಂದ ಹೊರಬಂದಾಗ, ಅವರೂ ಹೊರಬಂದರು ಮತ್ತು ಕುದುರೆಯ ಮೇಲೆ ಮಹಾರಾಣಿಯನ್ನು ಹಿಂಬಾಲಿಸುತ್ತಿದ್ದರು. ಮಹಾರಾಣಿ ಅವರ ದತ್ತುಪುತ್ರ, ಏಳು ಅಥವಾ ಎಂಟು ವರ್ಷದ ದಾಮೋದರ್ ರಾವ್, ಕುದುರೆಯ ಮೇಲೆ ರಾಮ್ ಚಂದ್ರ ರಾವ್ ಅವರೊಂದಿಗೆ ಇದ್ದರು. ಮಹಾರಾಣಿ ಈಗಾಗಲೇ ಈ ಸೇವಕರಿಗೆ ಹೇಳಿದ್ದಳು, ಅವಳು ಕೊಲ್ಲಲ್ಪಟ್ಟರೆ ಅವರು ಆಕೆಯ ಮೃತ ದೇಹವನ್ನು ಛಿದ್ರಗೊಳಿಸಬೇಕು ಅಥವಾ ವಿಕಾರಗೊಳಿಸಬೇಕು ಎಂದು, ಆದ್ದರಿಂದ ಫಿರಂಗ್ ಗಳು ಅವಳನ್ನು ಸ್ಪರ್ಶಿಸಲು ಸಾಧ್ಯವಿಲ್ಲ. ಮಹಾರಾಣಿಯ ಈ ಕೊನೆಯ ಆಸೆಯನ್ನು ಈಡೇರಿಸಿದರೆ ಮಾತ್ರ ಅವರು ತಮ್ಮನ್ನು ಪ್ರಾಮಾಣಿಕವಾಗಿ ನಿಷ್ಠಾವಂತರೆಂದು ಪರಿಗಣಿಸಬೇಕು. ಈ ವಿಶ್ವಾಸಾರ್ಹ ಸೇವಕರೊಂದಿಗೆ ಮಹಾರಾಣಿ ತನ್ನ ಕುದುರೆಯ ಮೇಲೆ ಸಾಗುತ್ತಿದ್ದಳು. ಅದೇ ಸಮಯದಲ್ಲಿ ಅವಳು ಹುರ್ಜಸ್ ದಳದ ಸೈನಿಕರೊಂದಿಗೆ ಹೋರಾಡುತ್ತಿದ್ದಳು. ಆ ಶತ್ರುಗಳು ಹಿಂದಿನಿಂದ ದಾಳಿ ಮಾಡಿ ಹೊಡೆಯುತ್ತಿದ್ದರು. ಈ ಮುಖಾಮುಖಿಯಲ್ಲಿ, ಅವಳು ತನ್ನ ಕತ್ತಿಯನ್ನು ಬಳಸುತ್ತಿದ್ದಳು, ತನ್ನ ಕುದುರೆಯನ್ನು ವೇಗವಾಗಿ ಸವಾರಿ ಮಾಡುತ್ತಿದ್ದಳು ಮತ್ತು

ಅಸಮಾನ ಹಾದಿಯಲ್ಲಿ ಮಾತುಕತೆ ನಡೆಸುತ್ತಿದ್ದಳು. ಇದ್ದಕ್ಕಿದ್ದಂತೆ, ಸ್ಪರ್ಶಿಸುವ, ಜೋರಾಗಿ ಕೂಗುವ ಇನ್ನೊಬ್ಬ ಸೇವಕಿಯ ಕೂಗು ಕೇಳಿಸಿತು, *"ಬಾಯಿ ಸಾಹೇಬ್! ಮಾರ್ ಗಯಿ! ಮಾರ್ ಗಯಿ!* (ಮೇಡಂ, ನಾನು ಕೊಲ್ಲಲ್ಪಟ್ಟಿದ್ದೇನೆ, ಕೊಲ್ಲಲ್ಪಟ್ಟಿದ್ದೇನೆ)."

ಮಹಾರಾಣಿ ತನ್ನ ತಲೆಯನ್ನು ಹಿಂದಕ್ಕೆ ತಿರುಗಿಸಿ, ಮಹಾರಾಣಿಯನ್ನು ಬೆನ್ನಟ್ಟಿದ ಬಿಳಿಯ ಸೈನಿಕನು ತನ್ನನ್ನು ಗುಂಡು ಹಾರಿಸಿರುವುದನ್ನು ನೋಡಿದಳು. ತನ್ನ ಸೇವಕಿಯ ಈ ದುರಂತ ಅಂತ್ಯವನ್ನು ನೋಡಿ, ಮಹಾರಾಣಿ ಆ ಬಿಳಿ ಮನುಷ್ಯನ ಮೇಲೆ ಮಿಂಚಿನ ವೇಗದಿಂದ ಗುಂಡು ಹಾರಿಸಿ, ತನ್ನ ಕತ್ತಿಯ ಒಂದು ಹೊಡೆತದಿಂದ ತಲೆಯನ್ನು ನೆಲದ ಮೇಲೆ ಉರುಳಿಸಿ, ತದನಂತರ ತಕ್ಷಣವೇ ತನ್ನ ಕುದುರೆಯನ್ನು ಮುಂದಕ್ಕೆ ಓಡಿಸಿದಳು. ಕುದುರೆಯು ಆಗಲೇ ಗುಂಡುಗಳಿಂದ ಗಾಯಗೊಂಡಿತ್ತು. ಆದರೆ, ಮುಂದೆ ಓಡುವಲ್ಲಿ ಯಶಸ್ವಿಯಾಗಿತ್ತು. ನಂತರ ಅದು *ನುಲ್ಲಾ ಬಳಿ ಬಂದಿತು.* ನುಲ್ಲಾವನ್ನು ನೋಡಿದ ಕುದುರೆ ನಿಂತಿತು. ಸ್ವಾಭಾವಿಕವಾಗಿ, ಅದರ ಪ್ರಸ್ತುತ ಶಕ್ತಿಯೊಂದಿಗೆ ಅದನ್ನು ದಾಟಲು ಸಾಧ್ಯವಿಲ್ಲ ಎಂದು ಅದು ನಿರ್ಣಯಿಸಿತ್ತು. ಕುದುರೆ ನಿಲ್ಲುವುದನ್ನು ನೋಡಿದ ಮಹಾರಾಣಿ ಎಲ್ಲವನ್ನೂ ಅರ್ಥಮಾಡಿಕೊಂಡಳು. ಆದರೆ ಆಗಲೂ ಅವಳು ಅದನ್ನು ಪ್ರಚೋದಿಸಿದಳು, ಅಧಿಕವನ್ನು ತೆಗೆದುಕೊಳ್ಳಲು ಪ್ರೋತ್ಸಾಹಿಸಿದಳು. ಆದರೆ ಯಾವುದೇ ಫಲಿತಾಂಶವಿಲ್ಲ. ಕುದುರೆಯು ಅಸಹಾಯಕವಾಗಿತ್ತು ಮತ್ತು ಕೊನೆಯ ಮೂರು ದಿನಗಳ ನಿರಂತರ ಹೋರಾಟದಿಂದಾಗಿ ಮಹಾರಾಣಿ ಕೂಡ ದಣಿದಿದ್ದಳು. ಶತ್ರು ಸೈನಿಕರು ಹಿಂದಿನಿಂದ ಮುಂದೆ ಸಾಗುತ್ತಿದ್ದರು. ಅವಳನ್ನು ಜೀವಂತವಾಗಿ ಸೆರೆಹಿಡಿಯಲು ಇದು ಉತ್ತಮ ಅವಕಾಶ ಎಂದು ಅವರು ಭಾವಿಸಿದರು ಮತ್ತು ತುಂಬಾ ಹತ್ತಿರ ಬಂದರು. ಅವರೆಲ್ಲರೂ ಒಟ್ಟಾಗಿ ಮಹಾರಾಣಿಯ ಮೇಲೆ ಎರಗಿದರು. ಮಹಾರಾಣಿ ತನ್ನ ಕತ್ತಿಯನ್ನು ಬಳಸುತ್ತಲೇ ಇದ್ದಳು. ಗಾಯಗೊಂಡ ಸಿಂಹದಂತೆ, ಅವಳು ತನ್ನ ಕತ್ತಿಯಿಂದ ಉಗ್ರವಾಗಿ ಹೋರಾಡುತ್ತಿದ್ದಳು. ಈ ಪರಿಸ್ಥಿತಿಯಲ್ಲಿಯೂ ಅವಳು ತನ್ನ ಕತ್ತಿಯನ್ನು ಚೆನ್ನಾಗಿ ಬಳಸುವುದನ್ನು ಶತ್ರುಗಳು ನೋಡಿದಾಗ ಅವರು ಹಿಂದೆ ಸರಿದರು ಮತ್ತು ಜಾಗರೂಕರಾದರು. ಈ ಸಮಯದಲ್ಲಿ ಶತ್ರುಗಳು ಸಹ ಅವಳನ್ನು ಕತ್ತಿಯಿಂದ ಎದುರಿಸುತ್ತಿದ್ದರು. ಎರಡೂ ಕಡೆಯಿಂದ ಹೊಡೆತಗಳು ಮತ್ತು ಪ್ರತಿಸ್ಫೋಟಗಳು ವಿನಿಮಯವಾಗತೊಡಗಿದವು. ಕತ್ತಿಗಳು ಕತ್ತಿಗಳನ್ನು ಹೊಡೆದವು. ನಂತರ ಸೈನಿಕನ ಖಡ್ಗವು ಅವಳ ತಲೆಗೆ ಬಡಿಯಿತು. ನಂತರ ಅವಳು ಕತ್ತಿಯ ಒಂದು ಹೊಡೆತದಿಂದ ಆ ಸೈನಿಕನ ತಲೆಯನ್ನು ಕತ್ತರಿಸಿ ನೆಲದ ಮೇಲೆ ಉರುಳಿಸಿದಳು. ಆದರೆ ಅದೇ ಸಮಯದಲ್ಲಿ ಅವಳು ಕೂಡ ಕೆಳಗೆ ಬಿದ್ದಳು. ಆ ಸೈನಿಕನ ಹೊಡೆತವು ಅವಳ ತಲೆಯನ್ನು ಬಲಭಾಗದಲ್ಲಿ ಕತ್ತರಿಸಿತ್ತು ಮತ್ತು ಅವಳ ಕಣ್ಣು ಕೂಡ ಹೊರಬಂದಿತು. ಅವಳು ನೆಲದ ಮೇಲೆ ಬಿದ್ದಾಗ ಮತ್ತೊಬ್ಬ ಬಿಳಿಯ ಸೈನಿಕ ಆಕೆಯನ್ನು ಬೆನ್ನಟ್ಟಿದ. ಅಂತ್ಯವು ಹತ್ತಿರದಲ್ಲಿದೆ, ಆಗಲೂ ಅವಳು ಸಂಪೂರ್ಣ ಪ್ರಜ್ಞೆ ಹೊಂದಿದ್ದಳು. ಸೂಚನೆಯ ಮೂಲಕ ಅವಳು ತನ್ನ ಸೇವಕ ರಾಮ್ ಚಂದ್ರ ರಾವ್ ದೇಶ್ ಮುಖ್ ಅವರನ್ನು ತನ್ನ ಹತ್ತಿರ ಕರೆದಳು.

ರಾಮ್ ಚಂದ್ರ ರಾವ್ ಹತ್ತಿರ ಬಂದಾಗ, ತನ್ನ ಸ್ವಾಮಿನಿ (ಮಹಾರಾಣಿ) ಸ್ಥಿತಿಯನ್ನು ನೋಡಿದಾಗ ಜೋರಾಗಿ ಅಳುತ್ತಾನೆ. ಅವರು ಗಾಯಗೊಂಡ ಸ್ಥಿತಿಯಲ್ಲಿ ಮಹಾರಾಣಿಯನ್ನು ಹತ್ತಿರದ ಸಂತ ಗಂಗಾ ದಾಸ್ ಅವರ ಗುಡಿಸಲಿಗೆ ಕರೆದೊಯ್ದರು. ಮಹಾರಾಣಿ ಬಾಯಾರಿಕೆಯಿಂದ ಸಾಯುತ್ತಿದ್ದಳು. ಆಕೆಗೆ ಕುಡಿಯಲು ನೀರು ನೀಡಲಾಯಿತು. ಆಕೆಗೆ ಗಂಗಾನದಿಯ ನೀರನ್ನು ಸಹ ನೀಡಲಾಯಿತು. ಆಕೆಯ ಇಡೀ ದೇಹವು ರಕ್ತದಿಂದ

ಮುಚ್ಚಲ್ಪಟ್ಟಿತ್ತು. ಅವಳು ನಿರ್ಣಾಯಕ ನೋವನ್ನು ಅನುಭವಿಸುತ್ತಿದ್ದಳು, ಆದರೆ ಅವಳ ಮುಖದಲ್ಲಿ ಅಲೌಕಿಕ ಹೊಳಪು ಇತ್ತು. ಇದರ ನಂತರ ಅವಳು ತನ್ನ ದತ್ತುಪುತ್ರ ದಾಮೋದರ್ ರಾವ್ ಅವರನ್ನು ಒಮ್ಮೆ ನೋಡಿದಳು. ನಂತರ ಎಂದೆಂದಿಗೂ ಕಣ್ಣು ಮುಚ್ಚಿಕೊಂಡಳು. ಅದು 1915ರ ಜ್ಯೇಷ್ಠ ಮಾಸದ *ಶುಕ್ಲ ಪಕ್ಷದ* ಏಳನೇ ದಿನವಾಗಿತ್ತು. ಮಹಾರಾಣಿ ರಾತ್ರಿ ಹನ್ನೆರಡು ಗಂಟೆಯ ನಂತರ ಸಾವನಪ್ಪಿದಳು. ಅದಕ್ಕಾಗಿಯೇ ಇಂಗ್ಲಿಷ್ ಕ್ಯಾಲೆಂಡರ್ ಪ್ರಕಾರ ಇದನ್ನು ಜೂನ್ 19 ಎಂದು ಉಲ್ಲೇಖಿಸಲಾಗಿದೆ. ಇತರ ಸ್ಥಳಗಳಲ್ಲಿ ಇದನ್ನು ಜೂನ್ 20, 1858 ಎಂದು ಉಲ್ಲೇಖಿಸಲಾಗಿದೆ.

ಇದರ ನಂತರ ರಾಮಚಂದ್ರ ರಾವ್, ತನ್ನ ಸತ್ತ ಮಹಾರಾಣಿಯ ಕೊನೆಯ ಆಶಯವನ್ನು ಗೌರವಿಸಿ, ಅವಳನ್ನು ಹತ್ತಿರದ ಸ್ಥಳದಲ್ಲಿ ಅಂತ್ಯಕ್ರಿಯೆ ಮಾಡಿದರು. ಬ್ರಿಟಿಷರಿಗೆ ಈ ಸತ್ಯ ತಿಳಿದಿರಲಿಲ್ಲ. ಈ ರೀತಿಯಾಗಿ ಇತಿಹಾಸದ ಸ್ಫೂರ್ತಿದಾಯಕ *ಅಧ್ಯಾಯವಾಗಿದ್ದ* ವೀರಾಂಗಣ ಎಂಬ ಧೈರ್ಯಶಾಲಿ ಮಹಿಳೆ ತನ್ನ ಬೆಳಕಿನ ಮಿನುಗುವಿಕೆಯನ್ನು ತೋರಿಸಿದ ನಂತರ ಕಣ್ಮರೆಯಾದರು.

ಮಹಾರಾಣಿ ಸಾವಿನ ಬಗ್ಗೆ ವಿಭಿನ್ನ ಅಭಿಪ್ರಾಯಗಳು

ಮಹಾರಾಣಿ ಲಕ್ಷ್ಮೀಬಾಯಿಯ ಸಾವಿನ ಮೇಲಿನ ವಿವರಣೆಯು *1857 ರ ಕಾ ಸ್ವಾತಂತ್ರ್ಯ ಯುಧಾ*, ಶ್ರೀ ದತ್ತಾತ್ರೇಯ ಬಲ್ವಂತ್ ಪರಸ್ನೆಯರ ವೀರ ವಿನಾಯಕ ದಾಮೋದರ್ ಸಾವರ್ಕರ್ ಮತ್ತು *ಝಾನ್ಸಿ ಕಿ ರಾಣಿ ಲಕ್ಷ್ಮಿ ಬಾಯಿ ಅವರ* ಅಮರ ಕೃತಿಯನ್ನು ಆಧರಿಸಿದೆ. ರಾಮಚಂದ್ರ ರಾವ್ ದೇಶಮುಖ್ ಅವರ ನಿರೂಪಣೆಯ ಮೇಲೆ ಮಹಾರಾಣಿಯ ಸಾವಿನ ಬಗ್ಗೆ ಶ್ರೀ ಪಾರಸ್ನೀಸ್ ಆಧರಿಸಿದ್ದಾರೆ. ಆದರೆ ಅವರ ಸಾವಿನ ಬಗ್ಗೆ ಇತಿಹಾಸಕಾರರಲ್ಲಿ ಭಿನ್ನಾಭಿಪ್ರಾಯವಿದೆ. ನಾವು ಇಲ್ಲಿ ಕೆಲವು ಅಭಿಪ್ರಾಯಗಳನ್ನು ಚರ್ಚಿಸುತ್ತಿದ್ದೇವೆ. ಬ್ರಿಟಿಷ್ ಮುತ್ತಿಗೆಯನ್ನು ಮುರಿದು ಮಹಾರಾಣಿ ಲಕ್ಷ್ಮೀಬಾಯಿ ಓಡಿಹೋದಾಗ ಬ್ರಿಟಿಷ್ ಕುದುರೆ ಸವಾರಿ ಸೈನಿಕರು ಅವಳನ್ನು ಬೆನ್ನಟ್ಟಿದರು ಎಂದು ಡಾಲ್ಹೌಸಿಯ ಬ್ರಿಟಿಷ್ ಇಂಡಿಯಾದ ಆಡಳಿತದಲ್ಲಿ ಇದನ್ನು ನಾವು ಉಲ್ಲೇಖಿಸಿದ್ದೇವೆ. ಆ ಸೈನಿಕರು ಅವಳ ಕುತ್ತಿಗೆಯ ಸುತ್ತ ಮುತ್ತುಗಳ ಹಾರವನ್ನು ನೋಡಿದರು, ಆದ್ದರಿಂದ ದುರಾಶೆಯಿಂದ ಅವರು ಅವಳನ್ನು ಕೊಲೆ ಮಾಡಿದರು.

ಮ್ಯಾಕ್ ಫರ್ಸನ್ ಬರೆದರು, "ಅವಳು ತನ್ನ ಕುದುರೆಯಿಂದ ಗಾಯಗೊಂಡಾಗ ಅವಳು ಸತ್ತಳು. ಝಾನ್ಸಿಯ ರಾಣಿ ತನ್ನ ಶಿಬಿರದಲ್ಲಿ *ಶರಬತ್ತು* ಕುಡಿಯುತ್ತಿದ್ದಳು. ಆ ಸಮಯದಲ್ಲಿ ಅವಳೊಂದಿಗೆ ನಾನೂರು ಸೈನಿಕರೂ ಇದ್ದರು. ಬ್ರಿಟಿಷರು ಆಗಮಿಸಿದ್ದಾರೆ ಎಂದು ತಿಳಿದಾಗ, ಆಕೆ ಓಡಿಹೋಗಲು ಪ್ರಯತ್ನಿಸಿದಳು. ಮಹಾರಾಣಿಯ ಕುದುರೆಯು ನುಲ್ಲಾವನ್ನು ದಾಟಲು ಸಾಧ್ಯವಾಗಲಿಲ್ಲ. ಆ ಸಮಯದಲ್ಲಿ ಅವಳು ತನ್ನ ದೇಹದಲ್ಲಿ ಗುಂಡು ಮತ್ತು ಅವಳ ತಲೆಯ ಮೇಲೆ ಕತ್ತಿಯಿಂದ ಗಾಯವಾದವು. ಆದರೆ ಅವಳು ಆ ಸ್ಥಿತಿಯಲ್ಲಿಯೂ ಓಡುತ್ತಲೇ ಇದ್ದಳು. ಕೊನೆಯಲ್ಲಿ ಅವಳು ತನ್ನ ಕುದುರೆಯಿಂದ ಬಿದ್ದು ಸಾವನ್ನಪ್ಪಿದಳು."

ಯಾವುದೇ ಇಂಗ್ಲಿಷ್ ನವರು ಅವಳ ಸಾವನ್ನು ನೋಡಲಿಲ್ಲ ಎಂದು ಮಾರ್ಟಿನ್ ನಂಬುತ್ತಾರೆ. ಅಥವಾ ಯಾವುದೇ ಇಂಗ್ಲಿಷ್ ನವರು ಅವಳ ಶವಸಂಸ್ಕಾರದ ಸುದ್ದಿಯನ್ನು ಸ್ವೀಕರಿಸಲಿಲ್ಲ. "ಆಕೆ ಸಾಯುವುದನ್ನು

ಯಾವ ಆಂಗ್ಲನೂ ನೋಡಿಲ್ಲ. ಇಂಗ್ಲಿಷ್ ಕುದುರೆ ಸವಾರರಿಗೆ ಅವರು ಯಾರನ್ನು ಬೆನ್ನಟ್ಟುತ್ತಿದ್ದಾರೆಂದು ತಿಳಿದಿರಲಿಲ್ಲ. ಬಿಸಿಲಿನ ಬಿಸಿಲು ಮತ್ತು ದಣಿವಿನಿಂದಾಗಿ ಅವರಿಗೆ ಕುದುರೆಯ ಮೇಲೆ ಹೆಚ್ಚು ಹೊತ್ತು ಕುಳಿತು ಸವಾರಿ ಮಾಡಲು ಸಾಧ್ಯವಾಗಲಿಲ್ಲ. ಆದ್ದರಿಂದ ಅವರು ಹೆಚ್ಚು ಶ್ರಮಿಸುವ ಬದಲು ಹಿಂತಿರುಗಿದರು. ನಂತರ ಅವಳ ನಂಬಿಗಸ್ತ ಸೇವಕರು ಅವಳ ಮೃತ ದೇಹವನ್ನು ಮತ್ತು ಅವಳ ಸಹೋದರಿಯ ದೇಹದ ಚಿತೆಗೆ ಬೆಂಕಿ ಹಚ್ಚಿದರು. ಆಕೆಯ ಸಹೋದರಿಯೂ ಸಹ ಪುರುಷನ ಸೋಗಿನಲ್ಲಿ ಅವಳೊಂದಿಗೆ ಜಗಳವಾಡುತ್ತಿದ್ದಳು ಮತ್ತು ಅವಳೊಂದಿಗೆ ಗುಂಡಿನಿಂದ ಸಾವನ್ನಪ್ಪಿದಳು."

ಇಲ್ಲಿ, ಕೆಲವು ಗೊಂದಲಗಳಿಂದಾಗಿ, ಮಾರ್ಟಿನ್ ತನ್ನ ಮುಖ್ಯ ಸೇವಕಿಯನ್ನು ತನ್ನ ಸಹೋದರಿಯಾಗಿ ತೆಗೆದುಕೊಂಡಿದ್ದಾಳೆ. ಮಹಾರಾಣಿಗೆ ಯಾವುದೇ ಸಹೋದರಿ ಇರಲಿಲ್ಲ.

ವಿವಿಧ ರೀತಿಯ ಪುರಾಣಗಳು ಸಂಬಂಧ ಹೊಂದಿವೆ ಮತ್ತು ಶ್ರೇಷ್ಠ ವ್ಯಕ್ತಿಗಳ ಜೀವನದ ಸುತ್ತ ಹರಡುತ್ತವೆ. ಅಂತೆಯೇ ಮಹಾರಾಣಿಯವರ ಸಾವು ಸಹ ಪುರಾಣಕ್ಕೆ ಒಂದು ವಿಷಯವಾಯಿತು. ಅಂತ್ಯವು ಬರುವುದಿಲ್ಲ ಎಂದು ಮಹಾರಾಣಿ ಗಮನಿಸಿದಾಗ, ಅವಳು ಹುಲ್ಲಿನ ರಾಶಿಗೆ ಹಾರಿ ಸಣ್ಣ ಪ್ರಮಾಣದ ಅಗಸೆ ಹಣ್ಣನ್ನು ಸುಟ್ಟು ಬೆಂಕಿ ಹಚ್ಚಿ ತನ್ನನ್ನು ತಾನೇ ಸುಟ್ಟುಹಾಕಿಕೊಂಡಳು ಎಂದು ಯಾರೋ ಬರೆದಿದ್ದಾರೆ.

ಪೇಶ್ವಾ ರಾವ್ ಸಾಹೇಬ್ ಅವರ ಅಂತ್ಯಕ್ರಿಯೆಗೆ ವ್ಯವಸ್ಥೆ ಮಾಡಿದರು ಎಂದು ಹೇಳಲಾಗುತ್ತದೆ. ಆದರೆ ರಾಮ್ ಚಂದ್ರ ರಾವ್ ಅದನ್ನು ತಿರಸ್ಕರಿಸಿದರು.

ಮಹಾರಾಣಿಯನ್ನು ಫ್ರಾನ್ಸ್ ನ ಜೋನ್ ಆಫ್ ಆರ್ಕ್ ಗೆ ಹೋಲಿಸಿದ ಇನ್ನೊಬ್ಬ ಲೇಖಕ ಹೀಗೆ ಬರೆದಿದ್ದಾರೆ: "ಭಾರತೀಯ ಜೋನ್ ಆಫ್ ಆರ್ಕ್ ಆಗಿರುವ ಅವರು ಕೆಂಪು ಜಾಕೆಟ್ ಮತ್ತು ಬಿಳಿ ರೇಷ್ಮೆ ಪೇಟ ಧರಿಸಿದ್ದರು. ಅವಳು ಗ್ವಾಲಿಯರ್ ಖಜಾನೆಯಿಂದ ಪಡೆದ ಮುತ್ತುಗಳ ಪ್ರಸಿದ್ಧ ಗ್ವಾಲಿಯರ್ ಹಾರವನ್ನು ತನ್ನ ಕುತ್ತಿಗೆಯ ಸುತ್ತಲೂ ಹೊಂದಿದ್ದಳು. ಅವಳು ತನ್ನ ಸಾವಿನ ಹಾಸಿಗೆಯ ಮೇಲೆ ಮಲಗಿದ್ದಾಗ ಗಾಯಗೊಂಡಾಗ, ತನ್ನ ಎಲ್ಲಾ ಆಭರಣಗಳನ್ನು ತನ್ನ ಸಹ ಸೈನಿಕರಿಗೆ ವಿತರಿಸುವಂತೆ ಆದೇಶಿಸಿದ್ದಳು.

8

ಇತರ ಸಂಬಂಧಿತ ಈವೆಂಟ್ ಗಳು

ಈ ಪುಸ್ತಕದ ಮುಖ್ಯ ವಿಷಯವೆಂದರೆ ಮಹಾರಾಣಿ ಲಕ್ಷ್ಮೀಬಾಯಿಯವರ ಒಟ್ಟು ಜೀವನ ಕಥೆಯ ವಿವರಣೆಯಾಗಿದೆ. ಆದರೆ ಪುಸ್ತಕವು ಅವರ ಮರಣದೊಂದಿಗೆ ಕೊನೆಗೊಂಡರೆ ಸಾಮಾನ್ಯ ಓದುಗರು ಇನ್ನೂ ಅವರ ಯುದ್ಧದ ಅಂತ್ಯ ಮತ್ತು ಅವರ ದತ್ತುಪುತ್ರ ದಾಮೋದರ್ ರಾವ್ ಬಗ್ಗೆ ಕುತೂಹಲದಿಂದ ಕೂಡಿರುತ್ತಾರೆ. ಆದ್ದರಿಂದ ಈ ಅಧ್ಯಾಯದಲ್ಲಿ ಮಹಾರಾಣಿಯವರ ಜೀವನ ಕಥೆಯಲ್ಲಿನ ಸಂಬಂಧಿತ ಘಟನೆಗಳ ಬಗ್ಗೆ ಸ್ವಲ್ಪ ಬೆಳಕು ಚೆಲ್ಲಲಾಗಿದೆ.

ಜಯಾಜಿ ರಾವ್ ಸಿಂಧಿಯಾ ಅವರ ಮರು ಪಟ್ಟಾಭಿಷೇಕ

ಮಹಾರಾಣಿಯ ಮರಣದ ನಂತರ ರಾವ್ ಸಾಹೇಬ್ ಸಂಪೂರ್ಣವಾಗಿ ನಿರಾಶೆಗೊಂಡರು. ತನ್ನ ಅಧಿಕಾರವನ್ನು ಸ್ವೀಕರಿಸಿದ ಸಿಂಧಿಯಾ ಸೈನಿಕರು, ಅದೃಷ್ಟವು ಬದಲಾಗುತ್ತಿರುವುದನ್ನು ನೋಡಿದಾಗ ತಮ್ಮನ್ನು ಸಿಂಧಿಯಾ ಬೆಂಬಲಿಗರಾಗಿ ಪರಿವರ್ತಿಸಿಕೊಂಡರು. ಇದರ ಪರಿಣಾಮವಾಗಿ, ರಾವ್ ಸಾಹೇಬ್, ತಾತ್ಯ ತೋಪೆ ಮತ್ತು ಬಂಡಾದ ನವಾಬರನ್ನು ಸೋಲಿಸಲಾಯಿತು. ಬ್ರಿಟಿಷರು ಗ್ವಾಲಿಯರ್ ಮೇಲೆ ತಮ್ಮ ಅಧಿಕಾರವನ್ನು ಸ್ಥಾಪಿಸಿದರು. ಜಯಾಜಿ ರಾವ್ ಅವರು ತಮ್ಮ ಬಿಕ್ಕಟ್ಟಿನಲ್ಲಿ ಬ್ರಿಟಿಷರನ್ನು ಸಮರ್ಥಿಸಿಕೊಂಡಿದ್ದರು ಮತ್ತು ನಂತರ ಅವರ ನಿಷ್ಠೆಯನ್ನು ಉತ್ತಮ ಪ್ರಮಾಣದಲ್ಲಿ ಸಾಬೀತುಪಡಿಸಿದ್ದರು. ಆದ್ದರಿಂದ, ಗವರ್ನರ್ ಜನರಲ್ ಲಾರ್ಡ್ ಕ್ಯಾನಿಂಗ್ ಅವರನ್ನು ಮತ್ತೆ ಪಟ್ಟಾಭಿಷೇಕ ಮಾಡಲು ಅನುಮತಿ ನೀಡಿದರು.

ಜುಲೈ 16. 1858 ರಂದು ಜಯಜಿ ರಾವ್ ಸಿಂಧಿಯಾ ಮತೆ ತಮ್ಮ ಸಿಂಹಾಸನವನ್ನು ಏರಿದರು. ಆ ದಿನ ವಿಶೇಷ *ದರ್ಬಾರ್* ಆಯೋಜಿಸಲಾಗಿತು. ಬ್ರಿಟಿಷ್ ಸರ್ಕಾರವು ಅವರನ್ನು ರಾಜಧೀರಜ್ ಎಂಬ ಬಿರುದಿನಿಂದ ಅಲಂಕರಿಸಿತು. ದೀಪಾವಳಿಯನ್ನು (ಬೆಳಕಿನ ಹಬ್ಬ) ಇಡೀ ಗ್ವಾಲಿಯರ್ ನಲ್ಲಿ ವಿಶೇಷವಾಗಿ ಲಷ್ಕರ್ ಕಂಟೋನ್ಮೆಂಟ್ ನಲ್ಲಿ ಹಬ್ಬವಾಗಿ ಆಯೋಜಿಸಲಾಗಿತು. ಜಯಾಜಿ ರಾವ್ ಅವರು ತಮ್ಮ ಬ್ರಿಟಿಷ್ ಸ್ನೇಹಿತರನ್ನು ಭೋಜನಕ್ಕೆ ಆಹ್ವಾನಿಸಿದರು. ಬ್ರಿಟಿಷರ ಬಗೆಗಿನ ಅವರ ನಿಷ್ಠೆಯಿಂದಾಗಿ ಸಿಂಧಿಯಾ ಮತ್ತೊಮ್ಮೆ ರಾಜಧಿರಾಜ್ ಅವರ ಸ್ವಾತಂತ್ರ್ಯ-ಪ್ರೀತಿಯ ಕೆಚ್ಚೆದೆಯ ಸೈನಿಕರನ್ನು ಸೋಲಿಸಿದರು.

ರಾವ್ ಸಾಹೇಬ್

ಮಹಾರಾಣಿಯವರ ಮರಣದ ನಂತರ ಪೇಶ್ವ ರಾವ್ ಸಾಹೇಬ್, ತಾತ್ಯಾ ತೋಪೆ ಮತ್ತು ಬಂಡಾದ ನವಾಬರು ಕೆಲವು ದಿನಗಳವರೆಗೆ ಬ್ರಿಟಿಷರನ್ನು ತೊಡಗಿಸಿಕೊಂಡರು. ಜಾವ್ರಾ ಮತ್ತು ಅಲಿಪುರದಲ್ಲಿ ಭಾರಿ ಸೋಲಿನ ನಂತರ ಮೂವರೂ ಅನಿಶ್ಚಿತ ಭವಿಷ್ಯದ ದಾರಿಹೋಕರಾಗುವಂತೆ ಒತ್ತಾಯಿಸಲಾಯಿತು. ಬಂಡಾದ ನವಾಬರು ಕೆಲವು ದಿನಗಳ ನಂತರ ಅವರನ್ನು ತೊರೆದರು, ಆದರೆ ಉಳಿದ ಇಬ್ಬರು ಇಲ್ಲಿ ಮತ್ತು ಅಲ್ಲಿ ಅಲೆದಾಡಿ ಮಸುಕಾದ ಬೆಳಕಿನ ಕ್ರಾಂತಿಯ ಟಾರ್ಚ್ ಹೊತ್ತೊಯ್ದರು.

ಗ್ವಾಲಿಯರ್ ರಾಜ್ಯದ ಐಷಾರಾಮಿಗಳನ್ನು ಆನಂದಿಸಿದ ನಂತರ ರಾವ್ ಸಾಹೇಬ್ ಅವರ ಹೋರಾಟವನ್ನು ಹೆಚ್ಚು ಕಾಲ ಮುಂದುವರಿಸಲಾಗಲಿಲ್ಲ. ಅವನನ್ನು ಬಂಧಿಸಿದರೆ ನೇಣು ಹಾಕುವುದು ನಿಶ್ಚಿತವಾಗಿತ್ತು ಮತ್ತು ಹೋರಾಟವನ್ನು ಮುಂದುವರಿಸಲು ಅವನಿಗೆ ಸಂಪನ್ಮೂಲಗಳ ಕೊರತೆಯಿತ್ತು. ತಾತ್ಯಾ ತೋಪೆ ಅವರನ್ನು ಬಂಧಿಸಿದ ನಂತರ, ಅವರು ಪಂಜಾಬ್ ನ ಕಾಡುಗಳಲ್ಲಿ *ಸನ್ಯಾಸಿಯ* ಸೋಗಿನಲ್ಲಿ ಅಲೆದಾಡಿದರು ಎಂದು ಹೇಳಲಾಗುತ್ತದೆ. ಅವರು ಈ ರೀತಿ ಸ್ವಲ್ಪ ಸಮಯ ಕಳೆದರು, ಆದರೆ ಈ ಜೀವನಶೈಲಿ ಅವರ ದುರದೃಷ್ಟಕ್ಕೆ ಸ್ವೀಕಾರಾರ್ಹವಾಗಿರಲಿಲ್ಲ. ಅವರನ್ನು 1862ರಲ್ಲಿ ಬಂಧಿಸಲಾಯಿತು ಮತ್ತು ಬಂಧಿತರಾಗಿ ಕಾನ್ಪುರಕ್ಕೆ ಕರೆದೊಯ್ಯಲಾಯಿತು ಮತ್ತು ನಂತರ ಆಗಸ್ಟ್ 30, 1862ರಂದು ಕಾನ್ಪುರದ ಬಳಿಯ ತಮ್ಮ ತವರು ನಗರವಾದ ಬಿಥೂರ್ ನಲ್ಲಿ ಅವರನ್ನು ಗಲ್ಲಿಗೇರಿಸಲಾಯಿತು.

ತಾತ್ಯಾ ತೋಪೆ

ತಾತ್ಯಾ ತೋಪೆ ಈ ಪದದ ನಿಜವಾದ ಅರ್ಥದಲ್ಲಿ ಕೆಚ್ಚೆದೆಯ ವ್ಯಕ್ತಿಯಾಗಿದ್ದರು. ಬಂಡಾದ ನವಾಬರು ಬ್ರಿಟಿಷರಿಂದ ಆಶ್ರಯ ಕೋರಿದರು. ರಾವ್ ಸಬೆಬ್ ಕೂಡ ಅಸಡ್ಡೆಯಾಗಿ ಬೆಳೆದರು.

ಆದರೆ ತಾತ್ಯಾ ಟೋಪ್ ಬ್ರಿಟಿಷರ ಮುಂದೆ ಶರಣಾಗಲಿಲ್ಲ. ರಾಣಿ ವಿಕ್ಟೋರಿಯಾ ಘೋಷಿಸಿದ ಕ್ಷಮಾದಾನವನ್ನೂ ಅವರು ಪಡೆಯಲಿಲ್ಲ. ಆದರೆ ಸಾಧ್ಯವಿರುವ ಎಲ್ಲದರೊಂದಿಗೆ ಅವರು ಏಕಾಂಗಿಯಾಗಿ ಹೋರಾಡಿದರು. ಅವರು ಬ್ರಿಟಿಷರಿಗೆ ಸವಾಲಾಗಿ ಪರಿಣಮಿಸಿದ್ದರು. ಲಂಡನ್ ನಿಂದ ಹೊರಬಂದ ಪತ್ರಿಕೆಗಳಲ್ಲಿ ಪ್ರಕಟವಾದ ಲೇಖನಗಳಿಂದ ಬ್ರಿಟಿಷರು ಅವರ ಬಗ್ಗೆ ಎಷ್ಟು ವಿಸ್ಮಯಗೊಂಡಿದ್ದರು ಎಂಬುದನ್ನು ಪರಿಶೀಲಿಸಬಹುದು. ಗ್ವಾಲಿಯರ್ ನಲ್ಲಿ ಬ್ರಿಟಿಷರಿಂದ ಸೋಲಿಸಲ್ಪಟ್ಟ ನಂತರ, ವೀರ್ ತಾತ್ಯಾ ತೋಪೆ ಅವರು ನರ್ಮದಾ ನದಿಯನ್ನು ದಾಟಿ ಮಹಾರಾಷ್ಟ್ರವನ್ನು ತಲುಪಲು ಬಯಸಿದರು. ಇದರಿಂದಾಗಿ, ಅಲ್ಲಿನ ಕೆಚ್ಚೆದೆಯ ವ್ಯಕ್ತಿಗಳನ್ನು ಸಂಘಟಿಸಿದ ನಂತರ, ಅವರು ಮತ್ತೆ ಬ್ರಿಟಿಷರ ವಿರುದ್ಧ ಹೋರಾಡಿದರು. ಆದ್ದರಿಂದ, ಅವರನ್ನು ಮೋಸಗೊಳಿಸುವ ಸಲುವಾಗಿ, ನೇರ ಮಾರ್ಗವನ್ನು ತೆಗೆದುಕೊಳ್ಳುವ ಬದಲು, ಅವರು ಭರತ್ಪುರ ದಿಕ್ಕಿನಲ್ಲಿ ತೆರಳಿದರು. ಮಹಾರಾಣಿ ಲಕ್ಷ್ಮೀಬಾಯಿಯ ಮರಣದ ನಂತರ ಒಬ್ಬ ವ್ಯಕ್ತಿಯು ಬ್ರಿಟಿಷರಿಗೆ ತೊಂದರೆಗೆ ಕಾರಣವಾಗಬಹುದಾದರೆ, ಆ ವ್ಯಕ್ತಿಯು ತಾತ್ಯಾ ತೋಪೆ ಎಂದು ಹಘ್ರೋಸ್ ಗೆ ಚೆನ್ನಾಗಿ ತಿಳಿದಿತ್ತು. ಆದ್ದರಿಂದ ಅವರು ಎಲ್ಲಾ ಅನುಮಾನಾಸ್ಪದ ಸ್ಥಳಗಳಲ್ಲಿ ರಹಸ್ಯ ಏಜೆಂಟ್ ಗಳ ಬಲೆಯನ್ನು ಏರ್ಪಡಿಸಿದ್ದರು. ಭಾರತ್ ಪುರ ಮಾರ್ಗದ ಮೂಲಕ ತಾತ್ಯಾ ತೋಪೆ ಮುನ್ನಡೆಯುತ್ತಿದ್ದಾಗ, ಬ್ರಿಟಿಷರ ಮೂಲ ನಿಷ್ಠಾವಂತರು ಅವರ

ಚಲನವಲನಗಳನ್ನು ಗಮನಿಸುತ್ತಿದ್ದಾರೆ ಎಂದು ಅವರು ಶಂಕಿಸಿದರು. ಆದ್ದರಿಂದ ಅವರು ತಕ್ಷಣ ಜೈಪುರಕ್ಕೆ ಹೋದರು. ಅವರು ಅಲ್ಲಿ ಅದೇ ವಿಷಯವನ್ನು ಅನುಮಾನಿಸಿದಾಗ, ಅವರು ಟೋಂಕ್ ಸ್ಥಿತಿಯತ್ತ ಸಾಗಿದರು. ಆದರೆ ಟೋಂಕ್ ರಾಜನು ತನ್ನ ಉದ್ದೇಶಿತ ಆಗಮನದ ಮಾಹಿತಿಯನ್ನು ಈಗಾಗಲೇ ಸ್ವೀಕರಿಸಿದ್ದ. ಆದ್ದರಿಂದ ಅವನು ತನ್ನ ರಾಜ್ಯವನ್ನು ಪ್ರವೇಶಿಸದಂತೆ ನೋಡಿಕೊಳ್ಳಲು ತನ್ನ ಸೈನ್ಯವನ್ನು ಕಳುಹಿಸಿದನು. ಈಗ ಅವರು ಕೆಲವು ಸೈನ್ಯವನ್ನೂ ಸಂಗ್ರಹಿಸಿದ್ದರು. ಅಲ್ಲಿಂದ ಅವರು ಬುಂಡಿ ರಾಜ್ಯದತ್ತ ಸಾಗಿದರು. ಅಲ್ಲಿ ಕ್ಯಾಪ್ಟನ್ ರಾಬರ್ಟ್ಸನ್ ಅವರಿಗಾಗಿ ಕಾಯುತ್ತಿದ್ದರು. ಆದ್ದರಿಂದ ತಾತ್ಯಾ ತೋಪೆ ಉದಯಪುರದತ್ತ ತೆರಳಿದರು. ಅಲ್ಲಿಯೂ ಅವರು ಬ್ರಿಟಿಷ್ ಸೈನ್ಯವನ್ನು ಎದುರಿಸಿದರು. ಅಲ್ಲಿ ಅವನು ತನ್ನ ಫಿರಂಗಿ ಬಂದೂಕುಗಳನ್ನು ಕಳೆದುಕೊಳ್ಳುವಂತೆ ಮಾಡಲಾಯಿತು. ನಂತರ ಅವರು ಚಂಬಲ್ ದಿಕ್ಕಿನಲ್ಲಿ ನೇತೃತ್ವ ವಹಿಸಿದರು. ಬ್ರಿಟಿಷರು ಚಂಬಲ್ ನದಿಗೆ ಅಡ್ಡಲಾಗಿ ಕಂಟೋನ್ಮೆಂಟ್ ರಚಿಸಿದ್ದರು. ಆದ್ದರಿಂದ, ಆ ಕಡೆ ದಾಟುವ ಬದಲು, ಅವರು ಝುಲ್ರಾ ಪಟಾನ್ ರಾಜ್ಯದತ್ತ ಸಾಗಿದರು. ಅವನ ರಾಜನು ಅವನನ್ನು ಎದುರಿಸಲು ಮುಂದೆ ಬಂದನು. ಆದರೆ ಅವನ ಸೈನ್ಯವು ದಂಗೆಯನ್ನು ಆಶ್ರಯಿಸಿತು, ಆದ್ದರಿಂದ, ಅವನು ತಾತ್ಯ ಟೋಪೆಯ ಮುಂದೆ ಬಿತ್ತಬೇಕಾಯಿತು. ಅಷ್ಟೇ ಅಲ್ಲ, ಅವರು ಹದಿನೈದು ಲಕ್ಷ ರೂಪಾಯಿಗಳೊಂದಿಗೆ ಭಾಗವಾಗಬೇಕಾಯಿತು. ಝುಲ್ರಾ ಪಟಾನ್ ರಾಜ್ಯದ ಅತಿಥಿಯಾಗಿ 5 ದಿನಗಳನ್ನು ಕಳೆದ ನಂತರ ಅವರು ಇಂದೋರ್ ಕಡೆಗೆ ತೆರಳಿದರು.

ಈ ರೀತಿಯಾಗಿ, ಅವರು ಸ್ಥಳದಿಂದ ಸ್ಥಳಕ್ಕೆ ಅಲೆದಾಡಿದರು. ಅನೇಕ ಬ್ರಿಟಿಷ್ ಕಮಾಂಡರ್ ಗಳು ಆತನನ್ನು ಬಂಧಿಸಲು ನಿರ್ಧರಿಸಿದ್ದರೂ ಅವರ ಆಶಯಗಳು ಈಡೇರಲಿಲ್ಲ. ಸುಮಾರು ಒಂದೂವರೆ ವರ್ಷಗಳ ಕಾಲ ಈ ಮರೆಮಾಚುವಿಕೆ ಮತ್ತು ಅನ್ವೇಷಣೆ ಮುಂದುವರಿಯಿತು. ಬ್ರಿಟಿಷರು ಮಹಾರಾಷ್ಟ್ರವನ್ನು ತಲುಪಲು ಬಿಡುವುದಿಲ್ಲ ಎಂದು ತಾತ್ಯಾ ತೋಪೆ ನಂಬಿದ್ದರು. ಆದ್ದರಿಂದ ಅವರು ಉತ್ತರ ಭಾರತದ ಕಡೆಗೆ ತಿರುಗಿದರು. ಬ್ರಿಟಿಷರಿಗೆ ಈ ಸುದ್ದಿ ತಿಳಿದಾಗ, ಅವರು ದಕ್ಷಿಣವನ್ನು ತ್ಯಜಿಸಿದರು ಮತ್ತು ಉತ್ತರಕ್ಕೆ ತಂತ್ರಗಳನ್ನು ರೂಪಿಸಿದರು. ಈ ಅವಕಾಶವನ್ನು ಬಳಸಿಕೊಂಡು, ತಾತ್ಯಾ ತೋಪೆ ಬೆಟ್ವಾ ನದಿಯನ್ನು ದಾಟಿ ದಕ್ಷಿಣಕ್ಕೆ ತೆರಳಿದರು. ಅಲ್ಲಿ ಕ್ಯಾಪ್ಟನ್ ಸದರ್ ಲ್ಯಾಂಡ್ ಅವರನ್ನು ಎದುರಿಸಿದ ನಂತರ, ಅವರು ಬೆಟ್ವಾ ನದಿಗೆ ಹಾರಿದರು. ನಂತರ ಅವರು ಛೋಟಾ ಉದಯಪುರವನ್ನು ತಲುಪಿದರು. ಅಲ್ಲಿಂದ ಅವರು ಬರೋಡಾದತ್ತ ಸಾಗಿದರು, ಆದರೆ ಅವರು ದಾರಿ ತಪ್ಪಿ ಪಾರ್ಕ್ ಉದಯಪುರವನ್ನು ತಲುಪಿದರು. ಇಲ್ಲಿ ಬಂಡಾದ ನವಾಬನು ಅವನನ್ನು ತ್ಯಜಿಸಿದನು. ರಾವ್ ಸಾಹೇಬ್ ಅವರೊಂದಿಗೆ ತಾತ್ಯಾ ತೋಪೆ ಉದಯಪುರವನ್ನು ತಲುಪಿದಾಗ, ಅವರು ಮತ್ತೆ ಬ್ರಿಟಿಷ್ ಸೈನ್ಯದೊಂದಿಗೆ ಮುಖಾಮುಖಿಯಾದರು. ಬ್ರಿಟಿಷರನ್ನು ಹುರಿದುಂಬಿಸಿ, ಅವರು ಬನ್ಸ್ವಾರಾದ ಕಾಡುಗಳನ್ನು ತಲುಪಿದರು. ಅಲ್ಲಿ ಅವರು ಗ್ವಾಲಿಯರ್ ನ ಬಂಡಾಯಗಾರ ಸರ್ದಾರ್ ಮಾನ್ ಸಿಂಗ್ ಮತ್ತು ಮೊಗುಲ್ ಮೂಲದ ಶಹಜಾದ ಫಿರೋಜ್ ಷಾ ಅವರನ್ನು ಭೇಟಿಯಾದರು.

ಮನ್ ಸಿಂಗ್ ಅವರನ್ನು ಭೇಟಿಯಾಗುವುದು ಈ ಕೆಚ್ಚೆದೆಯ ವ್ಯಕ್ತಿಗೆ ಅದೃಷ್ಟವಾಗಿರಲಿಲ್ಲ. ಅವರ ನಂಬಿಕೆಯನ್ನು ಉಲ್ಲಂಘಿಸಿದ ಕಾರಣ, 1859 ರ ಏಪ್ರಿಲ್ 4ರ ರಾತ್ರಿ ಅವರು ನಿದ್ರಿಸುತ್ತಿದ್ದಾಗ ಅವರನ್ನು ಬ್ರಿಟಿಷರು ಬಂಧಿಸಿದರು. ಅದರ ನಂತರ 1859ರ ಏಪ್ರಿಲ್ 18ರಂದು ಅವರನ್ನು ಸಿಪ್ರಿಯಲ್ಲಿ ಗಲ್ಲಿಗೇರಿಸಲಾಯಿತು. ಅವರ

ಸಾವು ಭಾರತದ ಸ್ವಾತಂತ್ರ್ಯಕ್ಕಾಗಿ ನಡೆದ ಮೊದಲ ಹೋರಾಟದ ಕೊನೆಯ ಕಮಾಂಡರ್ ನ ಸಾವಾಗಿತ್ತು. ಇದು ಇತಿಹಾಸದ ಸುವರ್ಣ ಅಧ್ಯಾಯದ ಅಂತ್ಯವಾಗಿತ್ತು.

ಬಂಡಾದ ನವಾಬ್

ಬಂಡಾದ ನವಾಬನು ಪೇಶ್ವ ಬಾಜಿ ರಾವ್ । ರ ವಂಶಸ್ಥನಾಗಿದ್ದನು. ಇದನ್ನು ಈ ಪುಸ್ತಕದ ಎರಡನೇ ಅಧ್ಯಾಯದಲ್ಲಿ ಚರ್ಚಿಸಲಾಗಿದೆ. ಆಗಿನ ಬಂಡಾದ ನವಾಬರು, ಬಹುಶಃ, 1857ರಲ್ಲಿ ಸ್ವಾತಂತ್ರ್ಯಕ್ಕಾಗಿ ನಡೆದ ಹೋರಾಟದಲ್ಲಿ ಪೇಶ್ವಾ ನಾನಾ ಸಾಹೇಬರ ಪರವಾಗಿ ನಿಂತರು, ಏಕೆಂದರೆ ಅವರು ಅದೇ ರಾಜವಂಶದ ವಂಶಸ್ಥರಾಗಿದ್ದರು. ನಾನಾ ಸಾಹೇ ನೇಪಾಳಕ್ಕೆ ಓಡಿಹೋದಾಗಲೂ ಅವರು ತಮ್ಮ ಕಿರಿಯ ಸಹೋದರ ರಾವ್ ಸಾಹೇಬ್ ಅವರೊಂದಿಗೆ ಇದ್ದರು. ಆದರೆ ಯಾವುದೇ ಯುದ್ಧದಲ್ಲಿ ಅವರ ಯಾವುದೇ ವಿಶೇಷ ಸಾಹಸಗಳ ಬಗ್ಗೆ ನಮಗೆ ಉಲ್ಲೇಖವಿಲ್ಲ. ಗ್ವಾಲಿಯರ್ ನಲ್ಲಿ ಸೋಲಿನ ನಂತರ, ಅವರು ತಾತ್ಯಾ ತೋಪೆ ಮತ್ತು ರಾವ್ ಸಾಹೇಬ್ ಅವರೊಂದಿಗೆ ಹೋದರು. ಬ್ರಿಟಿಷರು ಸ್ವಾತಂತ್ರ್ಯಕ್ಕಾಗಿ ಮೊದಲ ಹೋರಾಟವನ್ನು ವಿಫಲಗೊಳಿಸಿದ ನಂತರ, 1859 ರ ನವೆಂಬರ್ ನಲ್ಲಿ ರಾಣಿ ವಿಕ್ಟೋರಿಯಾ ಎಲ್ಲಾ ದಂಗೆಕೋರರಿಗೆ ಸಾಮಾನ್ಯ ಕ್ಷಮಾದಾನವನ್ನು ಘೋಷಿಸಿದರು. ಈ ಸಮಯದಲ್ಲಿ ಬಂಡಾದ ನವಾಬ್ ತಾತ್ಯಾ ತೋಪೆ ಅವರೊಂದಿಗೆ ಇದ್ದರು. ನಿರಂತರ ಮತ್ತು ಸುದೀರ್ಘ ಹೋರಾಟದಿಂದ ಅವರು ನಿರಾಶೆಗೊಂಡರು. ರಾಣಿಯ ಘೋಷಣೆಯ ಬಗ್ಗೆ ಕೇಳಿದಾಗ, ಅವರು ಉದಯಪುರ ಉದ್ಯಾನವನದಲ್ಲಿ ತಾತ್ಯ ತೋಪೆ ತೊರೆದು ಬ್ರಿಟಿಷರ ಆಶ್ರಯಕ್ಕೆ ಹೋದರು. ಇದರ ಪರಿಣಾಮವಾಗಿ, ಅವರಿಗೆ ಕ್ಷಮಾದಾನ ನೀಡಲಾಯಿತು ಮತ್ತು ಅವರು ವಾರ್ಷಿಕ ಪಿಂಚಣಿಯಾಗಿ ನಾಲ್ಕು ಸಾವಿರ ರೂಪಾಯಿಗಳನ್ನು ಪಡೆಯುವುದನ್ನು ಮುಂದುವರೆಸಿದರು.

ದಾಮೋದರ್ ರಾವ್

ಮಹಾರಾಣಿಯ ಮರಣದ ಸಮಯದಲ್ಲಿ, ಅವರ ದತ್ತುಪುತ್ರ ದಾಮೋದರ್ ರಾವ್ ಸುಮಾರು ಏಳು-ಎಂಟು ವರ್ಷದ ಮಗುವಾಗಿದ್ದರು. ಈ ವಯಸ್ಸಿನಲ್ಲಿ ಅವನ ತಾಯಿಯ ಮರಣದ ನಂತರ ಅವನು ಬಹುತೇಕ ಅನಾಥನಂತೆ ಇದ್ದನು. ರಾಮ್ ಚಂದ್ರ ರಾವ್ ದೇಶಮುಖ್ ಮತ್ತು ಕಾಶಿ ಬಾಯಿ, ತಮ್ಮ ಯಜಮಾನಿಗೆ ನಿಷ್ಠೆಯನ್ನು ಅನುಸರಿಸಿ, ಅವನ ಪಾಲಕರಾದರು. ಅವರು, ಮಗನಾದ ದಾಮೋದರ್ ರಾವ್ ಅವರೊಂದಿಗೆ ಪೇಶ್ವಾ ರಾವ್ ಸಾಹೇಬ್, ತಾತ್ಯಾ ಟೋಪ್ ಇತ್ಯಾದಿ ಕಂಡುಹಿಡಿಯಲು ಪ್ರಯತ್ನಿಸಿದರು, ಆದರೆ ಯಶಸ್ವಿಯಾಗಲಿಲ್ಲ. ನಂತರ, ದಾಮೋದರ್ ರಾವ್ ಅವರನ್ನು ಅವರೊಂದಿಗೆ ಅಡಗಿಸಿ ಅವರು ಇಲ್ಲಿ ಮತ್ತು ಅಲ್ಲಿಗೆ ತೆರಳಿದರು. ಅವರು ಗ್ವಾಲಿಯರ್ ತೊರೆದಾಗ ಅವರ ಬಳಿ ಎಪ್ಪತ್ತೈದು ಸಾವಿರ ರೂಪಾಯಿ ಇತ್ತು ಎಂದು ಹೇಳಲಾಗುತ್ತದೆ. ಮಗುವಿನ ಗುರುತನ್ನು ಬಹಿರಂಗವಾಗಿ ಇಡಲು, ಅವರು ಜನರ ಬಾಯಿ ಮುಚ್ಚಿಸಲು ಈ ಹಣವನ್ನು ಖರ್ಚು ಮಾಡಿದರು.

ಈ ಅನಿಶ್ಚಿತ ಮತ್ತು ಶೋಚನೀಯ ಸ್ಥಿತಿಯಲ್ಲಿ, ಅನೇಕ ಸ್ಥಳಗಳ ಮೂಲಕ ಅಲೆದಾಡಿದ ನಂತರ, ಅವರು ಮಗು ದಾಮೋದರ್ ರಾವ್ ಅವರೊಂದಿಗೆ ಆಗ್ರಾವನ್ನು ತಲುಪಿದರು. ಇಲ್ಲಿ ಅವರು ಬ್ರಿಟಿಷ್ ಅಧಿಕಾರಿಯಾದ ಪ್ಲೀಕ್ ಅವರೊಂದಿಗೆ ಸಮಾಲೋಚನೆ ನಡೆಸಿದರು. ನಿಧಾನವಾಗಿ ಅವರು ಅವನೊಂದಿಗೆ ನಿಕಟರಾದರು.

ಮಹಾರಾಣಿ ಲಕ್ಷ್ಮೀಬಾಯಿಯ ಶೌರ್ಯದಿಂದ ಪ್ಲೀಕ್ ಹೆಚ್ಚು ಪ್ರಭಾವಿತರಾದರು ಮತ್ತು ಅವರ ಅಭಿಮಾನಿಯಾಗಿದ್ದರು. ಅವರಿಗೆ ವಿಶ್ವಾಸವನ್ನು ನೀಡುತ್ತಾ, ಕಾಶಿ ಬಾಯಿ ಮತ್ತು ರಾಮ್ ಚಂದ್ರ ರಾವ್ ಅವರಿಗೆ ಮಗುವಿನ ಸರಿಯಾದ ಪರಿಚಯವನ್ನು ನೀಡಿದರು. ದಯಾಪರ ಪ್ಲೀಕ್ ನಿಜವಾದ ಸ್ನೇಹಿತನೆಂದು ಸಾಬೀತಾಯಿತು. ಇಂದೋರ್ ನ ರಾಜಕೀಯ ಏಜೆಂಟ್ ಷೇಕ್ಸ್ಪಿಯರ್ ಮೂಲಕ, ಅವರು ರಾಮಚಂದ್ರ ರಾವ್, ಕಾಶಿ ಬಾಯಿ ಮತ್ತು ದಾಮೋದರ್ ರಾವ್ ಅವರನ್ನು ಕ್ಷಮಿಸಿದರು ಮತ್ತು ಈ ಇಬ್ಬರು ಮಹನೀಯರ ಪ್ರಯತ್ನಗಳ ಪರಿಣಾಮವಾಗಿ, ಗವರ್ನರ್ ಜನರಲ್ ದಾಮೋದರ್ ರಾವ್ ಅವರಿಗೆ ವಾರ್ಷಿಕ ಎಂಟುನೂರು ರೂಪಾಯಿ ಪಿಂಚಣಿ ನೀಡಲು ಒಪ್ಪಿಕೊಂಡರು.

ಶೇಕ್ಸ್ಪಿಯರ್ ಕೂಡ ತುಂಬಾ ದಯೆ ತೋರಿದರು. ಅವರು ತಮ್ಮ ಪೋಷಕರೊಂದಿಗೆ ದಾಮೋದರ್ ರಾವ್ ಅವರನ್ನು ತಮ್ಮ ಸ್ಥಳಕ್ಕೆ ಕರೆದರು. ಅಷ್ಟೇ ಅಲ್ಲ, ಹಿಂದಿ, ಉರ್ದು, ಮರಾಠಿ ಮತ್ತು ಇಂಗ್ಲಿಷ್ ಕಲಿಸಲು ಪ್ರಾರಂಭಿಸಿದ ದಾಮೋದರ್ ರಾವ್, ಅವರಿಗೆ ಕಲಿಸಲು ಅವರು ಮುನ್ಶಿ ಧರಂ ನಾರಾಯಣ್ ಅವರನ್ನು ನೇಮಿಸಿದರು. ದಾಮೋದರ ರಾವ್ ಅವರ ಹೆಸರಿನಲ್ಲಿ ಖಜಾನೆಯಲ್ಲಿ ಠೇವಣಿ ಇಟ್ಟಿದ್ದ ಆರು ಲಕ್ಷ ರೂಪಾಯಿಗಳನ್ನು ಪಡೆಯಲು ಸಾಧ್ಯವಾಗಲಿಲ್ಲ.

ದಾಮೋದರ ರಾವ್ ಅವರ ನೈಸರ್ಗಿಕ ತಂದೆಯ ಸಹೋದರನ ಹೆಂಡತಿಯಾಗಿದ್ದ ದಾಮೋದರ ರಾವ್ ಅವರ ಚಿಕ್ಕಮ್ಮ ಅವರನ್ನು ವಿವಾಹವಾದರು. ಅವರ ಮೊದಲ ಹೆಂಡತಿಯ ಮರಣದ ನಂತರ, ಅವರು ಶಿವ್ರೇ ಕುಟುಂಬದಲ್ಲಿ ಎರಡನೇ ಬಾರಿಗೆ ವಿವಾಹವಾದರು. 1904ರಲ್ಲಿ ದಾಮೋದರ ರಾವ್ ಅವರು ಲಕ್ಷ್ಮಣ ರಾವ್ ಎಂಬ ಮಗನಿಗೆ ತಂದೆಯಾದರು. ಅದರ ನಂತರ ಅವರ ವಂಶಸ್ಥರು ಇಂದೋರ್ ನಲ್ಲಿ ಬೀಳು ಬಿಟ್ಟರು.

SELF HELP

Walking with you in the shades of Love
Deepak Yadav

PLAY AND WIN
KAUN BANEGA CROREPATI

POWER THINKING
Move beyond Positive Thinking... adopt Power Thinking
Dr. Ujjwal Patni

YOUR MONEY MY ADVICE
Practical Money Making Ideas for Complete Financial Freedom
Subhash Lakhotia

GOLDEN KEY TO BECOME SUPER RICH
Subhash Lakhotia

STOP LOSING
START WINNING
ASHU DUTT

DR. BIMAL CHHAJER
201 TIPS FOR GAS OR ACIDITY
Get Rid of Gas or Acidity a disease of Modern Busy Life

gandhi and management

SECRETS OF SUCCESS THROUGH BHAGWAD GEETA
AUTHORS NAME

SECRETS OF SUCCESS
Tarun Engineer

No.1 Bestseller
Learn to Say NO if You don't Want to Say Yes

Subhash Lakhotia
Secrets of Super Success

Jolly Uncle
Stories that Enlighten You
JPS Jolly

TIPS OF SUCCESS
Dr. Sunil Jogi

PERFECT SUCCESS Mantras

Aim High For Bigger WIN
Tarun Engineer

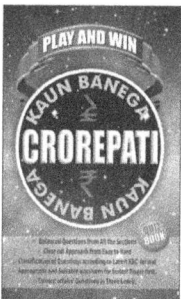

NEW PUBLICATIONS

Biswaroop Roy Chowdhury
Dynamic Memory Computer
Course **(Updated & Revised)**

Dr. Ujjwal Patni
Power Thinking

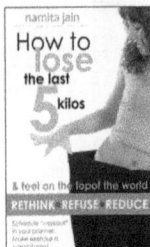

Namita Jain
How to Lose the last
5 Kilos

Tarun Engineer
Aim High For Bigger Win

Joginder Singh
Mind Positive Life Positive

Yaggya Dutt Sharma
The Lord of New Hopes
Akhilesh Yadav....

Ashu Dutt
Master the Stock Market

Ashu Dutt
Stop Losing Start Winning

Renu Saran
101 Hit Films of Indian Cinema

Renu Saran
History of Indian Cinema

O.P. Jha
Shirdi Sai Baba: Life Philosophy
and Devotion

Dr. Sunil Vaid
Why Does My Child Misbehave

Biswaroop Roy Chowdhury
India Book of Records

Biswaroop Roy Chowdhury
Heal Without Pill

Surya Sinha
Perfect Mantras For Succeeding
in Network Marketing

OSHO
The Osho Upanishad

OSHO
Sermons in Stones

OSHO
Tantric Transformation

Subhash Lakhotia
Golden Key to Become
Super Rich

Subhash Lakhotia
Your Money My Advice

⬥ **DIAMOND BOOKS** X-30, Okhla Industrial Area, Phase-II New Delhi-110020
Tel : 011-40712200 email : sales@dpb.in
Shop online at www.diamondbook.in